கடற்காகம்

நாவல்

முஹம்மது யூசுஃப்

யாவரும் பப்ளிஷர்ஸ்

The views and opinions expressed in this book are the author's own. The facts contained herein were reported to be true as on the date of publication by the author to the publishers of the book, and the publishers are not in any way liable for their accuracy or veracity.

- கடற்காகம் ● நாவல் ● முஹம்மது யூசுஃப் © ● முதல் பதிப்பு : அக்டோபர் 2019
- Kadarkakam ● Novel ● Mohammed yusuf © ● First Edition : October 2019

Pages : 328 ● Price : ₹ 395/-

Designed by : Gopu Rasuvel

Released by :

Yaavarum Publishers,
214, Bhuvaneshwari Nagar IIIrd Main Road
Velachery, Chennai-600 042
90424 61472 / 98416 43380
editor@yaavarum.com
Url : www.yaavarum.com; www.be4books.com

All rights, including professional, amateur, motion pictures, recitation, public reading, broadcasting and the rights of translation into foreign languages are strictly reserved. No part of this book may be reproduced in whole or in part or utilized in any form or by any means electronic or mechanical, including photocopying, recording or by any information storage and retrieval system now known or hereafter invented, without the prior written permission of the author/publisher.

முன்னுரை

நாம் உயிருள்ள ஒவ்வொன்றையும் நீரிலிருந்தே உருவாக்கினோம்..

— (21:30) அல் குர்ஆன்

அகழி, ஆறு, இலஞ்சி, ஊற்று, ஏரி, குளம், குட்டம், கேணி, கண்மாய், கால்வாய், கூவல், சுனை, சேங்கை, தடாகம், நீராழி, பொய்கை, வாய்க்கால், மடு, கிணறு, ஓடை என எத்தனைப் பெயரிட்டு அழைத்தாலும் பிரமாண்டமான, பிரமிக்க வைக்கும், ஆச்சர்யத்தில் மூழ்கடிக்கும், பரந்து விரிந்த நித்திய ஜீவிதம் கொண்ட உப்பு நீரின் இன்னொரு பெயர் கடல்.

நதி கொண்ட ஊருக்கு என்று சில கதைகள் உண்டு என்பார்கள் அது போல கடல் உள்ள ஊருக்கும் பிரத்யேகமாய் சில குணங்கள் உண்டு.

பிசுபிசுக்கும் உப்புக்காற்று, கடல்புரத்து மாதா கோவில் குருத்தோலை தொங்கும் குருசுகள், சீனி கொட்டியது போன்ற பெரும் கடல் ஒட்டிய மணல்வெளி எனும் கரைமடி, நெய்தல்காரனின் வெயில் குடித்த கறுத்த உடல், ஊருக்கு வாக்கப்பட்ட மீன் வாடை, வலசை செல்லும் கடற்காகங்கள் என்று தனிவரிசைகள் அவை.

இதில் கடற்காகங்களை என்னுடைய அண்ணன் என்பேன். எனக்கு மட்டுமல்ல மொத்த சமூகத்திற்கும் காகம் மூத்த அண்ணனின் ஸ்தானம் தான்.

இஸ்லாமிய, கிறிஸ்துவ, யூத பண்பாட்டு விழுமியங்களின் ஆதிகதை ஆதாம் ஏவாளில் இருந்து ஆரம்பம் என்பது அனைவரும் அறிந்ததே.

கடலாடியான வடக்குத்தெரு தாத்தா கற்றுக் கொடுத்த அந்த விழுமியக் கதையில் ஆதாமுக்கு ஆபில், காபில் என்று இரண்டு மகன்கள் உண்டு. அகங்காரம் பிடித்த ஒருவன், தனது உடன் பிறந்தானைப் பொறாமையில் கொன்று விட்டு, என்ன செய்வதென்று அறியாது தவிக்கும்

போது, ஓர் காகம் தோன்றி இறந்து போன மற்றொரு காகத்தை குழி தோண்டி புதைக்க அது கண்ட ஆதாமின் மகனும் தனது உடன் பிறந்தானை அவ்வாறே புதைப்பான்.

இராமேஸ்வரத்தின் தென்பகுதியில் ரயில் நிலையத்திற்கருகில் இன்றும் இருக்கும் இறந்த ஆதம் மகனின் நீண்ட கல்லறையே இந்த விழுமிய கதைக்கு சாட்சி.

ஆக, கற்று கொடுத்ததால் அறிவு தந்த காகம் மனிதனுக்கு ஒரு வகையில் அண்ணன் முறை என்றே கருதுகிறேன்.

அந்த நன்றி கடனின் எச்சம்தான், இறந்தவர்களுக்கான பிண்டம், திதி, பித்ரு, படையல் எல்லாவற்றிலும் காகத்தை ஆரம்பமாய் முன் நிறுத்துவது என்பதாகக் கூட இருக்கலாம்.

நதி கடைசியாய் உயிர் பிரியும், கடலின் ஆரம்ப துவக்கமான கழிமுகத்தை அருகில் கொண்ட காயல் எனும் காயல்பட்டணத்தில் அண்ணனை "காக்கா" என்று அழைப்பதன் காரணமும் இதுதானோ என்ற ஐயப்பாடும் உண்டு.

இது ஒரு புறம் இருக்கட்டும், உப்புக்காற்று வீசும் இந்த நாவலின் முதல் பாகத்தில் கடல்புரமான தமிழக "இணையம் புத்தன்துறை" ஊரில் தொடங்கி கடைசியாய் சிரியா நாட்டின் "அலிப்போ (Aleppo-Sriya)" வரை இந்த கதையை சுமந்து செல்ல காகம் எனக்குத் துணை நின்றதால் அதற்கு நன்றிக் கடனாய் இந்த நாவலுக்கு "கடற்காகம்" என்று எனது மூத்த அண்ணனின் பெயரையே சூட்ட விரும்புகிறேன்.

நான் ஒரு தகவல் கொண்டாடி. எனக்குள் சில கேள்விகள் கலந்த தகவல்கள் இருந்தன. அவற்றைக் கொண்டு "பெர்சியன் கல்ப்" எனும் தொன்மையான கடல் சுமக்கும் தீவுகளில் ஒன்றான டெல்மாவில், நான் வசித்த என் அனுபவ காலத்தை முன்வைத்து, அரலையில் மிதக்கும் அந்தப் பெருமணலில், புனைவாய் சில கதாபாத்திரங்களின் சுய அகவயங்களை நெய்து கடலின் ஓதம் (tide) போன்று வாழ்வின் ஏற்ற இறக்கம் பேச முயற்சித்துள்ளேன். வாழ்வு என்பதே கேள்வி எனும் கிளையின் மீது நிற்கும் ஒரு காக்கை தானே

டாக்டர் தாரிக், பானு, அய்டா, டாக்டர் சத்யா, முவாசீன், டீச்சர் சமீரா, ராஜா, சுல்தானா, கடலாடி டேனியல், ஜெர்ரி, பொற்கொடி என்ற எஸ்தர், மர்வான், சாவக்காடு ஹமீது, டயானா, ஷெர்லின், கார்லோ, செல்வராஜ், டாக்டர் அம்ரு, மஜீத், அப்பாஸ் மாமா இன்னும் பலரை இத்தனை நாள் சுமந்து திரிந்ததில் என் எடைக் கூடிப்போனது. இனி அவர்கள் உங்களுக்கானவர்கள்.

மணலில் நீந்தி கரை சேராத மனித வாழ்வின் சொற்ப சில விஷயங்களைப் பேசும் இந்த "கடற்காகம்" எனும் வார்த்தைகளின் கூட்டுத் தொகுப்பு நீங்கள் வாசிக்கும் காலம் வரை கேள்வியும் பதிலுமாய் தர்க்கங்களுடன் உயிர் வாழட்டும். விவாதங்களின் மிச்சம்தானே இருத்தலின் அடையாளம்.

இந்த புத்தகத்தை எழுதக் காரணமாக இருந்த அத்தனை காரணிகளுக்கும் நெஞ்சார்ந்த நன்றி.

தொழில் நிமித்தமாய் டெல்மா தீவிற்குச் செல்லக் காரணமாக இருந்த நண்பன் ராஜ்குமார் மற்றும் அபுதாபி வருவதற்கு துணை நின்ற நண்பர்கள் சாம், அமேஷ் ஆகியோருக்கு இந்த நூல் சமர்ப்பணம்.

பிரியமுடன்
முஹம்மது யூசுப்

1

கழுத்து மற்றும் மார்பில் சாம்பல் நிற சால்வை அணிந்த கருப்பு நிற அடர்க் காகம் ஒன்று கா... கா... கா எனக் கத்தியபடி தாழ்வாக பறந்து வந்து அந்த வீட்டுக் கோட்டைச் சுவற்றில் அமர்ந்தது.

வீட்டின் உள்ளே டேப் ரிக்கார்டரில் காயல் ஷேக் முஹம்மது "தானதன தானே.." என்று உச்சஸ்தாயில் ராகம் இழுத்து "பூவாரிலே வாழும் பெருமானிடம் வரும் பக்தர்கள் கூட்டம் கொஞ்சமில்லே" எனும் இஸ்லாமிய பக்திப் பாடலைப் பாடிக் கொண்டிருந்தார்.

மாலை நான்கு மணிக்கான லேசான வெயில் கலந்த உப்புக்காற்று கேரளாவின் பூவார் ஊரில் இருந்து இருபது கிலோ மீட்டர் தொலைவில் உள்ள, மிக நீண்ட அலைகளைக் கொண்ட அழகான கடற்கரை ஊரான இணையம் புத்தன்துறை ஊரில் வீசிக் கொண்டிருந்தது.

கடலைச் சார்ந்து வாழும் கடலாடி கடலை அவதானித்து கொண்டே இருக்கவேண்டும், அவன் கடலை ஒட்டி வாழவேண்டும் என்பதால், கடல் கூப்பிடும் தூரத்தில் இருந்த மீனவர்கள் குடியிருப்பில் ஒரு வீட்டில் "ருகையா... ருகையா" என்று பேத்தியை அழைத்தபடி கையில் இருந்த நீளத் தடியால் தட்டி தட்டி தன் எதிரே எதுவும் இல்லை, பாதைக்கு தடை இல்லை என உணர்ந்தவாறு வீட்டின் உள்ளே இருந்து வெளித் திண்ணைக்கு வந்தார் கண் பார்வை இல்லாத நூஹு கண்ணு மரைக்கார்.

"வாபிச்சா நான் இங்க இருக்கேன்" என்ற குரல் கேட்டு

"என்ன செய்ற" என்றபடி தடியால் தட்டி தன் எதிரே சாய்வு நாற்காலி இருப்பதை உறுதி செய்து அதைத் தொட்டு எந்த திசையில் உள்ளது என்பது உணர்ந்து கையில் உள்ள தடியை ஊன்றியவாறே சாய்வு நாற்காலியில் அமர்ந்தார்.

“பிள்ளட்ட கேட்டேனே என்ன செய்றன்னு, சொல்லவே இல்ல” என்று மீண்டும் நூஹு கண்ணு கேட்க

“நானா, நான் கடல் வரைஞ்சிட்டு இருக்கேன்”

“கடலா”

“ஆமா, எங்க மிஸ்ஸு ஹோம் வொர்க் கொடுத்திருக்காங்க” என்றபடி இந்திய வரைபடத்தாளில் ஊதாநிறப் பென்சிலால் கோடிழுத்து கோடிழுத்து ஒற்றைக் கை கொண்டு நீரால் கடலை நிரப்பிக் கொண்டிருந்தாள் சிறுமி ருகையா.

அருகில் அமர்ந்திருக்கும் சிறுமி ருகையா வரையும் இந்திய வரைபடத்தாளைத் தட்டுத் தடுமாறித் தொட்ட நூஹு கண்ணு “ஆமா கை எல்லாம் ஈரம் ஆகுதே. பெரிய கடலா இருக்கும் போல இருக்கே” என்றதைக் கேட்டதும் ருகையா சிரித்தபடி “வாபிச்சா, சின்ன வயசுல உனக்குத்தான் கண்ணு தெரியுமே. கடல்ல தான வேல பாத்த, நடுக்கடல் எப்படி இருக்கும்”

சட்டென தலையை சாய்வாக வைத்து எங்கோ கூர்ந்து பார்த்தார். படபடக்கும் காற்றில் கடல் சத்தம். அவர் காதுகளில் அலை அடித்துக் கொண்டிருந்தது. இரு கைகளாலும் காதுகளை அழுத்தி மூடியவர், நினைவுகளால் சட்டென எதிரே இருந்த கடலுக்குள் பாய்ந்தார். “ம்ம்... நான் கடலுக்குள்ள தானே இருக்கேன்”

“கடலுக்குள்ளயா”

“ஆமா, நீயும் காது மடல்களைக் கொண்டு செவித்துவாரங்களை இரு கைகளால இறுக்கி அழுத்தி மூடு. ம்ம்மம்ம் ன்னு ஒரு மாதிரி சத்தம் கேக்குதா. தண்ணிக்குள்ள இருந்தா அப்படித்தான கேக்கும்”

வரைவதை நிறுத்தி விட்டு இரு காதுகளையும் மடல் கொண்டு பொத்தியவள், ம்ம்ம்ம் என்ற உறுமல் சப்தம் கோர்வையாய் காது மடல்களில் சேகரமாகும் போது கடல்நீர் உணர்ந்ததால் நூஹு கண்ணுவை பார்த்து லேசாக புன்முறுவல் பூத்து “ஆமா, அப்படித்தான் இருக்கு. கடலுக்கு உள்ள போனா பயம் வராதா வாபிச்சா”

“ஏன் பயம் வருது?” என்றவர் ருகையாவிடம் கடலைப் பற்றி பேச ஆரம்பித்தார். கடல்கள் இல்லாத நாட்டை கனவுகள் இல்லாதவர்கள் வாழும் நாடு என்று கூறலாம். புகைப்பட கலைஞனுக்கும் ஓவியனுக்கும் இல்லாத குணாதிசயம் கதை சொல்லிக்கு உண்டு. அவனால், இதுவரை யாரும் கண்டிராதக்

கடலைக்கூட வார்த்தைகளில் காட்சிபடுத்த இயலும். அவன் முன்பு கடல் ஏறும், கடல் இறங்கும், கடல் ஆடும், கடல் அலை அடிக்கும், கடல் ஓடும், கடல் ஆட்டம் போடும், கடல் பேசும், கடல் சிரிக்கும், கடல் உறங்கும், கடல் விலகும், கடல் கலங்கும் கடல் தத்தளிக்கும், கடல் பரிதவிக்கும், கடல் குதுகலிக்கும், கடல் கதை சொல்லும், நூஹு கண்ணுவின் வார்த்தைகளில் கடல் நர்த்தனம் புரிந்துக் கொண்டிருந்த போது யாரோ வீட்டு வாசலின் கதவைத் தட்டும் சத்தம் கேட்க

“யாருன்னு போய் பாரு..?” என்றார் நூஹு கண்ணு மரைக்காயர்.

திண்ணையில் இருந்து படி இறங்கி நடந்து சென்று கொய்யா மரம் இருந்த முற்றம் தாண்டி வாசல் கதவைத் திறந்த ருகையா, அதிர்ச்சியுடன் நின்றிருக்க

“யாரும்மா வாசல்ல”

“வாபிச்சா, கடல் தண்ணி” என்றாள் அதிர்ச்சியுடன்

“உள்ள வரச்சொல்லு” என்றதைக் கேட்டதும் அனுமதி கிடைத்த ஆனந்தத்தில் வீட்டின் உள்ளே கடல் நீர் ஒடி வர, பயந்தடித்து பின்வாங்கி ஒடி வந்து மீண்டும் திண்ணையில் ஏறிக் கொண்டாள் ருகையா.

கடல் நீர், நூஹு கண்ணுவை பார்த்தபடி முற்றம் முழுக்க நீக்கமற நிறைந்திருந்தது.

“என்ன”

“வாபிச்சா பயந்து கிடக்கு”

“ஒன்னும் செய்யாது”

வீட்டு முற்றத்தில் கடல் நீர் மெதுவாக அங்கும் இங்கும் ஆடியபடி ருகையாவைப் பார்த்து நட்புடன் சிரித்தது.

“அதுக்கும் கத சொல்லுவோம். அதுவும் கேக்கட்டும்”

“வேணாம்”

“வேணாமா”

“ஆமா”

“சரி போன்னு சொல்லு, அது போயிரும்”

“ம்ஹூம் மாட்டேன்”

“வாபிச்சா சொல்லுறேன்ல, கையால அதைத் தள்ளு போயிரும், பயப்படாத நான் சொல்லுறேன்ல. தள்ளு”

“உஹூம்”

“பிள்ள பயப்படாத, தள்ளு”

பயந்தபடி மெதுவாக குனிந்து முற்றத்தில் நின்றிருந்த அந்தக் கடல் நீரை ஒரு கையால் மெதுவாக ருகையா அள்ளித் தள்ள, பவ்யமாக பின்வாங்கி கதவு வழியே வெளியே சென்று நீண்ட அலையாக எழுந்த அந்தக் கடல் நீர், வேகமாக ஓடிச்சென்று மீண்டும் அந்த ஊரின் கடலில் பொத்தென்று விழுந்து கடலுடன் கலந்தது.

வேகமாக இணையம் புத்தன்துறை கடற்கரை வந்தடைந்த ருகையா அள்ளித் தெளித்த அலை, அங்கிருந்த அரபிக்கடலை வந்தடைந்ததும், கொஞ்சம் கொஞ்சமாக இடுப்பை ஆட்டியபடி பரவத் துவங்கியது.

உலகம் முழுக்க சாலைகள் உள்ளன. ஆனாலும் அது ஒரு நாட்டின், ஊரின், தெருவின், எல்கையை அடையும்போது அந்த சாலை அந்த நிலத்தின் அடையாளத்தை சுவீகரித்துக் கொள்கிறது. அதைப் போலத்தான் கடலும்.

இணையம் புத்தன்துறையில் இருந்து கிளம்பிய அலை, அதற்கு நேர் எதிரே வடகிழக்கில் உள்ள Gulf of Oman கடல் அடைந்து, அதன் அலை அதிர்வு Hormuz வளைவு வழியாக அரபியன் கல்ப் கடல் என்று பெயர் மாற்றம் அடைந்து பல காததூரம் உள்ள அபுதாபியின் ஜபல் தானா எனும் ஊரின் கடற்கரைக்கு வந்து சேர்ந்தபோது அது அரேபியன் கல்ஃப் கடலின் அலையாக மாறியிருந்தது.

துருக்கி சிரியா ஈராக் நாடுகள் வழியாக பழைய மெசபடோமிய நகரின் யூபிரடஸ் டைக்ரிஸ் ஆறுகள் Shatt al Arab எனும் பெயரிலும், ஈரானின் Karun எனும் ஆறும் இரண்டறக் கலந்து சங்கமமாகும் 990 கிலோமீட்டர் நீளம் கொண்ட “அரேபியன் கல்ப் கடலின்” அலைகள் இணையம் புத்தன் துறையில் இருந்து வந்த அலைகள் தந்த அழுத்தத்தில் சின்ன சின்னதாய் அங்கும் இங்குமாக ஆடிக் கொண்டிருக்க, அங்கு நின்றிருந்த வெள்ளை நிற சிறிய சிறிய அளவிலான பயணிகள் கப்பல்களும் அலையுடன் சேர்ந்து கடற்கரையைக் கண்ட சிறுமியைப் போல ஆனந்த குதூகலத்துடன் ஆடிக் கொண்டிருந்தன.

அங்கு கிளம்புவதற்குத் தயாராக "YAMEELA - Abudhabi" என்று எழுதி இருந்த கப்பலில் இருந்து மூன்றாவது சைரன் ஒலிக்க "வெயிட் ஒன் பேர்சன் இஸ் கம்மிங்" என்று கையில் வைத்திருந்த வாக்கி டாக்கியில் வாசலில் நின்றிருந்த அரபி போலீஸ் தகவல் கூற,

கப்பல் நோக்கி வேகமாக காரில் வந்த ஓர் அரபி ஆள் "மஸ்கூரின்" என்று நின்றிருந்த அரபி போலீஸ்க்கு நன்றி கூறியபடி தனது லேண்ட் குருஷர் காரை அந்த பயணிகள் கப்பலில் முன்னமே நின்றிருந்த நான்கு கார்களின் அருகில் கொண்டுபோய் நிறுத்தி விட்டு வேக வேகமாக கப்பலின் உள்ளே ஆட்கள் அமரும் இடம் நோக்கி நடந்தார்.

பாங்ங்ங்........ எனும் சைரைன் சத்தத்துடன் ஜபல்தானா (Jebel Dhana Ferry Station) எனும் அந்த இடத்தில் இருந்து 50 கிலோமீட்டர் தொலைவில் நீருக்குள் மலர்ந்திருக்கும் நிலமங்கை டெல்மா (Delma Island) எனும் தீவு நோக்கி அந்த பயணிகள் கப்பல் நகரத் துவங்கியது. அலைகள் என்ற பெயரில் நீரே தாகத்துடன் துள்ளி எழுந்து நீரை வயிறாரக் குடித்துக் கொண்டிருக்க, அவற்றைக் கீறிக்கொண்டு சென்ற கப்பலில் உள்ள அனைவருமே டெல்மா எனும் சாவி போன்ற உருவ அமைப்புக கொண்ட அந்த தீவை நோக்கித்தான் சென்று கொண்டிருந்தனர். காற்றுக்கு ஆடாத கடலில்லை, காற்று கடலின் தார் சாலை, காற்று கடலாடிக்கு வழிகாட்டி, காற்று நீர் வழியின் மூத்த சமூகத்தின் தாய். மௌனமாக அசைந்து செல்லும் காற்றுக்கு ஏற்ற வண்ணம் கப்பல் சென்று கொண்டிருந்தது.

டெல்மா சிறிய தீவு என்பதால், கப்பலில் பயணிக்கும் அனைவரும் ஒருவருக்கு ஒருவர் நன்கு பரிச்சயமான முகமாக இருந்தனர், கப்பலின் திறந்த தளத்தில் நின்று கடலையே வேடிக்கைப் பார்த்துக் கொண்டிருந்த அந்த புதிய ஆளைத் தவிர.

கப்பல் கீழ் தளத்தில் காரை நிறுத்திவிட்டு மேலே வந்த அந்த அரபி, ஆட்கள் அமர்ந்திருந்த பகுதியில் சிலருக்கு "சபா கைர், சபா நூர்" என்று பரஸ்பர விசாரணைகள் நடத்தி விட்டு கப்பலின் திறந்த வெளியில் புதிதாய் ஒருவர் நிற்பதைக் கண்டு அவரை நோக்கி வந்தார்.

"ஹாய், என் பேரு மர்வான்" என்று தன்னை சுயமாய் அறிமுகம் செய்து கொண்ட 50 வயது கடந்த நெத்திலி மீன் போல மிக ஒல்லியாக இருந்த அரபி "உங்கள மொத தடவையா இப்போ தான்

பாக்கிறேன், டெல்மாவ சுத்தி பார்க்கப் போறீங்களா, யாரும் இருக்காங்களா"

"இல்ல, அங்க உள்ள ஹாஸ்பிட்டல்ல வேலைக்கு போறேன்"

ஆச்சர்யம் வந்தவராக "ஹாஸ்பிட்டல்லயா, நானும் அங்கதான் வேலை பாக்கிறேன், உங்க பேரு"

"தாரிக்"

"ஓ.... நீங்கதான் பீடியாட்ரிசன் டாக்டர் (குழந்தைகள் நல மருத்துவர்) தாரிக்கா, வெல்கம் வெல்கம். இந்தி(இந்தியர்), மல்பாரி....?" என்று கேள்வி தொடுக்க.

"இந்தி பட் தமிழ் நாடு."

"ஓ... சொகமா இருக்கியா" என்று கூறி மெலிதாய் சிரித்த அரபி "வெல்கம் டு டெல்மா ஹாஸ்பிட்டல். இன்னைக்கு கிளைமேட் நல்லா இருக்கு. அவ்வளவா வெயில் இல்ல, மிதமா காத்தும் வீசுது, காப்பி குடிக்கலாமா...?"

"இங்க காப்பி கிடைக்குமா...?"

"உள்ள கேன்டீன் இருக்கு, இருங்க நான் போய் ஆர்டர் பண்ணிட்டு வாரேன்" என்று அந்த அரபி உள்ளே சென்றதும் மீண்டும் தன் எதிரே, கதவின்றி திறந்து கிடக்கும் கடலை பார்க்கத் துவங்கினான் தாரிக். அந்திக் கருக்கல் அவன் எதிரே கால் நீட்டி அமர்ந்திருந்தது.

எத்தனை வகையான நீல நிறம் உண்டு என்று கேட்டால். சிறிது பெரிது என்று பாராமல் மொத்த கடல்களையும் எண்ணிப் பார்த்தால் அறியலாம். அதில் இந்தக் கடல் வெள்ளைக் கலந்த வெளிர் ஊதா நிறமாக இருந்தது.

வேலை நிமித்தமாக முதன் முறையாக புதிதாய் நாடு விட்டு வருவதால் ஒருவிதமான குழப்பம் கலந்த சந்தோசம் எனும் மனநிலையில் இருந்தான் தாரிக்.

ஒரு முழுநாளையும் உறங்கிக் கழித்து எழும்போது சிலசமயம் அலாதியான சந்தோசம் வரும் அப்பாடா நீண்ட நாள் கழித்து நன்கு உறங்கினோம் என்று, சிலசமயம் ஒருநாள் முழுக்க இப்படி வீணாகி விட்டதே என்று எதையோ பறி கொடுத்த உணர்வும் தோன்றும். அப்படித்தான், ஒரே செயலுக்கு இரண்டு அர்த்தமாய் இருந்தது தாரிக்கிற்கு.

வலுக்கட்டாயமாக சிந்தனையை மாற்ற எண்ணி மீண்டும் கடலை உற்றுப் பார்த்தான். டெல்மா தீவு கிளம்பும் முன் நிறைய தேடித் தேடி வாசித்து விட்டு வந்ததால் இந்த கடல் மீது அவனுக்கு பெரிய ஈர்ப்பு இருந்தது.

இராக், குவைத், சவூதி அரேபியா, கத்தார், பஹ்ரைன், UAE எனும் அமீரகம், ஓமான் எனும் 7 சன்னி முஸ்லீம் நாடுகளையும் அதன் நேர் எதிரே ஈரான் எனும் ஒரு சியா முஸ்லீம் நாட்டையும் பல தீவுகளையும் கொண்ட கடல் இது.

அது மட்டுமா, ஆயிரத்து ஓர் இரவுகள் கதைகளின்படி சிந்துபாத் ஏழு முறை பயணம் செய்ததும் இதே கடலில்தான்.

அரேபியன் கல்ஃப் என்று இப்பொழுது அழைக்கப்பட்டாலும் "பெர்சியன் கல்ஃப்" என்று ஒரு காலத்தில் தொன்மையான பெயர் இந்த கடலுக்கு இருந்தது என்று யோசித்துக் கொண்டிருக்கும் போதே ஒரு கடற்காகம் முகம் திருப்பி அவனையேப் பார்த்தபடி பறந்து சென்றது.

அதிகமாக எந்தவித ஆற்றலையும் பயன்படுத்தாமல், மேகத்துக்குள் புகுந்து, காற்றில் லாகவமாக மிதந்தபடி சிறகை அசைத்து "இடமிருந்து வலம்" போனது அந்த கடற்காகம்.

நிலத்தில் மனிதர்கள் வாழ்ந்தார்கள். கடலில் மீன்கள் வாழ்ந்தன. இரண்டிலும், இரண்டிற்கும் பொதுவாய் உள்ள கரைமடியிலும் காகங்கள் வாழ்ந்தன. வலசை செல்லும் பறவைகளில் காக்கையின் செயல்களுக்கு என்று தனி அகராதி உண்டாம். கடற்காகத்தின் இடமிருந்து வலம் செல்லும் வலசை எதை குறிக்கின்றது...?

மனிதர்களையும் அவர்களை விட அதிக எடை கொண்ட அவர்களின் எண்ணங்களையும் சுமந்தபடி நீண்ட நுரை பொங்கும் வெள்ளை அலைகளைக் கீறிக் கொண்டு டெல்மா எனும் தீவு நோக்கி அந்த பிரயாணிகள் கப்பல் இரும்புத் திமிங்கிலமாய் ராட்சச இறக்கைகள் கொண்டு சாவகாசமாகப் பறந்து கொண்டிருந்தது.

★

2

அடர் கருப்பை உடலில் பூசிக் கொண்ட வானத்தின் கீழடியில் யாரோ தீ வைத்தது போன்று செம்பிழம்பாய் சூரியன் சோம்பல் முறித்து சாவகாசமாய் எழுந்து கொண்டிருந்தான். அமீரகத்தின் மருத்துவமனைகளில் அரசாங்க வேலை நேரம், காலை ஏழு மணி முதல் மதியம் மூன்று மணிவரை என்பதால் 6.30 மணிக்கு மருத்துவமனை வந்திருந்தான் தாரிக்.

எல்லாக் காதல் தோல்விகளையும் சந்திப்பதற்காகவே பிரத்யேகமாய் அவதாரம் எடுத்த, அல்லது அது போன்ற படங்களில் தன்னை அதிகம் பொறுத்திக் கொண்ட நடிகர் ராஜா போல இருந்த தாரிக், காரை விட்டு இறங்கி அந்த அரசு மருத்துவமனையை ஒருமுறை கண்களைச் சுழல விட்டு முழுமையாக உள் வாங்கினான்.

இனி இங்குதான் வேலை செய்யப்போகிறோம் என்ற எண்ணம் அவனுள் ஆச்சர்யத்தையும், புதிய இடம் எப்படி இருக்கும் என்ற அறியாத வினோதமான எதிர்பார்ப்பையும் விதைத்திருந்தது. காரணம் முதன் முதலாக இந்திய நாட்டை விட்டு வேறு இடத்திற்கு வேலைக்கு என்று அவன் வருவது இதுவே முதன்முறை.

ஒரு கிலோ மீட்டர் தூரத்திற்கும் மேல் கண்ணுக்கெட்டும் தூரம் வரை மருத்துவமனையின் வெள்ளைநிற கோட்டைச்சுவர் நீண்டு வளர்ந்திருந்தது.

புதிதாக வெள்ளை அடிக்கப்பட்ட, வெறும் தரைத்தளம் மட்டும் கொண்ட, எந்த மாடிப்பகுதியும் இல்லாத மருத்துவமனை. இரு கால்களையும் அகல நீட்டி அமர்ந்திருக்கும் மூதாட்டி போல முன்பகுதி மொத்தமாகவும், பின்பகுதி இரண்டாகப் பிரிந்தும் நீண்டு சென்றது மருத்துவமனைக் கட்டடம்.

முகப்பில் வட்டவடிவில் புல் தரை. அதைச் சுற்றிலும் வண்ணப் பூச்செடிகள். நடுவில் ஒரு கொடிக்கம்பம். அதில் அமீரக தேசியக்

கொடி கடலோரக் காற்றுக்கு ஏற்றவண்ணம் படபடவென கரகோசம் செய்தபடி பறந்து கொண்டிருந்தது.

மருத்துவமனையின் பின்பகுதியில் கடல் இருப்பதற்கான அலைச் சத்தம் தூரமாய், காதலி காதில் கிசுகிசுப்பது போல சன்னமாய் ஒலித்துக் கொண்டிருந்தன.

மருத்துவமனை வளாகத்தின் உள்ளுக்குள் சுற்றிலும் தார்ச் சாலைகள் போடப்பட்டிருந்தன. அதன் வலதுபக்கம் நோயாளிகளும் மருத்துவமனையில் பணிபுரியும் ஆட்களும் காரை நிறுத்துவதற்கான இடவசதி. சற்று தள்ளி சிமெண்ட் தளம் போடப்பட்ட வட்ட வடிவமான விளக்குகள் வசதி கொண்ட அகன்ற இடம், அவசர நோயாளிகளைக் கொண்டு செல்லும் ஹெலிபேட் நிறுத்துவதற்காக.

இன்னும் சற்று தள்ளி ஒரு சிறிய பள்ளிவாசல். அதன் அருகில் நான்கு வெள்ளை நிற கட்டடங்கள் நாங்களும் மருத்துவமனைக்கு உட்பட்ட ஆட்கள்தான் எனச் சொல்லாமல் கூறியபடி நின்றிருந்தன.

இதாரா (Admin) என்று எழுதப்பட்டிருந்த போர்டை நோக்கி நடந்தான் தாரிக்.

மருத்துவமனையின் அட்மின் ஓர் அரபிப் பெண்ணாக இருப்பாள், அதுவும் இளம் பெண்ணாக இருப்பாள் என அவன் எதிர்பார்க்கவில்லை.

எழுந்து நின்று கைகுலுக்கி சிரித்த முகத்துடன் வரவேற்றாள். 365 மொழிகள் பேசியது அவளின் லேசாக மை தீட்டிய அரேபிய காந்தக் கண்கள். ஆங்கிலம் எனும் ஒரே ஒரு மொழியுடன் அவள் முன்னே தத்தளித்தான் தாரிக்.

தனக்கு இந்தியர்கள் என்றால் மிகவும் விருப்பம், என்றாள். ஒவ்வொரு எமராத்தியும் (உள் நாட்டுக்காரர்) இந்திய மருத்துவரிடம் காண்பிப்பதை, தன் உடல் நலத்தை அவர்கள் மூலம் பேணுவதை மிகவும் மனமுவந்து செய்வதாகக் குறிப்பிட்டாள்.

வேலை விசயத்தில் கறாராக இருப்பேன் என்பதைக் காட்டும் விதமாக, பேசும் வார்த்தைகளை சரியான அளவில் வெட்டி அளவெடுத்துப் பேசினாள்.

அமீரகத்தில் பலவாறான மருத்துவமனைகள் இருந்தும் வேலை செய்ய, இந்தத் தீவின் சிறிய மருத்துவமனையைத் தேர்ந்தெடுத்தமைக்கு நன்றி கூறினாள்.

38 உள் நோயாளிப் படுக்கைகளையும் 11 பொது மருத்துவர்

களையும், எலும்பு முறிவு மற்றும் பிரசவம் எனும் 2 அவசர அறுவைச் சிகிச்சை மருத்துவர்களையும், 1 மயக்க மருந்து மருத்துவரையும், கண் காது மூக்கு, மற்றும் பல்லுக்கென்று மூன்று மருத்துவர்களையும், 4 டயாலிசிஸ் இருக்கைகளையும், 27 நர்ஸ்களையும் 38 பாராமெடிக்கல் ஆட்களையும் கொண்ட மருத்துவ மனையை "ஒரியண்டேசன்" என்ற பெயரில் தானே முழுவதுமாகச் சுற்றிக் காண்பித்தாள்.

சராசரியாக மாதத்திற்கு 1500 நோயாளிகள் அதாவது தினமும் சராசரியாக 50 நோயாளிகள் மட்டுமே வருகை தரும் எந்த அள்ளல் தொல்லல் இல்லாத சிறிய மருத்துவமனை.

அதில் ஒரு நாளைக்கு குழந்தைகள் என வருபவை மூன்றோ அல்லது நான்கோ இருக்கும். அவர்களை மட்டும் பார்த்தால் போதும். மிதமான, வெகு சாதாரண, எந்த விதமான படபடப்பும், பரபரப்பும், முந்துதலும், அடிபிடியும் இல்லாத நிம்மதியான வாழ்வு வாழலாம். இதைத்தான் தாரிக் எதிர்பார்த்து இங்கு வந்திருந்தான்.

மனித சஞ்சாரம் அதிகம் இல்லாத தீவு, சுத்தமான கடல் காற்று, அழகான சூரிய உதய அஸ்தமம், இனிமையான இயற்கை அழகுடன் கூடிய சிறிய சிறிய கடற்கரைகள், எங்கோ கேட்கும் அலைகளின், அதன் ஊடுபாவாக கடற்காகத்தின் சத்தம், வாகனங்கள் குறைவான அழகிய நீண்ட சாலைகள், பரபரப்பில்லாத சக மனிதன். தூரமாய் கண்ணுக்குத் தென்படும் கரைமடியில் கடல் அலைகளின் துள்ளல்.

இன்டெர்னெட் மட்டுமே சம கால உலகத்துடன் அந்தத் தீவை இணைத்துக் கொண்டிருந்தது. அதுவும் இல்லை எனில் உடுத்தி இருக்கும் ஆடைகளைக் களைந்து விட்டு இடுப்பில் மட்டும் ஒரு தோல் ஆடை அணிந்து பழையபடி வேல் கம்புடன் மீன் பிடிக்கும் வேட்டையாடி காலத்திற்குச் செல்லக்கூடிய அத்தனை சாத்தியக் கூறுகளும் அங்கே இருந்தன.

முழுவதுமாக சுற்றிக் காண்பித்து மருத்துவமனையின் முதன்மை வாசலுக்கு வந்த அட்மின் அரபிப் பெண் "குழந்தைகள் நல மருத்துவர்" என்ற போர்ட் இருந்த அறையைத் திறந்து காட்டி தாரிக்கிடம் "உங்களுக்கான தனிப்பட்ட நர்ஸ் தேர்ந்தெடுத்துள்ளோம். அவளும் இந்தியப் பெண்மணிதான். விரைவில் வந்து விடுவாள். தற்சமயம் தாற்காலிகமாக 'இன்டர்னல் மெடிசின்'டாக்டருக்கான நர்ஸ் உங்களுக்கு உதவுவாள்," என்று கூறிவிட்டு அருகில் இருந்த ஆளிடம் "செல்வராஜ், இன்று முழுக்க இவருடன் நில். இங்கிருக்கும் டாக்டர்கள் அல்லாமல் நமது மருத்துவமனையின் ஆட்கள்

அனைவரையும் அறிமுகம் செய்து வை. அவருக்கு வேண்டியது எல்லாம் செய்து கொடு" என வேலையை ஏவி விட்டுச் சென்றாள்.

"வணக்கம் டாக்டர். எப்போடா நீங்க வருவீங்கன்னு காத்திருக்கோம். இந்த ஆஸ்பத்திரியிலே நீங்க ஒருத்தர்தான் தமிழ் பேசுற டாக்டர். என் பேரு செல்வராஜ். ஹாஸ்பிட்டல் கிளீனிங் சூப்பர்வைசரா இருக்கேன். ஊரு காட்டுமன்னார்குடி. டாக்டருக்கு சொந்த ஊரு?..." என்றபடி அதிதமாய்ச் சிரித்த முகத்துடன் ஆரம்பித்தான் அவன்.

"தூத்துக்குடி,"

"ஓஹ்... நான் அந்தப் பக்கம் எல்லாம் வந்ததில்ல. இங்க ஹாஸ்பிட்டல்ல ஒரு ஷிஃப்ட்க்கு கிளீனர் 25 பேரு இருப்பாங்க சார். உங்களுக்கு என்ன ஹெல்ப் வேணாலும் சொல்லுங்க. பசங்கள அனுப்பித் தாரேன். காரை எல்லாம் நம்ம பசங்களே கழுவித் தந்திருவாங்க."

வந்த சற்று நேரத்தில், தமிழ் பேசுகிறேன் என்று அதிக உரிமை எடுத்துக் கொண்டு பேசுகிறார்களோ, என்று தோன்றினாலும், இனி இந்த ஆட்களுடன்தானே இருக்கப் போகிறோம்... அதிலும் தமிழ் பேசும் ஆட்கள். தாரிக்கிற்கும் அவர்கள் தேவைப்படுவார்கள் எனத் தோன்றியதால் எந்த முகச்சுளிப்பும் இன்றி "என்கிட்ட கார் எல்லாம் இல்ல. நான் இப்போ தான் மொத தடவையா ஃபாரின் வந்திருக்கேன்" என்றான்.

"ஓ... பரவாயில்ல சார், உங்களுக்கு வீடு ஷாபியா கோர்ட்ரஸ்ல கொடுத்திருக்காங்கன்னு சொன்னாங்க. சொல்லுங்க, வீட்ட கிளீன் பண்ண ஆள் அனுப்பிடுறேன். என்னடா வந்த உடனே இப்படிப் பேசுறானேன்னு நினைக்காதீங்க. இந்தத் தீவுல வெளியே மெடிக்கல் ஷாப் கிடையாது. ஒரு பெனடால் மாத்திர வேணுமின்னாலும் ஆஸ்பத்திரியில தான் வாங்கணும். பசங்களுக்கு மாசம் 800 திர்ஹம் தான் சம்பளம். பசங்களுக்கு இங்கிலீஷ் பேசவும் தெரியாது. தலைவலி காய்ச்சல்ன்னா சொல்லிருவான். புதுசா எதாவது ஆச்சுன்னா, என்ன செய்துன்னு சொல்லவும் முடியாம, காசும் இல்லாம ரொம்பத் தெணறுவாங்க. 12 மணி நேரம் டூட்டி பார்த்த அப்புறம் போய், யார் வீட்டு கக்கூஸையாவது காரையாவது கழுவன்னு எதையாவது செஞ்சு கொஞ்ச காசை ஒப்பேத்துறாங்க. தமிழ் டாக்டர் வரப்போறார்ன்னு சொன்னதும் பசங்க ஆளாளுக்கு, சார் நல்லா இருப்பீங்க மொதல்லே போய் சொல்லிருங்கன்னு கெஞ்ச ஆரம்பிச்சிட்டாங்க. அதான் சொன்னேன். ஓவராப் பேசினதா நினைச்சா மன்னிச்சிருங்க"

சற்று நேரத்தில் “குட்மார்னிங் சார்” என்றபடி கையில் எதையோ பிடித்தபடி அறைக்குள் ஒருவன் நுழைந்தான். அவன் அணிந்திருந்த வெளிர் ஊதா நிறச் சீருடை கிளீனர் என்பதை அடையாளம் காட்டித் தர “கொடு” என்று அவனிடம் இருந்து வாங்கிய செல்வராஜ் “காப்பசீனோ டாக்டர். உங்களக் காக்கா பிடிக்கிறதுல பசங்க என்னை விட வேகமா இருக்காங்க” என்று சிரித்தபடி தாரிக்கின் எதிரே இருந்த டேபிள் மீது வைத்தான்.

“பேஷண்ட் கம்மியா தான் டாக்டர் வருவாங்க. ரொம்ப சீரியஸ்னா எல்லாரும் அபுதாபிக்குக் கொண்டு போயிருவாங்க. ரெண்டு மலையாளி டாக்டர் இருக்காங்க. அதுல ஒருத்தங்க பிரசவம் பார்ப்பாங்க. ஒருத்தர் காது மூக்கு தொண்டை பாக்கிற டாக்டர். லெபனானி, பலஸ்தீனி, சூடானி, எஜிப்சியன்னு மத்த எல்லாருமே அரபி டாக்டருங்க தான். நெறைய பிலிப்பினோ நர்ஸ் இருக்காங்க. எக்ஸ்ரே எடுக்கிற ரேடியோகிராபர் மலையாளி, ஆனா படிச்சது கல்யாணம் செஞ்சது எல்லாம் நாகர்கோவில்ல. அதனால தமிழ் நல்லாப் பேசுவார். அவரு பேரு ஷாம் வின்ஸ்டன். அவரு தான் ஹாஸ்பிட்டல் ரேடியேசன் சேஃப்டி இன்சார்ஜ். கிளீனிங் கம்பேனியோட 25 பேரு, ஹாஸ்பிட்டல் மெயின்டனன்ஸ் கம்பேனியோட 20 ஆளுங்க, செக்கியூரிட்டி கம்பேனியோட 10 பேரு, கேட்டரிங் கம்பேனியோட ஆளுங்க 15 பேரு, ஹாஸ்பிட்டல் லாண்டரியில 5 பேருன்னு அம்பது அறுவது பேர் மலையாளி, நேப்பாளி, பீகாரி, தமிழ் ஆளுங்கன்னு இந்த ஹாஸ்பிட்டல்ல இந்தியாக்காரங்க தான் அதிகமா வேலையில இருக்காங்க” என மருத்துவமனை ஆட்கள் பற்றிய சிறுகுறிப்பு வரைந்தான் செல்வராஜ்.

செல்வராஜ் ஆள் நல்ல உயரமாக, போனால் போகட்டும் என்று கொஞ்சூண்டு சதைபிடிப்புடன், டை கட்டி நேர்த்தியான சீருடையில் கருப்பு நிற பளபள ஷூ அணிந்து, அவன் பெயர் தாங்கிய மருத்துவமனை அடையாள அட்டை தொங்கவிட்டு, ஒரு கறார் சூப்பர்வைசருக்குத் தேவையான சகல சௌபாக்கியங்களும் நிறைந்த கார்ப்பரேட் அடியாள் போல இருந்தான். அவனது கறுத்த உதட்டின் நடுவில் இருந்த அடையாளம் நன்கு சிக்ரெட் அடிப்பதையும் சிவந்த வரி கொண்ட கண்களும் கருவளையமும் குடி பழக்கத்திற்க்கான அடையாளங்களையும் காட்டித் தந்தன.

செல்வராஜ் பேசிக் கொண்டிருக்கும் போதே, முழுவதுமாக அடைக்காமல் முக்கால் பாகம் திறந்திருக்கும் அறைக் கதவைத் தட்டி “குட் மார்னிங் டாக்டர்” என்றபடி உள்ளே வந்தார் பிங்க் நிற நர்ஸ் சீருடை அணிந்த முகத்தில் சுருக்கம் நிறைந்திருந்த ஐம்பதைத் தாண்டிய பெண்மணி.

“ஆங்... யூ ஆர் ஹியர்...?” என்று செல்வராஜைப் பார்த்து கூவியவள்

“டாக்டர் உங்களுக்கான நர்ஸ் வரும் வரைநான் தான் உங்களுக்கும் உதவியாக இருக்கப் போகிறேன். குழந்தைகள் பேஷண்ட் வந்தால் கவுண்டரில் அழைப்பார்கள். டெம்ப்ரேச்சர், பேபி வெயிட்(Vital) எல்லாம் எடுத்தபின் நானே குழந்தைகளை உங்களிடம் அழைத்து வருகிறேன். செல்வராஜ் கர்பான் (கெட்டவன்) டோன்ட் அலவ் ஹிம். நான் தான் இந்த அறையை நேற்று நீங்கள் வருகிறீர்கள் என்று சுத்தம் செய்தேன். I did. I did. செல்வராஜ் ஒன்றும் செய்வதில்லை. அட்மினை மட்டும் நல்லா காக்கா பிடிச்சி வச்சிருக்கான். ஹாஹாஹா ....ஜஸ்ட் ஜோக்கிங்!” என்றபடி, முறைத்த செல்வராஜைப் பார்த்துக் கண்ணடித்து விட்டு அறையை விட்டு வெளியே சென்றாள் அந்தப் பெண்மணி.

“OPD (outpatient department) ல இருக்கிற முக்கியமான சிஸ்டர் இது. எஜிப்சியன். ஹாஸ்பிட்டல் முழுக்க இதுக்கு பேரே I did ன்னு தான் வச்சிருக்கு. நான் தான் செஞ்சேன், நான்தான் செஞ்சேன்னு எல்லார்கிட்டேயும் சொல்லிட்டே திரியும். அதனால யாரும் மைன்ட் செய்றதில்ல. ஆனா, உள்ளே ஆப்ரேசன் தியேட்டர்ல மூனு பிலிப்பினோ சிஸ்டர்ஸ் இருக்காங்க. டயானா ஷெர்லின் கார்லோன்னு. அவுங்க எல்லாம் சூப்பரான ஆட்கள். 1984ல இந்த ஹாஸ்பிட்டல் திறக்கும்போது வந்த ஆட்கள். நல்ல டைப். பசங்களுக்கு எதாவது அடிபட்டிருச்சுன்னா ஆப்ரேசன் தியேட்டர் கூட்டிட்டு போய் கிளீன் செஞ்சு மருந்துவச்சு கட்டுப்போட்டு அனுப்பி வச்சிருவாங்க. யார்கிட்டயும் பெர்மிசன் வாங்கணும்ன்னு அவசியம் இல்ல. ஹாஸ்பிட்டல் அட்மின் லோகல் அரபிப் பொண்ணு. புதுசா இந்த ஹாஸ்பிட்டலுக்கு வந்து நாலு வருசம் தான் ஆகுது. அட்மினும், அந்த மூணு பிலிப்பினோ நர்ஸ்ங்க எதாவது சொன்னா உடனே கேக்கும். இந்தப் பொம்பள எல்லாம் சும்மா பந்தா கேஸு...” சுவரை ஒட்டி நின்றபடி கொஞ்சம் கொஞ்சமாக மீண்டும் ஹாஸ்பிட்டல் ஹிஸ்டரி ஒப்பித்துக் கொண்டிருந்தான் செல்வராஜ்.

அடுத்து அறைக்கதவைத் தட்டி ஸலாம் கூறி “என்ட ரப்பே, டாக்டர் எத்தியா, எண்ட பேரு அக்பர், ஸ்டோர் இன்சார்ஜானு, நம்மக்கு கொஞ்சம் தமிழ் தெரியும். நாம எல்லாம் ஒரு குடும்பமானு. பஞ்சிங்க் செய்யான் இவ்விட வந்து பின்ன சம்சாரிக்கான். உச்சிக்கி ஷேசம். ஸ்டோர் இவிட இல்ல பொறத்து பள்ளிய அடுத்து. ஏதேனும் வேணுங்கில் விளிச்சா மதி...” என்று சிரித்த முகத்துடன்

மலையாளம் கலந்த தமிழில் ஹாஸ்பிட்டல் ஸ்டோர் இன்சார்ஜ் சம்சாரித்து விட்டுச் சென்றார்.

ஹாஸ்பிட்டல் உள்ளே நுழைந்து ரிசப்சன் தாண்டி இடது பக்கம் கடைசியில் குழந்தைகளுக்கான மருத்துவர் என்ற போர்டுடன் தாரிக் அறை.

மருத்துவமனையில் வேலை செய்யும் ஒவ்வொருவரும் அதைக் கடந்து செல்லும்போது புதிதாக வந்திருக்கும் தாரிக்கிற்கு முகமன் கூறியபடி சென்றனர்.

“நீ இங்கயா இருக்க, டாக்டர் இவர்களை கிளினிக் உள்ளே வேலை நேரத்தில் அனுமதிக்காதீர்கள். நான் டாக்டர் சுஜப்...” என்று செல்வராஜைப் பார்த்து முறைத்தபடி தாரிக் நோக்கி வந்து கை கொடுத்தார் பருத்த சரீரத்துடன் ஒருவர்.

“வார்ம் வெல்கம் டாக்டர். நான் டென்டிஸ்ட் சுஜப். உங்களுக்கு நேரெதிர்ப் பக்கம் கடைசி ரூம் என்னுடையது. பல்லுல எதுவும் மாட்டிக்கிட்டா எப்ப வேணாலும் வரலாம். அப்படி இல்லைன்னாலும் வரலாம். ஆனா செல்வராஜை மட்டும் கூடச் சேர்க்காதீங்க. நான் சொன்னதையும் அப்படியே போய் அட்மின் மேடம் கிட்ட போட்டு கொடுத்தாலும் கொடுப்பான்...” என்றவர் வாய் நிறையச்சிரிப்புடன் “ஒன்ஸ் அகைன் வெல்கம் சார்” என்றபடி கடந்து சென்றார்.

அவர் சென்றதும் வாய் மூடி நின்றிருந்த செல்வராஜ் சிரிக்க ஆரம்பித்தான்.

“என்ன சிரிக்கிற?...” என்பது போல ஜாடையாக தாரிக் பார்த்தான்.

“கொஞ்ச நேரத்துக்கு முன்னாடிதான் அட்மின் மேடத்துகிட்ட டாக்டர் திட்டு வாங்கினார். கிளினிக் கதவை நல்லாச் சாத்திட்டு கொறட்டை விட்டுத் தூங்கிற ஒரே ஆள் இந்த ஆஸ்பத்திரியில இவரு மட்டும்தான். நம்ம பசங்க வேணுமின்னே கச்சரா (குப்பை) எடுக்கப்போறேன்னு கதவைத் திறந்து உள்ளே போய் அவரை மாட்டி விட்டிருவாங்க. கொஞ்ச நேரத்துக்கு முன்னாடி உங்க கூட அட்மின் மேடம் நிக்கிறதப் பார்த்ததும் கதவைத் திறக்க இவரு உள்ளே டாக்டர் சீட்ல சாய்ஞ்ச மாதிரியே தூங்கிட்டு இருந்தார். அது பாத்திருச்சு. நேரா வந்து தூங்குறதா இருந்தா வீட்டுல போய்த் தூங்கு. இங்க வந்து தூங்காத. பேஷண்ட் இல்லைன்னா தூங்கணுமான்னு ஒரே திட்டு. சாரி மேடம், இனி தூங்க மாட்டேன்னு சொல்லிட்டு நாளைக்கும் தூங்குவாரு. இவரு பொண்டாட்டி இங்க

22 ● கடற்காகம்

உள்ள ஸ்கூல்ல டீச்சரா வேல பாக்குது. அட்மின் மேடத்துக்கு நல்லா பழக்கம். அதுனால மேடம் இந்த ஆளை விட்டு வச்சிருக்கு. இல்லைன்னா இன்னேரம் இவரைப் பத்தி கம்ப்ளைண்ட் போயி டிரான்ஸ்ஃபர் வாங்கிக் கொடுத்திருக்கும்...'' என்று பேசிக் கொண்டிருந்த செல்வராஜ்

“குட்மார்னிங் சார்...'' என்று தூரமாக நின்றிருந்தவரைப் பார்த்துக் கை அசைத்து அறையை விட்டு வெளியே சென்று மருத்துவமனை வாசலில் நின்றிருந்தவரை சந்தித்து கைகுலுக்கி கையோடு தாரிக் அறையை நோக்கி அழைத்து வந்தான்.

“டாக்டர் தாரிக், இவருதான் முவாசீன். நம்ம ஹாஸ்பிட்டல் பார்மஸியோட இன்சார்ஜ். இன் த ஹோல் யுனிவெர்ஸ். ஹீ இஸ் த பெஸ்ட் பேர்சன்...'' என்றதும் அவருக்கு முகம் எல்லாம் சிரிப்பாகத் தெரிந்தது.

தாடி மீசை எதுவும் இன்றி மழுமழுவென உருண்டையான முகவடிவத்துடன் ஹிந்தி நடிகர்களை நினைவுபடுத்தும் முகத்துடன் சிரித்தபடி இருந்தார் அவர்.

“வெல்கம் டாக்டர், இந்த மருத்துவமனை ஒரு சிறிய குடும்பம். அதில் தாங்களும் இணைந்தமைக்கு நன்றி.'' என்றார் சிரித்தபடி. அவர் முகத்தைப் பார்த்தால் வாழ்நாளில் இதுவரை அழுதே இராத முகம் போலத் தோன்றியது. அப்படி ஓர் அப்பழுக்கற்ற சிரிப்பு முகம்.

அவர் கடந்து சென்றதும் “ரொம்ப நல்ல மனுசன். நம்ம பசங்களுக்கு ஏதாவதுன்னா உடனே மாத்திரை மருந்து இலவசமாத் தருவார். இவரு பொண்டாட்டியும் டீச்சரா வேலை பாக்கிறாங்க. நல்ல அழகா இருப்பாங்க. ஆனா குழந்தை இல்லை. நம்ம பசங்க தான் வீட்டை கிளீன் பண்ணப் போவாங்க...'' என்றான் செல்வராஜ்.

செல்வராஜ் நல்லவர்கள் என்று குறிப்பிடும் மருத்துவமனை சார்ந்த அனைவரும், அந்த மருத்துவமனையில் வேலை செய்யும் கிளீனர்களுக்கு இலவசமாக மருத்துவ உதவி செய்பவர்களாக இருப்பதை அவன் பேச்சின் மூலம் தாரிக் உணர்ந்து கொண்டான்.

இதைப் போன்ற ஆட்கள் எல்லாம் மேலிடத்தின் (அட்மின்) கைத்தடியாக இருப்பார்கள். அதனால்தான் செல்வராஜுக்கு சம்பந்தம் இல்லாத மருத்துவமனையின் ஒவ்வொருவரையும் அறிமுகம் செய்யும் வேலையைச் செய்து கொண்டிருக்கிறான். அவன் அறிமுகம் செய்வதையும் மற்ற அனைவரும் ஏற்றுக் கொள்ளவும் செய்கின்றனர்.

இவனை உடன் நிறுத்தவா அல்லது போகச் சொல்லவா என்று யோசித்து சட்டென "அன்வரைப்" பற்றி இவனிடம் விசாரிக்க நினைத்து, சரி வந்தநாள் அன்றே அதன் பின்னால் நடக்க வேண்டாம் என்று எண்ணி

"சரி நீ போ. நான் எதுவும் வேணுமின்னா கூப்பிடுகிறேன்" என்றபோது,

"அப்படியா மேடம் நிக்கச் சொன்னாங்களே. சரி டாக்டர், இது தான் என் நம்பர் எதுன்னாலும் கூப்பிடுங்க" என்று தன்னுடைய மொபைல் எண்ணை ஒரு துண்டுச் சீட்டில் எழுதிக் கொடுத்து விட்டு விருப்பமில்லாமல் கிளம்பிச் சென்றான் செல்வராஜ்.

யாரும் இல்லாத தனிமை சிலநேரம் மிகவும் தேவையாய் இருக்கிறது.

நீண்ட பெரும் மூச்சை விட்டுவிட்டு அவனுடைய கிளினிக்கை ஒருமுறை நோட்டமிட்டான் தாரிக். 12க்கு 12 நீள அகல அறை. ஒரு ஓரமாய் குழந்தைகளைப் படுக்க வைத்துப் பரிசோதிக்கப் பயன்படும் பூனைமுகம் போன்ற வடிவம் கொண்ட எக்சாமினேசன் பெட் இருந்தது. அதன் அருகில் குழந்தைகள் ஏற இறங்க வசதியாக இரும்பும் மரமும் கலந்த சிறிய படி (foot step) இருந்தது.

படுக்கையைச் சுற்றிலும் மறைக்கும் வசதியாக "L" வடிவில் கர்ட்டன் இடப்பட்டிருந்தது. அதன் அருகில் கை கழுவ மெடிக்கல் கிரேட் வாஷ்பேசின், ஹேண்ட் வாஷ் லோசன், டிஸ்யூ பாக்ஸ், சற்று தள்ளி எக்சாமினேசன் லைட், டாக்டர் டேபிளில் ஆட்டோஸ்கோப், ஆப்தால்மாஸ்கோப், ஸ்டெதஸ்கோப், பீடியாட்ரிக் cuffee கொண்ட BP மானிட்டர், கம்யூட்டர், ப்ரின்டர், போன், பூஜாடி, கப் போர்ட், குழந்தைகளின் காதுகளில் வைத்து அவர்களின் உடல் வெப்ப நிலை அறியும் தெர்மோஸ்கேன் தெர்மாமீட்டர், டாக்டர் கோட்டைத் தொங்க விட ஹேங்கர், டஸ்ட் பின், அதிலும் மெடிக்கல் வேஸ்ட், நார்மல் வேஸ்ட் என்று இரண்டு டஸ்ட் பின், சுவரில் கண்ணை உறுத்தாத குட்டி குட்டியாய் மிருகங்கள் கலந்த அழகிய வால் பேப்பர், அந்த அறைக்குள் இருக்கும் குளிரையும் (வெப்ப நிலை) ஈரப்பதத்தையும் காட்டும் ஹைக்ரோமீட்டர். பளிச் என்று தினமும் இரண்டு முறை சுத்தம் செய்யப்படும் தரை. நேர்த்தியான வடிவமைப்பில் தூய்மையாக இருந்தது தாரிக்கின் அறை.

"டாக்டர், கைசா ஹை..." என்று சிரித்தபடி கதவைத் தட்டி உள்ளே நுழைந்தார் மர்வான்.

நேற்று ஜபல்தானாவில் இருந்து வரும்போது கப்பலின் மேல் தளத்தின் சந்தித்து காபி வாங்கித் தந்தவர். மருத்துவமனையின் நிர்வாக வேலையில் இருப்பதாக இப்போது அவர் அணிந்திருந்த மருத்துவமனை பேட்ஜ் கூறியது.

"காலையிலே பேங்க் வரை போக வேண்டியதாப் போச்சு. இல்லைன்னா நானே எல்லாரையும் உங்களுக்கு அறிமுகம் செஞ்சு வச்சிருப்பேன். செல்வராஜ் எங்க..? அவன உங்க கூட இருக்கச்சொல்லி இருப்பாங்களே. எங்க போனான்..?" படபடவெனப் பேசினார் மர்வான்.

சிலர் எப்போதுமே இறுக்கமான மனநிலையில் இருப்பார்கள். சிலர் "வாழ்ந்து பார்ப்போம் வாடா நைனா" என்பது போன்று இலகுவாக நடந்து கொள்வார்கள். மர்வான் இரண்டாம் ரகம்.

"நான் தான் செல்வராஜை வேலை இருந்தால் பாருன்னு அனுப்பி வச்சேன். கொஞ்ச நேரம் முன்னாடி வரை இங்க தான் நின்றிருந்தான்..." என்ற தாரிக்கிடம்

"எல்லாம் சரியா இருக்கா. எதுவும் தேவைன்னா சொல்லுங்க. இதுக்கு முன்னாடி ஒரு ஈராக் டாக்டர் இருந்தார். ரொம்ப வயசு இருக்கும் ஆனாலும் அவரைப் பார்த்தாலே குழந்தை மாதிரி தான் இருப்பார். சர்வீஸ் முடிச்சு ஈராக் போறேன்னு இங்க இருந்து போயிட்டார். நீங்க ரொம்ப இளமையா இருக்கீங்க. இந்தியன் டாக்டர் வந்திருக்கிறார்னு தெரிஞ்சா ஊருல எல்லாருக்கும் சந்தோசம் வந்திரும். உடம்பு சரியில்லாம கஷ்டமான சூழ்நிலையில் குழந்தைகளுக்கு ஏதாவதுன்னா இங்க இருந்து அவசரத்துக்கு ஹெலிகாப்டரில் அபுதாபி கொண்டு போக ரொம்ப சிரமம். நல்லவேளை நீங்க வந்திட்டீங்க. நானும் ஹாஸ்பிட்டல் ஆரம்பிச்ச காலத்துல இருந்து இங்கதான் இருக்கேன். இங்க மீன்பிடித் தொழில்தான் முக்கியமான வருமானம். எனக்கும் போட் இருக்கு. நானும் கடலுக்குப் போவேன். இங்க கடலுக்குப் போற எல்லாருமே மதராஸ்காரங்க தான். எங்கிட்ட கூட 8 பேர் வேலை செய்றாங்க. மீன் வேணுமின்னா சொல்லுங்க. கொண்டு வந்து தரச் சொல்லுறேன். ஹாஸ்பிட்டல் பின்னாடி தங்குறதுக்குன்னு கோட்ரஸ் இருக்கு. ஆனா உங்களுக்கு வீடு ஷாபியா கோட்ரஸ்ல எடுத்திருக்காங்க. அங்கதான் என்னோட வீடும் இருக்கு. நீங்க கார் லைசென்ஸ் எடுக்கிற வரைக்கும் தினமும் காலையில கிளம்பி வாசல்ல நின்னா போதும் நான் வந்து பிக் அப் செஞ்சிக்கிறேன். இந்தியா லைசென்ஸ் வச்சிருக்கீங்கல்ல?"

“ஆமா.”

“அது போதும். அட்மின்ல இருந்து போன் செஞ்சி சொல்லிறலாம்...” என்று கூறி முடித்ததும் மொபைல் ஒலித்தது. எடுத்து பேசினார். “ஓகே” என்றவர்,

“வாங்க தாரிக், ஹாஸ்பிட்டல் சீஃப் மெடிக்கல் ஆபிஸர் (CMO) அட்மின்ல வெயிட் பண்ணுறார். மேடம் உங்களைக் கூட்டிட்டு வரச் சொல்லுறாங்க. வாங்க போவோம்...” இருவரும் சேர்ந்து அட்மின் நோக்கி நடந்தனர்.

அட்மின் அலுவலகத்தின் உள்ளே நுழைய முற்பட்டபோது, மருத்துவமனையின் உள்ளே சற்றுத் தள்ளி இருந்த பள்ளிவாசலில் இருந்து மதியத் தொழுகைக்கான பாங்கு சத்தம் “அல்லாஹு அக்பர்...அல்லாஹு அக்பர்...” எனக் கேட்கத் துவங்கியது.

அட்மின் அலுவலகத்தில் இருந்து வெளிப்பட்ட ஒருவர் “பாங்கு சொல்லிட்டாங்க, வாங்க பேசிக்கிட்டே தொழுகைக்குப் போகலாம். என் பேரு அஷ்ரப். நெப்ராலஜிஸ்ட். ஹாஸ்பிட்டல் சீஃப் மெடிக்கல் ஆபிசர்...” வாட்ட சாட்டமாக பருமனான தடித்த உருளைக்கிழங்கு போன்று இருந்தவர், சிரித்த முகத்துடன் தாரிக்கிற்குக் கை கொடுத்துத் தன்னை அறிமுகம் செய்து கொண்டார்.

மென்மை என்பதைக் கொஞ்சமும் காண இயலாமல் போன அவர் கை தந்த குலுக்கலின் வலியை அனுபவித்தபடி “ஹாய் ஐ ஆம் டாக்டர் தாரிக்..” என்றான்.

“இங்க கடைசியில டயாலிசிஸ் டிபார்ட்மென்ட் இருக்கு. தினமும் காலையில 4 பேஷண்ட் வருவாங்க. அதனால அங்கேயே இருந்திருவேன். இப்போ தான் வேலை முடிஞ்சது. உங்கள எதிர்பார்த்துக்காத்திருந்தோம். இந்திய மருத்துவர் கிடைத்ததில் பெரும் மகிழ்ச்சி. இங்கே உள்ள அமீரக மக்கள் மனதில் இந்திய மருத்துவர்கள் மீது அபார நம்பிக்கை. உங்கள் மருத்துவர்களின் பங்களிப்பும் மிகப்பெரியது. உங்கள் அனைவர் மீதும் ஒரு எகிப்தியனாக சிறிது பொறாமையும் கூட, காரணம் அரபி பேசத் தெரிந்தும்கூட எங்களால் உங்கள் அளவிற்கு மக்களிடம் நல்ல பெயர் எடுக்க முடியவில்லை...” என்று சந்தோசம் கலந்த ஆதங்கத்துடன் பேசினார்.

“ஓ..” என்றான் தாரிக்

“நான் தாடி வச்சிருக்கேன். ஐம்பது வயசுக்கு மேல ஆச்சு. அரபி நாட்டைச் சேர்ந்தவன். ஆனா பள்ளி உள்ள போய்ப் பாருங்க.

நமக்கு தலைமையாக (இமாம்) நின்று தொழுகை நடத்துறது ஹாஸ்பிட்டல் லாண்டரியில வேலை செய்ற 20 வயசுச் சின்னப் பையன். எவ்வளவு அழகா நல்ல ராகமா குர்ஆன் ஓதுவான் தெரியுமா. நான்தான் அவனை நீ தினமும் தொழுகை நடத்துன்னு சொல்லிட்டேன். ஹாஸ்பிட்டல்ல இருந்து தனியா ஒரு சம்பளம் மாதிரி அதுக்குன்னு தனியா கொடுக்கிறோம். டாக்டர்கள் என்று இல்லை எல்லா விசயங்களிலும் இந்தியர்கள் கிரேட்'' என்றார்.

வந்த அன்றே இவ்வளவு புகழாரம் நல்லதில்லையே, ஒருவேளை இந்தியாவில் இருந்ததால் நம்மை நாமே பாராட்டிக் கொள்ளும் சூழல் இல்லாததால் இவர்களின் பேச்சு கொஞ்சம் மிகையாய்த் தெரிகிறதோ என்று மனதில் எண்ணியபடி அவர்களுடன் சேர்ந்து நடந்தான்.

''தனியா கடலை ஒட்டி வீடு வேணும்ன்னு கேட்டு வாங்கி இருக்கீங்களே. உங்க மனைவி குழந்தைகள் எப்போ வர்றாங்க...'' என்று டாக்டர் அஷ்ரஃப் கேட்க

''அவுங்க வர மாட்டாங்க...'' என்றதும் சற்று நெற்றி சுருக்கி, ''ஏன்?'' என்று மர்வானும் சேர்ந்து கேட்க

''இறந்திட்டாங்க. யாரும் இல்ல.''

அதிர்ச்சியாக இருவரும் ஒரே குரலில் ''அய்யைய்யோ... எப்படி?'' என்று பதறினார்கள்.

''சுனாமியில மனைவியும் மூணு வயசு மகளும் தண்ணியில சிக்கி இறந்திட்டாங்க''

''கல்யாணம் ஆகி எத்தனை வருசம் ஆச்சு?''

''ஆறு வருசம்...''

வேண்டாம் என மக்களால் ஒதுக்கப்பட்ட ஒரு தீவுக்கான அமைதி போல, தாயின் வயிற்றில் பனிக்குடத்தில் எந்தப் பேச்சுக்கும் வாய்ப்பு இன்றி சுழன்று வரும் குழந்தையின் அமைதி போல அவர்களுக்குள் அதிகபட்ச அமைதி சட்டென நிலவியது.

சொற்கள் இழந்து, வெயிலில் காயும் மொட்டைப் பாறை போன்ற அமைதியுடன் மூவரும் பள்ளிவாசல் நோக்கி நடந்தார்கள். பள்ளிவாசலின் ஸ்பீக்கர் கட்டி இருந்த மினாராவில் (தூண்) நின்றிருந்த கடற்காகம் ஒன்று சாவகாசமாய்ச் சிறகை விரித்து அனாதையாய் உவர்த்த கார் நிற வானில் விருப்பமின்றி மெதுவாகப் பறக்கத் துவங்கியது.

★

3

“என் புள்ளைக்கு நான் டெண்டுல்கர்ன்னு தான் பேரு வைப்பேன்.”

“அது நம்மூருப் பேரா இல்லையே...”

“ஆங், சந்திரபோஸ் மட்டும் பக்கத்தூட்டுக்காரன் பேராக்கும்?”

“ஆனா அவரு எம்புட்டு பெரிய மனுசன் தெரியுமா...”

“என்னையா பெரிய மனுசன், அந்த ஆளு செஞ்சுரி அடிப்பாரா, சிக்ஸர் அடிப்பாரா?...”

“அதெல்லாம் எங்க அடிப்பாரு அவரு வெள்ளக்காரன அடிக்கத்தான் லாயக்கு... சொறிமுத்து...”

“யே மாட்டுமேல இருந்து கைய எடு.”

காய்ந்து கறுப்பாகி விட்ட வெயில் குடித்த கடலோரப் பாறையில் படுத்தவாக்கில் கிடந்த ராஜாவின் மொபைலில் youtubeல் 217 வது முறையாக விருமாண்டி படம் ஓடிக்கொண்டிருந்தது.

அறுவடைக்கு முன் உள்ள வயல்வெளி போல கடல் முழுக்க அலைகள் அமோகமாய் விளைந்திருந்தன சிறிதும் பெரிதுமாய்.

பெரும் ஆகாயத்திடலில் சூரியன் இடுப்பில் கை வைத்தபடி பூமியை சூடாய்ப் பார்த்துக் கொண்டிருக்க, வஞ்சிக்கப்பட்டவனின் வயிற்றெரிச்சல் போல “ஓ”வென இரைச்சலுடன் ஆங்காரமாய் ஓடிவந்து கரை ஓரங்களில் உள்ள தொடர்ச்சியான முரட்டுப் பாறைகளில் தப் என அடித்து விரக்தியுடன் மீண்டும் கடலுக்கே திரும்பிச் சென்று கொண்டிருந்தன கோலிசோடா வேகம் கொண்ட கடல் அலைகள்.

பழைய நாடன் பாடலைப் பாடியபடி கடற்காகம் வானில் பறக்க காகத்தின் நிழலைப் பருகிக் கொண்டிருந்தது கடல்.

லேசான அலைகள் வந்து மோதும் இடத்தில் இருந்த கறுத்த குட்டிப் பாறைகள் இடையே, சற்று கடல் உள்ளேவரை நீண்டு செல்லும் தொடர்ச்சியான பாறைகள் ஒன்றில் கடல் நீர் காலை நனைக்கும் இடத்தில் கையில் மீன் பிடிக்கும் தூண்டிலுடன் அமர்ந்திருந்தான் ராஜா. அருகில் ஓர் ஈரக் கைக்குட்டையில் கோதுமை மாவு பெரிய உருண்டையாகச் சுருட்டி வைக்கப்பட்டிருந்தது.

சற்றுத் தள்ளி பங்களாதேஷி ஒருவனும் மீன் பிடிக்கத் தூண்டில் போட்டு அமர்ந்து இருந்தான்.

தூண்டிலில் கோர்த்து மீனுக்கு வீச என்று கோதுமை மாவை சிறிது சிறிதாக நிறைய உருட்டி நிறைய அடுக்கி வைத்திருந்த ராஜா, மரப்பல்லி சைசில் சற்று நீளமாய் மூன்று மீன் ஏற்கனவே பிடித்திருந்தான்.

ராஜா ஒல்லியாக உயரமாக இருந்தான். கன்னம் எல்லாம் ஒடுங்கி முகம் ஒடுக்கமாய் இருந்தது. புற்கள் போல ஒரு வாரத்திற்க்கான தாடி மீசை முளைத்திருந்தது. முகத்தில் நிரந்தரமாய் லேசான சோகம் அப்பி இருந்தது. கண் இமைகளின் முடிகளில் பயம் வருத்தம் விரக்தி இயலாமை ஏக்கம் சோகம் இன்ன பிற வஸ்துகள் எல்லாமே வரிசையாக கூட்டுக் குடித்தன அண்டை வீட்டுக்காரர்கள் போலக் குடியிருந்தன. நீண்ட பதற்றத்தின் நிறுத்தக் குறி போல இருந்தான்.

கடந்த சில வருடங்களாக அவனிடமுள்ள கணேஷ் புகையிலையை உபயோகிக்கும் பழக்கம், பல்லை பத்து வருஷம் பிளீச் செய்தாலும் ஒரு காலமும் அது வெள்ளை ஆகப் போவதில்லை என்றது.

விடுமுறை நாளான ஒவ்வொரு சனிக்கிழமையும் காலையில் இந்த இடத்தில் ராஜாவைக் காணலாம்.

டெல்மா தீவில் ஒண்ணே ஒண்ணு கண்ணே கண்ணு என்று இருக்கும் சீவேஜ் பிளான்டில் எலெக்ட்ரிசியனாக வேலைக்கு வந்து ஐந்து வருடம் ஆகி விட்டது. சொந்த ஊர் கீழக்கரை அருகில் உள்ள பெரிய பட்டிணம்.

வெள்ளி,சனி என கிடைக்கும் இரண்டு நாள் விடுமுறையில், வெள்ளிக்கிழமை துணி துவைக்க, லேப்டாப்பில் சினிமா பார்க்க, மாலையில் துவைத்த துணியை அயர்ன் பண்ண என்று சென்று விடும். அதனால் சனிக்கிழமை காலை வெயிலானாலும் சரி குளிரானாலும் சரி ராஜா மீன் பிடிக்க வந்து விடுவான். குளிர் காலங்களில் நிறைய மீன் கிடைக்கும்.

காத்திருந்த மூன்று மணிநேரத்தில் ஐந்து கிலோவுக்கு மேல் எல்லாம் ராஜா பிடித்ததுண்டு. வெயில் காலத்திலும் எப்படியானாலும் குறைந்தபட்சம் நான்கு ஐந்து சிறு சிறு மீனாக கால் கிலோவுக்கு மேல் கிடைத்து விடும்.

அது மட்டுமல்ல, ஒவ்வொரு சனிக்கிழமையும் டெல்மா ஏர்போர்ட் அருகில் உள்ள சரக்குக் கப்பல் நிற்கும் ஜெட்டியில் இருந்து சரியாய் 11 மணி அளவில் ஓர் ஊதா நிற நீண்ட சரக்குக் கப்பல் புறப்பட்டு ஜபல்தானா செல்லும்.

அதன் மேல்தளத்தில் ராஜாவைப் போலவே அனாதைத்தனத்துடன் தனியாய் எதன் மீதும் லச்சையில்லாத இளைஞன் ஒருவன் கையில் ஒரு துண்டுடன் நிற்பான். பார்ப்பதற்கு கறுப்பாய் சுருட்டை முடியுடன் சூடானி போலக் காட்சியளிப்பான்.

அவனைப் பார்த்து சின்னக் குழந்தை போல ராஜா நீண்ட நேரம் கை அசைப்பான். அவனும் சிரித்தபடி கப்பல் மேல்தளத்தில் நின்று கப்பல் கண்ணில் இருந்து மறையும் வரை கை அசைத்துக் கொண்டே இருப்பான்.

அவன் யார், அவன் பெயர் என்ன, என்ன வேலை செய்கிறான், உண்மையிலேயே எந்த நாட்டைச் சார்ந்தவன் என்பது எதுவுமே தெரியாது.

ஆனாலும் ஒவ்வொரு சனிக்கிழமை காலையிலும் விடுமுறை என்றாலும் தூக்கம் பார்க்காது கடற்கரை வந்து அவனைப் பார்த்துச் சிரித்த வண்ணம் கை அசைப்பதும் பதிலுக்கு அவனும் கப்பல் மறையும் வரை “ஹே ஹே மை ஃபிரண்ட் மை ஃபிரண்ட்” என்று கத்திய வண்ணம் கையில் உள்ள துண்டை அசைப்பதும் தவறாது நிகழ்ந்து விடும்.

கடந்த ஐந்து வருடங்களில், வருடத்திற்கு ஒருமுறை என ஊர் சென்ற மாதங்கள் தவிர்த்து மற்ற அத்தனை சனிக்கிழமைகளிலும் அவர்கள் சந்தித்திருந்தார்கள். ஏன் எதற்கு என்று காரணம் எதுவும் தெரியாது, ஆனாலும் சந்தித்தார்கள்.

சற்று நடந்து சென்று சரக்குக் கப்பல் ஜெட்டியை அடைந்து அவனை நேரில் பார்க்க வேண்டும் என்ற எண்ணம் ராஜாவுக்கு ஒரு நாளும் தோன்றியதில்லை. ஆனாலும் வாராவாரம் இந்த கை அசைப்புகள் மட்டும் நிகழ்ந்து விடும்.

பேண்ட் பாக்கெட்டில் சுருட்டி வைத்திருந்த கணேஷ் புகையிலையைக் கொஞ்சம் எடுத்து கையில் கசக்கி வாயில் ஓரம்

கட்டி சாறை உறிஞ்சியபடி மொட்டை மாடியில் காயும் வடாகம் போல வெயிலில் காய்ந்து காலை ஆட்டிக் கொண்டே விருமாண்டி வசனம் கேட்டபடி கடல் பார்த்துக் காத்திருந்தான்.

பனிரெண்டு மணி ஆனதும் தூண்டிலில் சிக்கிய மீனைப் பத்தாவது முறையாக எண்ணிப் பார்த்தான். 8 மீன்கள் இருந்தன. ஒவ்வொரு மீனிலும் கடலின் வாசம். போதும் என்று எண்ணியவனாய் மீதம் இருந்த உருட்டிய கோதுமை மாவை கொஞ்சம் பிய்த்து அருகில் நின்றிருந்த காகத்திற்குப் போட்டான். மனிதன் விரும்பி அழைப்பதும், அவன் அழைத்ததும் விருப்பமுடன் நம்பி ஓடிவரும் ஒரே பறவை காகம் மட்டுமே. காகம் இரண்டு தாவலில் கோதுமை உருண்டை அருகில் வந்து கொத்திப் பார்த்து விட்டு முகம் திருப்பிக் கொண்டது. வனாந்திரத்தில் ஒரு பிடி தானியம் அள்ளி வீசுவது போல மீஞ்சி இருந்த கோதுமை உருண்டைகளை உருட்டி கடலில் அள்ளி வீசினான். வீசிய இடத்தில் நீருக்குள் சட்டென நிகழ்ந்த மீன்கள் நடமாட்டம் கண்ட சந்தோசத்தில், மீன் தூண்டிலை சுருட்டி முன்பாகத்தில் இருந்த முள்ளைத் தனியாக எடுத்து சிறிய பேப்பரில் மடித்து பர்சுக்குள் வைத்து, கிடைத்த மீனை பிளாஸ்டிக் கவரில் போட்டு அலவி குட்டி கடையை நோக்கி நடக்கத் துவங்கினான் ராஜா.

அலவி குட்டி, 32 வருடமாக இந்தத் தீவில் வசிப்பவர். சொந்த ஊர் கன்னூர். கேரளம். 30 வருடம் முன்பு இந்தத் தீவு எப்படி இருந்தது என யாராவது தெரியாமல் கேட்க ஆரம்பித்தால் மூன்று நாட்கள் எழுப்புதல் முகாம் நடத்துவது போல தொடர்ச்சியாக விடாமல் டெல்மா பற்றிய தகவல்களை அள்ளித் தெளிப்பார். இளமையில் அலவி குட்டி இந்தத் தீவுக்கு வந்த புதிதில் சரக்குக் கப்பலில் பொருட்களை ஏற்றி இறக்கும் கூலி வேலை பார்த்தவர் அங்கு கிடைத்த நட்பை வைத்து தீவில் சின்னதாய்க் காய்கறிக்கடை ஆரம்பித்திருக்கிறார்.

பின் கொஞ்சம் பருத்து அது நான் வளர்கிறேனே மம்மி என்று பலசரக்குக் கடை சேர்ந்த காய்கறிக்கடை ஆனது, பின் தினமும் மிச்சமாகும் காய்கறிகளை வீணாக்காமல் இருக்க அருகிலே சாப்பாடு மெஸ். இப்பொழுது அதுவும் பூரிப்படைந்து பெரிய ஹோட்டலாக மாறி விட்டது.

இது போக ஒரு மொபைல் கம்யூட்டர் கடையும், ஒரு சைக்கிள் கடையும், டிவி வாசிங் மெசின் கட்டில் வீட்டு உபயோகப் பொருட்கள் டிஷ் ஆண்டனா வகையறாக்கள்... என இன்றைய

தினத்தில் அந்தத் தீவில் உள்ள மொத்தக் கடைகளில் ஆறு கடைகள் அலவி குட்டியினுடையது.

சுகர் பேஷண்ட் என்பதால் காலில் இன்னமும் ஆறாத புண். அதைச் சுற்றிய வெள்ளை பேன்டேஜ். மலையாளிகளுக்கே உரித்தான மஞ்சள் வெள்ளை நிறத்தில் குட்டையாய்ப் பருத்த வயிறுடன் தலைமுடி எல்லாம் உதிர்ந்து சொட்டைத் தலையுடன் அவர் கடையில் கல்லாவின் எதிரில் உயரமான ஸ்டூல் மீது ஏறி அமரும் காட்சியை யார் பார்த்தாலும் சிரிப்பார்கள்.

நேரடியாக அவரைக் கேலி செய்யும் ஆட்களிடம் பழைய புகைப்படம் காட்டி "யான் பிராயத்துல எங்கன இருந்நு தெரியுமா?" என்பார்.

உண்மையில் அவர் எல்லா தந்தைகளைப் போல தன் உடல்நலம், மனநலம், இளமை எல்லாம் இழந்து இந்தத் தீவில் மனைவி குழந்தைகளின் தூரத்து அன்பை மட்டுமே உறிஞ்சிக் குடித்தபடி பணம் சம்பாதித்தார். சம்பாதித்த அனைத்தையும், பெற்ற ஒரே மகளின் திருமணத்திற்கு கேரள இஸ்லாமிய சமூகங்களில் கோர அழுகிய முகங்களில் ஒன்றான மிகையாகக் கேட்கும் சீதனங்களாக ஒரு கோடி ருபாய், 100 பவுன் நகை, நல்ல அலங்காரத் தேக்குமர வாசல் கதவுகள் வைத்த தரவாட்டு வீடு, தடபுடல் திருமணம் எனப் பெருமைக்கு மாரடித்து எல்லாவற்றையும் கரைத்தார். சொந்தமாய் கன்னூரில் உள்ள பழைய வீடு மாத்திரம் இப்போது மிச்சம். இது இல்லாது இத்தனை நாட்கள் இந்தத் தீவில் இருந்ததன் பயன் அலவி குட்டிக்கு மலையாளம் மட்டுமல்ல தமிழ், ஹிந்தி, அரபி மற்றும் பார்ஸியும் சரளமாகப் பேச அறிந்திருந்தது தான்.

அலவி குட்டிக்கு சுகர் அதிகமாகி எதையும் சரியாகச் சாப்பிட இயலாமல், கிடைத்த அந்த ஒரே சுகமும் கிட்டாது விடைபெற்றதில் கொஞ்ச நாளாய் வாழ்வின் மீது ஒருவித சலிப்பு. அதனால் எப்பொழுதும் சலிப்புடன் திரியும் ராஜாவை அவருக்கு மிகவும் பிடித்திருந்தது. தனக்கு நெருக்கமாக ராஜாவை உணர்ந்தார். ராஜாவும் மனதில் உள்ள எல்லாவற்றையும் அவரிடம் உளறிக் கொட்டுபவனாக இருந்தான்.

இருவருக்கும் இடையில் எந்த வெள்ளைத் திரையும் இல்லாது முற்றிலுமாக ஒருவரை ஒருவர் அறிந்தவராக இருந்தார்கள். பேசும் எல்லாமே புத்திசாலித்தனமாக இருக்க வேண்டும் என அவதானிக்கும் சமூகத்திற்கு இடையில் ராஜா போன்ற மனப்பிறழ்வுக்கு முந்தைய பஸ் ஸ்டாப்பில் நிற்கும் ஒருவனை அலவி குட்டி தன் அருகில்

சேர்த்துக் கொண்டதற்குக் காரணம் ராஜா உடலால் படும் கஷ்டத்தை நேரில் பார்த்ததால் மட்டுமே.

தனக்கு இப்படி ஆகிறது என சொல்லும்போது அதற்கு ஆதாரம் இல்லாததால் யாரும் நம்ப முன்வராத போது அலவி குட்டி ராஜாவை நம்பினார். தன்னைப் போலவே அவனும் பாவம் என்ற எண்ணம் அவரை அவன் மீது அன்பு செலுத்தத் தூண்டியது. ஒரு மனப்பிசகிக்கு இன்னொரு மனப்பிசகி தானே மருந்தாக முடியும்.

அலவி குட்டிக்கும் தெரியும், சனிக்கிழமையானால் வேகாத வெயிலில் வேர்த்து விறுவிறுக்க பனிரெண்டு மணி நண்பகலில் மீன் குழம்பு வைக்க காய்கறி வாங்க ராஜா வருவான் என்று.

வாயில் ஒதுக்கி வைத்திருந்த கணேஷ் புகையிலையைக் காறித் துப்பிவிட்டு கடைக்குள் நுழைந்தான் ராஜா

ராஜா கொண்டு வந்த பிளாஸ்டிக் கவரைத் திறந்து உள்ளே இருந்த மீன்களைப் பார்த்தபடி "இந்த எழவெடுத்த மீனைப் பிடிக்கத்தான் வெயில்ல கருவாடு மாதிரி காஞ்சு போய் கிடந்தியாக்கும், வேர்த்து உன்மேல இருந்து கத்தாழை நாத்தம் எடுக்கு, தள்ளி நில்லு" என்றார் அலவி குட்டி.

"சொன்னா உங்களுக்குப் புரியாது, மாங்கா இருக்கா?"

"இல்ல."

"தெரியும். என்ன வெறுப்பேத்துறதுக்காக மாங்காவை மறச்சு வச்சிட்டு இப்படி பேசுவீங்கன்னு. மாங்கா எடுங்க..."

"மாங்கா இல்லாம மீன் குழம்பு செய்யமாட்டீங்களோ?"

"மோட்டா அரிசி, சம்பா அரிசி திங்கிற உங்களுக்கு அதெல்லாம் புரியாது."

"மாங்கா தரலாம்ன்னு இருந்தேன்... சத்தியமாக் கிடையாது, போ."

"மீன் குழம்பு உங்க ஹோட்டல்ல வைக்கிற மாதிரி செகப்பா இருந்தா மட்டும் போதாது. நல்லா காரமாவும் புளிப்பாவும் வாயில வச்சா உச்சந்தலயில கிர்ருனு ஏறணும்."

"என் ஹோட்டல் குழம்புக்கு என்ன கொற. மத்தி மீன் கொழம்பு வச்சா அப்படி இருக்கும், கொடுக்கிற எட்டு திர்ஹத்துக்கு இது போதும்..."

“ஷ்ஷ் மாங்கா தாங்க நான் போறேன். பொய் சொல்லுறதுக்கும் ஓர் அளவு வேணும். மீன் குழம்பைத் தாளிக்க கூட மாட்டாங்க உங்க கடையில...”

“தாளிக்கணுமா குழம்பை?...”

“இந்தா சொன்னேன்ல. மீன்ல இருந்து பொன்னி அரிசி வரை எல்லாமே தமிழ் நாட்டுல இருந்து தான் உங்களுக்குப் போகுது. ஆனா தண்ணி கேட்டா மட்டும் தந்துராதீங்க...”

“இந்த முல்லைப்பெரியாறு அணையை வச்சுகிட்டு நீங்க பண்ணூற அராஜகம்... ம்ம்...” என்று அலவி குட்டி கூறவும் ராஜாவின் போன் ஒலிக்கவும் சரியாக இருந்தது.

மொபைல் போனில் “Wife” என்று தெரிய, போனை எடுக்காமல் “மாங்கா கொடு குட்டிக்கா நான் போறேன்.”

“போனை எட்றா...”

“வேணாம். உருளைக் கிழங்கு நல்ல காயா இல்லையா..? எல்லாம் வளைஞ்சு நெளிஞ்சு ஒல்லியா காய்ஞ்சு போய்க் கெடக்கு.”

“வியாழக்கிழமை சாந்திரம்தானே கப்பல் வந்துச்சு. காய்கறி காலியாயிருச்சு, இப்போ வந்து கேட்டா. நாளைக்குத் தான் கப்பல் வரும். உனக்காகத்தான் மாங்கா எடுத்து வச்சேன். இல்லன்னா அதுவும் உனக்கு கெடச்சிருக்காது...”

மீண்டும் ராஜாவின் போன் “Wife” என்ற பெயருடன் ஒலித்தது.

“எடுறா போனை. வீட்டுல இருந்து பேசுறாங்கள்ள...”

“அவா கிடக்கா, காசு வேணூம்ப்பா. வேற எதுக்கு போன் செய்யப்போறா. ஒரு தடவையாவது காசுக்குன்னு இல்லாம நல்லா இருக்கீங்களான்னு கேட்டு போன் செஞ்சு இருக்காளா. போனை எடு போனை எடுன்னு உசிர வாங்கிக்கிட்டு. மாங்கா கொடு நான் போறேன்.”

“இந்தா போ...” என்று கல்லாவின் அருகில் மறைத்து வைத்திருந்த மாங்காவை எடுத்து ராஜாவிடம் கொடுத்தார்.

அதை வாங்கி கடையில் புதினா இலை மேல் மூடி போடப்பட்டிருந்த ஈரத் துணியை எடுத்து மாங்காவை நன்கு துடைத்து ஒரு “காக்காய் கடி” கடித்து சின்னத் துண்டைச் சுவைத்தபடி “புளிக்கலை.என்ன மாங்காயோ சரி பரவாயில்ல இருக்கட்டும். கணக்குல எழுதிக்கோ குட்டிக்கா...” என்று கடையில்

இருந்து வெளியே வந்து தன் வீடு நோக்கி நடக்கத் துவங்கினான் ராஜா.

ராஜாவின் அறையும் கடற்கரைக்கு அருகில் இருக்கும் ஷாபியா குடியிருப்புக்கு அருகில்தான் உள்ளது. பத்து பெரிய அறைகள் கொண்ட வில்லா எடுத்திருந்தது ராஜா வேலை செய்யும் நிர்வாகம். கம்பேனி டிரைவர் முதல் சூப்பர்வைசர் வரை அனைவரும் அந்த வில்லாவில்தான் தங்கி இருந்தனர். அனைவருக்குமாய்ச் சேர்த்து பெரிய சமையல் அறை.

இன்னேரம் யாரும் சமையல் அறையில் இருக்க மாட்டார்கள். சிலர் வெள்ளி அன்றே சனிக்கிழமைக்கும் சேர்த்து சமைத்து விடுவார்கள். சிலர் தண்ணி அடித்து விட்டுத் தூங்கினால் சனிக்கிழமை இரவு தான் முழிப்பது என்ற நிரந்தரக் கொள்கையோடு வாழ்வார்கள். எனவே தனியாக நிம்மதியாக சமைக்கலாம் என்பதாலே ஒரு மணி அளவில் வீடு போய் சேர்வதை வழமையாகக் கொண்டிருந்தான் ராஜா.

தனியாய் சமைக்கக் காரணம் உண்டு. ராஜாவை உடன் வேலை செய்யும் யாருக்கும் பிடிப்பதில்லை. ராஜாவும் விளக்கம் கொடுத்து சொல்லிச் சொல்லித் தோற்றுப் போய் இனி தனிமையே தேவலை என்ற நிலைக்கு வந்துவிட்டான்.

எல்லாவற்றிக்கும் காரணம் அவன் மனைவி. உறக்கக் கலக்கத்தில் ராஜாவை எழுப்பி இந்த உலகத்தில் துரோகி யார் எனக் கேட்டால் வேக வேகமாக அவன் மனைவி பெயரையும் அவளின் தந்தை பெயரையும் குறிப்பிடுவான். ஆனால் அவளிடம் தன் வெறுப்பை அவன் காட்டியதே இல்லை. காரணம் சலிப்பு. என்ன சொல்லி, என்ன புரிந்து, என்ன நேர்ந்து விடப் போகிறது என்று.

சற்று நேரத்தில் மீண்டும் “Wife” எனும் பெயரில் போன் ஒலிக்க எடுத்து “என்ன?..” என்றான்.

“ஈரோட்டுல இருந்து வந்திருந்தாங்க, கல்யாணப் பத்திரிக்கை வைக்க...”

“அப்படியா ம்ம்...”

“அவுங்க நம்மளுக்கு கல்யாணத்துல மோதிரம் போட்டாங்க...”

அதைத்தான் நீயும் உங்க அப்பனும் வித்திட்டீங்களே என்று மனதில் எண்ணியவனாக “இப்போ என்ன வேணும், அதைச் சொல்லு.”

“அவுங்களுக்கு பதிலுக்கு மோதிரம் செய்யணும். பணம் அனுப்புங்க...”

“சரி.”

“சாப்பிட்டீங்களா?”

“சாப்பிட்டேன்.”

“என்னது...”

“பிரியாணி.”

“சரி நான் வைக்கிறேன்.”

“கல்யாணத்துக்குப் போறப்போ பிள்ளையையும் கூட்டிட்டுப் போ.”

“ஆங்.....அவன் இல்லாம நான் மட்டும் எப்படிப் போவேன். சரி வைக்கிறேன்...”

கள்ளச் சிறுக்கி என்னமா நடிக்கிறா. கல்யாணம் ஆகி இத்தனை வருசம் ஆச்சு. போட்ட மோதிரம் மட்டும் மறக்கல. ஏன்னா அது அவுங்க சொந்தம் செஞ்சதுல்ல. ஆனா நாலு மாசம் முன்னாடி அனுப்புன பணம் எப்படிச் செலவு செஞ்சேன்னு கேட்டா, ஞாபகம் இல்லையே அதான் கணக்கு காட்டினேனே... என்பாள். எப்படியாவது நாசமாப் போங்க, என்று மனதில் எண்ணியவனாக நினைவுகளை கக்கும் காலங்களை சுமந்தபடி நடக்கத் துவங்கினான்.

அப்பாஸ் மாமா இந்த வரனைக் கொண்டு வந்திருக்காவிட்டால் இந்தத் திருமணம் நடந்திருக்காது. சுல்தானா மனைவியாக வந்திருக்க மாட்டாள்.

அவனை ஆரம்பம் முதலே சுல்தானாவுக்குப் பிடிக்கவில்லை. ஆனால் அவளை ராஜா வாய்பிளந்து பார்த்து ரசித்தான். காரணம் சுல்தானா அவ்வளவு அழகு. நிறம் என்றால் அப்படி ஒரு வெள்ளை நிறம். பெண் பார்க்க வந்த அன்றே இந்த நிறம் பிரிதல் உண்டாகிவிட்டது. காரணம் ராஜா கருப்பு, இல்லை இல்லை மாநிறம். திருமணம் ஆன புதிதில் பிளாக் அண்ட் ஒயிட் டீவி என்றே அவளின் உறவுக்காரர்கள் சிலர் வெளிப்படையாய் இருவரையும் பார்த்துக் கேலியாய்க் கூறியதுண்டு. நேர்த்தியைப் பிடித்திருப்பதாகக் கூறும் மனிதர்களின் உடல் மனம் புத்தி எல்லாமே கோணலாகத்தான் இருக்கிறது.

நாட்கள் போகப்போக ராஜா சுல்தானாவை விட்டு மனதால் விலகி இருந்தான். இருவருக்கும் இடையில் நடக்கும் எந்த ஒரு

செயலும், பிடித்தால் பிடித்திருக்கிறது என்றோ பிடிக்கவில்லை என்றால் பிடிக்கவில்லை என்றோ, வெளிப்படையாகச் சொல்லாமல் மலைமுழுங்கி போல இருக்கும் அவளின் அமைதி குணம் அவனுள் கலவரத்தை உண்டாக்கியது.

பிடிக்கவில்லை என்றால் பிடிக்கவில்லை என்று நேரடியாகச் சொல், ஏன் மனதில் பூட்டி வைக்கிறாய் எனக் கேட்கத் துவங்கினான். அவள் அப்படி எல்லாம் ஒன்றுமில்லையே என்று மழுப்பினாள். அவள் போலியாகப் பேசுகிறாள் என அறியத் துவங்கியதும் மனதளவில் விரிசல் ஆரம்பம் ஆகிவிட்டது.

ஆனாலும் எல்லாவற்றிலும் ராஜா அவளுக்காக விட்டுக் கொடுப்பவனாகவே இருந்தான் காரணம் தனக்கு இப்படி ஓர் அழகான மனைவி கிடைத்திருப்பதற்காக எதையும் விட்டுக் கொடுக்கலாம் என்று முழுமையாய் நம்பினான்.

ஒரு கட்டத்தில் நேரிடையாக "உன் அன்புக்காக ஏங்குகிறேன்" என்று மன்றாடி அழுதான். கணவன் தன்முன் நின்று அழுவதைப் பார்த்த பின்பும்கூட எந்தவித உணர்வும் இன்றி அசராமல் மரக்கட்டைப் போல "நான் எப்பயும் போல அன்பாத்தான் இருக்கேன்..." என்றவளிடம் இனி பேச ஒன்றுமில்லை என தன்னை விலக்கத் துவங்கினான். பறவை என்பதில் இறக்கைதான் அர்த்தம் என்பது போல உறவில் உண்மை இல்லை என்றால் மிஞ்சுவது என்னவோ மனைவி எனும் தசை வடிவம் மட்டும்தான்.

கணவன் தன்னிடம் தேவைக்கு அதிகம் பேசுவதில்லை என அறிந்ததும், தந்தையிடம் என்ன கூறினாளோ தெரியவில்லை, ஓர் விடுமுறை நாளில் மாமனார் வீடு சென்றிருந்த ராஜா, குளிர் காய்ச்சலால் அவதிக்குள்ளானான். மர்மக் காய்ச்சல் என்று டாக்டரே கூறிவிட ஒரு மாதம் மாமனார் வீட்டிலேயே மனைவியுடன் தங்க நேர்ந்தது. வைத்தியதுக்கும் பார்க்கணும், பைத்தியத்துக்கும் பார்க்கணும்... என்ற சுல்தானின் தந்தை, யார் யாரையோ அழைத்து வந்து என்னென்னமோ சாப்பிடக் கொடுத்தார்.

காய்ச்சல் குணமான போது ராஜாவுக்கு தான் பிறந்து வளர்ந்த ஊரான பெரிய பட்டிணத்தை விட சுல்தானாவின் ஊரான நாகர்கோவில் நல்ல ஊராகத் தெரிந்தது. வீடுமாறி, வேலைமாறி, மகன் பிறந்து, கடை நடத்த முடியாமல் கடன்காரன் ஆகி, கல்யாணம் ஆகி ஆறு மாதம், நாகர்கோவிலில் இருந்த ஒண்ணரை வருடம் ஆக மொத்தம் இரண்டு வருடங்கள் சுல்தானாவுடன் வாழ்ந்ததுதான் ராஜாவின் இல்லற வாழ்க்கை.

கடனாளி ஆகி இருந்தாலும் மனைவி குழந்தையை விட்டு எங்கும் சென்றுவிடக் கூடாது என்று விடாப்பிடியாக நாகர்கோவிலிலே வாழ்ந்துவிடத் துடித்தான். ஒரு கல்யாண வீட்டில் பந்தி பரிமாறிக் கொண்டிருந்தவன் மயங்கி விழுந்து மருத்துவமனை அழைத்தச் சென்று 30 வயது ராஜாவுக்கு ஹை பிளட் பிரஷர் உள்ளது என்று டாக்டர் கூறியபோது, ஒல்லி வக்கட்டையாக இருக்கும் தன் உடலில், வயிறு மட்டும் ஊதி பருத்து என்னவோ உடலில் மாற்றம் நிகழ்கிறது என உணர ஆரம்பித்தான்.

சுகமில்லை என்றதும் மருத்துவமனைக்கு ராஜாவைப் பார்க்க வந்த பலரில் அப்பாஸ் மாமா உடன் சேர்ந்து அந்த ஆள் வந்திருக்கக் கூடாது, அவரை ராஜா பார்த்திருக்கக் கூடாது, அவரும் அவனிடம் அதைச் சொல்லியிருக்கக் கூடாது.

நாம் விரும்பினாலும் விரும்பாவிட்டாலும் சில விசயங்கள் வாழ்வில் நடந்து விடுகின்றன

நாயுருவி செடி பட்டது போல மனதை அரிக்கும் பழைய நினைவோடைகள் எந்த வெயில் காலத்திலும் காய்வதில்லை. கடந்த காலத்தைக் கைப்பிடித்து நடக்கத் துவங்கினால் அந்த மனிதனே மூழ்கிப் போகும் அளவிற்கு நினைவோடையின் நீர்மட்டம் கூடிக் கொண்டேதான் செல்கிறது.

காற்று அருவெறுப்பாய் வீசிக் கொண்டிருக்க ராஜா முழுமையாய் நினைவில் தோய்ந்தபடி பழைய நினைவுகளின் வேனல் கட்டிகளை நிரந்தரமாகக் கொண்ட அம்மை நோயாளி போல தனது அறை நோக்கி நடந்து கொண்டிருந்தான்.

★

4

சாட்டையால் அடிக்கும் முதலாளியைத் தள்ளி விட்டு விட்டு அவரிடம் இருந்து தப்பித்து தூரமாய்க் கண்ணில் பட்ட சாரட் வண்டி நோக்கி மூச்சிறைக்க ஓடிவந்து அதில் ஏறிக்கொண்ட அவன், அடிமைத்தனத்தில் இருந்து தான் தப்பித்து விட்ட சந்தோசத்தில் "தேங்க் யூ சார்" என்றான் அந்த வண்டிக்காரனை நோக்கி

"சார் என்று கூறாதே. இஸ்மாயில் என்று கூறு (Call Ismail)" என்று ஆரம்பம் ஆகும் அமெரிக்க உலகின் பிரசித்திப் பெற்ற, பைபிளுக்குப் பின் அதிகம் விற்பனை ஆனது எனக் கருதப்படும் "MOBY-DICK" எனும் ஹெர்மன் மெல்வில்லி 18 ஆம் நூற்றாண்டில் எழுதிய நாவல் பற்றி தன் எதிரே இருந்த குழந்தைகளுக்குச் சொல்லிக் கொண்டிருந்தாள் டீச்சர் சமீரா.

பள்ளிக் காலங்களில், கதை சொல்லி ஆசிரியர்கள் போல மாணவர்களுக்கு நெருக்கமான உறவு வேறு யாரும் கிடையாது. கதை கேட்பதும் கதை சொல்வதும் அத்தனை சுகமானது. அதிலும் சிறு குழந்தைகளுக்கும், கொஞ்சம் முதிர்ச்சியான பத்தாம் வகுப்பு தாண்டிய மாணவர்களுக்கும் இடைப்பட்ட ஏழாம் எட்டாம் வகுப்பு மாணவர்களுக்குக் கதை சொல்லுதல் என்பது சாலச் சுகம். காரணம் அவர்களிடம் நிறைய அழகழகான புதுவிதமான எதிர்பாராத அப்பாவித்தனமான வித்தியாசமான கேள்விகள் பிறக்கும்.

கதைகளில், கடலைப் பற்றிக் கேட்பதும் அதைப் பற்றிச் சொல்லுவதும் தஞ்சாவூர் பொன்னி அரிசி போன்று ஒரு தனி ரகம். ராட்சஸ ரூத் அலையின் முன் நிற்கும் தாவூது போல இரு கைகளையும் விரித்து சமீரா தனது மாணவிகளுக்கு மொபி-டிக் நாவலை விவரித்துக் கொண்டிருந்தாள். கதை கூறும் உத்வேகத்தில் அந்தக் கதையில் வரும் கப்பலின் கேப்டன் அஹப் ஆகவே சமீரா மாறியிருந்தாள்.

அந்தக் குழந்தைகளுக்கும் அந்தக் கடல்சார்ந்த கதை மிகவும் பிடித்திருந்தது. காரணம் அவர்கள் வாழும் நிலமும் கடல் சூழந்த தீவாக இருந்ததால்.

சமீரா கப்பலின் மேல்தளத்தில் நின்றிருந்தாள். அந்தக் குழந்தைகளும் கப்பலின் மேல்தளத்தில் நின்றிருந்தார்கள். கப்பல் நீர் அலையால் ஆடியது அவர்களும் ஆடினார்கள். மேலோங்கி ஓர் அலை எழுந்து தப் என கப்பலில் மேல்தளத்தில் வந்து விழுந்தது. குழந்தைகள் எல்லோரும் நீரில் நனைந்ததாய் உணர்ந்தார்கள்.

சுறா மீனைக் கொல்ல சமீரா நீரில் மூழ்கினாள். டெல்மா தீவில் இருந்த அந்தப் பாடசாலையின் எட்டாம் வகுப்பு மாணவிகள் அனைவரும் நீரில் முழ்கி சமீரா என்ன செய்யப்போகிறாள் எனப் பின்தொடர்ந்து சென்றார்கள்.

இதுவரை ஐந்து முறை ஆங்கிலத்தில் படமாக்கப்பட்ட மொபி-டிக் நாவலின் கதையை சமீரா கூறி முடிக்கும்போது அந்தக் கிளாஸ் முழுக்க அலை அவிழ்த்து விட்டுச் சென்ற மீதமுள்ள கடல் நீரால் நிரம்பி வழிந்தது.

சமீரா பிறந்து வளர்ந்தது எல்லாம் ஈரான், பூப்பெய்தி அவள் பெரிய மனுசி ஆன போது அவளின் உடலில் மட்டும் இல்லை, அவள் நாட்டிலும் மாற்றம் உண்டானது. அவள் ஒரு காலத்தில் முன்னாள் ஈரானி. இப்போது அவள் எமராத்தி.

அபுதாபியைத் தலைநகராகக் கொண்ட யுனைட்டெட் அரப் எமிரேட்ஸ் (UAE) நாட்டைச் சேர்ந்தவர்களை எமராத்தி என்று அழைப்பது வழக்கம்.

சமீரா நல்ல அழகு என்று மட்டும் சொல்லி விடாதீர்கள். தன்னால் அவளின் அழகை முழுமையாகச் சொல்ல இயலாமல் போனதே, வார்த்தையில் உணர வைக்க முடியவில்லையே என்ற பெரும் துக்கத்தில் நெக்குருகி அந்த வார்த்தை தற்கொலை செய்து கொள்ள முயற்சித்தாலும் பெரிதாக ஆச்சர்யப்படுவதிற்கில்லை. சமீரா வார்த்தையில் சிக்காத அழகு!

கூரான மூக்கு, சற்று அகலமான நெற்றி, ஒடுங்கிய கன்னம், பளிச் பளிச் கண்கள், 36-25-34 கொண்ட மெழுகுச் சிலை போன்ற ஈரானிய இளவரசிக்கான உடல்வாகு. சமிரானியன் எனும் ஈரானிய வம்சத்தில் வந்த இளவரசியின் பெயர் சமீராவாம். இதற்காக அதிகம் வரலாற்றில் போய்த் தேடித் திரிய வேண்டாம். பழைய ஹிந்தி நடிகை டிம்பிள் கபாடியாவை நினைவில் நிறுத்திக் கொள்ளுங்கள் உங்களுக்கு சமீரா கிடைத்துவிடுவாள்!

அவளின் சந்தன நிற வெள்ளை உடலுடன், அவள் அணிந்திருந்த அசைந்தாடும் கருப்பு நிற கவுன் "நான் நிற்கவா அல்லது கீழே விழுந்து மடிந்து சாகவா" என காற்றுடன் பேரம் பேசிக் கொண்டிருந்தது. அப்படி ஒரு வாளிப்பான உடல்.

டெல்மா மருத்துவமனையில் பார்மஸி இன்சார்ஜ் ஆக வேலை செய்யும் முவாசீனைத் திருமணம் செய்து எட்டு வருடம் ஆகியும் சமீராவின் உடல் கட்டுக்குலையாமல் இருப்பதற்கும், சமீரா தனது பள்ளி மாணவிகள் மீது தீராத அன்பு காண்பிப்பதற்கும் ஒரே காரணம் சமீராவுக்குக்குழந்தை இல்லை என்பதுதான்.

டெல்மா ஒரு தீவு என்பதால் வானில் அடிக்கடி காலநிலை மாறும். திடீர் என நன்கு காற்று வீசும். திடீர் என வானம் முழுக்க மேகங்கள் காணலாம். திடீர் என பறவைகள் கூட்டம் கூட்டமாய் வானில் ஊர்வலம் செல்லும். திடீர் என மழை வருவது போன்று கருமேகம் சூழ்ந்து நிற்கும். திடீர் என வானவில் தோன்றும்.

எப்பொழுதெல்லாம் சாதாரண நிலையில் இருந்து வேறு ஏதேனும் ரூபம் எடுத்து வான்வெளி நிற்கிறதோ அப்போதெல்லாம் சமீரா பாடம் நடத்துவதை நிறுத்தி விட்டு ஜன்னலோரம் நின்று வானைப் பார்த்தபடி ஈரானிய பார்ஸி மொழியில் உள்ள கவிதைகளை முணுமுணுப்பாள். அவளுக்கு வானம் எப்பொதுமே இலக்கியம் கற்றுத் தந்தது. மாணவிகள் அவளின் மனநிலை புரிந்து கொண்டு "மிஸ் ஸ்டோரி சொல்லுங்க...மிஸ் ஸ்டோரி சொல்லுங்க..." எனக் கெஞ்ச ஆரம்பித்து விடுவார்கள்.

அப்படியாகத்தான் இன்றும் நிகழ்ந்தது. பறவைகள் கூட்டமாய் வலசை செல்வதைப் பார்த்ததும் பாடம் நடத்துவதை நிறுத்திவிட்டு மொபி-டிக் கதை சொல்ல ஆரம்பித்து விட்டாள். மேல் வாக்கில் காகம் கடலை அளந்து கொண்டிருந்ததை சிலர் பறக்கிறது என்கிறார்கள் சமீராவுக்கோ அது கதை சொல்ல ஒரு காரணி ஆகிவிடுகிறது.

"நான் ஒரு கதை சொல்லிட்டேன். இப்போ நீங்க யாராவது ஒரு கதை சொல்லுங்க!"

"எங்களுக்குத் தெரியாது மிஸ். நீங்கதான் அழகா கதை சொல்லுவீங்க..."

"நீங்க எல்லாம் ஸ்டோரி புக்ஸ் படிக்கிறது இல்லையா...? சரி உங்க சப்ஜெக்ட்ல இருக்கிற கதையாச்சும் சொல்லுங்க..."

"அதெல்லாம் போரடிக்கும் மிஸ். நீங்க சொல்லுற மாதிரி

இன்ட்ரஸ்டிங்கா இருக்காது. நீங்களே இன்னொரு கதையும் சொல்லுங்க பீரியட் முடியிற வரைக்கும்..." என்று அனைவரும் கோரஸாகக் கத்தினார்கள்.

"அதெல்லாம் முடியாது. நீங்களும் சொல்லணும். எல்லாருக்கும் ஏதாவது ஒரு சொந்தக் கதை இருக்குமே. அதையாவது சொல்லுங்க."

"ஒருத்தரோட சொந்தக் கதையில என்ன மிஸ் இன்ட்ரஸ்ட் இருக்கப் போகுது?..."

"கண்டிப்பா இருக்கும். உங்க வாழ்க்கையில மறக்க முடியாத விஷயம்னு என்ன நினைப்பீங்க?"

"நிறைய இருக்கு..."

"இதை நிறையப் பேரு செஞ்சிருக்க மாட்டாங்க. ஆனா துணிஞ்சு நான் செஞ்சேன்னு சொல்லுற மாதிரி ஏதாவது இருக்கும் இல்லையா?..."

"மிஸ், டாலியா கதை சொல்லுறாளாம்..." என்று அருகில் இருந்த ஒருத்தியின் கையை உயர்த்தி மற்றொரு மாணவி பிடித்தாள்.

"குட் சொல்லு."

"இது கதை இல்ல மிஸ், உங்க வாழ்க்கையில மறக்க முடியாததை சொல்லச் சொன்னீங்கல்ல... அதைச் சொல்லலாம்னு..."

"நோ இஷ்யூ.... சொல்லு கேப்போம்."

"ஊருல சின்ன வயசுல என்னோட கிளாஸ்மெட் சாரான்னு ஒருத்தி இருந்தா. அவளைப் பார்த்து மண்டையில நங்கு நங்குன்னு நாலு கொட்டு கொட்டணும்னு ஆசை. அதுக்காகவாவது ஒருநாள் திரும்பி பாலஸ்தீன் போகணும் மிஸ்."

"ஹை... இது தான் கதையா, என்ன புதுசா இருக்கு. அப்படி என்ன செஞ்சா சாரா?"

"எனக்கு எட்டு வயசு இருக்கிறப்போ எங்க வீட்டுக்குப் பக்கத்துல குடியேறினா. என்னைவிட வயசு மூத்தவ. ஸ்கூல் முடிஞ்சதும் சுத்தி இருக்கிற, குண்டு விழுந்து உடைஞ்சி போன பாழடைஞ்ச வீடா கூட்டிட்டுப் போய்க் காட்டுவா. ரெண்டு பேரும் அதுமாதிரி இருக்கிற வீடாப்பார்த்து உள்ளே போய் "கோஸ்ட் கம்... கோஸ்ட் கம்"ன்னு கத்துவோம். திரும்பி வீடு வரும் போது, நைட்டு பேய் வரும். உன்னைத் தூக்கிட்டுப் போகாமப் பாத்துக்கோன்னு வேற மிரட்டுவா. பயமா இருக்கும் ஆனாலும் மறுநாள் அவ கூப்பிட்டா

அவகூடப் போயிருவேன். இன்னமும் நைட் சிலநேரம் இருட்டைக் கண்டா பயம் வந்திருது. உடனே கோவம் வந்து அவளை எப்படியாவது தேடிப் புடிச்சிப் போய் லூசா நீ.... இப்படி மனசுல பதிய வச்சிட்டியேன்னு மண்டையில நாலு கொட்டு கொட்டணும்னு வெறி வருது. அவளுக்காகவாவது ஒருநாள் பலஸ்தீன் போகணும்...''

''இன்னும் நட்புல இருக்காளா?''

''ஆமா மிஸ்... இன்னமும் முகத்தைக் கோரமா வச்சிட்டு போட்டோ அனுப்பிட்டுத் திரியிறா...''

''ஹ்ஹ்ஹஹாஹாஹா, வேற யாரு, என்ன சொல்லப் போறீங்க?''

''மிஸ்... நீங்க சொல்லுங்க மிஸ் பிளீஸ் மிஸ்...'' என்று பல இடங்களில் இருந்து குரல் வர ''ம்ம்ம்ம்'' என்று யோசித்தபடி சமீரா மீண்டும் கதை சொல்ல ஆரம்பித்தாள்.

By means of toil man shall scale the height;

Who to fame aspires musn't sleep o'night:

Who seeketh pearl in the deep must dive,

Winning weal and wealth by his main and might:

And who seeketh Fame without toil and strife

Th' impossible seeketh and wasteth life என்று கூறியவள்

எனக்கு எப்பவும் பிடித்த இன்ட்ரஸ்ட்டிங் கேரக்டர் பத்தின கதை சொல்லுறேன்.

Richard W.Wise ங்கிற எழுத்தாளர் எழுதிய "The French Blue" நாவலப் பத்திச் சொல்லுறேன். பிரான்ஸ் நாட்டைச் சேர்ந்த அந்தக் கதையோட நாயகன் பெயர் "DE-"JEAN BAP"TISTE TAVERNIAN". நாம அவனை ஜீன்பாப் (DE-"JEAN BAP"TISTE)ன்னு கூப்பிடுவோம்.

பதினாறாம் நூற்றாண்டு காலத்தில், Pere Joseph அப்புறம் m.de. Staint Liebau போன்ற ஆட்களோட ஜீன்பாப் (DE-JEAN BAP"TISTE) "Levant" ங்கிற இடத்துக்கு வருவார். அதாவது பழைய மெசபடோமியா, இப்போ இருக்கிற ஈராக் பக்தாத் வருவார்.

அங்கிருந்து முதல் தடவையா ஈரான் இஸ்பஹான்ங்கிற இடத்துக்குப் போவார். அங்க "Jean Goisse" ங்கிற வைர வியாபாரியின் மகளைத்திருமணம் செய்வார். அவுங்க பேரு "Madeleine Goisse." ரொம்ப அழகா இருப்பாங்களாம். ஈரானிப் பெண் இல்லையா,

அவுங்க எல்லாம் பொதுவா என்னை மாதிரி ரொம்ப அழகாத்தானே இருப்பாங்க...

கிளாஸ் முழுக்க மாணவிகள் ஓஓ... என்று கேலியாய் சத்தம் கொடுக்க

“ஓகே.. ஒகே... கல்யாணம் முடிஞ்சி திரும்பவும் அவரு ஈராக் போவார். திரும்ப அங்க இருந்து அவரு ஒரு தடவை இந்தியா போவார்.

இப்படி ஏழு தடவை கடல் பயணம் போவார்.

பதினாறாம் நூற்றாண்டைச் சேர்ந்தவர் ஜீன்பாப் பிரான்ஸ் நாட்டைச் சார்ந்தவர்.

அவரு பிரிட்டீஷ்காரர்களின் ஈஸ்ட் இந்தியா கம்பேனிக்காகவும் வேலை செய்தார்.

இது ஆச்சா. இப்போ நான் வேற ஒரு கதையை இதோட சேர்க்கப் போறேன். தட் இஸ் இன்ட்ரஸ்ட்டிங்

“contes arabes traduits en franais” ங்கிற பெயரில் பிரஞ்சு மொழியில்தான் முதன் முதலாக அரேபிய ஆயிரத்து ஓர் இரவுகள் நாவல் பதினேழாம் நூற்றாண்டில் வெளிவந்தது.

சிந்துபாத் எனும் கடற்புரத்தானின் கதையும் அதில் இருந்தது.

புத்தகத்தை வெளியிட்டது ஈஸ்ட் இந்தியா கம்பேனிதான்.

ஜீன்பாப் பக்தாத் வழியாகத்தான் தனது முதல் கடல் பயணத்தைத் துவங்கினார். சிந்துபாத்தும் பக்தாத் பகுதியைச் சார்ந்தவன். அங்க இருந்துதான் தன்னோட முதல் கடல் பயணத்தைத் தொடருவான்.

சிந்துபாத் முதன்முதலாக கடற்பயணம் செல்லும் இடம் பெர்சியாவில் (ஈரானில்) உள்ள Hormuz எனும் தீவுக்கு. ஜின்பாபும் முதன் முதலாகக் கடல் பிரயாணம் செல்லும் இடம் ஈரான்.

சிந்துபாத் இலங்கை சென்றதாக நாவலில் வரும். ஜின்பாப் பலமுறை இந்தியா இலங்கை வியட்னாம் இந்தோனேசியா சென்று வருவார்.

சிந்துபாத் ஒரு தீவில் நிறைய வைர வைடூரியங்களைக் கண்டெடுப்பான். ஜின்பாப் பதினாங்காம் லூயிஸ் அவர்களுக்கு விற்ற வைரம் உலகப் பிரசித்தம். இன்றும் சில வைரங்களுக்கு ஜின்பாப் பெயர்தான் வைச்சிருக்காங்க. “Tavernier Blue, Hope

Diamond, Sara Pearl, French Blue"போன்ற எல்லாமே ஜின்பாப் மூலம் உலகிற்கு அறிமுகமான வைரங்கள் தான்.

சிந்துபாத் ஏழு முறை கடல் பயணம் செய்ததாகக் கதை செல்லும். ஜின்பாபும் ஆறு முறை கடல் பிரயாணம் செய்துள்ளார்.

சிந்துபாத் அணிந்திருக்கும் தலைப்பாக்கட்டு, அவனின் ஆடை, இடுப்பில் இருக்கும் துணி, அவனின் காலணி... எல்லாமே ஜின்பாப் அணிந்திருக்கும் உடையுடன் ஏறக்குறைய ஒத்துப்போகும்.

நான் ஈரானில் இருந்தபோது பள்ளிக் காலங்களில் எனது டீச்சர் சிந்துபாத்தையும் ஜான் பாப்டிஸ்ட் குடும்பங்களையும் ஒற்றுமைப்படுத்திப் பேசுவார். அதைக் கேட்கக்கேட்க உண்மையிலேயே இருக்குமோ என்ற எண்ணம் தோணும்.

"The French Blue" ங்கிற இந்த நாவல் எழுதிய ரிச்சார்ட், முதலில் எழுதிய நாவல் "Secrets of the Gem Trade" தான். இது மட்டுமில்லாம "The Travels of Sir John Baptiste Chardin" ன்னு ஒரு நாவல் இருக்கு. அதே ஜான் பாப்டிஸ்டின் வம்சாவளியில் வந்த இன்னொருத்தர் பற்றியது. இது எல்லாம் வாசிக்கிறப்போ டீச்சர் சொன்னது உண்மையா இருக்கலாம்ன்னு தோணும்.

ஏன் இதை மறைக்கணும் ஜான் பாப் வம்சாவளியில் யாரோ ஒருத்தர்தான் சிந்துபாத் அப்படின்னு சொல்லி இருக்கலாமேனு கேள்வி கேட்டோம். வைர வியாபாரம் பற்றிய சில தகவல்கள் இன்னமும் உலக அளவில் மறைவான செய்தியாகத்தான் இருக்கிறது. அதனால உண்மையை மறைச்சிருக்கலாம்னு சொன்னாங்க

இந்தக் கதையை உங்களிடம் கூற இன்னொரு ஸ்பெசல் காரணம் இருக்கு!...

"என்ன மிஸ்..." என்று பலரும் குரல் கொடுத்தார்கள்.

சிந்துபாத் பலமுறை கடந்து சென்றது இதே பெர்சியன் கடலைத்தான். அவன் கடல் பிரயாணம் சென்றது தீவுகளுக்குத்தான். அதில் பல தீவுகளில் சிந்துபாத் முத்து, பவளம், வைர வைடூரியங்களைக் கண்டான். இந்த டெல்மா தீவிலும் ஒரு காலத்தில் முத்து பவளம் எடுத்திருக்காங்க. pearl merchant Muhammad Bin Jasim al-Muraykhi யோட பழைய வீடு டெல்மால தான் இருக்கு. ஆக சிந்துபாத் இந்தத் தீவுக்கு வந்ததுக்கான பல சாத்தியக் கூறுகள் இருக்கு. அது மட்டுமா, முத்துக்களை சாக்குகளின் வடிவத்தில் புதைக்கப்பட்ட புதையல் ஏதோ ஒரு தீவில்தான் இருக்காம். அது டெல்மாவாக் கூட இருக்கலாம்.

“மிஸ் அப்போ முத்து பவளம் இப்போவும் டெல்மாவில் கிடைக்குமா. எங்க போய்த் தேடணும்?” என்று ஒருத்தி கேட்க கிளாஸ் முழுக்க சிரித்தது.

“உனக்கு எங்க எல்லாம் தேடணும்ன்னு தோணுதோ அங்க எல்லாம் தேடு...” என்று சமீரா கூறவும் கிளாஸ் பீரியட் முடியவும் சரியாக இருந்தது.

டீச்சர்ஸ் ரூம் வந்து, கொண்டு வந்திருந்த பேகை எடுத்து படி இறங்கி ஸ்கூல் வாசல் வந்தாள் சமீரா. பள்ளிக்கூட வாசலில் முவாசீன் அவளுக்காகக் காத்திருந்தான். காரில் ஏறி இருவருமாக டெல்மா மருத்துவமனை நோக்கிச் சென்றனர்.

டயாலிசிஸ் டிபார்ட்மென்ட் நர்ஸ் வர்கீஸ் திருமணம் ஆகி தன் மனைவியுடன் இன்று டெல்மா மருத்துவமனை திரும்பியுள்ளான். இருவருக்கும் சிறிய வெல்கம் பார்ட்டி. அதனால் இன்று மதியச் சாப்பாடு அங்குதான் என்பதால் முவாசீன் மனைவி சமீராவை அழைத்துக் கொண்டு செல்கிறார். இல்லை எனில் அவ்வளவு அதிகமாக சமீராவை மருத்துவமனை அழைத்துச் செல்வதில்லை. இன்றும் சமீராவுக்கு மருத்துவமனை செல்ல அத்தனை விருப்பமில்லை. வேறு வழியில்லை என்பதால் செல்கிறாள்.

காரில் இருவரும் பேசாமல் அமைதியாகவே வந்தனர். மங்கலாய்த் தெரியும் கண்ணாடி கீறல் போல அவர்களுக்கு இடையில் லேசான பிணக்கின் வாடை. இதுவரை பள்ளியில் குழந்தைகளுடன் இருந்து பொழுதுகள் எத்தனை சந்தோசமா இருந்தன. சட்டென உலகம் ஏன் இத்தனை இறுக்கமாகி விருட்டென வாய்மூடிக் கொண்டது. சமீரா அடர் வானம் பார்த்தபடி ஹாஸ்பிட்டல் வந்து சேர்ந்தாள்

மருத்துவமனையின் முதன்மை வாசலுக்கு அருகில் இருந்த மீட்டிங் ஹாலில் அனைவரும் கூடி இருந்தனர். ஒரு ஓரமாக சாப்பாடுப்பதார்த்தங்கள் வரிசையாக அடுக்கிவைக்கப் பட்டிருந்தன.

சிறிய மருத்துவமனை அல்லது நிர்வாகம் என்றால் இப்படி ஒரு வசதி உண்டு. மருத்துவமனையின் எந்த நபருக்கும் ஏதேனும் நல்லது நிகழந்தால் உடனே ஒன்றுகூடி விடுவார்கள். சிரித்தபடி ஓரமாக வர்கிஸ் நின்றிருந்தான் அவன் அருகில் அவனுடைய புத்தம் புது மனைவி லிசா. அவளும் நர்ஸிங் கோர்ஸ் முடித்தவளாம். அபுதாபி மருத்துவமனைகளில் சேருவதற்கான தகுதித் தேர்வு (HAAD EXAM – Health Authority of AbuDhabi) பாஸ் ஆனவளாம். மனைவியைப் பற்றி சிறுகுறிப்பு வரைந்து கொண்டிருந்தான் வர்கிஸ்.

இப்போதெல்லாம் மலையாளிகள் திருமணம் செய்யும் போது ஜாதகப் பொருத்தம் பார்க்கிறார்களோ இல்லையோ... கனடா, அமெரிக்கா, வளைகுடா நாடு செல்ல தோதுவான படிப்பு மற்றும் தேர்வு எழுதிப் பாஸான மணமகன், மணமகளுக்குத் தான் முன்னுரிமை வழங்குகிறார்கள் என்று கமெண்ட் அடித்தார் ஒரு மலையாளி டாக்டர்.

பெயரைக்கூட லிசி, லினி, எபி, சிபி, சாஜி, ராஜி, பிஜு, ரிஜு, ஜிஜோ, லிஜோ, என்று சுருக்கிக் கொண்டார்கள் பாஸ்போர்ட்டுக்காக என்றார் மற்றொரு மலையாளி.

சமீராவுக்கு அறிமுகம் செய்து வைக்கப்பட்டாள் லிசா. சற்றுத் தள்ளி நின்றிருந்த, புதிதாய் வந்திருக்கும் குழந்தைகளுக்கான மருத்துவர் தாரிக்கும் அறிமுகம் செய்து வைக்கப்பட்டான்.

செல்வராஜ் சமீராவுக்குப் பிரத்தியேகமாக ஜுஸ் கொண்டு வந்து தந்தான். வேறு வழியின்றி வாங்கிக் கொண்டாள்.

சமீரா அந்தக் கூட்டத்தில் நெளிய வேண்டியதிருந்தது. காரணம் ஏறக்குறைய அனைவரின் பேச்சும் வர்கிஸும் லிசாவும் அடுத்த கட்ட நடவடிக்கையாக குழந்தை பிறப்பதற்கான அனைத்து முயற்சியும் எடுக்க வேண்டிய காரணம் பற்றி பாலபாடம் எடுத்துக் கொண்டிருந்தார்கள், எட்டு வருடம் ஆகியும் குழந்தை பிறக்காத சமீராவின் வாளிப்பான உடல் வளைவுகளை, ஏற்ற இறக்கங்களை அடிக்கடி பார்த்தபடி.

கணவன் இல்லாது தனித்து வசிக்கும் பெண், திருமணம் ஆகி நீண்ட வருடங்கள் கடந்தும் குழந்தை இல்லாத பெண், விதவைப் பெண் இவர்களின் மீது விழுந்து மொய்க்கும் அனேக ஆண்களின் கண்களின் பொதுவான பாஷை. “நான் வேணா வரட்டா...?” என்பது தான்.

குழந்தை இன்மையால் தாய்ப்பால் தராததால் இன்னும் சரியாமல் நிலைகுத்தி நிற்கும் சமீராவின் பருத்த மார்பகத்தின் மேல் பெண்கள் உட்பட எல்லா கண்களும் சில நொடிகள் நின்று மொய்த்து விட்டுச் சென்றன. காமத்தின் அமிலங்கள் சுரக்கும் அவளது அடிவயிற்றின் கேள்விகள் சூன்யமாய் அவளைச் சுற்றிவந்தன.

தனது கணவன் முவாசினைப் பார்த்தாள். அவனைச் சுற்றி சிரித்தபடி நான்கைந்து பேராகக் கூடி நின்றிருந்தனர். எரிச்சலாக இருந்தது சமீராவுக்கு. முவாசீன் நல்லவன்தான். ஆனால் அது மட்டும் போதுமானதாக இல்லையே வாழ்விற்கு. எத்தனை

முயற்சிகள், எத்தனை டெஸ்டுகள், எத்தனை அறிவுரைகள், நினைவுகள் தற்கொலை செய்தால் ஒழிய தீராத எத்தனை மன ஓட்டங்கள் ஒரு குழந்தைக்காக...

பெருமூச்சு விட்டபடி திரும்பி ஜன்னல் வழியே வானம் பார்த்தாள். வானம் இன்னும் மப்பும் மந்தாரமுமாக கருமையான மேகக் கூட்டத்துடன் ஆனால் மிரட்சியாகக் காட்சியளித்தது. சில மணி நேரம் முன் கவிதைகளை நினைவூட்டிய வானம் இப்போது காண பயமாக இருந்தது. இருட்டு அறையில் அடைத்து வைக்கப்பட்டிருந்த சிறுமி வீறிட்டு அழுவது போல தெரிந்தது வானம் இப்போது.

"ஹாய்!" என்ற குரல் கேட்க, நினைவுகளில் இருந்து மீண்டு ஜன்னலில் இருந்து வேகமாய்த் திரும்பிப் பார்த்தாள் சமீரா.

"இது டாக்டர் தாரிக், புதுசா வந்திருக்கார்..." என முவாசீன் அறிமுகம் செய்து வைத்தான். நேர்த்தியாக உடை அணிந்து பளிச்சென இருக்கும் இளமையான தாரிக்கைப் பார்த்து "ஹாய்..." என்றாள் சமீரா.

★

5

ஷாபியா அரசாங்கக் குடியிருப்பில் கடைசிக் கட்டடம், அதுவும் தரைத்தளம் என்பதால் மெயின் கேட் திறந்து வெளியே வந்து ஊர் போல ஹாயாக வாசலில் நின்று டீ குடித்துக் கொண்டிருந்தான் தாரிக்.

குமுதத்தில் ஹமாம் விளம்பரத்தில் பார்த்த ஞாபகம். சாஸ்திரப் பிரகாரம் கிழக்கு பார்த்த வீடு அதுவும் கடலைப் பார்த்து மிகவும் நல்லதாம்.

அடிவானம் லேசான சிவப்புடன் காட்சியளித்தது. இத்தனை அழகாக அடிவானம் தெரிய ஒரே காரணம் எந்தவிதமான தடுப்போ தடையோ இன்றி ஒரு கிலோமீட்டர் தொலைவில் கண் எதிரே கடல் தெரிவதுதான்.

விடுமுறை நாளான சனிக்கிழமை. காலை ஏழு மணியில் இருந்து செல்வராஜூம் அவனது கிளீனிங் ஆட்களும் டாக்டர் தாரிக்கின் வீட்டை முழுவதுமாக பூதக்கண்ணாடி வைத்துப் பார்க்காத குறையாக அங்குலம் அங்குலமாக சுத்தமாக்கிக் கொண்டிருந்தனர்.

இதற்குமுன் பேருக்குத் துடைத்து வைக்கப்பட்டிருந்த வீடு. தமிழ் டாக்டர் வந்துள்ளார் எனத் தெரிந்ததும் வீடு, ஜன்னல், கதவு, சமையலறை, ஹால், பாத்ரூம் என பங்கு போட்டு விலாவாரியாக அறைக்கு ஓர் ஆள் என்று ஐந்து பேர் துடைத்துக் கொண்டிருந்தனர்

எப்பொழுதாவதுதான் அந்த தெரு வழியாகக் கார் நடமாட்டம் இருந்தது. வீட்டின் பின்பகுதி அடுக்களையில் எப்பொழுதாவது பயன்படும் ஆட்டுக்கல் போல, அதிகப் புழக்கம் எதுவுமின்றி தேமே என்று காட்சியளித்தது தெரு. காரணம் அதுதான் ஷாபியா குடியிருப்பின் கடைசி வீடு.

குளிர்ந்த உடலுக்கு லேசான காரத்துடன் சூடாய் சுவையான

இஞ்சி டீ உள்ளே செல்ல, சப்பு கொட்டினான். நல்லாத்தான் இருக்கு கையில் டீ கப்புடன் கண்ணெதிரே தெரியும் கடலைப் பார்த்தவண்ணம் வீட்டு வாசலில் நின்றபடியே ரசிப்பதென்பது கொடுப்பினை.

கடலுக்கு நிறம் கிடையாது. வானம் சிகப்பாக இருந்தால் கடலும் சிகப்பாகும் வானம் நீலமாக இருந்தால் கடலும் நீலமாகும் வானம் மஞ்சளாக இருந்தால் கடலும் மஞ்சளாகத்தான் இருக்கும். கடலுக்கும் வானுக்கும் அப்படி ஒரு காதல்.

சற்று நேரத்தில் ஆப்பாயில் மஞ்சள் கரு போல சூரியன் திமு திமுவென கடலில் இருந்து மேலே பள்ளி எழுந்தருளி பூமியின் அண்டசஞ்சார ஜீவராசிகள் அனைவர் மீதும் மஞ்சள் வண்ணம் பூசத் துவங்கியது. விரும்பியோ விரும்பாமலோ வெயில் காயும் அனைவரும் வைட்டமின் Dயை வாரி அணைத்துக் கொண்டனர்.

மொபைலில் மெல்லியதாய் அப்துல் ரஹ்மான் பாக்கவி குரலில் அல் குரானைத் தேர்வு செய்து ஓட விட்டு கையையும் காலையும் அசைத்து குட்டியாய் ஒரு உடற்பயிற்சி செய்தபடி தெருவையும், அது முடிவாய்த் தொட்டு நிற்கும் கடலையும் வேடிக்கை பார்த்தான்.

கடலுக்குப் போகும் வழியில் கோரைப்புல் கட்டுக்கட்டாகக் கட்டி அடுக்கி வைக்கப்பட்டிருந்தது. தாழ்வான பகுதியாக இருந்ததால் இங்கிருந்து பார்த்தாலே கண்ணில் பட்டது. கோரைப்புல் மீது நின்றுகொண்டு யாரையோ அழைத்த வண்ணம் இருந்தன இரண்டு மூன்று சிட்டுக் குருவிகள். ஊராக இருந்தால் கோரைப்புல் என்றாலே பாம்பு இருக்குமோ என்ற பயம் வரும். குதிரைக்காக இங்கு விளைவிக்கப்படுகிறது என்பதாகக் கூறி இருந்தார் மர்வான். இது எங்கே விளைகிறது. யார் விற்கிறார்கள் எங்கே குதிரை... என்றெல்லாம் தெரியாத கேள்விகள் நிறைய இருந்தன.

வீட்டை முழுவதுமாக சுத்தம் செய்து, காலையில் ஹோட்டலில் வாங்கிய சாப்பாட்டை வீடு வந்திருந்த கிளீனர்களுடன் சேர்த்து சாப்பிட்டு "வேணாம் சார், இருக்கட்டும் சார். பரவாயில்ல சார். அய்யோ என்ன சார் நீங்க..." என்று தயங்கியபடி வீட்டை சுத்தம் செய்ததற்காக தாரிக் தந்த பணத்தை வாங்கிக் கொண்டு செல்வராஜும் அவனது சக ஊழியர்களும் கொண்டு வந்த கிளீனிங் பொருட்களை அள்ளிக்கொண்டு செல்லும்போது மணி காலை பத்தரை.

நன்கு நீர் விட்டு வீட்டைக் கழுவியதாலும் கடலுக்கு வெகு அருகில் இருந்ததாலும் தரை எப்பொழுதுமே குளிர் கொப்பளித்து நிறைந்து கிடந்தது. வீட்டின் உள்ளே வலம் வந்த தாரிக்கிற்கு

காலுறை அணிந்தால் தேவலை என்று தோன்றியது. அத்தனை குளிர்ச்சி.

ஒரு காலத்தில் ஊரில் தொடர்ச்சியாக மழை பெய்து தரை நன்கு குளிர்ந்திருந்தால் தினத்தந்தி பேப்பரை தரையில் வரிசையாக விரித்து அதன் மேலே பாயை விரித்து உறங்கச் சென்றதும், தன் தலையணைக்குக் கீழே குருவியாரின் "குஷ்பு என்னைக் கல்யாணம் செய்ய சம்மதிப்பாரா?" என்ற கேள்வி பதில்கள் இருந்தது எல்லாம் நினைவில் வந்து போனது.

எண்ணெய் தேய்க்காத கை கொண்டு பலாப்பழம் உரித்தது போல, தரையின் ஈரம், மனமெங்கும் ஊரின், பானுவின், மகளின் நினைவின் பிசுபிசுப்பை அள்ளித் தெளித்தது.

சென்னையில் பெசன்ட் நகரில் வாழ்ந்த காலத்தில் வீட்டில் மனைவி குழந்தையுடன் எடுத்திருந்த, டெல்மா வீட்டின் நடு ஹாலில் தொங்கிக் கொண்டிருக்கும் புகைப்படத்தைப் பார்த்தான்.

எத்தனை முயன்றாலும் தவிர்க்க இயலாத நிழல் போல் எப்பொழுதும் தொடரும், கடலில் அழிந்து போன நகரின் மிச்சம் போன்றது நினைவின் வடுக்கள்.

அது ஒரு மஞ்சள் வெயில் மதிய நேரம். வெளியே நல்ல மழையால் வானம் மந்தாரமாய் இருக்க கூடவே குளிர்ந்த காற்றும் வீச, வாசல் திறந்தே இருந்ததால் காற்றுக்கு ஏற்றவண்ணம் திரைச்சீலை ஆட லேசான குளிர் அறையில் குடிகொண்டது

நிறைய கண்ணாடி ஜன்னல்கள் கொண்ட நீண்ட நெடிய ரம்யமான அறை அது. நடுவில் தரையில் ஒரு பெரிய பஞ்சணை கூடவே குட்டிக் குட்டியாய்த் தலையணைகள். எதிரே பெரிய பிரமாண்ட தொலைகாட்சி அதில் உறுத்தாத இசையில் அழகழகாய் காதல் பாடல்கள்.

கையில் மிதமான சூட்டில் சுவையான பால், அருகில் அவன் மீது நன்கு சாய்ந்த வண்ணம் பானு.

அவள் தலையில் இருக்கும் பிச்சிப்பூ வாடையில் அவன் மட்டுமல்ல அறையே வாடையில் கிறங்கி இருந்தது. நிறைய கண்ணாடி வளையல் அணிந்திருந்தாள். கைகளில் காலில் புதிதாய் இட்ட மருதாணி வா வா என்றது. அவள் தலை பின்னாத கூந்தல் முடி ஒன்றிரண்டு காற்றில் ஊஞ்சல் ஆடிக்கொண்டு இருந்தது அவற்றில் லேசாய் ஈரம் இருந்தது அப்போதுதான் குளித்திருந்தாள்.

தேடலாய் அவளுடன் தாரிக், கூடவே மழை.

ஜானுவைப் பற்றி குறிப்பெழுதச் சொன்னால், அறிவு முதிர்ச்சி கலந்த கம்பீரமாய் இருக்கும் அவள் செயல், குழந்தைத்தனமான பெண்மை இழையோடும் முகம், கூடவே ஆண் மகனுக்கு மிகவும் பிடித்த செழுமை மூடிய உடல் என மூன்று வரிகளுக்குள் அடக்கி விடலாம் என்பான்.

எப்போதும் அவனுடன் திமிருவது போல நடிப்பதும் பின் நத்தை போல ஒட்டிக்கொள்வதும் அவள் வழக்கம். ஜானுவுக்குள், வாசம் தேடுவது அவனின் அன்றாடச் செயல்.

அன்றும் சத்தியமாய் குளிர் தாங்காமல்தான் அவளை இன்னும் கொஞ்சம் அவனுடைய வெற்றுடலில் சாய்த்தான். ம்ம்..... என்ற வண்ணம் சாய்ந்து கொண்டாள்.

கனவு காண்பவனுக்கு அவளுடைய ..ம்ம் ஆயிரம் அர்த்தம் தரும் பட்டாம்பூச்சி என்று அவளுக்கும் தெரியும். குளிர்ந்த காற்று, பிச்சிப்பூ வாடை, லேசான சூட்டில் பால், அதைவிட சூட்டில் அவன், அருகில் கந்தர்வமாய் அவள்.

திருமணம் ஆன புதிதில் உண்டான இப்படியான தொடர்ச்சியான குளிர்ந்த தரை சம்பவங்களால்தான் மகள் ஆசிபா உண்டானாள்.

பிறிதொரு நாள், மேகம் கருத்த மழை நாளில் "கையக் காட்டுங்க..." என்றாள் பானு.

லேசான சிரிப்புடன் அவனையே பார்த்தாள் மூன்று வயது மகள் ஆஷிபா.

"பேருதான் டாக்டர், அடுப்பாங்கறை வந்து அரிசி அள்ளித் திங்கிற பழக்கம் மட்டும் இன்னும் விட்டுப் போகலை. கல்யாணத்து அன்னைக்கும் மழை பெய்ஞ்சது. இந்தா பாருங்க நேத்துல இருந்து ஒரு மாதிரி இருட்டிக்கிட்டு இருக்கு." திட்டு விழுந்தது மனைவியிடம் இருந்து தாரிக்கிற்கு.

அதுதான் அவள் பார்க்கும் கடைசி மழை, அன்பு தேங்கி வழியும் அந்தியின் கடைசி நிமிடம் நெருங்குகிறது என்று அப்போது தெரியாது அவர்களுக்கு.

மூன்று நாட்கள் மழை விடாமல் பெய்ததில், சென்னை வெட வெட வென குளிரில் நடுங்கியது. மழையில் நனைந்த குருவி போல அனைவரும் தங்களைச் சுருக்கிக் கொண்டனர். வீதிகளில் அத்தனை நடமாட்டமில்லை.

மழை பெய்த்து, மழை பெய்த்து... மழை பெய்து கொண்டே

இருந்ததின் பலன், பலரின் வாழ்வில் இன்னமும் அதன் ஈரம் காயவில்லை.

கரைமடிகள் என்பவை நீரை அதட்டி வளர்க்கும் எல்லைச்சாமிகள், கரைமடிகள் தராசின் முட்கள், கரைமடிகள் மனித குலத்தின் அரண்கள், கரைமடிகள் நீதி வழுவாத அரசர்கள், என்றாவது கரைமடிகளுக்கு திடீரெனக் கோபம் வந்து "சரி போ" என்று ஊருக்குள் அனுமதித்த அன்று நீர் பல உயிரை குடித்திருக்கும். அன்றும் அப்படித்தான் நிகழ்ந்தது.

திடீர் என்று அடிவானத்தில் இருந்து பத்தடி உயரத்திற்கு கறுப்பாக இருட்டு மேகக் கூட்டம் ஏன் சூழ்ந்துள்ளது என யோசித்து முடிப்பதற்குள் சுனாமி தனது வேலையை ஆரம்பித்திருந்தது. டிவியில் வரும் செய்திகள் மூலம் சுனாமி பேரலை என்றால் என்ன என்று அந்த சொல்லை புரிந்து கொள்வதற்குள் அது நிறைய கொலைகளை நிகழ்த்தி இருந்தது.

பெசன்ட் நகர் கடற்கரை அருகில் என தேடிப் பார்த்துக் குடியேறிய வீட்டில் 100 மீட்டர் உயர அலையில் பானுவும் ஆஷிபாவும் தன் கண்ணெதிரே நீரில் தக்கை போல அடித்துச் செல்லப்படுவார்கள் பின் அவர்களைப் பிணமாக ஒரு உடைந்த கட்டடத்திற்கு அடியில் பார்ப்பான், என தாரிக் ஒரு போதும் நினைத்திருக்கவில்லை. அதனைக் கண்டு சுய நினைவிழந்த அவனும் எங்கோ தூக்கி வீசப்பட்டான். சிகரெட் அட்டையின் பின்புறம் எழுதிய கவிதை போல சொற்பமாய் முடிந்து போனது அவனது இல்லற வாழ்வு.

நீர் முழுவதுமாய் வற்றி சென்னை தன் சுய நினைவுக்கு வந்த போது, தாரிக் ஐந்து வருடம் வாழ்ந்த இல்லறமும் அதற்கான பிள்ளை சாட்சியும் அடக்கம் செய்வதற்காக வெள்ளை கபன் துணியில் சுருட்டி வைக்கப்பட்டிருந்தனர்.

மகளை அள்ளி எடுத்துப் பார்த்தான் மரணத்தின் எடை கனமாக இருந்தது. என் வழி ஒளி வாழ்வு எல்லாம் நீதானே அத்தனை அவசரமாய் வேர் பிடுங்கி வீசிவிட்டு எங்கே சென்றாய் என கதறி அழுதான். தான் தப்பி பிழைத்ததை அருவெறுப்பாக எண்ணினான்.

அந்தரங்கப் பச்சையங்கள் காய்ந்து ஜீவருசி மங்கிக் போக வாழ்வில் எல்லாமே முடிந்து விட்டதாகத் தோன்றியது. சகதியில் சிக்கிக் கொண்ட சக்கரம் போல கவலை எனும் கறைபிடித்துத் துக்கத்தில் உழன்றான்.

பொதுவாக மனிதர்கள் வாழ்வில் ஏற்படும் கசப்பான

அனுபவங்களை மறக்க நினைப்பார்கள். மறக்க நினைப்பதைத் தான் மனிதன் அதிகம் சிந்திக்கிறான் என்பதுதான் இங்கு நோய்மை.

கடற்கரை முழுவதும் படகும், பிணங்களுமாக மனித உடல்கள் கடல் தண்ணீரில் உப்பி, பார்க்கவே மிகக்கோரமான காட்சியும், தன் கண் எதிரே மனைவியும் குழந்தையும் அடித்துச் சென்ற கோரமும் தாரிக்கை மிகவும் உருகுலைத்திருந்தன.

தினமும் கனவில் நீர் சுழியில் மிதக்கும் ஆசிபா தாரிக்கின் சட்டையைப் பிடித்து இழுத்து "என்னைத் தூக்கு.. என்னைத் தூக்கு" என்று அரற்றிக் கொண்டிருந்தாள்.

தாரிக் நினைவு முழுக்க நிறைந்திருப்பது நீரின் மீதான பயம். நீரின் மீதான வாழ்வைப் பற்றிய பயம் மட்டுமே.

மறக்க நினைத்தாலும் வீடுவரை வந்து சேரும், தொடர்ச்சியான தினசரி செய்திகளிலும் தொலைக்காட்சியிலும் காட்டப்படும், சுனாமியால் நீரில் அடித்துச் செல்லப்பட்டவர்கள் ஒட்டுமொத்தமாய் புதைக்கப்பட்ட காட்சிகள் எல்லாம் பயத்தை முன்னுக்கு இழுத்துச் சென்றன.

பிணத்தின் கை மட்டும் தெரிய கடற்கரை கரைமடி மண்ணில் முகம் பதிய இருகைகளையும் விரித்தபடி பெண் ஒருத்தி கதறி அழுதபோது ஆர்க்கோ தத்தாவால் எடுக்கப்பட்ட புகைப்படம் தான் சுனாமி பேரழிவின் உச்சபட்ச அடையாளமாகவே மாறிப்போனது. அது தினமும் செய்தித்தாளின் முன்பக்கத்தில் அமர்ந்து மிரட்டத் துவங்கியது.

ஏதாவது ஒரு கட்டுமரத்தின் அடியில், புதைமண்ணில் கண்டுபிடிக்கப்பட்டால், இறந்துவிட்டார்கள் என்றாவது உறுதி செய்து கொள்ளலாம். ஆனால், உயிரோடு இருக்கிறார்களா இல்லையா என்பதுகூட தெரியாத ஆயிரக்கணக்கானோர் பற்றிய தினசரி செய்திகளில் மரணத்தின் வாடை வீசியது.

முப்பதாயிரம்... நாற்பதாயிரம் என இறந்த உயிர்களை வெறும் எண்களாக குறிப்பிடுகிறார்கள். இறந்து போனது அந்த உடல்கள் மட்டுமா அந்த உயிருடன் தொடர்புள்ள அத்தனை உள்ளங்களும் அவர்களின் மன நிலையும்தானே.

கடலில் நிலநடுக்கம் ஏற்பட்டவுடன், சுனாமி அலைகள் கடலில் ஏற்படுகின்றனவா என்பதை அறிய "சுனாமி மிதவைக் கருவி" எனும் எச்சரிக்கை கருவி வந்துவிட்டதாக தேற்றவாளன் வந்து விட்டான் என்பது போல கூவினார்கள். அதனால் நடந்து முடிந்த

சீற்றத்தின் நினைவுகளை அழிக்க இயலுமா. குடும்பம் இழந்த அவன் தனிமையின் அடர்த்தியான நினைவுக்காடு, வெளிச்சம் இன்றி பயமுறுத்தியது.

வேலை செய்யப் பிடிக்காது தூத்துக்குடி வந்து சேர்ந்தான். கடலும் நீரும் தினமும் அவனைத் தூங்க விடாமல் துரத்தின. வாய் பிளந்தபடி இறந்து கிடந்த மகள் ஆசிபாவின் எண்ணம் கனவிலும் நனவிலும் துரத்தியது. பித்துப் பிடித்தவன் போலத் திரிந்தான். அவனது எண்ணத்திற்குள் உலகின் அத்தனை கடல்களும் குடி கொண்டதால் உடலில் கடல் நீர் வியாதி குடி புகுந்தது.

மூன்று நான்கு மாதம் எங்கும் செல்லாமல் யாரையும் பார்க்கப் பிடிக்காமல் வீட்டிலே முடங்கிக் கிடந்தான். துணைக்கு யாருமில்லாத வீட்டில் ஒரு குழந்தை பொம்மையுடன் விளையாடுவது போல நினைவுகளுடன் விளையாடத் துவங்கினான். தனிமையின் இருட்டு அபாரம் அவனை கூறுபோட்டு உப்புக்கண்டத்தில் ஊற வைத்தது.

போதையில் மூழ்கிப் பார்த்தான் தெளிந்ததும் இன்னமும் கூடுதலாய் பயம் வந்தது. என்ன செய்வதென்று அறியாது தத்தளித்தான். விட்டுச் சென்ற அதீத அன்பும் ஆற்றுப்படுத்த முடியாத நோய்தானே.

ஈரம், நீர், கடல் இவைகள் எல்லாம் இப்பொழுது மிரட்டும் வஸ்துகள் ஆகியதில் தலாஸோபோபியா நோயாளி போலானான்.

கனடாவில் இருந்து தாரிக்கைப் பார்க்க வந்திருந்த அவனுடைய மருத்துவக் கல்லூரி காலத்தோழி சத்யாதான், அவனை அந்த இருட்டு அறைக்குள் இருந்து பிடிவாதமாக மீட்டெடுத்தாள். அவளின் பிடிவாதம் கொண்ட அன்பு அவனுடைய வற்றிய வாழ்வின் நீர்ச்சொல்லாக அமைந்தது.

சத்யா, தனது தாய் தந்தை யார் என அறியாமல் அனாதை ஆசிரமத்தில் வளர்ந்து பொது சமூகத்திற்கு வந்தவள். அதனாலே அவளின் வாழ்வை எல்லாம் பொது வாழ்விற்கே என படிக்கும் காலம் தொட்டே செலவழித்தவள்.

அவள்தான், தாரிக்கை மருத்துவக் கல்லூரியில் படிக்கும் காலத்திலே "Doctors without Border" எனும் MSF (Medecins sans Frontieres) அமைப்பில் சேர்த்து விட்டவள்.

டாக்டர்ஸ் வித்தவுட் பார்டர் என்பது ஜெனிவாவைத் தலைமை இடமாகக் கொண்டு 1971இல் உருவாக்கப்பட்ட ஒரு பொதுநலத் தொண்டு நிறுவனம். 70 நாடுகளைச் சேர்ந்த முப்பதாயிரத்திற்கும்

மேற்பட்ட மருத்துவத் துறை சார்ந்த ஆட்கள் அதில் இலவசமாகப் பணிபுரிகிறார்கள்.

எங்கு எல்லாம் மனித உரிமை மீறல்களால், போர்களால், இயற்கைப் பேரிடர்களால் அவதியுறுகிறார்களோ அங்கு எல்லாம் மக்களைப் பாதுகாக்கும் பணிகளில் MSF அமைப்பின் மருத்துவர்கள் தங்களை ஈடுபடுத்திக் கொள்கின்றனர். குறிப்பாக ருவாண்டா, நைஜீரியா, லைபீரியா, வியட்னாம், ஸ்ரீலங்கா, பலெஸ்தீன், சிரியா, பங்களாதேஷ் என பரவலாக தனது பங்களிப்பை அவர்கள் செய்து வருகிறார்கள்.

அந்த அமைப்பில் உள்ளவர்களுக்கு 67 நாடுகளுக்குச் சென்று வர விசா தேவையில்லை. அதனாலே "டாக்டர்ஸ் வித்தவுட் பார்டர்" என உலகத்தால் அழைக்கப்படுபவர்கள்.

மருத்துவக் கல்லூரியின் கடைசி ஹவுஸ் சர்ஜன் காலம் முதல் M.D D.Ch காலம் வரை இந்தியாவில் அவளுடன் சேர்ந்து ஜார்கண்ட், பீகார், சட்டீஸ்கர், மியான்மர், ஆந்திரா என பல மாநிலங்களில் நடந்த பிரைமரி ஹெல்த் மற்றும் TB, HIV குறித்தான மருத்துவ சேவையில் அவன் ஈடுபட்டிருந்தான்.

கனடாவில் இருந்து தாரிக்கைக் காண வீடு வந்த சத்யா, அவனின் மோசமான நிலை பார்த்து, மூடிய அறைக்குள் பெரும் பெரும் ஞாபகமலைக் குன்றுகளுக்கு இடையே இருந்த, கடல் நீரில் சிக்கித் தவித்த அவனை நோய்மையின் விளிம்பில் இருந்து மீட்டெடுத்து தன் கையோடு அழைத்துக் கொண்டு மியான்மர் சென்றாள்.

மியான்மரில் குழந்தைகளுக்கான மருத்துவ முகாமில் முதல் இரண்டு நாட்கள் தேமே என ஊர் சுற்றி வந்தான் தாரிக். நான்கு ஐந்து நாட்களில் அங்குள்ள குழந்தைகளின் பாவ நிலை கண்டு, படித்த தொழில் அவனை இழுக்க ஒரு விதையின் முதல் விருட்சம் போல மீண்டும் தன்னை மறந்து அவர்களுக்கான மருத்துவ சேவையில் ஈடுபட்ட ஆரம்பித்தான்.

இரண்டு வாரம் மியான்மரில் பல பகுதிகளில் மற்ற நாடுகளில் இருந்தும் வந்திருந்த டாக்டர்களுடன் சேர்ந்து வேலை செய்ததில் கொஞ்சம் மனைவி குழந்தையின் நினைவுகளை மறந்திருந்தான் தாரிக்.

அங்கு வந்திருந்த பெட்ரிக் லியோ எனும் உக்ரைன் நாட்டின் குழந்தைகள் மருத்துவரிடம் தாரிக்கை அறிமுகம் செய்து வைத்த சத்யா "இவனைத் தமிழ்நாடு திருப்பி அனுப்பாதே. நீ இந்தியாவில்

இருக்கும்வரை இவனை உன்னோடு சேர்த்துக்கொள். தனியாக விட்டு விடாதே...” என்று தூபம் போட்டுவிட்டு கனடா சென்றாள்., தாரிக்கும் தனக்கு மாற்றம் விரும்பி பெட்ரிக்வுடன் சேர்ந்து MSF க்காக ஆந்திரா சென்றான்.

அங்கு செல்லும்போது பயணத்தில் பேசிக் கொண்டே வந்த டாக்டர் பெட்ரிக் மூலம் தான் முதன் முதலாக தாரிக் Man Made Disaster (Anthropogenic Hazards) களைப் பற்றி அறிந்து அதிர்ச்சி அடைந்தான்.

பல இலட்சம் ஆண்டுகளின் பருவநிலைச் சுழற்சியும் கடலின் தடையற்ற நகர்வுகளும் செதுக்கி அமைத்த இயற்கைக் சூழலில் தனது பாதையைத் தானே வகுத்துக்கொள்ளும் நதியைப் போல கடலும் தனக்கானதைத் தானே உருவாக்கிக் கொள்கிறது. அதில் மனிதக் குறுக்கீடுகள் என்பது பேரழிவின் அபாயமணி.

ஆனால் இயற்கையைக் கொண்டு செயற்கையாக மனித இனத்தின் மீது நடத்தப்படும் பேரழிவுகளைக் குறித்து அறிந்தபோது அதிர்ச்சியாக இருந்தது. தாரிக்கால் அதில் இருந்து சுலபமாக மீள முடியவில்லை. ஆனால் பெட்ரிக் சர்வ சாதாரணமாக உக்ரைனில் மட்டுமல்ல உலக நாடுகள் முழுக்க நடத்தப்பட்ட, நடந்து கொண்டிருக்கும் அழிவுகளைப் பற்றி மேலதிகத் தகவல்களைக் கூறினார்.

அணுக்கழிவுகள், எண்ணெய்க் கழிவுகள், வேதிப்பொருட்கள் போன்றவற்றை மேலை நாடுகள் வரம்பு மீறி கடலில் கொட்டுவதும் அதன்மூலம் நிகழும் கடல் மாற்றங்களும் குறித்து நூற்றுக்கணக்கான ஆதாரங்களைக் காட்டியவர் (Tsunami, Fukushima Daiichi Nuclear Power Plant, Tōhoku earthquake) அதற்கு மேலைநாட்டினர் ப்ராஜெக்ட் சீல் (PROJECT SEAL) என்று பெயரிட்டு மனித இனத்தின் மீது இரக்கம் இன்றி தொடர்ச்சியாக நிகழ்த்துவதை வருத்தத்துடன் தெரிவித்தார்.

“சுனாமிக்கான கடல் படுக்கை சென்சார்களும் மிதவைகளும் பசிபிக் பகுதியில் இருக்கின்றன. அவை சாட்டிலைட்டுகளுக்கு உடனடி செய்தியும் கொடுக்கும். அவர்கள் சைஸ்மோகிராப்கள் (SEISMOGRAPH) மூலம் சுமத்ராவில் கடலடி பூகம்பத்தை நிச்சயம் உணர்ந்திருப்பார்கள். எட்டரை ரிக்டர் நிச்சயம் பதிவாகி இருக்கும். இடமும் தெரிந்திருக்கும். சற்று துரிதமாய் முயற்சி செய்திருந்தால் அதன் மேற்கு நோக்கிய பயணத்தையும் வேகத்தையும் கணிசமாகக் குறைத்திருக்கலாம்...” என்றார் பெட்ரிக்.

தொடர்ச்சியாக அவர் காட்டிய பல ஆதாரங்கள் எரிச்சலையும் அரசின் மீதான ஆத்திரத்தையும் வெறுப்பையும் ஊட்டின.

பெட்ரிக்கிடம் பழகிய பின் அவருடன் சேர்ந்து தாரிக்கும் GEO ENGINEERING குறித்தான பல புத்தங்கங்களைத் தேடி வாசிக்கத் துவங்கினான். அவருடன் இருந்த நாட்கள் அவனை மீண்டும் உயிருள்ளவனாகப் புதுப்பிக்க உதவியது.

அதன் பின்பும் சில மாதம் இந்தியாவின் பல பாகங்களில் MSF க்காக வேலை செய்தான்.

சரியாய் ஒரு வருடம் ஆனதும் டிசம்பர் மாதம் 26 அன்று பெசன்ட் நகரின் கடற்கரையில் அலைகளின் எதிரே வெறித்தபடி அமர்ந்திருந்தான். விபத்தொன்றில் நசுங்கியது போக பாதையில் மீதமிருக்கும் நாயின் சடலம் போல மிஞ்சிய பழைய வாழ்வின் நினைவுகளோடு கடலைப் பார்த்தபடி அமர்ந்திருந்தான். அவன் நினைவுகள் மட்டுமல்ல கடலில் விழுந்த காக்கையின் நிழலும் கறுப்பாய் நீந்தியது.

இப்போது பானு, ஆசிபாவின் நினைவுகளோடு மனதில் man made disaster நினைவுகளும் மலை போல வளர்ந்திருந்தன.

ஐந்தாம் நூற்றாண்டில் வாழ்ந்த கிரேக்க வரலாற்று ஆசிரியர் தியுசிடைட்ஸ் (Thucydides) சுனாமி ஏற்படுவதற்கான காரணங்களை "பிலோப்போனேசியப் போர் வரலாறு (History of the Peloponnesian War) என்ற புத்தகத்தில் கூறியுள்ளார். அவர் தான் முதன்முதலில் கடலில் நிலநடுக்கம் ஏற்பட்டது பற்றியும், எந்த இடத்தில் நிலநடுக்கம் கடலில் உண்டானதோ அங்கு கடல் உள்வாங்கும். பின்பு திடீர் பின்வாங்குதலும், பின் மொத்த சக்தியுடன் கூடிய ஆழிப்பேரலை உண்டாகும் என்றார். கடலில் நிலநடுக்கம் ஏற்படாமல் இப்படி ஒன்று நடக்க வாய்ப்பே இல்லை எனவும் குறிப்பிட்டுள்ளார்.

நிலநடுக்கம், மண்சரிவுகள், எரிமலை வெடிப்பு போன்றவை மட்டுமல்ல அணு சோதனைகள் மூலமும் சுனாமி அலைகளை உருவாக மூலக்காரணிகளாகும் என்றும் குறிப்பிடுகிறார் என ஆயிரம் செய்திகள் சுனாமி பற்றி.

எப்போதும் போல எந்த லச்ஜையும் இன்றி சாவுக்கும் "உலகின் மோசமான இயற்கை சீரழிவுகளில் 6வது இடம்" என பெருமை தேடிக் கொண்டது சமூகம்.

கடலாடிக்கு தைரியத்தை கற்றுத் தந்த கடலே அவர்களின்

உயிரையும் உடமையையும் சுனாமி என்ற பெயரில் அழித்து அவர்களுக்கே பயத்தை மனதில் விதைக்கும்போது மாதத்திற்கு ஒருமுறை கடல் ஓர அலையில் குடும்பத்துடன் கால் நனைக்கும் தாரிக் எல்லாம் எம்மாத்திரம்.

அவரவர் அவரவரின் விருப்பத்திற்கு எது வேண்டுமானாலும் பேசிக் கொள்ளலாம். ஆனால் கண் எதிரே நிகழ்ந்த இழப்பை அழிக்க, புத்தியில் சேகரிக்கப்பட்ட செய்தி அழிய மனப்பிறழ்வு நிகழ்ந்தால் ஒழிய வேறு சாத்தியமில்லை.

தாரிக் மீண்டும் சென்னையில் வேலை செய்ய முயற்சி செய்தான். ஆனால் அவனால் இயலவில்லை. ஒவ்வொரு இரவும் மிக நீண்ட அலை ஒன்று அவனை இழுத்துச் சென்று கடல் நீரில் மூழ்கடித்தது. மீண்டும் தூக்கம் தொலைத்தான். கொஞ்சம் கொஞ்சமாக கடல் என்றாலே அவனுக்குள் பயம் உண்டாகத் துவங்கியது.

"எவ்வளவு நாளைக்குத்தான் இப்படியே இருப்பீங்க. சின்ன வயசு. எல்லாம் மறந்திட்டு இன்னொரு கல்யாணம் செஞ்சிக்கங்க..." எனும் ஊர் வாய் அவனுக்கு இன்னும் எரிச்சலைத் தந்தது.

எல்லாவற்றையும் விட்டு சத்யாவைத் தேடி கனடா செல்லலாம் என்று இருந்தபோது தான் டெல்மா தீவில் உள்ள அரசு மருத்துவமனையில் வேலைக்கான வாய்ப்பு கிடைத்தது.

கடல் மீது உண்டான தனது பயம் போக தீவு ஒரு சரியான தேர்வு என நினைத்தான். கல்யாணம் பண்ணு, கல்யாணம் பண்ணு... என்று நச்சரிக்கும் உறவுகளில் இருந்து தப்பிக்கவும் ஒரு வாய்ப்பு என்று எண்ணி, உடனே அபுதாபி மருத்துவமனையில் வேலையில் சேருவதற்கான அத்தனை ஏற்பாடுகளையும் செய்தான்.

கால சப்தம் டிக் டிக் டிக் என் நொண்டி நடந்து கொண்டிருக்க, அனுமதி இல்லாமலே வீடு புகுந்து அவனுடன் சேர்ந்து படுத்திருக்கும் குளிர் டெல்மா வீட்டின் ஈரத்தரை மூலம் அவனை நினைவின் கரையோரம் நகர்த்தி இருந்தது.

வீட்டின் அறைக்குள் வெயில் அதிகம் பட வாயிப்பில்லாததால் தரையில் இன்னும் குளிர் நிரம்பி இருந்ததால் கால்களில் சாக்ஸ் அணிந்தால் தேவலை என்று தோன்ற, முரட்டுக் காலுறைகளைத் தேடி எடுத்து அணிந்து ஹாலில் இருந்த இருக்கையில் ஒருக்களித்துப் படுத்தபடி டிவி பார்த்தான். விஜய் டிவியில் படம் ஓடிக் கொண்டிருந்தது.

அந்தத் தனிமை அவனுக்குப் பிடித்தது. ஆனாலும் அந்தத் தனிமை

தான் நினைவுகளால் அவனைத் தொந்தரவும் செய்தது. மீள முடியா இழப்பையும், விட்டேத்தியான மனப்பாங்கையும், ஆழமான உள்மன வன்முறையையும் உண்டாக்கும் நீர் சார்ந்த நினைவுகளான தொந்தரவுகள்.

இனிவரும் வாரங்களில் இதைப்போன்ற விடுமுறையில் எதிலாவது தன்னை முழுமைப்படுத்திக் கொள்ள வேண்டும் என எண்ணியவன் ஏதோ நினைவு வந்தவனாக மர்வானுக்கு போன் செய்தான்.

பார்க்கவேண்டும், வர முடியுமா... என்று கேட்ட தாரிக்கிடம் "சற்று முன் தான் கடலில் இருந்து திரும்பினேன் தூக்கம் கண்ணைக் கட்டுகிறது பரவாயில்லை கால் மணிநேரத்தில் அங்கிருப்பேன்." சொன்னபடி கால்மணி நேரத்தில் அவர் தாரிக் வீடு வந்தார்.

இருவரும் சற்று நேர பொது விசாரிப்புகளுக்குப் பின். "ராணிக்குப் பின் எதை நீ பலமாகக் கருதுவாய்?"

"குதிரையை."

"காய் நேரடியாக வந்தால் உடனே வெட்டுவாயா?"

"இல்லை."

"யார் ஜெயிக்கிறார்களோ அவர்கள் சொல்வதை ஆட்டத்தில் தோற்றவர் கேட்க வேண்டும். இது தான் பந்தயம்." எனக் கூறியபடி காய்களை அடுக்கி சதுரங்கம் (செஸ்) விளையாடத் துவங்கினர் இருவரும்.

இரண்டு மணிநேரம் எடுத்தது அந்த சதுரங்க ஆட்டம். அதில் அவனது கடல் குறித்த ஈர எண்ணச் சருகுகள் காய்ந்திருந்தன.

ஜெயித்த மர்வான் விருந்துக்கு அழைக்க மர்வான் வீடு சென்றான் தாரிக்.

சாவக்காடு ஹமீது அங்குதான் அவனுக்குப் பரிச்சயமானார்.

★

6

நள்ளிரவில் திடீர் என தலைமாட்டில் வைத்திருந்த போன் ஒலித்ததும் பாதி தூக்கக் கலக்கத்தில் எடுத்தான் தாரிக்.

"குறைப் பிரசவத்தில் பிறந்த, NICU (Neonatal intensive care unit) வில் வைத்திருந்த குழந்தையின் மூச்சு குறைகிறது. கார் இப்போது வீடு வரும். உடனே கிளம்பி வரவும்." என்று மருத்துவமனையில் இருந்து போன்.

நள்ளிரவில் டி-ஷர்ட் பேன்ட் என நார்மல் உடையில் வீட்டுக்கு வெளியே வந்து காருக்குக் காத்திருந்தான். கடலோரம் வீசிய உப்புக்காற்றில் ரகசியமாய் உறங்கிக் கொண்டிருந்த ஈரம் தாரிக்கை கைகட்டி நிற்க வைத்திருந்தது.

மருத்துவமனை காரில் ஏறி அங்கு சென்று சேர்ந்தபோது பிறந்த குழந்தையின் உறவினர்கள், மருத்துவமனையின் மூத்த மருத்துவ அதிகாரி, மற்றும் நிர்வாக அட்மின் பெண் எனப் பலரும் நள்ளிரவு இரண்டு மணிக்குக் கூடியிருந்தனர்.

குழந்தையை ஒருமுறை பரிசோதித்து விட்டு வென்ட்டிலேட்டர் கருவியில் இணைத்து செயற்கையாய் குழந்தையை சுவாசிக்க செய்தான் தாரிக். பத்து நிமிடம் காத்திருந்தான். பெரிய மாற்றம் எதுவும் இருப்பதாகத் தெரியவில்லை, என்ன செய்யலாம் என மருத்துவமனை மூத்த மருத்துவ அதிகாரி (CMO) அஷ்ரஃபிடம் கூறினான்.

அபுதாபியில் உள்ள அல் ரஹபா எனும் அரசு மருத்துவமனைக்குத் தகவல் தெரிவிக்கப்பட்டது. அங்குள்ள கம்யூட்டரில், டெல்மா மருத்துவமனையில் பிறந்த குழந்தையின் ஃபைல் ஓபன் செய்து முழுத் தகவலும் பார்த்த அங்குள்ள உயர் மருத்துவ அதிகாரிகள் குழந்தையை அபுதாபிக்கு மாற்ற சம்மதம் தெரிவித்தார்கள்.

அரைமணி நேரத்தில் டெல்மா மருத்துவமனையின் ஹெலிபேடில் கடகடவென காற்றை வெட்டிச் சுழற்றியபடி அரசாங்க அதிநவீன ரக விமானம் நின்றிருந்தது.

அபுதாபி நகர போலிஸார் ரோந்து பணிகளுக்கென அதிநவீன உயர்ரக ஹெலிகாப்டர்கள் பயன்படுத்தி வருகின்றனர். அந்த ஹெலிகாப்டரில் உயிர் காக்கும் உபகரணங்களுடன் கூடிய முதலுதவி வசதியும் உள்ளது. சாலை விபத்து மற்றும் அவசர சிகிச்சைக்கு என வழங்கப்பட்ட ஹெலிகாப்டர்கள் மூலம் வான் வழியாக வெகு விரைவாக நோயாளிகளை அழைத்துச் சென்று அதிக ரத்த சேதத்தையும் உயிர் இழப்பையும் தவிர்த்து வருகின்றனர்.

ட்ரான்ஸ்போர்ட் வென்ட்டிலேட்டரில் குழந்தையை மாற்றி, தாரிக் மற்றும் ஒரு நர்ஸ், இருவரையும் அந்தக் குழந்தையுடன் அபுதாபியில் உள்ள அரசு மருத்துவமனைக்கு அனுப்புவது என முடிவு செய்யப்பட்டிருந்தது.

NICU வார்டில் இருந்து ஹெலிபேடிற்கு எந்த பாதை வழியாக குழந்தையைக் கொண்டு வருவது. அதற்கு ஆகும் நேரம். ஹெலிகாப்டர் கிளம்பியதில் இருந்து வானில் கடந்து அபுதாபி ரஹபா மருத்துவமனையின் எமர்ஜென்சி வாசல்வரை அடைய ஆகும் நேரம் என எல்லாம் கணக்கிட்டுக் கூறினார் விமானத்தில் வந்திருந்த அரசு மருத்துவர், குறைந்த பட்சம் 40 நிமிடத்திற்கு பேட்டரியில் வேலை செய்யக்கூடிய கருவிகளாகத் தேர்வு செய்து இணைத்து வைத்திருந்த குழந்தையுடன் அரசு விமானம் ஆகாயத்தைச் சிறகுகளால் வெட்டி வானில் எழும்பிப் பறந்தது.

கிளம்பும் முன் குழந்தையின் உடல் நிலவரம் குறித்த மொத்த தகவல் கொண்ட ரிப்போர்ட்டையும் எழுதி கையெழுத்து இட்டுக் கொடுக்கச் சொன்னார்கள் தாரிக்கிடம். அதுவும் சற்று நேரத்தில் ஆன்லைனில் மீண்டும் அல் ரஹ்பா மருத்துவமனை சேர்ந்தது.

MSF வில் வேலை செய்திருந்தாலும் இவ்வளவு துரிதமாக ஹெலிகாப்டரில் ஒரு நோயாளியை ஒரு இடத்தில் இருந்து இன்னொரு இடத்திற்குக் கொண்டு சென்றதில்லை. சொல்லப் போனால் நோயாளியைக் கொண்டு பறந்ததே இல்லை. VIP நோயாளி என்றால் மட்டுமே அரசு செலவில் வானில் பறப்பார். MSFவில் பஞ்சப்பராரிகள், வீடிழந்தவர்கள், கீழ்நிலை மக்கள், வாழ்வின் கடைசி நுனியில் நிற்பவர்களுக்குத்தான் மருத்துவம் செய்துள்ளான் என்பதால் அந்த அனுபவம் புதிதாக இருந்தது.

அல் ரஹ்பா அரசு மருத்துவமனையின் NICU வார்டில் குழந்தையைச் சேர்த்து அங்குள்ள மூத்த உயர் மருத்துவர்களிடம் குழந்தையின் உடல்நிலை குறித்த தகவலைப் பரிமாறி, அவர்கள் காட்டிய பார்ம்களில் கையெழுத்திட்டு மீண்டும் அதே ஹெலிபேடில் ஏறி டெல்மா வந்து இறங்கும் போது மூன்றாம் ஜாமம் முடிந்திருந்தது

அந்நேரமும் அங்கு அட்மின் பெண்ணும் மருத்துவமனை மூத்த மருத்துவ அதிகாரியும் (CMO) காத்திருந்தது தாரிக்கிற்கு சற்று ஆச்சர்யமாக இருந்தது. ஒரே ஒரு பிஞ்சுக் குழந்தைக்காக எத்தனை மெனக்கெடல்.

ஏறக்குறைய பகல்நேர வேலையில் இருக்கும் அனைவரையும் அந்த நேரத்தில் மருத்துவமனையில் காண முடிந்தது. ஹெலிகாப்டரில் வந்ததால் உண்டான காற்று கிளப்பிய தூசு மண்டலத்தால் மருத்துவமனையின் இடது பக்க வராண்டா முழுவதும் மண்ணும் குப்பையுமாக நிரம்பி இருக்க அந்த நேரத்தில் செல்வராஜ் தனது பணி ஆட்களை வைத்து முகம் சுளிக்காமல் அதை சுத்தம் செய்து கொண்டிருந்தான்.

அனைவருக்கும் அதிகாலை டீ பரிமாறப்பட்டது. மர்வான் ஃபலாஃபில் (சிறிய பருப்பு வடை) ஒரு ஹாட்பேக் நிறைய கொண்டு வந்திருந்தார்.

யாமத்தின் ஈரம் கலந்த உப்பு பூத்த காற்றில் கடல் நிமிடங்கள் கரைந்து கொண்டிருக்க, மருத்துவமனையின் உள்ளே வேலைசெய்யும் பலரும் அந்தக் குழந்தையைப் பற்றிப் பேசியபடி இருந்தார்கள்.

சிறிய மருத்துவமனை, குறைவான ஆட்கள், என்பதால் அது வேலை செய்யும் இடம் போல இல்லாமல் ஏதோ உறவு போன்ற ஒரு பிணைப்பு சுலபமாக ஒருவருக்கொருவரை இணைத்திருந்தது.

அபுதாபிக்கு போன் செய்து யாரிடமோ தொடர்ச்சியாகப் பேசி குழந்தையைப் பற்றிய தகவலைக் கேட்டுக்கொண்டிருந்தாள் அட்மின் பெண். ஆச்சர்யமாகத் தன்னையே தாரிக் பார்த்துக் கொண்டிருந்ததைக் கண்ட அவள்,மருத்துவமனை கார் டிரைவரை அழைத்து “டாக்டரை வீட்டில் விட்டு வா” என்றவள்,

“தூங்கி மெதுவாக வாருங்கள். எப்போதும் போல ஏழு மணிக்கு வரவேண்டும் என்று அவசியமில்லை,” என்றாள் தாரிக்கை நோக்கி.

நினைவும் தனிமையும் தின்றது போக மிஞ்சிய நேரத்தில் தூங்கி எழுந்து பத்து மணி வாக்கில் மீண்டும் மருத்துவமனை அடைந்தான் தாரிக்.

“நள்ளிரவு வேலை செய்த அனைவருக்கும் அட்மின் மேடம் மதியச் சாப்பாடு கொடுக்கச் சொன்னாங்க. உங்களுக்கு நான்-வெஜ் வேணுமா வெஜ் வேணுமா..?” என்று மருத்துவமனை கேன்ட்டினில் இருந்து கேட்டரிங் ஆள் பதினோரு மணி வாக்கில் தாரிக்கிடம் கேட்டுவிட்டுச் சென்றான்.

கிளினர்களுக்கு சாப்பாடு தரும்போது அதன் அளவைக் குறைத்துத் தந்ததாகக் கூறி தாரிக்கின் கிளினிக் வாசலில் நின்றிருந்த செல்வராஜிடம் கேட்டரிங் சூப்பர்வைசர் அசோக் மீது பிராது கொடுத்தார்கள் கிளீனர்கள்.

செல்வராஜ் மர்வானைத் தேடிக் கொண்டிருந்தான். பேங்க் சென்ற மர்வான் வர நேரம் ஆனதால் ஹாஸ்பிட்டல் செக்கியூரிட்டி முத்துவை வைத்து சரிசெய்து விட்டதாகக் கூறினான் செல்வராஜ்.

“ஹாஸ்பிட்டல் செக்யூரிட்டி என்ன அவ்வளவு பெரிய ஆளா..?” என்று தாரிக் கேட்க

அருகில் நின்றிருந்த கிளினர் “சார் அவுங்க ரெண்டு பேரும் லவ் பண்ணுறாங்க சார்...” என்றதும் ஆச்சர்யமாகப் பார்த்த தாரிக்கிடம் “ஆமா சார், கேட்டரிங் அசோக் சாரும் செக்கியூரிட்டி முத்து சாரும் ஒருத்தரை ஒருத்தர் லவ் பண்ணுறாங்க. கல்யாணம் பண்ணலை. ஆனா சேர்ந்து ஒரே ரூம்ல தான் வாழ்றாங்க. அதனால அவரு சொன்னா அசோக் சார் கேப்பாரு...” என்ற செய்தி சற்று சிரிப்பாகவும் ஆச்சர்யமாகவும் இருந்தது தாரிக்கிற்கு.

ஒருமணி வாக்கில் ஒரு பெரிய கும்பலுடன் தாரிக் கிளினிக் நோக்கி வந்தார் மர்வான். வந்த அனைவரும் மர்வானின் படகில் வேலை செய்கிறவர்கள். கண்ணில் கடல் கொண்ட கருத்த நெய்தல் நிலக் கடலாடிகள்.

மருத்துவமனையில் காண்பிக்க சென்றால் இன்சூரன்ஸ் கார்ட் உபயோகிக்கலாம் என்றாலும் சிறிது பணம், அதாவது மொத்தத் தொகையில் 20 சதவிகிதம் கட்ட வேண்டியது வரும், என்பதால் வேலையாட்களின் பணம் செலவாகுமே என்று தன்னிடம் அழைத்து வந்ததாகவும் அனைவரும் மதராஸிதான் எனவும் மர்வான் கூறியதும் “யாருக்கு என்ன செய்யுது?” என்று தாரிக் கேட்டான்.

தமிழில் கேட்ட சந்தோசத்தில் “எனக்குத்தான் நெஞ்சு வலிக்கிது டாக்டர். நீங்க தமிழா, இன்னைக்குத் தான் மர்வான் சொன்னார். புதுசா தமிழ் டாக்டர் ஒருத்தர் வந்திருக்கார்ன்னு...” என்றார் ஐம்பதைத் தாண்டிய ஒருவர்.

"மத்தவங்க இங்கே நில்லுங்க..." என்று கூறி அவரை மட்டும் அழைத்துக் கொண்டு ECG அறை சென்று அங்கிருந்த டெக்னிசியனிடம் ஒரு குட்மார்னிங் போட்டு ரிஜிஸ்டரில் என்ட்ரி செய்யாமல் அவருக்கு ECG எடுத்து ரிப்போர்ட்டை கார்டியாலஜி டாக்டரிடம் காண்பித்து இதயத் துடிப்பு நன்றாகத்தான் உள்ளது. எந்தப் பிரச்சனையும் இல்லை என்பதைக் கேட்டு அறிந்து தனது கிளினிக் திரும்பும் போது "நேத்து என்ன சாப்பிட்டீங்க?" என்று கேள்வி எழுப்பினான் தாரிக்

"முட்ட கொழம்பு சாப்ட்டேன்."

"அப்படிச் சொல்லுங்க. கேஸ் டிரபுல்லா இருந்திருக்கும். மொதல்லே கேக்கணும்னு நினச்சேன். இருந்தாலும் வயசு 50 தாண்டிருச்சே எதுக்கும் ஒரு ECG எடுத்துப் பார்த்திட்டு அப்புறம் கேக்கலாம்ன்னு விட்டுட்டேன். எந்த ஊரு உங்களுக்கு எல்லாம்?"

"இராமநாதபுரம் பக்கம், திருப்புலானி, வாலிநோக்கம், வேம்பாரு, சாயல்குடி, உத்திரகோசமங்கைன்னு பல ஊருல இருந்து வந்திருக்கோம். டாக்டருக்கு எந்த ஊரு?"

"தூத்துக்குடி."

"அட, நம்ம ஊருப் பக்கம். அர்பாப்(முதலாளி) மர்வான்ட்ட தான் நாங்க எல்லாம் வேலை பாக்குறோம். அவருதான் தமிழ் டாக்டர் வந்திருக்கார்ன்னு சொன்னார். உடனே எல்லாரும் உங்களப் பாக்கணும்ன்னு வந்திட்டாங்க. இருவது முப்பது பேரு இருக்கோம் இங்க. இன்னைக்கு கடலுக்குப் போகல. டாக்டருக்கு மீன் வேணுமின்னா சொல்லுங்க. கொண்டாந்து தரச் சொல்றேன். அடிக்கடி நாங்க வருவோம், கொஞ்சம் பாத்துக்கோங்க. டாக்டர் வீடு எங்க இருக்கு?"

"ஷாபியால."

கிளினிக் வந்து, உள்ளே நின்றிருந்த கும்பலுக்கும் மர்வானுக்கும் அந்த நபருக்குக்கும் வாய்வுத் தொல்லைதான், வேறு ஒன்றுமில்லை, என்ற தகவலைப் பரிமாறி அனைவரும் கேட்ட பலதரப்பட்ட கேள்விகளுக்கு தர்க்கத்தில் சிக்கித் தவிக்க விரும்பாது சுருக்கமாய் பதில் அளித்துக் கொண்டிருந்தான் தாரிக்.

"நேத்தே சொன்னேன். முட்டக் கொழம்ப தின்னுருக்கீங்க. சுக்கும் பெருங்காயப் பொடியும் கொழப்பித் தாரேன் சூடத் தண்ணி குடிங்கன்னு. கேட்டாதானே" என்று வந்த குரலை நோக்கினான் தாரிக்.

“இது யாரு?”

“எம் மருமவன் தான். பேரு டேனியல். படிச்சிருக்கான்...” அறிமுகம் செய்தார் அந்த 50 வயதுப் பெரியவர்.

“என்ன படிச்சிருக்க?” மீண்டும் கேள்வி எழுப்பினான் தாரிக் அவனைப் பார்த்து

“மெரைன் எஞ்சினியரிங் - டிப்ளோமா. கீழக்கரை சதக் பாலிடெக்னிக்ல...”

“அதப் படிச்சிட்டு மீன் பிடிக்க ஏன் வந்தே?”

கூட்டம் அமைதியாக இருந்தது. சரி ஏதோ கேட்கக் கூடாத ஒன்றைக் கேட்டு விட்டோம் என்பதைப் புரிந்து கொண்டான் தாரிக்.

“சரி டாக்டர், நாங்க கிளம்புறோம்...” என அனைவரும் கிளினிக்கில் இருந்து கிளம்பிச் சென்றனர். டேனியல் என அறிமுகம் செய்யப்பட்ட வாலிபனைப் பார்த்தான் தாரிக். அவன் முகம் வாடி இருந்தது. கேட்டிருக்கக் கூடாதோ. நம்மிடம் யாரும் ஏன் இன்னொரு கல்யாணம் பண்ணல, என்றால் கோபம் வருகிறதல்லவா. அது போலத்தானே பிறருக்கும்.

பதில் சொல்ல இயலாத கேள்விகள் காலத்திற்காகக் காத்து நிற்கின்றன.

கடலுக்கு யாரும் செல்லவில்லை என்பதால் அறைக்கு வந்த டேனியல் ஓரமாய்த் தொட்டியில் போடப்பட்டிருந்த மீனில் இருந்து இரண்டு நீளமான மீன்களை எடுத்து ஒரு பிளாஸ்டிக் கவரில் சுருட்டி ஜெரி கடை நோக்கி நடந்தான்.

இந்தப் பெர்சியன் கல்ஃப் கடலில் யார் வேண்டுமானாலும் எங்கு வேண்டுமானாலும் சென்று மீன் பிடிக்கலாம். டேனியும் அவனது சக ஆட்களும் மர்வானுடன் சேர்ந்து அதிகம் செல்வது கத்தார் நாட்டின் அருகில்தான். ஆனால் யாரும் யாரையும் சுடுவதில்லை. இந்தக் கடலுக்கு இதயத்தில் ஈரம் இருந்ததால் மீனவன் செத்து கரை ஒதுங்கியதாக ஒருநாளும் இங்கு பத்திரிக்கையில் செய்தி வந்ததில்லை.

அமீரக அரசாங்கத்திடம் விசாவிற்குப் பணம் கட்டிதான் மர்வான் அவர்களை வேலைக்கு அழைத்திருந்தான். ஆனால் திருச்சியில் உள்ள ட்ராவல்ஸ் நிறுவனம்தான் கடலாடி ஒவ்வொருவரிடம் இருந்தும் ஒரு லட்சம் வாங்கியது என்பதை இங்கு வந்த பின்தான் அவர்கள் அறிந்துகொண்டார்கள்.

மர்வானிடம் வேலை செய்பவர்கள் மட்டுமல்ல இங்கு கடலாடிகளாக வேலை செய்யும் யாரும் கூலிக்கு வேலை செய்வதில்லை. எல்லாமே பங்கு முறைதான்.

எத்தனை கூடு இறக்கி மீன் பிடிக்கிறார்களோ அத்தனை கூடில் பாதி "போட்" வைத்திருக்கும் அரபிக்கும், மீதம் உள்ள பாதி கடல் சென்ற கடலாடிகளுக்கும் சொந்தம். பங்கு என்பதால் அவர்களும் விருப்பத்துடன் அதிகமாக உழைத்தார்கள்.

கொண்டுவரும் மீனை அரபி விற்பது போல அவர்களும் அதே விலைக்கு பொதுவில் விற்று அந்தப் பணத்தை, கடலுக்குச் சென்ற அனைத்து மீனவர்களும் பங்கு பிரித்துக் கொள்வார்கள்.

ஜெரிதான் கடந்த சில மாதங்களாக டேனியின் ஒரே ஆறுதல். டெல்மா தீவில் இருக்கும் அலவி குட்டியின் கடைகளில் ஒன்றான மொபைல் மற்றும் கம்ப்யூட்டர் ஷாப்பில் ஜெரி வேலை செய்து வருகிறான். பெரிதாகக் கூட்டம் ஒன்றும் இருக்காது என்பதால் ஜெரி மட்டுமே கடையில் மொபைல் ரிப்பேர் பார்ப்பது முதல் கம்ப்யூட்டர் விற்பது வரை அனைத்துக் காரியங்களையும் அவனே செய்து வந்தான்.

இருவரும் ஒரே வயது. இருபத்தைந்தைத் தொட்டு நிற்கிறார்கள். நடிகர் விஜய் ரசிகராக இருப்பது முதற்கொண்டு இருவராலும் இலகுவாக எல்லா விசயங்களிலும் ஒருமித்த கருத்து கொள்ள முடிந்தது.

மொபைல் தண்ணிருக்குள் விழுந்து விட்டது என்று கடைக்குச் சென்றது முதல், டேனியின் நட்பானான் ஜெரி. பின் ஒவ்வொரு முறையும் கடல் சென்று வந்ததும் அவனுக்காக மீன் கொண்டு போய்க் கொடுப்பதும் பதிலுக்கு ஜெரி டோரண்டில் டவுன்லோட் செய்த புதிய தமிழ்ப்படங்களைத் தருவதும், இதற்காகவே பிளாஷ் மெமரி (USB) உபயோகிப்பது போன்ற டிவி வாங்கி ஒரு பெரிய ராமநாதபுரத்துக் கும்பலே படம் பார்க்கிறது என்பதும் பழைய செய்தி. ஆனால் கடந்த ஆறு மாதமாக டேனியும் ஜெரியும் மிகவும் நெருக்கமாகி விட்டார்கள்... காரணம் பொற்கொடி எனும் எஸ்தர்.

எஸ்தர், கீழக்கரை தாசிம் பீவி கலைக் கல்லூரியில் படிக்கும் காலத்தில் அங்கு நடந்த அறிவியல் கண்காட்சியில் வைத்திருந்த அரங்கில் "கறை நீக்கும் பொருட்கள்" என்ற தலைப்பில் ஒரு ஸ்டாலில் நின்று பலருக்கும், கறைகள் அதன் தன்மைகள் அதைப் போக்கும் விதம் குறித்து விளக்கிக் கொண்டிருந்தாள்.

“என் லுங்கியில திட்டு திட்டா நிறைய கறை இருக்கு, எதைப் போட்டா சரியாகும்?” என்ற கேள்வியோடுதான் கண்காட்சிக்கு வந்திருந்த டேனியல், எஸ்தரிடம் அறிமுகம் ஆனான்.

சற்று சுதாரித்தபின் கேள்வியின் அர்த்தம் புரிந்த எஸ்தர் “ஏல மொகறயப் பேத்திருவேன். போயிரு...” என்று அவள் தந்த முதல் அர்ச்சனைதான் காலப்போக்கில் அவர்களின் காதலாய் மலர்ந்தது.

கீழக்கரை தாசிம் பீவி கல்லூரிக்கும், சதக் பாலிடெக்னிகிற்கும் இடைவெளி மூன்று கிலோமீட்டருக்கும் தூரமாக இருப்பதாக இருவரும் காதலாய் சேர்ந்து வண்டியில் சுற்றும் போது உணர்ந்தனர்.

இராமனாதபுரம் ஜெகன் தியேட்டர் வாசலில் வைத்து சந்தித்த எஸ்தர் தந்தை தங்கையா, டேனியின் தந்தை செபஸ்தியானிடம் “உம்மவன் செய்றது சரியில்ல, சொல்லி வையும்...” என்றார்.

“நான் ஒண்ணும் உன்ன மாதிரி பஞ்சத்துக்கு வந்த கிறிஸ்டியன் இல்ல. நாங்க உண்மையான வேதக்காரங்க. உம் மவளச் சொல்லி வை. எவனையும் வளைச்சுப் போட ஆசப்பட வேணாம்ன்னு...” என்று வந்த பதிலில் பெரிய சண்டையாகி விட, அதனால் ஊருக்குள் அறியாத ஆட்களும் டேனி எஸ்தர் காதலை அறிந்து கொண்டார்கள்.

அதன்பின், B.Sc முடித்த கையோடு எஸ்தர் டீச்சர் டிரைனிங் படிக்கச் சென்று விட்டாள். மெரைன் எஞ்சினியரிங் படித்திருந்தாலும் பாம்பேயில் சில இன்டர்வியூ அட்டெண்ட் செய்து விட்டு,கப்பலில் நல்ல வேலை கிடைக்கும்வரை வல்லத்திற்க்குப் போவோம் என தந்தையுடன் டேனி கடலுக்கு மீன் பிடிக்கச் செல்லத் துவங்கினான்.

ஹாஸ்டலில் தங்கிப் படித்தாள் எஸ்தர். எஸ்தரைத் தொடர்ச்சியாகக் காண இயலாத ஏக்கத்தில், எஸ்தர் என எழுதினால் கண்டுபிடித்து விடுவார்கள் என்று, பொற்கொடி என அவளுடைய உண்மையான பழைய பெயரைத் தன் கையில் பச்சை குத்தி இருந்தான் டேனி.

அவனுடைய வெளங்காத நேரம் கடலில் மீன் பிடிக்கும் போது மகனின் கையில் ஏதோ எழுதி இருப்பதைக் கண்ட டேனியின் தந்தை வீட்டிற்கு வந்து “அவா டீச்சருக்குப் படிக்கப் போயிட்டா. இவன் என்னடான்னா பொற்கொடிக்கு பதிலா பெற்கொடின்னு கையில சூடு போட்டு வச்சிருக்கான். வெளங்காத மாட்ட நக்குன மாடு கெடுத்த மாதிரிதான். திருந்தச் சொல்லு உம் மவன..” என்று மனைவியிடம் கத்தினார்.

சர்வோதயா பத்தியால் மீண்டும் கையில் ஓர் அம்புக் குறியும், அம்புக் குறிக்கு நேர் மேலே ஒற்றைக் காலும் இட்டு பெற்கொடியை

வெகுசிரமபட்டு பொற்கொடி ஆக்கியதில் கடலுக்குச் செல்லாமல் மூன்று நாள் காய்ச்சலால் விடுமுறை எடுத்திருந்தான் டேனி.

ஊர் வந்திருந்த எஸ்தர், காய்ச்சலுடன் திரியும் டேனியைப் பார்த்து விட்டு "நான்தான பாக்கப் போறேன். நீ பெற்கொடின்னு எழுதினா என்ன, பொற்கொடின்னு எழுதினா என்ன. இருக்கு அந்த ஆளுக்கு ஒரு நாள். என்ன செய்றேன் பாரு..." என்றவள் மறுநாள் அவளின் அக்காள் மகனை அழைத்துக் கொண்டு கீழக்கரை இந்தியன் பேங்க் சென்றவள் காலை 11 மணிக்கு அதன் வாசலில் நின்றிருந்த M80 டூவீலரின் வீலில் காம்பஸ்ஸால் நான்கு குத்து குத்தி அதைப் பஞ்சராக்கி விட்டு தெனாவெட்டாக சற்று தள்ளி எதிரே இருந்த பஸ் ஸ்டாப்பில் பஸ்ஸுக்கு நிற்பது போல வேண்டுமென்றே நின்று கொண்டாள் அக்காள் மகனுடன்.

சற்று நேரம் கழித்து பேங்க்கில் இருந்து வெளியே வந்த டேனியின் தந்தை செபஸ்தியான் சாவகாசமாக வண்டியை நிமிர்த்த பப்பர பாங் என்று வண்டியின் முன் வீல் பல்லைக் காட்டியது. அதிர்ச்சியானவராய்க் குனிந்து வண்டியின் முன்புறம் பார்த்து விட்டு சுற்றிலும் நோட்டம் விட்டார். சற்று தொலைவில் பஸ் ஸ்டாப்பில் எஸ்தருடன் நின்றிருந்த சிறுவன் நமட்டுச் சிரிப்புடன் இவரையும் அந்தப் பெண்ணையும் மாறி மாறி பார்த்துக் கொண்டிருந்ததை கவனித்தார். அவள் சைகையில் அந்தச் சிறுவனிடம், திரும்பி நில், என ஜாடையில் கூறிக் கொண்டிருந்தாள். "ஏன் இந்தப் பையன் நம்மளைப் பார்த்துச் சிரிக்கான். இவன் காத்தை இறக்கி விட்டிருப்பானோ. இவன் ஏன் இறக்கி விடணும். யாரு இந்தப் பையன். எஸ்தர் வேற என்னமோ சொல்லுறா அந்தப் பையன் கிட்ட. என்னவா இருக்கும். பக்கத்துல பஞ்சர் கடை எங்க இருக்குன்னு தெரியலையே" என நிறைய யோசனைகளுடன் அந்தச் சிறுவனையே பார்த்த வண்ணம் வண்டியை உருட்டத் துவங்கினார்.

பிற்பாடு எஸ்தர் தான் வண்டியைப் பஞ்சர் ஆக்கினாள் என்பதை அறிந்ததும் "சக்களத்தி மவ, எங்கிட்டேயே வம்பு காட்டுறாளா. இவள எப்படி மருமவளா என் வீட்டுப் படியேத்துறேன் பாத்திருவோம்..." என்று மனைவியிடம் சபதம் கட்டினார்.

சுனாமி தாக்கிய மறு வருடம் பியார்- பாஸ்- பனூஸ் புயல்கள் இந்தியக் கடலோரப் பகுதிகளை மீண்டும் தாக்க கடலூர் பகுதிகளில் பலத்த உயிர் சேதம் ஏற்பட்டது. போனால் போகிறது என்று கீழக்கரை போன்ற இடங்கள் தப்பித்தன. மிகுந்த பொருட் சேதாரம் மட்டும் நிகழ்த்திவிட்டுச் சென்றன புயல்கள்.

டேனியின் தந்தை வங்கிக் கடனில் வாங்கி இருந்த மூன்று படகுகளை சூரையாடிவிட்டுச் சென்றது பியார் என்ற பெயருடன் வந்த, அன்பே இல்லாத இயற்கை பேரிடர்.

உயிர்ப்பின் நிறம் ஊதா என கடல் ஒட்டி வாழும் கடலாடிக்கு உயிர் மட்டுமே மிச்சமானது. ஒருவேளை இந்தியாவில் உயர்ந்த பதவியில் எல்லா காலங்களிலும் இருக்கும் உயர் குலத்தோர் மீன் கருவாடு தின்பவர்களாக இருந்திருந்தால் இன்னேரம் கடலாடிகளின் துயர் புரிந்திருப்பார்களோ என்னவோ.

இதுவரை இருந்த கடலாடியின் வாழ்வின் ஆதாரம், இயற்கையால் உடைந்து சுக்கு நூறாகிப் போனதில், யாரும் துணைக்கு வராததால், அரசும் அதைப் புரிந்து கொள்ள விரும்பாததால் கடலாடியின் வாழ்வில் வங்கிக் கடன் என்பது நிரந்தர சொத்தானது.

டேனியின் தந்தைக்கு ஆஸ்துமா எனும் மூச்சிரைப்பு இருந்ததால் எங்கும் செல்ல இயலவில்லை. பதிலாக டேனியும் இராமனாதபுரத்துக் கடலாடிகள் பதினோரு பேரும் டெல்மா தீவிற்கு ஒரு லட்சம் பணம் கட்டி விருப்பமின்றி பயணமானார்கள்.

கையில் இருந்த சாப்பாடுத் தட்டு பறிக்கப்பட்டால், யாருக்கும் எஸ்தர்கள் பற்றிய நினைவு வருமா என்ன...?

காதல் வந்து சென்றதின் அடையாளச் சுவடை நினைவுகளாகத் தேக்கிக் கொண்டு அவளிடம் சொல்லாமலே டெல்மா வந்து சேர்ந்தான் டேனி.

டேனி திடீர் என விட்டுச் சென்றதால், வழுக்கி விழுகின்ற தேடல்களில் எல்லாம் எஸ்தர் அவனையே சுவாசித்தாள். இந்தக் கதைகள் எல்லாம் கடந்த சிலகாலம் முன்னே ஜெரியிடம் அழுகையின் ஊடே கூறியதால் ஜெரிக்கு மிகவும் நெருக்கமானான் டேனியல்.

கையில் மீனுடன் ஜெரியைக் காணச் சென்ற டேனியல் டெல்மா மருத்துவமனையில் புதிதாக தாரிக் என்ற தமிழ் டாக்டர் வந்திருப்பதையும் தனது மாமனுக்கு நெஞ்சு வலி என்று மருத்துவமனை சென்று வந்ததையும் கூறினான்.

"டாக்டர்ன்னுதான் பேரு, வெறும் ஈத்தறப் பயலா இருக்கான் அந்த ஆளு..."

"ஏன் என்னாச்சு?"

"மெரைன் எஞ்சினியரிங் படிச்சிட்டு ஏன் இந்த வேலைக்கு

வந்தேன்னு கூட்டத்துல வச்சிக் கேக்குறான். கேனப்பயலா இருப்பான் போல... வேணுமின்னு எவனாவது வருவானா. நான் திருப்பிப் பேசலாம்ன்னு நெனச்சேன் சரி ஏழ்ரைய கூட்ட வேண்டாம்ன்னு தான் விட்டுட்டேன்."

"சரி விடு, உங்க மாமாவுக்கு என்ன செய்யுது?"

"ஆங், நேரம் காலம் தெரியாம கண்டதையும் தின்னா?... இந்தா மீனு. கடலுக்கு இன்னைக்கு போகல."

"ஏல தள்ளு தள்ளு மறைக்காத..." என்று ரோட்டை எட்டிப் பார்த்தான் ஜெரி.

"என்னல?"

"சமீரா டீச்சர பாரு. கடைக்கு ஏதோ சாமான் வாங்க வந்திருப்பாங்க போல இருக்கு. தள்ளுல மறைக்காத. புட்டுப் பழம் மாதிரி இருக்கா பாரு... ம்ம்ம்ம்ம். என்னா அழகு. ச்சே..." என்றான் பெருமூச்சுடன் ஜெரி. சமீராவின் பின் செல்லும் நிழலும் கூட இளமையாகத் தெரிந்தது ஜெரிக்கு.

டேனியலும் எட்டிப் பார்க்க அதே வரிசையில் இருந்த ஈரானி கடையில் எதையோ வாங்க முவாசினும் சமீராவும் காரில் இருந்து இறங்கிப் போய்க் கொண்டிருந்தனர்.

★

7

வரிசையாக நின்றிருந்த மரங்களின் நிழலில் காரை நிறுத்தி விட்டு முவாசீனும் சமீராவும் அங்கிருந்த கடைகளை நோக்கி நடந்தனர்.

டெல்மாவில் உள்ள ஒரேஒரு மெயின் பஜார் அந்தத் தெரு மட்டுமே. டெல்மா மருத்துவமனையில் இருந்து இரண்டு கிலோ மீட்டர் தொலைவில் இருந்தது. டெல்மா மால் எனும் மிகப்பெரிய இரண்டடுக்கு கருங்கல் கட்டடம். அதன் எதிர்புறம் தொடர்ச்சியாய் U வடிவில் 20 கடைகள். நடுவில் நிறைய நிழல் தரும் மரங்கள். அதன் அருகருகில் அமர வசதியாய் நீண்ட சிமெண்ட் பெஞ்சுகள். ஒரு பஸ் ஸ்டாப். கார்கள் நிறுத்த வசதியான பார்க்கிங். மாலை நேரமானால் கருங்கல் கட்டட வெளி வராண்டாவில் டெல்மாவில் விளையும் காய்கறி, கீரை, பழங்களைக் குறைந்த விலைக்கு விற்கும் பங்களாதேசிகள் என டெல்மா தீவின் மீச்சிறு கூட்டம் கூடும் சந்தை அது.

டெல்மா மால் உள்ளே அதிகமாக அரசின் பொது நலத்துறை அலுவலகங்கள்தான் இருந்தன. எதிசாலட் எனும் அரசின் தொலைபேசி மற்றும் மொபைல் அலுவலகம், எலக்ட்ரிசிட்டி வாட்டர் பில் கட்ட வேண்டிய பலுதியா எனும் நகராட்சி அலுவலகம், ட்ரான்ஸ்போர்ட் அலுவலகம், ஏர்போர்ட்டில் டிக்கெட் முன்பதிவு செய்யும் அலுவலகம் இன்னும் அரசின் பலவிதமான அலுவலகங்கள் இருந்தன கூடவே குறைந்த விலையில் எல்லாப் பொருட்களுக்குமான அபுதாபி அரசின் கோவாப்ரட்டி ஸ்டோரும் இருந்தது.

அதன் வெளிப்புறக் கடைகளில் சின்னச் சின்னதாய் வாட்ச், வாசனைத் திரவியம், விளையாட்டுப் பொருட்கள், துணிக்கடைகள், டீக்கடைகள்.

நேரெதிரே வரிசையாய் இருபதுக்கும் மேற்பட்ட கடைகள். அதில்தான் அலவி குட்டியின் ஆறு கடைகளும் மற்ற கடைகளும்.

ஊருக்குள் யாருக்கு வந்த விருந்தோ என்று சிலசமயம் ஆளே இல்லாமல் சுற்றி வரும், 1 திர்ஹத்திற்கு தீவு முழுக்க சுற்றிக் காண்பிக்கும் அபுதாபி அரசின் டெல்மா பேருந்து கடைசியாக வந்து நிற்கும் இடமும் இந்த மெயின் பஜார்தான்.

சற்று தள்ளி இருக்கும் தொடர்ச்சியான மீன் கடைகள். அதன் அருகில் இருக்கும் மீன் உணவுக்கான பிரத்யேக ஹோட்டல்கள். அதன் எதிரில் வெளியே அமர்ந்து பேசியபடி உக்கா குடிக்க வசதியாக காவா கடைகள்.

அங்கிருந்த கடைகளில் மற்ற கடைகளைக் காட்டிலும் ஒர் ஈரானிக் கடை மட்டும் எப்பொழுதும் கூட்டம் நிரம்பியதாக இருந்ததற்குக் காரணம், இதுதான் என்றில்லாமல் சகலமும் கிடைக்கும் சன்னிதானமாய் இருந்ததுதான்.

வெளியே கண்ணாடி வழியாகத் தெரியும் சுரைக்காய்க் கூடுகள், சாம்பிராணி சட்டிகள், விதவிதமான துளைகள் கொண்ட மண் குடுவைகள், சில்வர், காப்பர், ப்ராஸ், செராமிக், மரத்தால் ஆன உக்கா சீசாக்கள் என ஆரம்பித்து, குங்கிலியம் எண்ணெய், குங்குமப்பூ, அமுக்கிரா கிழங்கு,முருங்கை பிசின், ரோஸ் வாட்டர், பீன்ஸ் போல காட்சியளிக்கும் வெண்ணிலா பாட், செங்கடல் உப்பு, விதவிதமான எண்ணெய்கள், வாசனைத் திரவியங்கள், இனிப்பு வகைகள் என்று மட்டும் இல்லாமல், உலர் உணவுப் பொருட்களான ஏலக்காய், பட்டை, கிராம்பு, ஜாதிக்காய், சீரகம், முந்திரி, கருப்பு முந்திரி, சுக்கு, பாதாம், பிஸ்தா, பேரிச்சம் பழம், கருஞ்சீரகம், அன்னாசிப் பூ, அப்ரிகாட், அத்திப்பழம், வாட் நட், ட்ராகன் ஃப்ருட், கார்ன் நட், பீனட், சோயா நட், ஹசெல் நட், பைன் நட், பிரேசில் நட், பீகேன்ஸ், மசடமியா, வகை வகையான பெர்ரிகள், காயவைத்த சிறுசிறு துண்டுகளாக கிவிப்பழம், காயவைத்த எலுமிச்சை, காயவைத்த ரோஜா இதழ்கள், காயவைத்த மாதுளை விதைகள்... மற்றும், தனியாகப் பிரித்தெடுத்து காய வைத்து விற்கப்படும் விதவிதமான விதைகள். பூசணி விதை, சூரியகாந்தி விதை, வெள்ளரி விதை, சீசா விதை, ஆளி விதை, சப்ஜா விதை, தர்பூசணி விதை, சுரைக்காய் விதை, பப்பாளி விதை, திராட்சை விதை, முருங்கை விதை இவை தவிர, பலவிதமான ஈரானிய இனிப்பு வகைகள் என மக்களின் எல்லா விதமான தேவைகளைப் பூர்த்தி செய்வதாக அந்தக் கடை இருந்தது.

கடையில், விதவிதமான நிறத்தில் சரிவான மரப்பெட்டில் வரிசையாக அனைத்தையும் அனைவரும் காணும் விதமாக ஊட்டி மலர் கண்காட்சி போல அடுக்கி வைத்திருப்பதே காண்பவர்களை மிகவும் கவரும் விதமாக இருக்கும்.

முவாசீனும் சமீராவும் கடைக்குள் நுழைந்ததும் கடை முதலாளியின் இருபத்தைந்து வயது மகன் தாவூது தடபுடலென எழுந்து நின்று வரவேற்றான். கல்லூரிப் படிப்பை முடித்ததும் ஈரானில் இருந்து கடைக்கு வந்து விட்டதாக கடைக்காரர் சிலமாதம் முன்பு முவாசீனிடம் தனது மகனை அறிமுகம் செய்திருந்தார்.

முவாசீன் அனைவரிடமும் சுலபமாக இறங்கிவந்து பழகக் கூடிய மனநிலை கொண்டவன் அதனால் அவன் இயல்பாக தாவூதிடம் கை கொடுத்துப் பேச ஆரம்பித்து விட்டான். ஆனால் சமீராவுக்கு தாவூதைக் கண்டாலே ஆகாது. காரணம் அவனின் கூரிய லேசர் பார்வை. ஒரு எறும்பு போல நின்று நிதானமாக அவள் மீது ஊர்ந்து செல்லும் அவனது பார்வையை அவள் ஒரு போதும் விரும்பியதில்லை. மற்றவர்களும் அப்படிப் பார்க்கிறார்கள் என்றாலும் இவனது பார்வையில் ஒரு எள்ளல் இருக்கும்.

என்ன ஒண்ணும் வேலைக்கு ஆகலையா. இன்னுமா உன் புருசனை நம்பி இருக்க?.. என்பது போன்றதொரு கேலிப்பார்வை.

அவன் அப்படி பார்ப்பதற்குக் காரணம் சில சமயம் முவாசீனும் சமீராவும் சேர்ந்து வரும்போது முவாசீன் வாங்கும் கருங்சீரகம், முருங்கை பிசின், காய்ந்த முருங்கை விதை, அஸ்பராகஸ் இன்னும் உடலுறவுக்கு உதவி தரும் பொருட்கள்!

அது அல்லாது முவாசீன் சற்று விலகி உள்ளே சென்று ஏதேனும் பொருட்கள் தேடத் துவங்கி விட்டால் தாவூது பழைய ஈரானிய காதல் பாடல்களைக் காதில் விழுவது போல லேசாக முணுமுணுப்பதும் சமீராவுக்கு எரிச்சலைத் தந்தது. ஒருவிதமான வெறுப்பும் இயலாமையும் கலந்த பயம் அது.

அங்குலம் அங்குலமாக அவன் பார்வை வலம் வருவதைக் கண்டு, இதைப் போன்ற உடலுறவுக்கு உதவி தரும் கூடலுக்கான பொருட்கள் வாங்கும்போது கடைக்குச் செல்லாமல் சமீரா காரிலே அமர்ந்து விடுவது வழக்கம்.

ஓரிரு முறை பொருட்களை டோர் டெலிவரி செய்கிறேன் என்று காரில் வீடு வரை வந்த தாவூது, பணம் எடுக்க முவாசீன் உள்ளே சென்றதும் வீட்டின் ஹாலில் ஓரமாக வைத்திருந்த சாம்பிராணிக் கூண்டைப் பார்த்துவிட்டு சமீராவைப் பார்த்து ஈரானிய பெர்சிய மொழியில் பேசிய கொச்சையான வட்டார வழக்கு வார்த்தைகளும் அவன் மீதான எரிச்சலைக் கூடுதலாக்கி இருந்தன.

சந்தனமும் சாம்பிராணிப் பொருட்களும் நன்கு கலந்து எலக்ட்ரிக்

அடுப்பின் மேல்தட்டில் பரப்பி விட்டு அதன் மேல் கோழிக் கூண்டு போல இருக்கும் சிறிய சாம்பிராணிக் கூண்டை மேலே வைத்து மூடி விடுவார்கள். அதில் உள்ள ஓட்டை வழியாக நல்ல நறுமணம் கலந்த புகை வெளிவரும் போது அணிந்திருக்கும் ஆடையை சற்று தூக்கி இரண்டு கால்களையும் அகற்றி கூண்டிற்கு மேலே நின்று ஆடையை இறக்கி விட்டு கால்கள் மற்றும் உள்ளரங்க இடங்களில் சற்று நேரம் நறுமணப் புகை பிடிப்பது பொதுவாக அரபிப் பெண்களின் வாடிக்கை.

அறையில் ஓரமாக இருந்த சாம்பிராணிக் கூண்டைப் பார்த்ததும் “மோப்பம் பிடிச்சுமா வேலைக்கு ஆகல. ஹூம்...” என்று தாவூது கமெண்ட் அடித்தான். சமீராவுக்கு அது தோற்றுப் போனவனின் மனநிலை போல கூடுதல் எரிச்சலைத் தந்தது.

அவன் சென்றதும் முவாசீனிடம் எதுவாக இருந்தாலும் நாம் போய் வாங்கிக் கொள்ளலாம். வீடு வரைக்கும் யாரையும் இனி வரச் சொல்லாதே என்றாள் கோபத்துடன்.

இப்போதும் அவள் கடையேறி இருக்க மாட்டாள். சமீராவுக்கு விருப்பமான ஈரானின் புகழ் பெற்ற “Lavashak” எனும் பிளம்ஸ் பழத்தில் உண்டாக்கும் பழச்சுருளைக் கண்டதும்தான் கடைக்கு வர சம்மதித்தாள்.

“அஸ்பராகஸ் தா” என்று கேட்ட முவாசீனுக்கு அதை எடுத்துப் போட்டபடி கேலியாக சமீராவைப் பார்த்து புன்முறுவல் பூத்தான் தாவூத். ஓரக்கண்ணால் பார்த்த சமீரா அவன் பார்ப்பதைப் பார்த்ததும் ஒன்றும் காணாதது போல முகம் திருப்பிக் கொண்டாள். தனக்கு வேண்டிய அளவு லவஷாக் பழச்சுருளை வாங்கிக் கொண்டு மீண்டும் காரில் வந்து அமர்ந்து கொண்டாள்.

திருமணம் ஆன புதிதில் கலவிக்கு என்று நேரம், காலம், பொருட்கள், வெளிப்புறச் சூழல் என எதுவுமே தேவை இன்றி முவாசீனும் சமீராவுமே போதுமானதாக இருந்தார்கள். உள்ளங்காலில் துவங்கி சமீராவின் நெற்றி அடைய முவாசீனுக்கு நீண்ட பயணம் தேவையாக இருந்தது. வனம் பெரிதென்றால் பயணமும் பெரிதாகத் தானே இருக்கும். சொர்க்கவாசலை ஆனந்தமாய் வலம் வந்தான். தீர்த்தங்கள் அள்ளிப் பருகினான்.

இரண்டு வருடம் ஆகியும் குழந்தை இல்லாது போக, அது தின்றால் நல்லது, இது தின்றால் உடல் பலம் கூடும் என்று இருவருமாய் பொருட்களின் துணை தேடினார்கள்.

திருமணம் ஆகி மூன்றாவது வருடம் ஆன போது உமர் நஃப்ஜாவி (Umar al nafzawi) எழுதி ஆங்கிலத்தில் மொழிபெயர்க்கப்பட்ட தி பெர்ஃபியும் கார்டன் (the perfume garden) போன்ற புத்தகங்களும், அது தரும் சில இல்லற சுகம் கூட்டும் அறிவுரைகளுமாக காலம் நகர்ந்தது.

இருவருக்கும் இடையே ஈடுபாடு குறைவதைக் கண்டு "Child of the terraces" போன்ற களிப்பூட்டும் ஈரானியப் படங்களும் சேர்ந்து பார்த்தார்கள். இருவருமாய் அடுத்தவரின் உடலில் பிரியமான இடங்களில் மருதாணி வைத்து விளையாடி ஆர்வத்தை செயற்கையாக உண்டாக்கிக் கொண்டார்கள்.

காலம் ஆக ஆக, இன்னும் குழந்தை இல்லையா, என்ற கேள்வி துரத்த துரத்த, காமம் என்பதே தோற்ற மயக்கமா என்று இருவருக்கும் மனதில் தோன்ற ஆரம்பிக்க இப்போது உடல் வெறும் உடலாக மட்டும் குழந்தை வேட்கையோடு இருவருக்குள்ளும் இயங்கிக் கொண்டிருந்தது

குழந்தை இல்லாது நாட்கள் நகர, அவர்களின் கலவிக்குள் அடுத்தவர்களின் அறிவுரைகள் நுழைய ஆரம்பித்தன.

யார் யாரோ கூறினார்கள் என்று தோன்றிய எல்லா பிரத்யேக முயற்சிகளும் மேற்கொண்டார்கள்

லெபனானில் உள்ள முவாசினின் அக்காள் "மூன் ஸ்பிரே" செய்து அனுப்பினாள்.

13 சொட்டு சந்தன எண்ணெய்

9 சொட்டு வெனிலா எண்ணெய்

3 சொட்டு மல்லிகை எண்ணெய்

1 சொட்டு ரோஜா எண்ணெய்

நான்கும் கலந்து கிரிஸ்டல் கிளியர் கண்ணாடிக் குடுவையில் பௌர்ணமி நிலா வெளிச்சத்தில் அன்றைய இரவு முழுக்க நிலவொளி படும்படி வைத்து, பின் அதை உபயோகிப்பார்கள் - முழு நிலவு வாசனைத் திரவியம் என்ற பெயரில் உண்டாக்கி அனுப்பி இருந்தாள்.

அது கிட்டியதும் தினமும் முயற்சி செய்வது, பின் கரு கிட்டாமல் மாதவிடாய் வந்த சலிப்பில் தள்ளி நிற்பது, பின் சிலநாட்கள் கழித்து மீண்டும் தேடல், நம்பிக்கை இழக்காத நள்ளிரவின் விடாத கூடல்.

"என்னாச்சு..?" என்று கடல் தாண்டி வரும் போன் உரையாடல்கள் எல்லாமே சலிப்பில் போய் முடிய கொஞ்சம் கொஞ்சமாய்ப் படுக்கையில் அவர்களுக்கு இடையில் கண்ணுக்குத் தெரியாத ஒரு மலைப்பாம்பு ஊடுருவி அவர்களை விலக்கி வைத்தது. உலகில் தங்கி இருப்போரின் எடையும் அவளின் மன அழுத்தமும் சமமான கனதியாக உணரத் தொடங்கினாள்.

தாம்பத்யத்தின் தேடலாக பிள்ளைப்பேறு இல்லாதபோது இருவருக்கும் இடையில் இப்போது காமம் ஏதோ வாரக் கடமை போல மாறிப் போனது.

சுரத்தே இல்லாமல் அந்த இருவரின் உடல் இயக்கமும் கால நேர அளவில் மிகவும் சுருங்கிப் போனது. இருவரின் மன அழுத்தம் தரும் நினைவுகள் உதிர்த்த பிரதேசத்தில் இருந்து மலைக் குன்றுகள் பிறந்தன

முவாசீன் மருத்துவத் துறை என்பதாலும் ஆண் என்பதாலும் முதலில் சமீரா சோதனைக்கு உள்ளாக்கப்பட்டாள். பெண்ணின் சினை முட்டை எந்த நாளில் முழுமையாக வளர்ந்து கூடி நிற்கிறது என்பதை அறியும் "Ovulation test strips kit" கொண்டு வந்து கொடுத்தான் முவாசீன். வீட்டில் இருந்தபடியே எந்த நாள் கலவிக்கு உகந்த நாள் என அறியும் ஸ்ட்ரிப்பை உபயோகித்துப் பார்த்தார்கள்.

உதிரப்போக்கு நின்ற நாளில் இருந்து ஒரு முழுநிலவு போல பெண்ணின் சினை முட்டை கொஞ்சம் கொஞ்சமாக வளர்ந்து ஒரே ஒருநாள் மட்டும் முழுமையாகத் தயாராகி நிற்கும். பின் தேய்பிறை போல தேய்ந்து அடுத்த மாதத்து உதிரப்போக்கைச் சென்று அடையும்.

முழுமையாக நிற்கும் நாள் எது என அறிந்து, அன்று கூடினால் பிள்ளை பிறக்க வழி உண்டு என்பதால் அதையும் முயற்சித்துப் பார்த்தார்கள்.

அதிலும் தோல்வி வர, இறுதியாக இதுவரை சமாளித்து வந்த இருவரும், இப்போது யார் மீது குறை என்பதைக் கண்டறிய ஆவல் வந்தவர்களாய் தீர்க்கமான முடிவுடன் மருத்துவர்களிடம் செல்ல, அறிவியல் முவாசீனை பலஹீனமான விந்தணு கொண்ட ஆள் எனக் குற்றவாளி கூண்டில் ஏற்றியது.

செயற்கை முறையில் (IVF) குழந்தை பெறுவதாக இருந்தாலும் முவாசீனின் விந்தணு பலம் வாய்ந்ததாக ஆக்கிய பின்னே அதற்கான சாத்தியக் கூறுகள் உள்ளன என்று கூற, சூறைக்காற்று வீசியபின்

தோன்றும் அமைதி போல இருவரும் அமைதியாக பேசாமல் வீடு திரும்பினர்.

அன்றைய தினம் கனவில் தன்னை அகன்ற முதுகு கொண்ட வேறு யாரோ ஒருவன் பலமான முறையில் உறவு கொள்வதாக இதுவரை காணாத கனவு கண்டாள் சமீரா.

ஏதேனும் குழந்தையைத் தத்து எடுத்து வளர்ப்பதில் அது ஈரானிக் குழந்தையா, லெபனானிக் குழந்தையா என்ற மன விகார உளைச்சல் இருவருக்குமே வார்த்தை திராவக வீச்சாக மாறியிருந்தது.

விடையின்றித் தொடரும் மன வருத்தத்தின் நீட்சியால் டெல்மாவில் வீசும் கடற்காற்றின் நீர் புழுக்கைகள் இரவில் உடலில் உஷ்ணத்தைத் தந்தன.

மருத்துவரின் அறிவுரையின் பேரில் முவாசீனின் உணவு முறை நிறைய மாறியிருந்தது. சமீராவும் நிறைய மாறியிருந்தாள்.

இப்போது அவளுக்கு அழகான பிற ஆண்களைக் கண்டால் அடிவயிற்றுப் பிரளயங்கள் உண்டாகத் துவங்கின. விடுமுறை தரும் தனிமையும், காமம் சார்ந்த கவிதை வரிகள், வாசகங்கள் மோகம் குறித்த அதித உணர்வைக் கிளறியது.

குளிக்கும்போது சிலசமயம் நிறைய நேரம் எடுத்துக் கொண்டாள். பூப்பெய்தியது முதல் உண்டான வாளிப்பான உடல் மாற்றம் குறித்த எண்ணங்கள் அலைகளாக குளியலறையில் நிரம்பி வழிந்தன.

சமீரா முப்பதைத் தொட்டு விட்டாள், ஆனாலும் உடல்வாகு, ‘ஏதேனும் சொன்னால் வாயிலே மிதிப்பேன்’ என்று இன்னமும் மிரட்டும் மதமதப்புடன்தான் இருந்தது. சிலரிடம்தான் உடல் மொழியில் ஒரு ராஜ கம்பீரம் தோன்றும், ஆளப் பிறந்தவள் என்பது போல. அவளைப் பார்த்துக் கொண்டே இருக்கலாம் போலத் தோன்றும். அவள் பள்ளியின் வளாகத்தில் நடந்து செல்லும் விதமே சௌந்தர்யமாக இருக்கிறது என்பார்கள் உடன் வேலை செய்யும் ஆசிரியப் பெண் தோழமைகள்.

ஒரு நாய்க்குட்டி போல ஓடிச்சென்று உன் மடியில் அமர்ந்துவிட மாட்டோமா எனத் தோன்றுகிறது, நில் என்றால் எதிரே நிற்பவன் அப்படியே அசையாது நின்றுவிடும் தோரணை உன்னது, கட்டளை இடுவதற்குப் பிறந்தவள் போல காட்சி அளிக்கிறாய், மின்சாரம் போல பரவி இருக்கிறாய் அறை முழுக்க, என அவள் நின்றது நடந்தது பேசியது சிரித்ததற்கு எல்லாம் அவளைப் பற்றி சக பெண் ஆசிரியர்கள் கூறும் உடல் வர்ணனை அவளை இன்னும் வாட்டி எடுத்தது.

அவள் உடலே அவளைக் கேலி செய்வது போலவும் சில நேரம் தோன்றியது.

காமம் பேசிய ஈரானிய திருமண காலத்து நாட்டுப்புறக் கதைகள் நினைவை அழுத்த, தினமும் முதுகு திருப்பிப் படுத்துறங்கும் முவாசீனைப் பார்த்தபடி கனவு காண ஆரம்பித்தாள். கனவு சுகம் கனவே சுகம் கனவுதான் சுகம் என்று மாறி இருந்தது அவளது இரவுகள்.

அருகில் படுத்திருந்தாலும் நினைவால் தொலைதூரம் போயிருந்தான் முவாசீன். பெண் மனதை அறிய முற்படுவது கடலில் ஒரு நாளைக்கு எத்தனை அலை உண்டானது என அறிய முற்படுவது போன்றது. பெண் மனதில் என்ன உள்ளது என்று பெண் மட்டுமே அறிபவளாக இருக்கிறாள்.

இப்பொழுதெல்லாம் அவள் இரவில் வேறு யாருக்காகவோ காத்திருந்தாள், அது கனவு என எண்ணினாள். கனவு என்றாலுமே அது சுகம் தருவதாக உணர்ந்தாள். கனவு வராதபோது கோடாலித் தைலம் தான் அவளின் உறங்காத இரவுகளுக்குத் துணை நின்றது

நினைவுகள் சுகமாக இருந்ததால் வம்படியாக கனவை வரவழைத்தாள். அகன்ற முதுகு கொண்ட ஒருவன் கேலியான புன்னகையுடன் தன்னைத் தேடி வருவதை உணர்ந்தாள். ராஜகுமாரன் போல இருந்தான் அவன். ஒரு வித வியர்வை வாடை இருந்தது அவனிடம். அந்த வாடை அவளை ஈர்த்தது.

அந்த வாடையைத் தேடத் துவங்கினாள். திடீர் எனப் பார்க்கும் ஒவ்வொரு அழகான ஆணையும் தன்னுடன் கள்ளத்தனமாக பொருத்திப் பார்க்கத் துவங்கினாள்.

"I have seen women trying to find in young men

The durable qualities which grace the man of fall power,

The beauty, the enjoyment, the reserve, the strength.

The full-formed member providing a lengthened coition,

A heavy crupper, a slowly coming emission,

A lightsome chest, as it were floating upon them;

The spermal ejaculation slow to arrivc, so as

To furnish forth a long drawn-out enjoyment.

His member soon to be prone again for erection,

To ply the plane again and again and again on their vulvas,

Such is the man whose cult gives pleasure to women,

And who will ever stand high in their esteem."

என்று கவிதைகள் பேசும் THE PERFUME GARDEN நாவலை முவாசீனைத் தவிர்த்து விட்டு இப்போது தனியாக வாசிக்கத் துவங்கினாள். இப்போது அவள் நதியின் மூன்றாவது கரையில் நின்றிருந்தாள்

இடையில் விடுமுறை என்று டெல்மா வந்த முவாசினின் அம்மா வழிபாட்டி லெபனானில் இருந்து லேகியம் செய்து அனுப்பவதாகக் கூறியது முவாசீனுக்கான காத்திருப்பாக இருந்தது.

ஆனால் சமீரா அதில் இருந்து எல்லாம் விலகி இருந்தாள். அவளுக்கு தாகம் கூடத்துவங்கியது. அவள் பசித்திருந்தாள். ஒரு சொட்டு நீராவது பருகி விடமாட்டோமா என்ற பசி அவளை விடாது துரத்தியது. தினமும்தான் வீட்டில் சாப்பிடுகிறோம், ஒருநாள் வெளியில் சாப்பிட்டு பார்த்தால் தான் என்ன என்ற மனநிலைக்கு அவள் ஆளாகி இருந்தாள். நீண்ட நாட்களாய் உறங்கிக் கொண்டிருக்கும் கருப்பைக்கு எப்படியாவது அவள் வேலை தர துடித்தாள்.

ஏதோ ஓர் ஆணின் வியர்வை வாடை அவளை தினமும் இரவில் துரத்தியது. அவர்கள் இருவரும் சேர்ந்து கடலோரம் சிறு குழந்தைகள் போல விளையாடினார்கள். அவர்களின் விளையாட்டு என்றுமே கடலோரம் மணல் சேர்த்து ஓர் ஆண் உருவம் உருவாக்குவதும் அவனின் இரண்டு கால்களுக்கு இடையே கால்களின் நீளத்திற்கு அவனின் ஆண் உறுப்பை உருவாக்கி அதை ஒரு பனை ஓலை கொண்டு ஒரு பக்கம் அவளும் மறு முனையை அவனும் பிடித்து கொஞ்சம் கொஞ்சமாக வெட்டி அந்த மணலில் உருவாக்கிய மனிதனுக்கு விருத்த சேதனம் (கத்னா எனும் சுன்னத்) செய்வதுமாக இருந்தது அவர்களின் விளையாட்டு.

விளையாடி முடித்ததும் அந்தக் கடல்புர மணலில் என்றும் போல அகன்ற முதுகு கொண்ட திண்ணமான தோள்களைக் கொண்ட ஒருவன் அவளை மூர்க்கமாகக் கலவி கொண்டான்.

என்றுமில்லாத திருநாளாய் ஒருநாள் அவன் அரைகுறையாய் தன் முகம் காட்டினான்.

திடுக்கிட்டு விழித்தாள் சமீரா. அந்த அறை முழுக்க அந்த

ஆடவனின் வியர்வை வாடை சுகந்தம் போல நிரம்பி வழியக் கண்டாள். ஆமாம் அதே வாடை. என்றோ நாம் உணர்ந்த அதே ஆண்மகனின் மெல்லிய காமம் துளிர்க்கும் வியர்வை வாடை.

துல்லியமாக கனவில் தெரியாத அந்த முகம், எங்கோ பார்த்த உணர்வைத் தந்தது. நெருக்கமாக அந்த வியர்வை வாடை தன் கையைப் பிடித்து குலுக்கியது போலவும் தோன்றியது. யாராக இருக்கும் என நீண்ட நேரம் யோசித்தாள். புலப்படவில்லை, அந்த வியர்வை வாடையும் தான்.

அன்றைய இரவில் அவள் வீட்டின் முற்றத்து மரத்தில் இருந்து காமத்தின் மிகுதியால் தள்ளாடியபடி பழுத்த இலைகளாக உதிர்ந்து கொண்டிருந்தன.

★

8

"இது என்ன தெரியுமா...?"

"... ... ..."

"கேக்குறேன்ல... இது என்ன தெரியுமா, என்னோட ஆயுள் ரேகை இது.

அன்னலட்சுமியோட யாவகம்

அன்னலட்சுமியக் கற்பழிச்சேன்னு சொல்லி இருப்பாங்களே. அன்னலட்சுமி யாரு தெரியுமா...?

என் பொஞ்சாதி

என்னப் பெத்தா, அவ என்னோட இருந்திருந்தா நான் இங்க வந்திருக்க மாட்டேன்.

அவ நின்னு சாட்சி சொல்லி இருந்தா இந்த பொய் ஜெயிச்சிருக்காது.

விதி. எல்லாம் என் விதி"

விருமாண்டிக்காக ரோகிணி முன் கமலஹாசன் பேசிக் கொண்டிருந்ததை சாய்ந்து அமர்ந்து பார்த்துக் கொண்டிருந்தான் ராஜா.

256 வது முறையாக விருமாண்டி படம் ராஜா மொபைலில் ஓடிக் கொண்டிருந்தது.

"பொண்டாட்டி அமைவது எல்லாம் விதி என்று வருத்தப்படுற அளவுக்கு, மத்த சிலருக்கு நல்லா அமஞ்சிறுது" என்று எண்ணியவாறு பெருமூச்சு விட்டான்.

ராஜாவுக்கு பெண் பார்த்துக் கொண்டிருந்த காலத்தில் வீட்டிற்கு வந்த வரன்களில் "உங்க வீட்டுல அடி பைப் இருக்கு. என்

பொண்ணால அடி பைப்ல எல்லாம் தண்ணி அடிக்க முடியாது...'' என்று ராஜாவை வேண்டாம் எனக் கூறிச் சென்ற பெண் வீட்டார்கள் எல்லாம் உண்டு.

ராஜாவைத் தேடி வந்தவர்களில் பலரும், மாப்பிள்ளை வேண்டாம் எனக் கூற முக்கிய காரணமாக இரண்டு இருந்தன. ஒன்று "ITI" தான் படித்திருக்கிறான். மற்றொன்று ஆள் கருப்பா இருக்கான்.

ஆனாலும் மாமா வீட்டில் வசிக்கும் தாய் தந்தை இல்லாத ராஜாவை வீட்டோடு மாப்பிள்ளை ஆக்கிக் கொள்ளலாம் என்ற எண்ணம்தான் பலரும் அவனைத் தேடிவர முக்கியக் காரணமாக இருந்தது.

பலரும் பல காரணங்கள் கூறி தவிர்த்துக் கொண்டிருந்த காலத்தில் சுல்தானா வீட்டில் இருந்து வந்த வரன், எந்த அல்லல் தொள்ளலும் இன்றி சுலபமாக முதல் வருகையிலே சம்மதம் தெரிவிக்க திருமணம் கை கூடியது.

பெண் பார்த்து விட்டு வந்த அத்தை "பொண்ணு பாக்கிறதுக்கு சும்மா தங்கக்கிளியாட்டம் இருக்காடா..." என்றுக் கூறிய பிரமிப்பான வார்த்தை ராஜாவின் எண்ணங்களுக்கு மேலும் தீனி போட்டது

ஒரு முகூர்த்த நாளில் திருமணமும் இனிதாய் நடந்தேறியது. சுல்தானா பேருக்கு ஏற்றாற் போல அரசிபோலத்தான் இருந்தாள். நாகர்கோவில் ஊருக்கே உரித்தான மலையாளத்து சந்தன வெள்ளை நிறம் பலரையும் திரும்பிப் பார்க்க வைத்தது. ராஜா அவளை அருகில் பார்த்து மலைத்தே போனான்.

காணக் கிடைக்காதது கிடைத்த சந்தோசத்தில் ராஜா சுல்தானாவை இரு கைகளிலும் ஏந்தி கோயில் பிரசாதம் போல சந்தோசமும் திருப்தியுமாய் வலம் வந்தான்.

ராஜாவின் உறவினர்கள் யாரேனும் சுல்தானாவைப் பற்றி எதுவும் சொல்லி விட்டால் வானத்திற்கும் பூமிக்குமாகக் குதித்தான். "வெள்ளத் தோலப் பார்த்ததும் என்னா வரத்து வர்றான் பாத்தியா..?'' என்று ராஜாவுக்கு புது பட்டம் கிடைத்தது.

உறவினர் யாரும் கூறிவிடும் சின்னச் சின்னச் சொற்கள் கூட சுல்தானாவைக் காயப்படுத்திவிடாமல் ஓர் அரண் போல நின்று தடுத்துக் கொண்டிருந்தான். இதுநாள் வரை நெருக்கத்தில் இருந்த வயது மூத்த உறவினர்களைக்கூட தன் மனைவிக்காக சுடு சொற்களால் பலமாகத் தாக்கினான்.

எல்லாமே சுல்தானாவுக்காகத்தான், ஆனால் சுல்தானா தந்திரங்களின் திருகுகள் வேலைகளில் கில்லாடியாக இருந்ததால் வேறு சதுரங்கம் ஆடினாள். “பெரியவங்கன்னு கூட பாக்க மாட்டேங்காரு. மோசமா சில நேரம் பேசிடுறார். ரொம்பக் கோவக்காரரா இருக்காரு. பயமா இருக்குப்பா..” என்று கணவரைப் பற்றிய நற்சான்றிதழை தனது தந்தையிடம் அள்ளித் தந்தாள்.

மோகம் முப்பது நாள் என்பார்கள் ஆனால் கல்யாண காலத்து வேகத்தில் சுல்தானாவைக் கண்ட கிறக்கத்தில் ராஜாவுக்கு முதல் ஆறு மாதம் எப்படி சென்றது என்றேத் தெரியவில்லை.

ஆறு மாதம் கழித்து, சுகமில்லாமல் போனதும் மனைவி வீட்டிலே சிலநாட்கள் தங்கியதும் அதற்குப்பின் சொந்த ஊரை விட்டுச் சென்று நாகர்கோவிலிலே வீடு எடுத்துத் தங்கி விட்டதும் அதன்பின் வயிறு புடைத்து இரத்த அழுத்தம் அதிகமாகி மருத்துவமனையில் அனுமதிக்கப்பட்டதும் மருத்துவமனையில் மாமாவுடன் காண வந்த ஆள் “இந்தப் பொண்ணா இவன் பொண்டாட்டி. இவா பெறந்த ஜாதகம் சரியில்லையே. நான்தான் இவா அப்பா கேட்டார்னு அந்தக் காலத்துல எழுதிக் கொடுத்தேன். இது பாதாளத்துல ஆளை இறக்கி விட்டுர்ற ராசியாச்சே” என்றவர் ராஜா கேட்டுக் கொண்டிருந்ததை உணர்ந்தவராக “இஸ்லாத்துல யாரு ஜாதகம் எல்லாம் பாக்கிறாங்க. தவக்கல் அல்லாஹ்ன்னு போயிட்டே இருக்க வேண்டியது தான்” என்று சமாளித்தார்.

அவர் கூறிய அந்த வார்த்தை அப்படியே ராஜா மனதில் தங்கி விட்டது. ஆனாலும் அவனும் தவக்கல் அல்லாஹ் என்று அதை மறந்துதான் திரிந்தான்.

திடீர் என உண்டான தொடர்ச்சியான கடன், திடீர் திடீர் உடல் நலக்குறைவு, உறவுகளுடன் தேவையில்லாமல் எதேச்சையாய் நிகழும் தேவையில்லாத வாய்ச்சண்டை, பெரிய பட்டிணத்திற்கு உறவினர் வீடுகளுக்கு வர மறுத்து தனது தந்தையுடன் தங்கிவிடும் மனைவி, ஏன் வர மறுக்கிறாள் என வார்த்தைகளால் பதம் பார்க்கும் நெருங்கிய பந்தங்கள் என கொஞ்சம் கொஞ்சமாக மன உளைச்சலுக்கு ஆளாகி இருந்தான் ராஜா.

ஒருநாள் திடீர் என மூக்கில் இருந்து ரத்தம் எல்லாம் வரத் துவங்கியதும் ராஜாவுக்கு என்னவோ மாமாவைப் பார்க்கணும் போலத் தோன்ற பெரிய பட்டிணம் வந்தான்.

“நாங்க என்ன உங்களப் பிடிச்சா வச்சிருக்கோம். சொல்லாம

கொள்ளாம போயிட்டீங்க. எப்போ வருவீங்க..?” என்றாள் அன்று இரவு வீடு வராத கணவனிடம் சுல்தானா.

அவளுக்கு மூக்கில் ரத்தம் ஒழுகுவதெல்லாம் பொருட்டே அல்ல. கணவன் சொல்லாமல் போனதுதான் கவலை.

அன்று இரவு குளிர் காய்ச்சல், வாந்தி பேதி, உடல் வலி இன்னபிற என்னவெல்லாம் உண்டோ அதுவெல்லாம் ராஜாவைத் தாக்கி, யோசித்து முடிவெடுக்க நேரம் தராத அச்ச வாழ்வை உடலிலும் மனதிலும் பூசி இருந்தான்.

மறுநாள் காலை சோர்ந்து வெளிறிக் காணப்பட்ட அவனுடன் சேர்ந்து அருகில் இருந்த மருத்துவமனை சென்றார் அப்பாஸ் மாமா. எக்ஸ்ரே, ஈசிஜி, பிளட் டெஸ்ட் என எல்லாம் பார்த்து விட்டு காய்ச்சல் என்று கூறி பாராசெட்டமலும் ஆண்டிபயாடிக் மாத்திரைகளும் அள்ளித் தந்து விட்டு, எதற்கும் ENT டாக்டரிடம் காட்டுங்கள், என்றது அந்த நர்ஸிங் ஹோம்.

இது சரிப்படாது என்று குலசேகரபட்டினம் கிளம்பினார் அப்பாஸ் மாமா.

குலசேகரபட்டினம் ஊரின் ஆரம்பத்தில் இருக்கும் முதல் பஸ் ஸ்டாப்பில் இருவரும் இறங்கினார்கள்.

கண்ணில் தென்பட்ட மளிகைக் கடையில் “பச்சத் துண்டு பெரியவரு வீடு எங்க இருக்கு..?” என்று கேட்க கடைக்காரர் காட்டிய திசையில் நடக்க துவங்கினார்கள்.

ஒரு கால்மணிநேர நடைக்குப்பின் அந்த வீட்டை அடைந்தார்கள். வாசலில் ஏற்கனவே நான்கு பேர் காத்திருந்தனர். அதில் ஒருத்தி கல்யாணம் ஆகாத பெண். அவள் அம்மா கைத்தாங்கலாகப் பிடித்திருக்க மூச்சுவிட முடியாமல் அவள் தத்தளித்துக் கொண்டிருந்தாள். வாசலில் அவர்களுடன் சேர்ந்து இருவரும் காத்திருந்தார்கள்

இரண்டு மணி நேரத்திற்கு மேல் ஆனது பச்சைத் துண்டு பெரியவர் அவர்களை உள்ளே அழைக்க.

“இளனி வைத்தியர் சொல்லி விட்டார்...” என்று தங்களை அறிமுகபடுத்தி கொண்டார் அப்பாஸ் மாமா.

நெடுநெடுவென வளர்ந்து ஊளைச் சதை இன்றி பார்க்க கம்பீரமாக இருந்தார் பெரியவர். நல்ல தேஜஸ் முகம். பளீர் கண்கள் பொய் சொன்னா சாத்திப் புடுவேன் சாத்தி என்பது போல மிரட்டின.

வெள்ளை வேஷ்டி வெள்ளைச் சட்டை என சர்வ சுத்தமாகக் காட்சியளித்தார்.

ராஜாவை அவர் முன்னே அமரச் சொல்ல, பவ்யமாக அமர்ந்து கொண்டனர் இருவரும். சந்தன ஊதுவத்தி வாடை அறையையே கமகமக்கச் செய்தது.

ராஜாவின் முகத்தைப் பார்ப்பதும் பின் கையில் கிளாசில் வைத்திருந்த தண்ணீரைப் பார்ப்பதுமாக இருந்தார். இப்படியே 15 நிமிடம் கழிந்தது. மயான அமைதி

"என்னமோ உடம்புல ஒட்டி இருக்கு, வீட்டுக்குப் பின்னாடி பையனைக் கூட்டிட்டு வாங்க."

கண்ணில் மிரட்சி தெரிய வீட்டுக்கு வெளியே வந்து அருகில் இருந்த சந்து வழியே வீட்டின் பின்பகுதிக்குச் சென்றார்கள்.

ஓர் அகண்ட நிழல் தரும் வேப்ப மரம் இருந்தது. அவர் கண்ணால் ஜாடை காட்ட வேப்ப மர நிழலில் இருந்த நீண்ட பெஞ்சில் அமர்ந்தனர்.

பெரியவர் ஓர் அடுப்பின் முன்னால் நின்று வெறும் பாத்திரத்தை அடுப்பில் வைத்து அடுப்பைப் பற்ற வைத்தார்.

பின் வீட்டின் உள்ளே சென்றவர் கையில் ஒரு பெரிய உருண்டை ஈயம் கொண்டு வந்து அதை அந்தப் பாத்திரத்தில் இட்டு சூடுபடுத்தத் துவங்கினார்.

ஒரு 10 நிமிடம். ஈயம் நன்கு சூடானதும் ராஜாவை வரச் சொல்லி அந்தப் பாத்திரத்தின் முன் முகத்தை காட்டச் சொல்லி கொஞ்ச நேரம் பாத்திரத்தைப் பிடித்து கொண்டிருந்தார்.

முகத்தில் பட்ட ஈயத்தின் சூடு தாளாமல் ராஜா நெளிந்தான். விலகிச் செல்லும் அவன் தலையை இறுக்கிப் பிடித்துக் கொண்டார். ஒரு கையில் பாத்திரமும் ஒரு கையில் அவன் தலையும். சரியான முரட்டுப் பிடியாய் இருந்ததைப் பார்த்தாலே உணர முடிந்தது.

பிடியைத் தளர்த்தி அவன் முகத்தை விலக்கி கொள்ளச் சொல்ல ராஜா விலகிக் கொண்டான்.

சிமெண்ட் பூசிய தரையில் கிழக்கு பார்த்து நின்று கொண்டு பாத்திரத்தில் இருந்த ஈயத்தை நன்கு சுழற்றி தரையில் கொட்டினார். பின் அதையே பார்த்துக் கொண்டிருந்தார்.

5 நிமிடத்தில் தரையில் கொட்டப்பட்ட அந்த ஈயம் அந்த சம

தளமான தரையில் எதையோ வரைந்தது போல ஒரு வடிவில் காட்சியளித்தது.

தலையை அவராகவே ஆட்டிகொண்டார் அந்த ஈயத்தைப் பார்த்து.

அவர்களும் ஆர்வத்தில் அருகில் சென்று பார்க்க, மேடு பள்ளம் இல்லாத சமமான தளத்தில் கொட்டிய அந்த ஈயம் ஒரு பெண் முக வடிவில் காட்சியளித்தது. இரட்டை ஜடை எல்லாம் போட்டிருந்தது.

ஈயத்தை எப்படிக் கொட்டினாலும் இப்படியான ஒரு உருவம் வரைய முடியுமா..? ஆச்சர்யமாக இருந்தது இருவருக்கும். இருவருக்குமே இந்த தரையில் உள்ள முக வடிவு யாரையோ நினைவுபடுத்தியது.

“கிணத்துல கை கால் முகம் கழுவிட்டு உள்ளே வாங்க.”

என்ன சொல்லப் போகிறார் தெரியவில்லையே, முகம் கை கால் கழுவி மீண்டும் ஏதோ ஒரு படபடப்பில் வீட்டினுள் நுழைந்து அவர் எதிரில் அமர்ந்தார்கள் இருவரும்.

அவர்களுக்கு முன்னமே அவர் வந்து காத்திருந்தார். ஒரு வாழை இலையில் சூடு இல்லாத அந்த ஈய முக வடிவு அவர் முன்னால் இருந்தது. அதையே பார்த்துக் கொண்டிருந்தார்.

“சொல்றேன்னு தப்பா எடுத்துக்க மாட்டீங்களே...”

“பரவாயில்ல சொல்லுங்க...” என்றார் அப்பாஸ் மாமா.

“தண்ணியிலயும் பார்த்தேன். சந்தேகத்தைப் போக்க ஈயம் போட்டும் பார்த்தாச்சு. ரெண்டுலயும் உன் பொண்டாட்டியத்தான் காட்டுது. குடும்பத்துல ஏதாவது பிரச்சனையா?”

“இல்லையே நல்லா பிரியமாத்தானே இருக்கான்...” என்றார் அப்பாஸ் மாமா.

“பொண்டாட்டிய ஒரு நிமிசமும் பிரிஞ்சி போயிறக் கூடாது. அவ மேல தப்பே இருந்தாலுமே அவளைக் கண்டிக்கக் கூடாது. அவ சொல்லுறதை முழுசா அப்படியே கேக்கணும். அவளைத் தப்பா நினைக்கக் கூடாது. அவளுக்கு எதிரா எதையும் பேசக்கூடாது. அவளை விட்டுப் பிரிய நினைச்சா நீ உசிரோடவே இருக்கக் கூடாதுன்னு செஞ்சு வச்சிருக்கு. ஏன் அந்த புள்ளைக்கும் உனக்கும் எதுவும் பிரச்சனையா...?”

“இல்லையே...” என்றார் அப்பாஸ் மாமா. எல்லாவற்றையும் கண்கள் அகல விரித்து ஆச்சர்யமாய்க் கேட்டுக் கொண்டிருந்தான் ராஜா.

“உன் பேரைத் தகடுல எழுதி கருவாடுக்கு உள்ள வச்சி ஏதோ ஒரு சுடுகாட்டுல பொதச்சி வச்சிருக்கிறதா காட்டுதே. இவ்வளவு கொடுரமா மலையாளத்தான் தான் செய்வான்.”

“என்ன செஞ்சா சரியாகும்?”

“இது சரியாகுமான்னு தெரியல. என்னால ஆனதை நான் முயற்சி செஞ்சி பாக்கிறேன். தெரு முனையில இருக்க கடைக்குப் போய் நான் சொன்னதா சொல்லி விளாம்பழத் தோடு, சிறு குறிஞ்சான் குச்சி, மருதாணி விதையும் கேளுங்க... ஒரு பொட்டணம் கொடுப்பார். அப்படியே ஒரு முட்டையும் வாங்கிட்டு வாங்க.”

போய் வாங்கி வந்தார் அப்பாஸ் மாமா

ராஜாவை அமர வைத்து என்னென்னமோ செய்தார். இறுதியாக “இந்த விளாம்பழத் தோட்டைத் திரிச்சி நாட்டு சக்கரை சேர்த்துச் சாப்பிடு, முட்டைய போற வழியில ஏதாவது முச்சந்தியில தலைய சுத்தி தூக்கி வீசிட்டு திரும்பிப் பாக்காம போங்க...” என்று அனுப்பி வைத்தார்.

ராஜாவை விட அவனது மாமா தான் மிகவும் பயந்தார்.

மூன்று நாட்கள் கழித்து மூக்கில் ரத்தம் வருவது நின்றதும் நாகர்கோவில் வந்து சேர்ந்தான்.

“என்ன திடீர்னு சொல்லாம கொள்ளாம ஊருக்குப் போயிட்டீங்க?” என்று மிகவும் வாஞ்சையுடன் கேட்டார் மாமனார். அப்படி ஒரு பேரன்பை சினிமாவில்கூட பார்க்க இயலாது.

“தெரிஞ்சவரு ஒருத்தரு புதுசா ஊருல வீடு கட்டி இருக்கார். குடி போகணும் சீக்கிரம் வந்து வயரிங் வேலை செஞ்சு தாங்கன்னு கேட்டார். சின்ன வேலைன்னு நினைச்சுப் போனேன். வேலை கூடிருச்சு...” என்று சமாளித்தான்.

மறுநாள் உடல் நலம் எப்படி இருக்கு என்று அப்பாஸ் மாமா போன் செய்து நலம் விசாரித்தவர், நாகர்கோவில் அருகில் உள்ள தக்கலை பீர் முஹம்மது அப்பா தர்கா சென்று வா என்றார் ராஜாவிடம்.

அவனும் அங்கிருந்து அருகில் என்பதால் வண்டியில் சென்றான். தர்கா உள்ளே இருக்கும்போது அவன் உடலில் அங்கும் இங்குமாக முதுகில் ஏதோ ஊறுவது போல தோன்றியது.

மறுநாள் அவன் உடுத்தி இருந்த சட்டையைத் துவைத்தவன்

சட்டையின் பின்புறம் ரத்தக்கறையாக இருப்பதைக் கண்டு பயந்து எதுவோ நிகழ்ந்து கொண்டிருக்கிறது என்று உணர்ந்தவனாக அப்பாஸ் மாமாவுக்கு போன் செய்தவன் “உங்க கூட அன்னைக்கு ஹாஸ்பிட்டல் வந்தாரே. எம்பொண்டாட்டிக்கு ஜாதகம் எழுதித் தந்தேன்னு சொன்னாருல்ல அவரு போன் நம்பர் கொடுங்க...” என்று கேட்டு வாங்கி அவருக்கு போன் செய்து சுல்தானாவின் ஜாதகம் எழுதித் தர முடியுமா..? என்று கேட்டான்.

“அதெல்லாம் முடியாது...” என்று மறுத்தவர் “நீ நெனைக்கிற மாதிரி அவ பிறந்த தேதி மாசம் எல்லாம் ஸ்கூல் சர்டிஃபிகேட்ல உள்ளது கிடையாது. அவளோட உண்மையான பிறந்த தேதி மாசம் நேரம் எல்லாம் வேற...” என்று மாத்திரம் சொன்னார்.

அதிர்ச்சி அடைந்தவனாக கடந்த ஒரு வாரமாக தனக்கு நிகழ்ந்ததை, பச்சைத் துண்டு பெரியவரைப் பார்த்ததை எல்லாம் கூறி சட்டையில் ரத்தக்கறையாக இருப்பதைக் கூறியவன், ஏன் எனது மாமனார் இப்படிச் செய்தார் என அறிய ஆசைப்படுகிறேன். தயவு செய்து உண்மையான பிறந்த தேதி தகவல்களைக் கொடுங்கள், என்று கேட்டு வாங்கிக்கொண்டான்.

ஒரு விடுமுறை நாளில் நண்பன் வீடு செல்கிறேன் என்று மனைவியிடம் கூறிவிட்டு திருநெல்வேலி வந்து கௌரி பஞ்சாங்கம் எழுதி அச்சிடும் பிரபல ஜோதிடரின் வீட்டை அடைந்தான்.

“ஜாதகம் எழுதணும்...”

“யாருக்கு...?” என்று கேட்டவரிடம் முழு விபரம் கொடுக்க சுல்தானா பர்வின் என்று முஸ்லிம் பெயர் பார்த்தவர் “முஸ்லீம்கள் நம்ப மாட்டாங்களே ஜாதகத்தை, இது யாரு. என்ன உறவு வேணும் உனக்கு?” என்று கேட்டதும் “மனைவி...” என்றான்.

“சரி ஒரு வாரம் கழித்து வா.”

பணம் என்று நீட்டியவனிடம் “எழுதின அப்புறம் வாங்கிக்கலாம்” எனக் கூறி அனுப்பிவிட்டார்.

ஒரு வாரம் கழித்து வந்தவனிடம் “இல்ல தம்பி. இதுக்கு ஜாதகம் எழுத முடியாது,” என்று அவர் கூறியதைக் கேட்டு “அப்படி என்ன எழவுதான் இருக்கு. இந்த ஜாதகத்தில்...?” என்று எண்ணியவனாக தாங்க முடியாமல் கண்ணில் நீர்முட்டி அழ ஆரம்பித்தான். “சரி சரி. சின்னப்பையனாட்டம் அழாத. எழுதித் தாரேன். ஆனா பொண்டாட்டிக்கிட்ட பிரியமா இரு...” என்றவரைப் பார்த்து “தாய் தந்தை இல்லாத அனாதைய்யா நான். பொண்டாட்டின்னா உசிரு

எனக்கு. உங்க எல்லாத்துக்கும் ஏன் அது புரிய மாட்டேங்குது..." என்று கத்திச் சொல்ல வேண்டும் போல இருந்தது.

மறுவாரம் அவர் கையில் இருந்து ஜாதகம் வாங்கிய ராஜா அதை புரட்டிப் பார்த்து விட்டு ஒன்றும் புரியாதவனாக "ஒண்ணும் புரியலையே. நீங்க தான் சொல்லணும்..." என்றான் குழப்பமாக.

"ரொம்ப துருவிக் கேக்காத. நல்ல ஜாதகம் இல்லை. அவ்வளவு தான் சொல்லுவேன். நீ யார்கிட்ட போய் இதைக் காட்டிக் கேட்டாலும் நான் சொன்னதைத் தான் சொல்லுவாங்க. இதுக்குப் பரிகாரமா சிலதை செய்யணும். நீங்க அதை எல்லாம் செய்ய மாட்டீங்க. அதனால இது பின்னாடி சுத்தாத, விட்டுரு..." என்றவரிடம் இருந்து ஜாதகத்தை வாங்கிக் கொண்டு பெரிய பட்டிணம் ஊர் வந்தான்.

நேராக கடற்கரை சென்று சுல்தானாவின் ஜாதகத்தை ஒருமுறை பார்த்து விட்டு மூன்றுமுறை தன் தலையைச் சுற்றி கடலில் ஜாதகத்தை வீசிவிட்டு கடலையே பார்த்தபடி நின்றிருந்தான். சலனத்தில் அடவு பிடித்தது போன்றிருந்த அவன் மனதில் வேகமாக அலை அடிக்கும் கடல் என்பது கொந்தளிக்கும் அவன் மனநிலையாகத் தோன்றியது.

இறந்து போன அம்மா அப்பா நினைவில் வந்து போனார்கள். அழுகை வருவது போல இருந்தது. சற்று மேலே ஏறி மணலில் சரிந்து அமர்ந்து விட்டான். பின்னங்கழுத்து நரம்பில் சுல்தானாவும் அவள் தந்தையும் சேர்ந்து சம்மட்டியால் அடிப்பது போன்ற வலி அவனுக்குள். வஞ்சிக்கப்பட்டவனின் பிரார்த்தனைகள் குறித்து அச்சமாயிருங்கள் என்கிறது திருகுர்ஆன். அதைப் பற்றியெல்லாம் யாருக்கு கவலை.

மகளுக்கு ஜாதகம் சரியில்லை என்று மருமகனுக்கு செய்வினை செய்யும் மாமனாரை எல்லாம் மனிதக் கூட்டத்தில் எப்படிச் சேர்க்க என்று யோசித்தான். தானே ஒரு பலஹீனமான விளக்கு, இதில் இப்படி எல்லாம் வாழ்வில் காற்று வந்து வீசும் என எதிர் பார்க்கவில்லை.

அவனுக்கு சுல்தானாவின் ஜாதகக் கோளாறு எல்லாம் பெரிதாகத் தெரியவில்லை. எதையோ திங்க வைத்து என்னமோ செய்து தன் உடலையும் மனதையும் சுக்கு நூறாகச் சிதைக்கும் மன உளைச்சலுக்கு ஆளாக்கும், திடீர் திடீர் உடல் சுகமின்மை தரும் வேதனைதான் தாள முடியவில்லை.

காலம் மென்று துப்பியது போக மீதம் உள்ள வாழ்வை எப்படி எதிர்கொள்வது என்பது சவாலாகக் காட்சியளித்தது ராஜாவுக்கு. ஒன்றும் அறியாதது போல நாகர்கோவில் வந்து சேர்ந்தான் ராஜா. எத்தனை வேலை செய்தாலும் கடன் கூடிக்கொண்டே போனது. நாளடைவில் கடன்கள் வட்டிக் கடன்கள் எனும் நட்பைப் பெற்றுப் போட்டன. சுல்தானா அணிந்து வந்த நகைகள் எல்லாம் வேக வேகமாக வங்கியில் தஞ்சம் புகுந்தன.

இப்போது திருமண விசேஷ நிகழ்ச்சிகளுக்குச் செல்வது சுல்தானாவுக்குப் பெரிய சவாலாக இருப்பதாகத் தோன்றியது. ஏற்கனவே உடல் ரீதியாக தனக்குப் பொருத்தமில்லாதவனாக நினைத்திருந்த கணவன் பொருளாதார ரீதியிலும் பின்தங்கியவனாக ஆனபோது அவர்கள் படுக்கைகளில் பெரும் பள்ளம் விழுந்தது.

சிலசமயம் ஒருமாதம் ஆன பின்பும் மகன் தூங்கி விட்டான் என நன்கு அறிந்து, வா என அழைத்தும் வர மறுத்தாள். ஏன் வேண்டாம் என மறுக்கிறாய் என்று கேட்டதற்கு மௌனம் சாதித்தாள். "உன்ன எனக்குப் பிடிக்கல" என்று சொல்லி இருந்தாலும் மனதிற்கு ஆறுதலாக இருந்திருக்கும். ஆனால் எப்போதும் மனதிற்குள் எதையாவது வைத்துக்கொண்டு வெளியே அமைதி காப்பது பெரிய இம்சையாக நெஞ்சை அறுத்தது ராஜாவுக்கு. எப்பொழுதாவது கிடைக்கும் உடல் சுகத்தையும் சுல்தானா தர மறுத்த போது அவன் மனதால் மனைவியை விட்டு வெகு தூரம் போயிருந்தான்.

குடி, சிகரெட் என்று எந்தப் பழக்கத்திற்கும் ஆளாகாத ராஜா முதன்முறையாக பீர் குடித்துவிட்டு தலை சுற்றுகிறது எனத் தள்ளாடி விழுந்தான் நண்பன் வீட்டில்.

நாளாக நாளாக ராஜா நிறைய மாறி இருந்தான். குடியை விட கணேஷ் புகையிலை அவனுக்குத் தோதாகவும் செலவுக் குறைவாகவும் இருப்பதாக உணர்ந்தான்.

ஆறு மாதத்திற்கு மேலாகி விட்டது மனைவியைத் தொட்டு. ஆனாலும் அவளிடம் கோபப்படுவதில்லை. அவளுக்கு அவனை விட அவள் தந்தையின் நிழல் வசதியாகத் தோன்றியது.

ஒரு மதிய நேரம் கொரியர் ஆள் வீட்டிற்கு வந்து ஒரு கவரை ராஜாவிடம் கொடுத்து விட்டுச் சென்றதும் கவரைக் கிழித்துப் பார்த்து விட்டு சுல்தானாவை அழைத்தான். இப்படி சுல்தானா என்று பெயர் சொல்லி அழைத்தே நாளாகி விட்டது என்று தோன்றியது இருவருக்குமே. பணம் இல்லாமை அவனை பலஹீனப்படுத்தி இருந்தது அவளிடம்.

அவளுமே எந்நாளும் இல்லாத திருநாளாக என்ன இவன் இப்படி பெயர் சொல்லி அழைக்கிறான் என்று எண்ணியபடி அவனைத் தேடி வாசலுக்கு வந்தாள்.

தன் அருகில் வந்தவளிடம் கையில் இருந்த கவரை நீட்டினான். அதன் உள்ளே அமீரக விசா அடிக்கப்பட்ட பாஸ்போர்ட், ஃபிளைட் டிக்கெட், அமீரக அட்டெஸ்டேசன் செய்யப்பட்ட அவனுடைய ITI Electrician சர்டிஃபிகேட் எல்லாம் இருந்தன. வழிதவறிய அலைகள் புதிய கரை மடிகளைக் கண்டடைவது போல குடும்பத்தை விட்டு பிரியவே கூடாது என்றிருந்தவன் வெளிநாடு செல்லும் காற்றை சுவாசிக்கத் துவங்கியது அதிர்ச்சியாக இருந்தது சுல்தானாவிற்கு.

சட்டென ஒரு மதிய நேரத்தில், இன்னும் மூன்று நாளில் வெளிநாடு செல்லப்போகிறான் தன் கணவன், என்பதை ஒருத்தி அறிந்தால் என்னவெல்லாம் முகத்தில் காட்டுவாளோ அந்த பாவனைகள் எல்லாம் சுல்தானாவின் முகத்தில் ராஜா கண்டான்.

“எப்போ இன்டர்வியூ போனீங்க...? எப்போ மெடிக்கல் செக்கப் எல்லாம் செஞ்சீங்க...? எதுவுமே சொல்லலை என்கிட்ட...” என்று கேள்விகளாகக் கேட்டுத் துளைத்து விட்டு தனது தந்தைக்கு போன் செய்தாள்.

அன்று இரவு அவனைக் கட்டிப்பிடித்துப் படுத்திருந்தாள். அவனோ அவளுடன் சேரக்கூடாது என்பதை மூளைக்குள் ஆணியாக அடித்திருந்தான். முத்தம் எல்லாம் தந்து மூடு ஏற்றிப் பார்த்தாள் அவனுக்கோ உடலும் மனமும் கண்ணீரை தாரை தாரையாக வார்த்தது. அன்றைய இரவின் நிழல் அவனுடைய பெருமூச்சால் வெண்மையாக தோன்றியது.

கடைசி நாள் அன்று மகனுடன் சேர்ந்து உறங்கினான். அவனுடைய பாசத்தின் மிச்சம் எல்லாம் அவனுடைய மகன் மீது ஒட்டி இருந்தது.

ஒரு பெரிய கதவுடன் ஒரு மனிதன் வீதி வழியே அதற்கான வீட்டைத் தேடி நடப்பது போல இரண்டு சூட்கேசுடன் ராஜா பயணப்படலானான்.

ராஜாவின் எதிரே விருமாண்டியின் வசனங்கள் ஓடிக் கொண்டிருந்தன.

துயர நினைவு என்பது கண்ணாடி போன்றது. அது வேதனையை இரட்டிப்பாக்கும் எனபதை அறியாது கால சக்கரத்தில் ஏறி நினைவுகளால் இந்தியா வரை போய் வந்திருந்தான் ராஜா.

★

9

சாவக்காடு ஹமீது பாய் அச்சு அசல் மலையாள நடிகர் நெடுமுடி வேணுவை தாடியுடன் நினைவுபடுத்துபவராக இருந்தார். அரபியான மர்வான் வீட்டில் முண்டா பனியனும் காவிநிற முண்டும் கட்டிய அவரைப் பார்க்க பிஸ்ஸா ஹட்டில் பருப்பு வடை விற்பது போல வினோதமாக இருந்தது தாரிக்கிற்கு.

ஐந்து வருடமாக மர்வான் வீட்டில் சமையல்காரனாக வேலை செய்கிறாராம். சமையல்காரர் மட்டுமல்ல. சகலமும் அங்கு அவர் தான் என்று கூறி அறிமுகம் செய்து வைத்தார் மர்வான்.

படுத்த படுக்கையாய்க் கிடந்த மனைவிக்கு முதுகுத் தண்டில் கோளாறு என திருச்சூரில் ஆயுர்வேத சிகிச்சைக்காக வந்து நான்கு மாதம் மனைவியுடன் தங்கி இருந்த மர்வானுக்கு, முன்பு வளைகுடா நாடுகளில் வேலை செய்யும் காலத்தில், நன்கு அரபி பேசக் கற்றிருந்ததால் ஜீப் டிரைவராக வேலைக்குச் சேர்க்கப்பட்டார் ஹமீது பாய்.

நாட்கள் ஆக நாட்கள் ஆக மர்வானுடன் மிகவும் நெருக்கம் ஆகி சாவக்காடு கடலாடிகளுடன் சேர்ந்து மர்வானும் ஹமீது பாயும் ஒரிரு முறை கடலுக்குச் சென்று மீன் பிடித்து ருசியாகச் சமைத்துக் கொடுத்ததிலும், இருவரும் சேர்ந்து தண்ணி அடித்ததிலும் வானமும் காகமும் போல இன்னமும் நெருக்கமாகினர்.

சிகிச்சை பலனின்றி மர்வான் மனைவி இறந்ததும் வழித் துணையாய் டெல்மா வரை வந்த ஹமீது பாய், தனிமையில் இருக்கும் மர்வானுடன் வேறு வழியின்றி டெல்மாவிலேயே அடைக்கலம் ஆகி விட, அங்கு முடிந்தது என்றும் தொடங்கியது என்றும் ஒரு வாக்கியம் பிறந்தது.

மர்வானின் மகன்கள் இருவரும் நன்கு படித்து அபுதாபியில் அரசாங்க வேலையில் இருந்ததால் அவர்கள் அபுதாபி ஊரிலேயே

தங்கி விட்டார்கள். தனியாய் அதுவரை மனைவியுடன் டெல்மா தீவில் வாழ்ந்து வந்தவருக்கு மனைவி இறந்ததும் சாவக்காடு ஹமீது பாய் தான் சகலவற்றிற்கும் துணையானார்.

சமையல், வீட்டு வேலை, டிரைவர், கடலாடி, தண்ணி அடித்தபடி உரிமையுடன் தைரியமாய் சொந்தக் கதை பேச நம்பிக்கையான அரபி பேசும் நண்பன் என அந்த வீட்டில் ஹமீது பாய்க்கு பல கைகள் முளைத்திருந்தன.

ஹமீது பாய்க்கு ஒரே மகள். அவளுக்கும் திருமணம் செய்து கொடுத்து மருமகனை மர்வானின் உறவுக்காரர் ஒருவரின் துபாய் நிறுவனத்தில் வேலையும் வாங்கிக் கொடுத்தாயிற்று. ஹமீது பாய் மனைவிக்கு அவளுடைய அனியத்தி (தங்கை) வீடு தான் சொர்க்கம் என்பதால் தற்சமயம் எந்தவிதமான நிர்பந்தமும் நிபந்தனையும் இல்லாத வாழ்வாக ஹமீது பாய் தனது நண்பனும் அரபியுமான மர்வான் வீட்டில் வாழ்ந்து வந்தார்.

மர்வான் செஸ் விளையாட்டில் வெற்றி கொண்டதன் நினைவாக தாரிக்கை விருந்திற்கு அழைத்திருக்க, வெள்ளாட்டின் கொழுப்பை அகற்றாது அதிலே அரபி மசாலாவும் இந்திய உணவு முறையும் சேர்த்து உண்டாக்கிய “லஹம் மத்பி” தம் பிரியாணியை ஹமீது பாயும் மர்வானும் தொடர்ச்சியாகக் கூறிய சாவக்காடு பிளாஷ்பேக் கதைகளைக் கேட்டபடி சாப்பிட்டு முடித்தான் தாரிக்.

மதியம் மர்வான் உறங்கச் சென்றதும், மஜ்லீஸ் எனும் பெரிய ஹாலில் அமர்ந்து ஹமீது பாயும் தாரிக்கும் பேசிக் கொண்டிருந்தனர்.

தனக்கு சுகர் இருப்பதையும் இரவில் பலமுறை உறக்கம் தொலைத்து பாத்ரூம் செல்வதையும் உறக்கம் வர ஏதாவது மாத்திரை வேண்டும் என்றும் சர்க்கரை இல்லாத சுலைமானி டீ குடித்தபடி ஹமீது பாய், தாரிக்கிடம் கோரிக்கை வைத்தார்.

எதிரே இருந்த 76 இன்ச் டிவியில் ஏசியாநெட்டில் “மணிசித்திரத்தாழ்” படம் ஓடிக் கொண்டிருந்தது.

“உன்னோட கதையையும் சொல்லு, எங்களப் பத்தி நாங்க சொன்னோம்ல” என்று ஹமீது பாய் கேட்டார் சிரித்தபடி. “எங்க ஊரும் கடல்புரம் தான். அப்பாவும் கடலாடி தான்...” என்றதும் “அட” என்று ஆச்சர்யமானார்.

முதன் முதலாக அறிமுகம் ஆகி இருக்கும் ஹமீது பாயிடம் தொட்டாற் சிணுங்கியாக சுருங்கிக் கொள்ளவே முடிந்தது. இல்லறம், மனைவி குழந்தை இழப்பைப் பற்றி எல்லாம் கூற

விருப்பம் இல்லாத தாரிக், தன் பால்ய காலம் பற்றி, கடலாடி தந்தையைப் பற்றி, தனது ஊரைப் பற்றிக் கூறத் துவங்கினான்.

அப்பாவுக்கு சினிமா பார்க்கிறதுன்னா அலாதி பிரியம். ஒருநாள் மதியம், பாலகிருஷ்ணா தியேட்டருக்கு என்னையும் "படகோட்டி" படம் பாக்கக் கூட்டிக்கிட்டுப் போனார். எம்ஜியார் கடலில் தத்தளிக்கிற போது பக்கத்துல உக்காந்திருந்த நான் அப்பாவோட மழைக்கு ஒதுங்கும் பூனை மாதிரி ஒட்டுனதப் பாத்து "என்னடா?" ன்னு கேட்டார்.

"பயமா இருக்குப்பா..."

"சினிமாடா. இதெல்லாம் சும்மா, பயப்படாத."

"இல்லப்பா பயமா இருக்கு..." ன்னு அழுதுகிட்டே அவர் மடியில கண்ணை மூடி சாஞ்சுக் கிட்டேன்.

"கிறுக்குப்பயலே, இதுக்கு போய் பயப்படுற..." ன்னு சேத்து அரவணச்சிக்கிட்டார். அப்போ எனக்கு வயசு 10.

அப்பா சிலநேரம் எங்களைக் கடலுக்கு அழைச்சிட்டுப் போனா ஏதோ சொந்தக்காரங்களை அறிமுகம் செய்ற மாதிரி கடலை அறிமுகம் செய்வார்.

தூத்துக்குடி தாண்டி உள்ள முயல் தீவுக்கு பொங்கல் மறுநாள் போவோம். அங்க இருக்கிற லைட் ஹவுஸ் மேல ஏறி பைனாகுலர் வழியா ஏதோ தன்னோட சொந்த வயக்காட்டைக் காட்டுற மாதிரி கடலைக் காட்டிப் பேசுவார்.

அவர் கடலையும் தன்னோட குடும்பத்தை நேசிக்கிற மாதிரி நேசிச்சார். கடல் அவருக்கு தாயுமானவன். அவர் மட்டுமில்ல வல்லத்தில் ஏறுன ஒவ்வொரு மீனவனும் கடலைத் தன்னோட உசிராதான் நேசிக்கிறான். விவசாயத்திற்கு முந்தைய வேட்டையாடி, ஆதி குடி சமூகத்தின் கடைசி மிச்சம் கடலாடி மட்டும்தானே.

அவரு மீன் குழம்பும் கோதுமை தோசையும் சாப்பிடுறதப் பாக்கவே அழகா இருக்கும். மீன் குழம்பில உருண்டு தவழ்ந்து முங்கிக் கிடக்கும் கீறிய நீண்ட பச்சை மிளகாயைக் குழம்போட சேர்த்து ஒரு உறி உறிஞ்சுவார், காரம் உச்சந்தலையைத் தொடும் அளவிற்கு. அம்மா திட்டுவாங்க. அவர் அப்படிச் செஞ்சிருக்க கூடாது ஆனாலும் செய்தார். அதைப் பார்த்தாலே நமக்கும் அப்படி சாப்பிடணும்ன்னு தோணும்.

ஒருநாள் நைட் ரெண்டு மணி. அது ஒரு சரக்குக் கப்பல். பூம்புகார்

சிப்பிங் கம்பேனின்னு பேரு எழுதி இருக்கும். பெரிய கப்பல். இப்போ அது எல்லாம் இல்ல. தூக்கக் கலக்கத்தில் ஊதா கவரால் டிரஸ் போட்டிருந்த அப்பா கப்பலோட மேல்தளத்தில நடந்து வந்துகிட்டிருக்கும் போது, ஊதக்காத்து குளிரோட சேர்ந்து வீச வெட வெடவென பல்லைக் கடிச்சிக்கிட்டு வீசுன காத்து தாங்காமல் ஆடிக்கிட்டே நடந்த அவரு கப்பலைக் கரையில் கட்டுறதுக்காகப் பரப்பி வைச்சிருக்கிற தடியான கயிற்றில் கால் பிசக்கி தட்டுத் தடுமாறி மேல்தளத்தில இருந்து தொப்...னு சத்தத்தோட கடலில் விழுந்துட்டார்.

உயரத்துல இருந்து தள்ளாடி விழுந்ததுல இடுப்பு விலாவில் பலமான அடி. நாலு மாசம் ஹாஸ்பிட்டல்ல இருந்து அப்புறமா வீடு திரும்பினார்.

வேலைக்குப் போகாததால நாலு மாசமா பாதிச் சம்பளம்தான் கிடைச்சிருக்கு. கடன் வாங்கலாம்னு சித்தப்பாவைப் போய்ப் பாக்கச் சொல்லி அண்ணனை அனுப்பியிருக்காரு. வீட்டில் இருந்துகிட்டே இல்லைன்னு சித்தி சொல்லி அனுப்பிருச்சாம். அதுவும் வாசல்லே நிக்க வச்சு. பிள்ளைங்க சாப்பாட்டுக்கா பணம் கேட்டு வந்தத அறிஞ்சும் திருப்பி அனுப்பிய சித்தப்பாவைக் கூட அவர் திட்டினது இல்ல. பணம் இல்லாதவனுக்கு குடும்ப உறவு இனிக்கிறதே இல்லை. ஆனாலும் எங்களைப் படிக்க வைக்கிறதுல ஆர்வமாக இருந்தார். ரொம்ப கஷ்டத்தோடதான் என்னை டாக்டருக்குப் படிக்க வைச்சார். அம்மா என்ன கஷ்டம் வந்தாலும் சரி குடும்பம் நடத்தி அதிலயும் காசு மிச்சம் பிடிச்சிரும். ஊருக்கு வெளியே எந்த அடிப்படை வசதியும் இல்லாத, ரோடு கூட இல்லாத தெருல வாழ்ந்தோம் நாங்க.

தமிழ் நாட்டுலே மாதா கோவில் திருவிழான்னா, நாகப்பட்டிணம் வேளாங்கன்னிக்கு அப்புறம் எங்க ஊருலதான் பேமஸ். கடல் மாதாவோட மடியில (வல்லத்தில், தோணியில், கட்டுமரத்தில், கப்பலில் ஏதோ ரூபத்தில்) வலது காலை வைச்சு உள்ளே ஏறினதும், எப்போ எப்படி எந்த நிலையில திரும்புவோம்னு தெரியாத பயணத்தை ஆரம்பிக்கும் போது, ஊருக்குள் தன்னையும் அறியாமல் என் உறவு முறை சின்னையா (கிறிஸ்துவர்கள்) திரும்பிப் பாக்கிறது எங்க ஊரு பனிமய மாதா கோவிலின் குருசை தான். அந்தக் குருசு தான் கடலுக்குப் போறவனுக்கு லைட் ஹவுஸ்.

“நல்லபடியா போய்ட்டு வாப்பா” ங்கிற மாதிரி, மேரி மாதா (மர்யம்) தூர நின்னு கை அசைக்கிறதா நினைச்சு கடல் பக்கம்

முகம் திருப்புபவன் திரும்பி கரையைப் பாக்கிறதில்ல. காரணம் நிலம்ங்கிறது அத்தனை பாதுகாப்பானது கடலு கண்ணாடி மாதிரி கொஞ்சம் தவறுனாலும் கையக் கீறிரும்.

பருத்த வெயில் பட்டு கருத்த தோல் கொண்ட அவன் வயித்தக் கழுவ, தெரிந்த தொழில் செய்பவனை, கோடில்லாத கடலப் பங்கு பிரிச்சு என்னோட எல்லைக்குள்ள நுழைஞ்சுட்டான்னு சுட்டுக் கொல்லுற, சீந்த ஆளில்லாத சமூகத்தை சேர்ந்தவன்.

அரசாங்கத்தப் பொருத்தவரை கடலாடி உசிரு ஒரு பொருட்டே இல்ல. கடலாடிக்கு அவனுடைய துணிச்சலும் கடல் மாதாவும் பனிமய மாதாவும்தான் துணை. கடலுக்கு போனவன் நல்லபடியா திரும்பி வரணும்ன்னு எங்க ஊரு மாதா கோயில்ல ஏத்துன எத்தனையோ மெழுகுவர்த்தியில நிறம் வேணா நிறைய இருந்திருக்கலாம் ஆனா எண்ணம் ஒன்னுதான். சின்னய்யா நல்லா இருக்கணும் அவ்வளவு தான்.

இப்போவும் மழைக்காலத்துல கடலுக்குப் போனவங்க காணவில்லைன்னு டிவியில செய்தி வாசிச்சா அன்னைக்கு நைட்டு அப்பா தூங்க மாட்டார்.

“சின்னையா, மீன் கொண்டாந்திருக்கேன்”ன்னு வாசல்ல மீன் கூடையோட சத்தம் கொடுக்கிற, உடம்புல சதையே இல்லாமல் குச்சி குச்சியாய் இருக்கிற எத்தனையோ மீன்காரச் சித்திகளின் சந்தோச முகத்தைக் காண வேண்டியாவது கடலுக்குப் போனவனைக் கரை சேர்த்து வை - என வேண்டுவார் அப்பா.

ஊர் பனிமய மாதா கோவில் திருவிழாவ முன்னிட்டு பத்து நாள் ஊரே கோலாகலமாக இருக்கும். பத்து நாள் பொருட்காட்சி நடக்கும். அதுக்கு குடும்பத்தோட எல்லாரும் போவாங்க. நாங்க காலேஜ் படிக்கிறப்போ சைட் அடிக்கிறதுக்குன்னே பத்து நாளும் போவோம். ஊரே கொண்டாடும்.

தெருவுல சிங்கள பப்பிசைப் பாடல்ல இருந்து பல இங்லீஸ் பாட்டு ஒலிக்க கூட்டமா தெருவ மறிச்சு பர்னாந்து, மச்சாது, டீக்குருஸ், பச்சேக், தல்மேதா, டிசில்வா, டிரோஸ், பெரைரா, பெர்னாண்டஸ், சேவியர்ன்னு எல்லா கடலாடிப் பசங்களும் கூட்டம் கூட்டமா ஆடுறதைப் பார்க்கலாம்.

புர்கா போட்டுக்கிட்டு யாராவது வர்றதைப் பார்த்தால் போதும் “எல, சித்தி (!) போட்டும் வழி விடு “ன்னு சொல்லி தன்ன மறந்து ஆடிக்கிட்டு இருக்கிறவனும் ரோட்ட விட்டு விலகி பாதை

கொடுப்பான். எவ்வளவு குடிச்சிருந்தாலும் சித்தின்னா அவ்வளவு அன்யோன்யம். அவ்வளவு மரியாதை. அவ்வளவு பாசம்.

ஊரில கால‌ங்காலமாக வாழுற உறவு அது. ரோமன் கத்தோலிக் கிறிஸ்துவங்க முஸ்லீம்களை சித்தி சின்னையான்னு அழைக்கிறதும் செல்லமாக மானாவாரியாகத் திட்டி அழைக்கிறதும் இன்னும் ஊர் வழமையாத்தான் இருக்கு.

இதுமாதிரி நாயக்கமார்கள் முஸ்லீம்களுக்கு இடையில அன்பா செல்லமா திட்டுறதை கதையாக எழுதி பெரிய சண்டையே நடந்ததாகவும். நீர் பாட்டுக்கு எழுதிட்டு வீட்டுல உக்காந்துகிட்டீரு ஊரு முழுக்க சண்டைன்னு எழுத்தாளர் சுந்தர ராமசாமி தேடிவந்து சொன்னதை, பாட்டன் கி.ரா சொன்னதாக அப்பா சொல்லிக் கேட்டிருக்கேன்.

ரொம்ப சுலபமாக "எல தெவடியா மவன இங்க வா..."ன்னு சர்வ சாதாரணமா கூப்பிடுறதையும் அதைக் கேட்டு கோவமே படாம "என்ன சின்னயா"ன்னு செல்லுற ஆளுங்களைக் கொண்டது எங்க கடல் காத்து பூமி.

"என்னடா, மீன் வாங்க வர்ற கௌவிமுவள காணோமேன்னு தேடிட்டு இருந்தேன் வந்திட்ட." ங்கிறதும், "சிறுக்கியுள்ள யேன் இந்தா வெல சொல்லுத..." ங்கிறது எல்லாம் எங்க ஊர் மீன் மார்க்கெட்டில சர்வ சாதாரணம்.

மாதா கோவில் திருவிழா மட்டுமில்ல ஊருக்குள் ஜெய்லானித் தெருவில் இருக்கும் தைக்கா ங்கிற பள்ளியில் நடக்கிற ரபிய்யுல் ஆகிர் மாதத்து முஹைத்தீன் அப்துல் காதர் ஜெய்லானி அவர்களோட பெயரால நடக்கிற கந்தூரி வைபவமும் சிறப்பாக இருக்கும்.

தைக்காவில் மரக்குச்சியால் ஆன ஒரு மீட்டர் நீளமுள்ள கப்பலை உண்டாக்குவாங்க. அதைப் பூவால் சுத்தி அலங்கரிச்சு ஒரு வண்டியில ஏத்தி ஜெய்லானித் தெரு, மீனா கானாத் தெரு, தெற்கு புதுத் தெரு...ன்னு மூணு தெருவிலும் அந்தக் கப்பலை வண்டியோட நடுவில வச்சி வலம் வருவாங்க. தெரு ஆட்கள், சின்னப் பசங்க அந்த வண்டியோட பின்னாடி நடக்க, கஞ்சிரா(தப்) அடிச்சு பைத் ஓதிய வெள்ளை உடையில ஊர் மதரசா பிள்ளைங்க முன்னாடி போவாங்க.

அன்னைக்கு எப்படி இருந்தாலும் மழை பெய்யும், சிறு தூறலாவது பெஞ்சு அந்தத் தெருக்களை ஈரமாக்கும். அந்த தைக்கா நூற்றாண்டுகளுக்கு முன்னாடி மலையாளிகள் உண்டாக்கியது.

மலையாளத்தில் ஒரு சினிமா பாட்டு கூட உண்டு.

"நானும்

நானும் என்ட ஆளும்

ஆ... நாற்பது பெரும்

பூமரம் கொண்டு கப்பல் உண்டாக்கி..." ன்னு.

மெசபடோமியோ நகரத்து பக்தாதில் வாழ்ந்த அப்துல் காதர் ஜெய்லானி அவங்களோட வரலாற்று நினைவின் வடிவாய் ஊருக்குள்ள அலங்கரிக்கப் பட்ட மல்லிகை பூமரக்கப்பல் வலம் வரும்.

கப்பல் வர்ற அன்னைக்கு தெரு முழுக்க சந்தோஷம் நிரம்பி வழியும். ஒவ்வொரு வீட்டு வாசல்லயும் கப்பலைப் பாக்க குடும்பம் குடும்பமாய் நிப்பாங்க. சின்னப் பையனா இருக்கிறப்போ நானும் கப்பல் பின்னாடியே போவேன், பல வீட்டுலயும் பண்டம் தருவாங்க. கடைசியாய் கொடிமரத்தில் ஒண்ணு கூடி அப்துல் காதிர் ஜெய்லானி பேரில் துவா ஓதி கொடி ஏத்துவாங்க. வஹாபிகள் வந்த அப்புறம் அந்த விழாக்களோட வீரியம் ஊருக்குள் குறைஞ்சு போச்சு, என்று முன்சுருக்கம் கூறி முடித்தான் தாரிக்.

நெய்தல் நில கடிகாரத்தில் கடல் பெரிய முள் என்றால் கடல் சார்ந்த அத்தனையும் சின்ன முள். தான் அறிந்த சின்ன முள்ளில் சிலவற்றைப் பரப்பியிருந்தான் தாரிக்.

"சரித்திரத்தை அழிக்க உருவாக்கப்பட்டவன் தான அந்த வஹாபி முசீபத்." என்றார் சாவ்வக்காடு ஹமீது பாய்.

"ஓ உங்களுக்கும் அவன பிடிக்காதா..?"

"நான் A.P.முஸல்லியார் மதராஸால ஓதுனவன். அங்கதான் ஆலிமும் (தஹஸில் பட்டமும்), B.Comமும் சேர்ந்து ஒரே நேரத்துல படிச்சேன். எங்களுக்கு எப்படி வஹாபியப் பிடிக்கும், நீங்க எங்க படிச்சீங்க டாக்டர்?"

"அது ஒரு பெரிய காமெடி. நான் B.Sc பிஸிக்ஸ் தான் படிச்சேன். சின்ன வயசுல நான் டிசென்ட்ரில ரொம்ப கஷ்டப்பட்டேனாம். ஒரு மாசமா எங்க எங்கேயோ யார் யார்கிட்டேயோ கூட்டிட்டுப் போய்க் காட்டி இருக்காங்க. இடுப்புல கட்டி இருந்த வெள்ளி அரைஞாண் கம்பி கழன்று விழுற அளவுக்கு வயித்துப் போக்குல மெலிஞ்சிட்டேனாம். அப்போதான் யாரோ சொல்லி இருக்காங்க.

திருநெல்வேலியில தம்பி டாக்டர்ன்னு ஒருத்தர் இருக்கார். அவர்கிட்ட போய்க்காட்டுங்கன்னு. அவர் ஒரே நாள்ல சரியாக்கிட்டாராம். அன்னைக்குப் புடிச்ச புடி டாக்டருக்குப் படி, அதுவும் பிள்ளைங்களைப் பார்க்கிற டாக்டருக்குப் படின்னு அம்மா அடம் புடிச்சிட்டே இருப்பாங்க. சரின்னு அவுங்க ஆசைக்காக B.Scக்கு அப்புறமா எக்ஸாம் எழுதினேன். டாக்டர் சீட் கெடச்சது. அப்புறமா M.D., D.C.Hன்னு அம்மா சொன்ன மாதிரி குழந்தைங்க டாக்டர் ஆயாச்சு. நீங்க ஆலிமா வேலை பாக்கலையா?"

"இல்ல வெளிநாடு போகணும்னு ஆசை. கணக்கு எழுத சவூதி போனேன். எட்டு வருசம். கல்யாணம் ஆனதும் வெளிநாடு போகாம கடலுக்குப் போனேன், கடை வச்சிருந்தேன் அப்புறமா டிரைவர் வேலை கடைசியா இங்க வந்தாச்சு. இடையில வேற ஒரு வேலை பார்த்துகிட்டு இருந்தேன் சொன்னா சிரிச்சிருவாங்க..."

"அது என்ன வேலை?"

"செய்வினை கோளாறு எடுத்துக்கிட்டு இருந்தாரு ஓர் ஆலிம்ஷா. அவர்கிட்ட கொஞ்ச நாள் வேலை செஞ்சேன்..."

"என்ன தகடு எழுதுற சிஹருக்கு பாக்கிற வேலை பாத்தீங்களா..." என்றான் சிரித்தபடி

"நீ நினைக்கிற மாதிரி இல்ல. இவரு ஜலாலியத் ஆன ஆளு. ஆள் உயரத்துக்குக் குழி தோண்டி தேங்காய்ச் சிரட்டையா போட்டு நிரப்பி அதுக்கு மேல ஒரு பெரிய தேங்காய்ச் சிரட்டையில ஒரு முட்டையில நிறைய ஆயத்து எழுதி ஒரு நூல் கயிறு கட்டி இன்னொரு தேங்காய்ச் சிரட்டை வச்சு மூடி நடுவுல வச்சி குழியில ஒரு ஓரமா நெய் ஊத்தி மத்த தேங்காய்ச் சிரட்டைய எரிக்க ஆரம்பிச்சு அதுக்கு முன்னாடி உக்காந்து விடிய விடிய ஓதுவார். மத்தது எல்லாம் எரிஞ்சிரும் அந்தப் பெரிய தேங்காய்ச் சிரட்டையும் அதுல உள்ள இருந்த முட்டையும் அதுல கட்டின நூலும் எரியாது. அப்படியே இருக்கும். காலையில சுபுஹூ தொழுதுட்டு குழிக்கு உள்ள இறங்கி எரிஞ்ச சாம்பலுக்கு இடையில இருந்து அந்த தேங்காய்ச் சிரட்டையையும் முட்டையையும் நூலையும் எடுப்பார். அந்த முட்டைய முச்சந்தியில உடைப்பார். கேரளாவுல தாந்திரீகத்துல பல வெளையாட்டுக்காரங்க இருக்காங்க. அதுல அவரும் ஒருத்தர்..."

"உங்களுக்குத் தெரியுமா இந்த விளையாட்டு எல்லாம்?"

"அந்த அளவுக்குத் தெரியாது, ஆனா ஓரளவு செய்வேன்..."

"இங்க டெல்மால அன்வர்ன்னு ஒரு பையன் இருக்கானாம்.

அவனுக்கு ஏதோ கோளாறு இருக்காம். கல்யாணம் செஞ்சதுல இருந்து சொந்த ஊருக்கே அதிகமா வர்றதில்லன்னு அவனுடைய மாமா என்கிட்ட டெல்மா போறேன்னு சொன்னதும் அவனைப் பத்தி சொல்லி வருத்தப்பட்டார். உங்களுக்கு அன்வர்ன்னு யாரையாவது தெரியுமா. எலக்ட்ரிசன் வேலை பார்க்கிறானாம்...''

"அன்வரா, அப்படி ஒரு எலட்ரீசன் இந்த டெல்மால யாருமே இல்ல. ஏன்னா, ஒவ்வொரு வருசமும் UAE நேஷனல் டே, நியூ இயர் அன்னைக்கு டெல்மா முழுக்க விதவிதமான லைட் ஃபிக்ஸ் பண்ணி தீவே ஒரே கொண்டாட்டமா இருக்கும். நாமளும் ஏர்போர்ட் போற ரோடு வரைக்கும் சீரியல் லைட் ரோடு முழுக்க நம்ம செலவுல போடுவோம். டெல்மால இருக்கிற மொத்த எலக்ட்ரீசியன் எல்லாத்துக்கும் டபுள் சம்பளத்துல வேலை கிடைக்கும். இங்க ஒரு கம்பேனியில வேலை செய்ற ஆட்கள் வெளிவேலைக்குப் போகக் கூடாது. போனா போலிஸ் பிடிச்சிக் கொண்டு போயிரும். ஆனா இது ஊரோட கொண்டாட்டம்ங்கிறதால போலிஸ் ஒண்ணும் சொல்லாது. டபுள் சம்பளம்ங்கிறதால எல்லா எலக்ட்ரீசியனும் வேலைக்கு வந்திருவான். தெருவுல இருக்கிற ஒவ்வொரு செடிக்கும் ஒவ்வொரு விதமான கலர் லைட் சீரியல் பல்ப் எல்லாம் போட்டு ஊரே அலங்காரமா இருக்கும். வாணவேடிக்கை, வீட்டு வாசலில் காரில் தேசியக் கொடின்னு அமர்க்களப்படும். நானும் மர்வானும் ராத்திரி முழுக்க சேர்ந்து சுத்துவோம். அதனால எனக்கு நல்லாத் தெரியும் அன்வர்ன்னு யாருமே இல்லை. ஒருவேள வேற ஏதாவது பேரு இருக்கலாம். நீங்க தெரியாம அன்வர்ன்னு சொல்லுறீங்கன்னு நினைக்கிறேன்''

"ஒருவேளை நான் அவனைப் பார்த்தா நீங்க அவனுக்கு என்ன செய்துன்னு கண்டுபிடிச்சிருவீங்களா?''

"அது ஒண்ணும் பெரிய காரியம் இல்ல. கொஞ்சம் முருங்கை இலை சாறு எடுத்து அவனோட வலது கையில ஊத்துனா தெரிஞ்சிரும். டாக்டர் நீங்க இத எல்லாம் நம்புவீங்களா என்ன..?''

"அப்படி இல்ல, மனரீதியா அவுங்களுக்கு உள்ள ஒரு எண்ணம் இருக்கும். அது வழியா தான் அவுங்களை டிரீட் பண்ணணும். எடுத்த உடனே அப்படி எல்லாம் இல்லைன்னு சொன்னா திட்டிறப் போறான். ஒருவேளை அவன் உங்களைப் பார்க்க சம்மதிக்கலைன்னா. ஷிஹருக்கு என்ன ஓதணும்ன்னு சொல்ல முடியுமா''

"மனிதர்களில் சிறந்தவர் ஆதம், மாதங்களில் சிறந்தது ரமலான், நாட்களில் சிறந்தது வெள்ளிக்கிழமை, குர் ஆனில் சிறந்தது கஹஃப்

சூரா" அப்படின்னு ஒரு வாக்கு இருக்கு. கஹஃப் சூரால கடைசியில வர்ற "இன்னல்லதீன ஆமனு வஅமிலுஸ்ஸாலிஹாதின்னு தொடங்குற 107வது வசனத்துல இருந்து பிஇபாததி ரப்பிஹி அஹதான்னு முடியுற 110 வசனம் வரை ஓதுனா பல விசயங்களுக்கு நல்லது. ஆமா அப்படி அன்வர்ன்னு ஒரு பையன் இருக்கான்னு உண்மையிலேயே நம்புறீங்களா."

"ஆமா, அவனோட மாமா என்னோட உறவுக்காரர் மூலமா நான் டெல்மா போறேன்னு தெரிஞ்சிகிட்டு மெனக்கெட்டு தேடி வந்து எங்கிட்ட சொல்லிட்டுப் போனார். கண்டிப்பா ஒருநாள் பார்ப்பேன் அவனை."

பிறரின் நலனுக்காக பேசும் இருவருக்கும் இடையில் காரணங்களே அற்ற அன்பு ஒன்று திவ்விய வார்த்தைகளாய் பூத்திருந்தது.

★

10

அன்றைய தினத்தின் கடைசி இருளைக் கிழிக்க சூரியன் கத்தியுடன் புறப்பட்டுக் கொண்டிருந்தது. புத்தம் புது விடியல் அன்று சவுந்தர்யமாக இருந்ததன் காரணம் மருத்துவமனை சென்றதும்தான் புரிந்தது தாரிக்கிற்கு. புதிதாக இரண்டு அழகான பெண்மணிகள் டெல்மா மருத்துவமனையில் வேலைக்குச் சேர்ந்திருந்தனர்.

தாரிக்கிற்கு உதவி செய்வதற்காகத் தேர்வு செய்யப்பட்டவர் என்பதால் இந்தியாவில் இருந்து வந்திருந்த புதிய நர்ஸை கூடுதல் பீடிகையோடு அறிமுகம் செய்து வைத்தார் அரபி அட்மின் பெண்.

“இவர் தான் பீடியாட்ரிசன் டாக்டர் தாரிக்.”

“ஹாய், ஐ யாம் அய்டா (Aydha)” என்றாள் அவள். இந்தியப் பெண்களின் பவ்யமான உடல் மொழியோடு. பெயர் மட்டுமல்ல அவளும் நல்ல அழகாகத்தான் இருந்தாள்.

அய்டா என்றால் அரபியில் லாபகரமானவள் என்று அர்த்தம் என அட்மின் அரபிப் பெண் சிரித்தபடி அவளைப் பற்றி நிறைய விவரித்தாள். லாபகரம் என்றால் பொருளாதார அடியாள் பேசுவது போல இருந்தது. மங்களகரமானவள் என வைத்துக்கொள்ளலாம் எனத் தோன்றியது தாரிக்கிற்க்கு.

வீட்டில் பலசரக்கு வாங்க சீட்டு எழுதும் போது முதலில் மஞ்சள் என்றே ஆரம்பம் செய்வார்கள்.

அய்டாவும் சற்று லேசான வெளிர் மஞ்சள் (ஐவரி) நிற உடை அணிந்திருந்தாள். அவளின் வனப்பு மிகுந்த செழித்த கேரள மண்ணின் சாட்சியான கோதுமை நிறத்தை இன்னும் மெருகூட்டிக் காட்டியது அவளின் மஞ்சள் உடை.

உண்மையில் மதமதவென பருத்த பழங்கள் பூத்துக் குலுங்கும் ஐந்தடி உயர மழையில் நனைந்த மாதுளம் செடி போல இருந்தது அவளின் மிளிரும் முகமும் தேகமும்.

உடன் அமர்ந்திருந்த ஓர் சூடானிப் பெண்ணும் புதிய டென்டல் டாக்டர் என அறிமுகம் செய்து வைக்க "ஹாய், வெல்கம் டு டெல்மா ஹாஸ்பிட்டல்..." என்று கை குலுக்கி விட்டு தன் அறைக்கு வந்து சேர்ந்தான்.

அப்துல் ஹாதி எனும் பலஸ்தீனிய நர்ஸிங் இன்சார்ஜ் அய்டாவை அழைத்துச் சென்று "ஹாஸ்பிட்டல் ஓரியண்டேசன்" எனும் பெயரில் ஒருநாள் முழுக்க, நர்ஸ் என்பவரின் வேலை என்ன, எப்படி பேச வேண்டும், எப்படிப் பழக வேண்டும், ஃபயர் அண்ட் சேஃப்டி கிளாஸ், இன்ஃபெக்ஷன் கிளாஸ், குவாலிட்டி கண்ட்ரோல் கிளாஸ், Nursing call, PASS, RACE, CODE BLUE, CODE RED, Medication, hospital forms, SAP software, medical transcription, vital லொட்டு லொசுக்கு என மருத்துவமனையில் உள்ள சகலவிதமான வெட்டு குத்துக்களையும் ஒரேநாளில் அய்டாவின் தலையில் நிரப்புவதில் தீவிரமான வேட்கையோடு திரிந்தார்.

சமைத்ததும் வீடு முழுக்க பரவி நிற்கும் மீன் குழம்பு வாசம் போல தற்காலிக நிகழ்வுதான் என்றாலும் அய்டாவைப் பற்றிய எண்ணம் மனதில் பரவுவதை தாரிக்கால் தடுக்க இயலவில்லை.

மறுநாள் வேலைக்கு வந்ததும் காலையிலேயே "I did" அரபி நர்ஸ் அய்டாவை அழைத்துச் சென்று விட்டாள் "hand over" என்ற பெயரில். அதிலும் முக்கியமாக இன்சூரன்ஸ் கார்ட் பற்றி பாலபாடம்.

அமீரகத்தில் (துபாய், அபுதாபி, அல் அய்ன், ஷார்ஜா, அஜ்மான், ராஸ் அல்கைமா, ஃபுஜைரா, உம்முல் குயின் ஆகிய பகுதிகள்) வேலைசெய்யும் அனைவரும் மருத்துவக் காப்பீடுத் திட்டத்தின் கீழ் வருவது கட்டாயமாக்கப்பட்ட ஒன்று. இங்குள்ள மக்கள் தொகையில் 95 சதவிகித ஆட்கள் இன்சூரன்ஸ் கார்ட் கொண்டவர்களாக இருப்பார்கள். இன்சூரன்ஸ் கார்ட் இல்லை என்றால் அரசு மட்டுமல்ல, எந்தத் தனியார் மருத்துவமனையின் உள்ளேயும் நுழைய இயலாது. சில சிகிச்சைகளைத் தவிர அனைத்தும் கார்டில் அடங்கும்.

இன்சூரன்ஸ் கார்டிலும் கூட மனு தர்ம நிற பேதம் உண்டு. சலுகைகள் குறைவான அடிமட்டம் என்பது வெள்ளை நிற கார்ட்.

அமீரகத்தில் வேலை செய்யும் தொழிலாளியின் நிர்வாகம் இந்த பணத்தை வருடம் தோறும் செலுத்தி வரும். ஏதேனும் மருத்துவமனை பணம் சம்பாதிப்பதற்காக ஒரு நோயாளியை தவறுதலாக உபயோகப்படுகிறதா என தொடர்ச்சியாக இன்சூரன்ஸ் நிர்வாகம் கண்காணிக்கும். ஏதேனும் தவறுகளைக் கண்டடைந்தால்

அந்த மருத்துவமனையின் லைசென்ஸை ரத்து செய்வது அல்லது பெரும் தொகையை அபராதமாக விதிப்பது என கடுமையான சட்டத்தை அரசே கடைபிடிக்கிறது.

நல்லவேளை இந்தியாவில் இன்னமும் மெடிக்கல் இன்சுரன்ஸ் கார்ட் அனைவருக்கும் கட்டாயமாக்கப்படவில்லை. இந்தியா போன்ற மக்கள்தொகை மிகுந்த நாட்டில் பிணம் தின்னும் முதலாளிகளுக்கு, வறுமை உள்ளவனின் வியாதி பணம் கொட்டும் அட்சய பாத்திரமாக மாற இன்சூரன்ஸ் கார்ட் நன்கு வழிவகுக்கும். காரணம் இந்தியாவில் இன்சுரன்ஸ் நிர்வாகமும் அரசியல்வாதிகளும் நெருங்கிய உறவினர் ஆகிவிடுவார்கள். அல்லது இன்சுரன்ஸ் நிர்வாகத்தை அரசியல்வாதிகளே நடத்துவார்கள்.

ஒவ்வொரு வியாதிக்கும் ஒரு CPT CODE உண்டு. அதாவது காய்ச்சல் என்றால் அதற்கு ஒரு கோட். அந்த CPT CODE லிஸ்டில் உங்கள் வியாதி இல்லை என்றால், உங்கள் செலவில் விதவிதமான டெஸ்ட் தொடர்ந்து கொண்டே இருக்கும் வியாதி என்ன என்று அறியும் வரை. திடீர் என ஏதேனும் நேர்ந்தால் இந்த இன்சுரன்ஸ் கார்டில் இந்த வசதி இல்லை. நீங்கள் பணம் கட்டினால்தான் உண்டு, என மருத்துவமனை வாசலில் மிரண்டு நிற்கும் மக்களிடம் உயிரைக் காட்டி மிரட்டுவார்கள். அப்படியானால் இதுநாள் வரையில் பணம் கட்டியது எந்த வகைக்கு..?.

அமீரகத்தில் தவறு செய்தால் கடுமையான தண்டனையை சந்திக்க நேரிடும் அதில் பாரபட்சம் காட்டுவதில்லை என்பதால் இன்சுரன்ஸ் கார்டுகள் உயிர்ப்புடன் உள்ளன.

ஒரு பேஷண்ட் மருத்துவமனையின் உள்ளே நுழைந்தால் அவர்களிடம் உள்ள இன்சுரன்ஸ் கார்ட் என்ன வகை என அறிவதில் தொடங்கி நோயாளியை அழைத்து வந்து அவரின் உயரம், எடை, இரத்த அழுத்தம், இதயத் துடிப்பு, உடல் வெப்பம் எல்லாம் பரிசோதித்த பின் மருத்துவரிடம் அழைத்துச் செல்லும் முறையை அய்டாவுக்குக் கற்றுக் கொடுத்தபடி இருந்தாள் “I DID” அரபி சிஸ்டர்.

“Patient flow” என்பது எங்ஙனம் இருக்கும், அதை எப்படி செவிலியர் பின்பற்ற வேண்டும் என்பதை அய்டா அன்றைய தினம் கற்றிருந்தாள்.அதனால் அன்றும் அய்டா தாரிகின் கிளினிக் பக்கம் வரவில்லை.

ஆனால் தாரிக் கிளினிக் வாசலில் செல்வராஜூம் வேறு ஒரு கிளினரும் தாரிக்கிடம் சிரித்தபடி பேசிக் கொண்டிருந்தனர்.

புதிய பல் டாக்டர் என்பதால் உடனடி நம்பிக்கை மருத்துவமனைக்கு வருகை தரும் நோயாளிகளிடம் உண்டாவதில்லை. ஒரு வேலையும் செய்யாமல் எப்படி இருக்க இயலும். தன் திறமையை நிருபிக்க இலவசமாக யாருக்காவது பல்லைப் புடுங்கிக் காட்டலாம் என புதிய பல் டாக்டர்கள் விரும்புவதுண்டு. ஆள் எப்படி என்று தெரிந்து கொள்ளும் நோக்கில், அதற்கு மருத்துவமனை நிர்வாகமும் சம்மதிக்கும்.

இது போன்ற நேரங்களில் இலவச மருத்துவ சேவைக்கு சோதனை எலிகளாக தேர்வு செய்வது கிளினிங் கம்பெனி ஆட்களைத்தான்.

கிளினர் மசூது தான் முதலாவதாக பல்லைக் காண்பிக்க தேர்வு செய்யப்பட்டான். பெங்காலி நாட்டை சேர்ந்த 23 வயது இளைஞன் மசூது, வளைகுடா நாடுகளுக்கு வந்து 5 வருடம் ஆகி விட்டதாலும், கொஞ்சம் சுய முயற்சியாலும் அரபி நன்றாக பேசுபவன். கொஞ்சமே கொஞ்சம் ஆங்கிலமும் அப்படியே ஹிந்தியும் பேசுவான். தாய் மொழியான “கம்மனா சூ போலோ பாசு” வான வங்காள மொழியில் பொளந்து கட்டுவான்.

அதனால் அட்மின் அலுவலகத்தில் உள்ள பேன்ட்ரியில் அட்மின் மேடத்திற்கு மற்றும் மருத்துவமனையில் அட்மின் மேடத்தை தேடி வரும் ஆட்களுக்கு டீ போடும் பிரத்யேக வேலைக்காக சூப்பர்வைசர் செல்வராஜ் அவனை தேர்வு செய்திருந்தான். கக்கூஸ் கழுவும் வேலை எல்லாம் அவன் செய்வதில்லை.

அவனுக்கு இலவசமாக பல் எடுத்த அனுபவத்தை அப்படியே அட்மின் மேடத்திடம் ஒப்பித்துவிடுவான் என்பதால் அவனுக்கு முதலில் பல் டாக்டரிடம் காண்பிக்கும் வாய்ப்பை செல்வராஜ் வழங்கி இருந்தான். ஆனால் மசூது அறிந்திருக்கவில்லை இப்படி ஒரு ஜாக்பாட் அடிக்கும் என்று.

புதிய பல் டாக்டர் வந்த முதல் நாள், கிளினிக் வாசலில் மூன்று நான்கு பேர் கூடி நின்று வேடிக்கை பார்க்க, மசூதின் பல்லை எடுக்கிறேன் பேர்வழி என்று இளம் பெண்ணான அவளின் பாதி மார்பை மசூதின் தலை, நெற்றி, கன்னம், காது என தேய்த்ததில் வாசலில் நின்று வேடிக்கை பார்த்த செல்வராஜ் மட்டுமல்ல செய்தியை அறிந்த ஏனைய கிளினர்களின் மனம் பொறாமையால் கனலாகிப் போனது.

அன்றைய தினமும் மேலும் இரண்டு கிளீனர்கள் பல் எடுக்க முன்வந்ததற்குக் காரணம் நோயாளியை நெருங்கும் புதிய பல் டாக்டரின் அறியாமை கலந்த முறைதான்.

மறு நாள் மற்றுமொரு கிளீனர் எனக்கும் பல் எடுக்க வேண்டும் என செல்வராஜிடம் கூற அதைக் கேட்ட செல்வராஜ் அவனைத் திட்ட, ஏன் திட்டுகிறாய் என்று கேட்ட டாக்டர் தாரிக்கிடம் "இந்தப் பயலுக அம்புட்டு பேரும் முந்தானை முடிச்சு தீபா டீச்சர்கிட்ட பாடம் படிக்கப் போற மாதிரி கிளம்பிட்டானுங்க. அட்மின் மேடம் பாத்திச்சு, என்னதான் கூப்ட்டு வச்சு விளாசும். வேலைக்கு வேட்டு வச்சிருவானுங்க போல..." என்று முந்தைய நாள் சம்பவத்தைப் பற்றிக் கூறிக் கொண்டிருந்தான் செல்வராஜ்.

"அண்ணே நெசமாவே பல்லு வலிக்கிண்ணே."

"போடா..., திட்ட வேணாம்ன்னு பாக்குறேன் போயிரு..." என்று செல்வராஜ் கூற சற்று நேரம் நின்று உள்ளுக்குள் முனங்கியபடி திரும்பிச் சென்றான் அந்த கிளீனர் ஆள்.

"இப்போதான் எக்ஸ்ரே ரூம்ல ஒரு பஞ்சாயத்து. அதை முடிச்சிட்டு வந்தா அண்ணே பல்லு வலின்னு வரிசை கட்டி நிக்கிறானுவ..."

"அது என்ன பஞ்சாயத்து?" என்று தாரிக் கேட்டான்.

"விசா புதுபிக்க மெடிக்கல் டெஸ்ட், எக்ஸ்ரே எல்லாம் எடுப்பாங்க. அந்த டெஸ்ட் ரிப்போர்ட்ல வெளியே "FIT" அப்படின்னு சீல் அடிச்சிக் கொடுப்பாங்க. பொதுவா சரக்கு அடிச்சா "FIT" ஆயிட்டான்னுதான் மலையாளிகள் சொல்றது வழக்கம். ரிப்போர்ட்ல "FIT" ன்னு எழுதி இருக்கிறதைப் பார்த்திட்டு வந்தவனுக்கு ஒரு சந்தேகம். தான் தண்ணி அடிக்கிறது வெளியே தெரிஞ்சி போச்சோன்னு. அவன் உளறுறதைப் பார்த்து நைசாக அவனிடம் போட்டு வாங்குவோம்ன்னு தண்ணி அடிப்பியா அப்படின்னு நம்ம எக்ஸ்ரே ஆளு ஷாம் கேட்டிருக்கார்.

"ஐயயோ, எப்போவாவது..."

"பொய் சொல்லாத, இந்த ரிப்போர்ட்ல, 'எல்லாம்' வெளியே தெரிஞ்சிரும்."

"ஒருநாள் விட்டு ஒருநாள் அடிப்பேன்..."

நம்ம ஆளும் விடாம "இன்னும் சொல்லு நெறைய தப்பு செஞ்சு இருக்க நீ, உண்மையச் சொன்னா நான் ஹெல்ப் பண்ணி ரிப்போர்ட்டை மாத்தி வாங்கித் தருவேன்" ன்னு மிரட்டுனதும்

"யார்கிட்டயும் சொல்லாதீங்கண்ணா, சத்தியமா அந்த புள்ளதான் என் கைய புடிச்சி இழுத்தது..." ன்னு ஊருல நடந்த மன்மத லீலைகளை எல்லாம் கொட்டித் தீர்த்திட்டான்.

முழுசா கேட்ட நம்ம ஆளு சிரிக்கிறதைப் பார்த்து மலையாளி கடுப்பாகி "அம்மா ஆத்தான்னு" திட்ட ஆரம்பிச்சி, இப்போதான் அவனைச் சமாளிச்சி வெளியே அனுப்பிட்டு வாரேன்.

"இது கூடவா தெரியாம இருக்காங்க?"

"அட, மஜ்ரா (விவசாய வேலை) விசால வந்த பசங்களுக்கு என்ன தெரியும். ஃபாரின் வந்தா போதும்னு தோட்ட வேலைக்கு வந்திருவாங்க.இன்னும் ஒரு ரெண்டு தடவை விசா புதுப்பிச்சா போதும், என்னை விட அதிகமா காசு சம்பாதிக்க ஆரம்பிச்சிருவாங்க. தெளிவு வந்திரும்."

"அப்படி என்ன செய்வாங்க தெளிவு வர்ற அளவுக்கு?"

"அட நீங்க வேற, பெப்ஸி ட்ரே இருக்குல்ல, அதுக்கு உள்ள இருக்கிறதை எல்லாம் வெட்டி எடுத்திட்டு கருப்பு பிளாஸ்டிக் கவர் வச்சி மண்ணைப் போட்டு வீட்டுக்குள்ள கஞ்சா செடி வளக்கிறான் ஒருத்தன், என்னத்தச் சொல்ல?"

"சும்மா கத உடாத..."

"ஆமா டாக்டர் நெசமாத்தான் சொல்லுறேன். அப்புறமா போலிஸ்ட்ட ஒருநாள் சிக்குனான் அது தனிக் கத.." எனும் போதே மருத்துவமனையின் முக்கிய பாதையில் நர்ஸிங் ஸ்டேசன் அருகில் இருந்து காச் மூச் என்று சத்தம் வர "இருங்க...என்னன்னு பார்த்திட்டு வாரேன்" வேகமாகச் சென்ற செல்வராஜ் பத்து நிமிடம் கழித்து மீண்டும் தாரிக் அறை தேடி வந்தான்.

"மெயின் ரிசெப்சன்ல ஜெஸிந்தான்னு ஒரு பிலிப்பினோ நர்ஸ் இருக்கும் பாத்திருக்கீங்களா. பாக்க நல்ல அழகா இருப்பா..."

"அதுக்கு என்ன?.."

"அவ தன்னோட புருசனை சத்தம் போட்டுத் திட்டிகிட்டு இருக்கா. பில்லிங் செக்சன்ல ஒரு எஜிப்சியன் இருக்கான்ல, எப்பவும் மொட்ட போட்டிருப்பான். அவன்தான் அவா புருசன்.."

"புருசனைத் திட்டுறதையா இவ்வளவு சத்தம் போட்டு பேசுறா...?"

"அவ கொஞ்சம் ஒரு மாதிரி. ஹாஸ்பிட்டல் பில் கட்ட வந்த எவனோ ஒருத்தன், அவ புருசன்கிட்ட போய் உன் பொண்டாட்டியையும் கார்டியாலஜி டாக்டரையும் அபுதாபியில ப்ளு மவுன்ட் ஹோட்டல்ல போனவாரம் பார்த்தேன்னு சொல்லிருக்கான். இவன் கடுப்பாகி பொண்டாட்டியக் கூப்பிட

குடுமிப்பிடி சண்டை நடந்தது. அட்மின் மேடத்தைக் கண்டதும் கப் சிப்ன்னு ஆளாளுக்கு தெசைக்கு ஒரு பக்கம் தெறிச்சி ஓடிட்டானுங்க. செக்குரிட்டியப் புடிச்சி திட்டிகிட்டு நிக்குது மேடம். நான் ஓடி வந்திட்டேன்''

''இப்படி எல்லாம் கூட கதை ஹாஸ்பிட்டல்ல இருக்கா?...''

''அந்தப் பொம்பளை ஒரு மாதிரி தான். அவ புருசனும் அப்படி ஒரு தடவை போகும்போது தர்மத்தாலி கட்டுற மாதிரி மாட்டி விட்டுருச்சு. மாட்டுனதும் வேற வழி தெரியாம கல்யாணம் பண்ணிக்கிட்டான். அவ பிலிப்பைனி கிறிஸ்டியன் அவன் எகிப்து முஸ்லிம். இரண்டு பேருக்கும் பிறந்த பையன்தான் பாவம். ஒரு வருஷம் அம்மா விடுமுறைக்கு பிலிப்பைன் போனா சர்ச்சுக்குப் பாட்டி கூட்டிட்டுப் போகும் அடுத்த வருசம் அப்பா எகிப்து அலெக்சாண்ட்ரியா போனா தாத்தா பள்ளிவாசல் கூட்டிட்டுப் போவாராம். அம்மா அப்பா ரெண்டு பேருமே ஒரே இடத்தில் வேலை செய்ற ஆட்கள். ஹாஸ்பிட்டல்ல ரிசெப்ஷன்ல அவ யாரு கிட்டயாவது சத்தமா சிரிக்கிற சத்தம் கேட்டால் இங்க இவன் டென்சன் ஆயிருவான். பொதுவுல வச்சி ரெண்டு பேரும் அடிக்கடி சண்டை போடுவாங்க. எப்போவாவது அந்தப் பையன் ஹாஸ்பிட்டல் வந்தா கூட்டிட்டு வாரேன். கொஞ்சம் பேசுங்க அவன்கிட்ட. அவ்வளவு ஸ்மார்ட்டா இருப்பான். ஒட்டுண்ணிப் பழம்ல அதான். நல்ல புத்திசாலி. ஆனா அம்மா அப்பா பத்திப் பேச ஆரம்பிச்சா அப்படியே அமைதியாயிருவான். பாவம். மழை வர்ற மாதிரி இருக்குல்ல. வானமே இருட்டா ஆயிருச்சு.''

தாரிக் வெளியே பார்த்தான்.

''இந்த மாதிரி நேரத்துல எனக்கு சுனாமிதான் ஞாவத்துக்கு வரும் டாக்டர்'' என்று செல்வராஜ் கூறிய போது தாரிக்கிற்குத் தூக்கிவாரிப் போட்டது.

''போட் ரெண்டு மூணு நாளைக்கு வராதுன்னு சொன்னாங்க. வீட்டுல சாப்பிட எல்லாம் இருக்கா. பால் எல்லாம் கிடைக்காது. அடுத்து எப்போ போட் வருதோ அப்போதான் காய்கறி பால் ரொட்டி எல்லாம் கிடைக்கும். எதுவும் வேணுமின்னா சொல்லுங்க டாக்டர். சரி நான் கிளம்புறேன்''

கிளினிக் ஜன்னல் வழியாக வானத்தைப் பார்த்தான். இருட்டி இருந்தது. அந்த இருட்டிய வானத்தின் ஊடே பானுவும் ஆசிபாவும் சிரித்தபடி தாரிக்கைப் பார்த்தார்கள்.

தீவு என்பது கடலுக்கு நடுவில் அந்தரத்தில் நிற்கும் ஒரு மணல் திடல் தானே. அதன் தலைக்கு நேர் மேல் கருத்த மேகம். கடலுக்குச் செல்லாதீர்கள் என உரக்கச் சடசடவென காற்றுக்கு ஏற்றபடி ஆடும் சிகப்புக் கொடி. ஊவென முனகும் முடக்கும் வாதம் வந்த ஊதக்காற்று. அங்கும் இங்குமாக சமிக்ஞையில் எதையோ கூறியபடி பறக்கும் பறவைகள். தாழ்வான உயரத்தில் காற்றில் பறக்கும் ஈச்ச மரத்தின் குரும்புகள், ஒவ்வொரு இடமாக நின்று நின்று காற்றில் செல்லும் மண் அப்பிய வயதான பிளாஸ்டிக் கவர்கள்

வேக வேகமாக மர்வானுக்கு போன் செய்தான். "எங்க இருக்கீங்க..?"

"இங்கதான் அட்மின்ல. என்ன விஷயம்?"

"பாக்க முடியுமா?"

"டைம் ஆயிருச்சே. பதினஞ்சு நிமிசம்தான் பாக்கி. பஞ்ச் பண்ணிட்டு வீட்டுக்குக் கிளம்புவோம்."

"சரி."

வேலை முடிந்து இருவரும் சேர்ந்து செல்லும் போது "பேப்பர்ல போட்டிருந்ததே பாக்கலையா... ரெண்டு மூனு நாளைக்கு வானிலை மேக மூட்டத்துடன் காணப்படும்...ன்னு?"

"ரொம்ப இருட்டா, மழை வர்றமாதிரி இருக்கே..?"

"அடிக்கடி "Cloud seeding" செஞ்சு செயற்கையா மழை வர வப்பாங்க."

"ஏன் இவுங்க இயற்கையோட இப்படி விளையாடுறாங்க..?" என்று கோபமாக கூறிய தாரிக்கைப் பார்த்தார் மர்வான். "இதுக்குப் போய் ஏன் இப்படிக் கோவப்படுற..?" என்று கேட்க நினைத்து தாரிக்கின் மனைவி குழந்தை ஞாபகம் வந்தவனாக "பயப்படுற மாதிரி ஒண்ணுமில்ல டாக்டர். சாப்பிட வீட்டுல எல்லாம் இருக்கா. இல்லைன்னா எங்க வீட்டுக்கு வந்திருங்க. ஹமீதுக்கு உங்கள ரொம்பப் புடிச்சிப் போச்சு..."

"இல்ல" என்றான் விரக்தியாக. வானில் லேயர் லேயராக அடுக்கி வைத்தது போன்று வினோத நிலையில் மேகங்கள் காட்சியளித்தன.

மனிதர்கள் ஏன் இப்படி இருக்கிறார்கள் என்ற கேள்வியும் அவனுடன் காரில் பயணித்தபடி உடன் வந்து கொண்டிருந்தது. வீட்டிற்கு வந்து உள்ளே நுழைந்தவன் சடசடவென மழைச்சத்தம்

கேட்க வெறிபிடித்தவன் போல கதவைத் திறந்து கொண்டு வெளியே வந்து மழையில் நனைந்தான் கடலைப் பார்த்தபடி. சாலையில் மெல்ல நிரம்பத் துவங்கியது மழைக் குமிழ்கள். இயற்கையா.. அல்லது செயற்கையா என அறிய இயலாத பயம் தரும் பழுதடைந்த மழையை யார் தான் விரும்புவார்கள்

கொஞ்சம் கொஞ்சமாக அவன் நனையத் துவங்கினான். தூரமாக கடல் கொதி உலை போல தத்தளித்துக் கொண்டிருந்தது. வாழ்வில் நீர் அவனை மிரட்டும் வஸ்துவாக மாறி இருந்ததையும், மீதமுள்ள வாழ்வை அவனிடம் தந்துவிட்டு அமைதியாக உறங்கப் போகிறேன் எனச் சென்றுவிட்ட மனைவி, இழந்த குழந்தை எல்லாம் நினைவில் வர ஓவெனக் கத்த வேண்டும் போலிருந்தது.

அடர் கருநாவல் பழ நிற மேகங்களுடன் வானம் இன்னும் நன்கு இருட்டத் துவங்கியது. மழை முழு ஆக்ரோசத்துடன் தரை இறங்க, ஈரத்துடன் தெரு மின்விளக்கின் மேல் ஒரு காக்கா நனைந்தபடி அவனையே பார்த்துக் கொண்டிருந்தது. நினைவில் தீக்குளித்து கண்ணில் நீர் வடிய கடலையே பார்த்தபடி நின்றிருந்தான், பெய்து கொண்டிருந்த மழைக்கு பெயர் என்னவென்று தெரியாது.

★

11

கடந்த மூன்று நாட்களாய் மழை மழை மழை மட்டுமே என நாட்காட்டிகள் நகர்ந்திருக்க, மிதமானது முதல் லேசானது வரை தொடர்ச்சியான மழை நீக்கமற நிறைந்திருந்தது டெல்மா தீவில். மழை நீரில் தெரியும் டெல்மாவின் கட்டடங்கள் இன்னும் அழகாக இருந்தன.

மழையின் காரணமாக போட் போக்குவரத்து தற்காலிகமாக நிறுத்தப்பட்டதால் வேலையின் நிமித்தம் டெல்மா தீவு வந்தவர்கள் திரும்பிச் செல்ல வழியின்றி மழையையும் டெல்மாவையும் வேலைக்கு அனுப்பிய நிர்வாகத்தையும் டெல்மா வாழ் மக்களையும் பயத்துடன் திட்டித் தீர்த்தனர்.

கழி ஓதம் (High Tide) காரணமாக மழை தீவிரமாய் அதிகரிக்கும் போதெல்லாம், எங்கே மொத்தமாய் நீருக்குள் மூழ்கிப் போவோமோ என்ற பயம் அங்கிருந்த அனைவரின் மூளைக்குள் அனிச்சையாய் சுரந்தபடி இருந்தது.

நிலத்தின் உயரத்தை விட கடல்நீர் மட்டத்தின் உயரம் அதிகமாகி, அலை எழுந்து புரளும் உயரம் இன்னும் அதிகமாக இருந்ததால், நிலத்தினுள் கடல் நீர் வர கூடுதல் வாய்ப்பு இருந்தது. அலைகள் இல்லாத கடல், இருட்டு குகை போன்றது, ராட்சச அலைகள் கொண்ட கடல், மலைகள் உடைந்து உருண்டு விழுவது போன்றது.

தீவு என்பது நிலபரப்பு என்று சொல்லிக்கொண்டாலும் கடல் நடுவே எந்த ஆதரவும் பிடிப்பும் இன்றி அந்தரத்தில் எழுந்து நிற்கும் அனாதைப் பெருமணல் தானே. எந்த நேரம் வேண்டுமானாலும் அதன் தன்மை மாறி தீவு என்ற ஒன்று இல்லாமலே போகலாம் என்ற பயத்தை டெல்டாவாசிகளுக்கு ஒவ்வொரு முறையும் மழை தந்து விட்டுத்தான் செல்கிறது.

மழை முடிந்த மறுநாள் சுள்ளென வெயில் கண்டால் அன்று அது திருவிழா. அன்றைய தினத்தின் புலர்ச்சிக்கு சௌந்தர்யத்தின் முழு பூரணம். தடுப்பு ஊசி போட்ட குழந்தை போல மூன்று நாட்களாக தூறலும் மழையுமாக சிணுங்கிக் கொண்டே இருந்த வானம் காய்ச்சல் நீங்கிய உடல் போல, மழை பெய்து தளர்ந்திருந்த வான், மேகங்கள் எதுவும் இன்றி மொட்டையாய் வெளிறி இருந்தது.

காலை பத்தரை மணி அளவில் ஊதாநிற சரக்குக் கப்பல் தீவு நோக்கி வருவதை தூரமாய்க் கண்ட சில ஆட்கள் "போட் வந்திருச்சே" என்று கூவியபடி திரிந்தனர்.

மூன்று நாட்களாக உள்ளதை வைத்துச் சமாளித்த தீவு மக்கள் தனது தினசரி வாழ்வாதாரத் தேவைகளான பால், குப்புஸ் (ரொட்டி), காய்கறிகள் வருவதை அறிந்த சந்தோசம் அனைவர் முகத்திலும்.

இல்லாது போய் விடுமோ என்ற பயம் கொண்ட வாழ்வு, இயல்பு நிலைக்குத் திரும்பி விட்ட சந்தோசத்தில், இதுவரை அதிகப் பரிசயமில்லாத பேசிக் கொள்ளாத இருவர்கூட எதிரேதிரே சந்திக்கும் போது "போட் வந்திருச்சாம்... போட் வந்திருச்சாம்..." என்று பரஸ்பரப் புன்னகையைப் பரிசளித்துக் கொண்டனர்.

இது போன்ற நேரங்களில் பள்ளி, அரசு அலுவலகங்கள் என்று எதுவுமே இயல்பு நிலையில் இயங்காது. பத்தரை மணிக்கு தீவு வந்த பலசரக்குக் கப்பலின் பொருட்கள் அரைமணி நேரத்தில் கடைகளுக்கு வந்ததும் பதினோரு மணிக்கு டெல்மாவின் கடைகள் முழுக்க அலுவலக நேரம் என்றெல்லாம் பாராது ஆட்கள் நிரம்பி வழிவார்கள். தீவில் அது வழமை என்பதால் யாரும் யாரையும் குறை கூறுவதில்லை.

மருத்துவமனையில் பல் எடுக்க வந்தவர் "போட் வந்திருச்சு.." என்றதைக் கேட்டதும் தாடையில் ஊசி போட்டதையும் பொருட்படுத்தாது பல் டாக்டரையும் அழைத்துக் கொண்டு காய்கறி கடை வந்திருந்தார்.

தாரிக்கும் முவாசீனும் சேர்ந்து முவாசீன் காரில் கேஸ் சிலிண்டர் எடுக்க பெட்ரோல் பம்ப் வந்திருந்தனர். அரசாங்கத்தின் "அட்னாக்" பெட்ரோல் பம்ப்பில்தான் கேஸ் சிலிண்டர் வினியோகம் எப்பொழுதும் நடக்கும்.

இருவர் வீட்டிலும் கேஸ் சிலிண்டர் காலியாகி இருக்க முவாசீன் சிலிண்டர் எடுக்கச் செல்கிறேன் எனக் கூறியதும் அவருடன் தாரிக்கும் தொற்றிக் கொண்டான்.

புதிதாக சரக்குக் கப்பலில் வந்திறங்கிய கேஸ் சிலிண்டர்கள், அட்னாக் பம்ப்பில் வெளியே அடுக்கி வைக்கப்பட்டிருந்தன. இன்னமும் உள்ளே கொண்டு செல்லவில்லை, அதற்குள் தொடர்ச்சியாக ஆட்கள் வர சிலிண்டர் வினியோகம் நடந்தபடி இருந்தது.

முவாசீன் காரில் இரண்டு காலியான சிலிண்டர் இருந்ததால், இரண்டையும் கொடுத்து பகரமாக கேஸ் நிரம்பிய இரண்டை வாங்கி ஒன்றை தாரிக் வீடு போகும் வழியில் ஆரம்பத்தில் இருந்ததால் அங்கே இறக்கி விட்டு அங்கிருந்த காலியான சிலிண்டரை எடுத்து காரில் பின்பகுதியில் எடுத்து வைத்து இருவருமாக சேர்ந்து முவாசீன் வீடு நோக்கிச் சென்றார்கள்.

“உன்னுடையது இன்னொண்ணு காலியா இருக்கே. மாத்திற வேண்டியது தானே...” என்று தாரிக் கேட்டான்.

“வேண்டாம், அது ஹராம். எனக்கு தான் இப்போதைய தேவைக்குன்னு ஒரு சிலிண்டர் இருக்கே. நான் இன்னொண்ணை ஸ்டாக் வாங்கி வச்சி, அட்னாக்ல சிலிண்டர் காலி ஆகி உண்மையிலே ஒண்ணு கூட இல்லாம ஒருத்தர் தேடி வந்து தத்தளிச்சா அது பாவமில்லையா...?” என்ற முவாசீனைப் பார்க்க ஆச்சர்யமாக இருந்தது. கேட்கலாமா இவனின் குழந்தைப் பிரச்சனை பற்றி. ஒருவேளை விருப்பப்படவில்லை என்றால்..? காரில் அழைத்து வந்தவனை மனம் நோகடித்தது போல ஆகிவிட்டால் என்ன செய்ய.

“குடும்பஸ்தன் ஆச்சே, நீ காய்கறி வாங்கப் போகலையா..?” என்று கேட்ட தாரிக்கிடம் தன் மனைவி சமீரா ஒரு முன் ஜாக்கிரதை முத்தண்ணா. திட்டமிடுதலில் கைத்தேர்ந்தவள். இன்னமும் சொல்லப்போனால் அவள் தவறு செய்தால் அவளாகச் சொன்னால் ஒழிய யாராலும் கண்டுபிடிக்க இயலாது என்று தன் மனைவியின் புகழாரம் பாடியபடி வந்தான் முவாசீன்.

மனைவியைப் பற்றிப் பேசும் போதெல்லாம் அவன் முகம் சந்தோசமாய் மலர்வதைக் கண்டான் தாரிக்.

எமராத்தி என விசா மாறிய பின்பும் இன்னும் தன் மனைவி சமீராவுக்கு உள்ளே இருக்கும் சொந்த நாடான ஈரான் மீது இருக்கும் அதீத பாசம். அது தந்த இயல்பாய் பாரசீகர்களுக்கு இருக்கும் மிகுந்த கலை ஆர்வம், புத்தக வாசிப்பு, கவிதை எழுதுவது, கைவினைப் பொருட்கள் செய்வது, விதவிதமான சமையல் செய்து

பார்ப்பது, தன் பள்ளி மாணவிகளுக்குக் கதை சொல்வது, பள்ளியில் நடந்தவற்றை ஒன்று விடாமல் தன்னிடம் ஒப்பிப்பது என மனைவி புராணம் பாடியபடி கார் ஓட்டினான் முவாசீன்.

"நான்கு விஷயங்கள் ஒவ்வொன்றும் அறிந்ததை விட அதிகமாக இருக்கின்றன; பாவங்கள், கடன், ஆண்டுகள், மற்றும் எதிரிகள்..." என்கிறது பாரசீகப் பழமொழி. அதில் இன்னுமொன்றைக் கூட்ட வேண்டும் முவாசீன் அறிந்ததை விட சமீரா சாதுர்யத்தில் அதிகமானவள் என்பதை முவாசீன் அறிந்திருக்கவில்லை.

பெருமிதம் கலந்து மனைவியைப் புகழ் பாடும் முவாசீனை பார்த்துச் சிரித்தபடி கார் ஜன்னல் வழியே வானம் நோக்கினான் தாரிக். மேகங்கள் எதுவுமில்லாத வெளிறிய ஊதா வானில் ஜானுவும் சிரித்தபடி காட்சியளித்தாள். நானும் இப்படித்தானே அனைவரிடமும் உன்னுடைய புகழாரம் பாடித் திரிந்தேன். இருந்தும் நீ ஏன் என்னை விட்டுப் போன ஜானு..? என்றக் கேள்வியுடன் தாரிக் வானம் பார்க்க நான்கைந்து காகங்கள் கூட்டமாய் வடக்கு நோக்கிப் பறந்து ஜானுவை அரைகுறையாக மறைத்தன. காகம் வானில் பறந்தபடி எங்கே செல்கிறது என்று யாரும் அறிவதில்லை. அதைப் போலத்தான் சில கேள்விகளுக்கு பதிலே இல்லை.

விழித்திருந்து இரவுகளைத் தின்றதால் கறுப்பான காகம் ஒன்று பறந்து வந்து கிளாஸ் ரூம் ஜன்னல் கண்ணாடி அருகில் வந்து அமர்ந்து அங்கும் இங்கும் தலை ஆட்டிவிட்டு கா..கா என குரல் கொடுத்து, யாரையோ தேடுவது போல கிளாஸ் ரூமுக்குள் எட்டிப் பார்த்தது.

"டீச்சர் உங்கள பாக்க யாரோ வந்திருக்காங்க..." என்று மாணவி ஒருத்தி சொன்னதும் அனைவரும் சிரித்தார்கள். அந்தச் சிரிப்பொலியில் நின்றிருந்த காகம் ஒரே வீச்சில் இறக்கை விரித்துப் பறந்தோடியது. காக்கை நின்றிருந்த வெற்றிடத்தில் கதை ஒன்று கிடந்தது

பாடம் நடத்திக் கொண்டிருந்த சமீரா புத்தகத்தைப் பிடித்தபடி ஜன்னல் அருகில் வந்து எட்டிப் பார்த்தாள். வானப் பறவை இன்னொரு பறவையைச் சுமந்து கொண்டு திரிந்த வகையில் காகம் நீண்ட தூரம் கடந்திருந்தது. எழுதப்படாத புது ரெக்கார்ட் நோட்டில் பென்சிலால் இட்ட சிறு புள்ளி போல, வானத்தில் தூரமாய் காகம் வலசை சென்று கொண்டிருந்தது. காகம் விட்டுச் சென்ற கதையை எடுக்கலாமா வேண்டாமா என்று சமீரா யோசிக்க,

முஹம்மது யூசுஃப் ● 115

பாடம் நடத்திக் கொண்டிருக்கும் போது கிளாஸின் ஜன்னல் ஓரம் சமீரா நின்று வானம் பார்க்கத் தொடங்கினால் மாணவிகள் "டீச்சர் ஸ்டோரி சொல்லுங்க, டீச்சர் ஸ்டோரி சொல்லுங்க" என்று அடம் பிடிப்பது எப்போதும் வழமை என்பதால் "டீச்சர் ஸ்டோரி" என்று குரல்களின் அலை அடிக்க

"நோ, நிறைய லெசன் இருக்கு. முடிக்கணும்."

"டீச்சர் இந்த மாதிரி லைட் புளூ ஸ்கை பார்த்தும் நீங்க கதை சொல்லலைன்னா ஸ்கையே ஃபீல் ஆகாதா..." என்று ஒருத்தி கமெண்ட் அடித்தாள்.

"நோ மீன்ஸ் நோ" என்றாள் சமீரா. அந்த "நோ" வில் கண்டிப்புக்கு பதிலாக சிணுங்கல் இருந்தததை அறிந்த மாணவிகள் கூட்டம் "டீச்சர் டீச்சர்" என்று மீண்டும் அடம் பிடித்தார்கள்.

"சரி சரி, நீங்க யாராவது ஏதாவது சொல்லுங்க. அப்புறமா நான் சொல்லுறேன்..."

"டீச்சர், இவுங்க வீட்டுல புதுசா கிளி வாங்கி இருக்காங்களாம்..." என்று ஒருத்தி இன்னொரு மாணவியைக் காட்டினாள்.

"அப்படியா, என்ன திடீர்னு. நீ கிளி வேணும்ன்னு கேட்டிருந்தியா..." என்று சமீரா கேட்டாள்.

"இல்ல டீச்சர். எங்க அம்மாவுக்கு ரொம்ப நாளா கிளி வளர்க்கணும்ன்னு ஆசை. அதனால இந்த தடவை அபுதாபி போயிருந்தப்போ அப்பா வாங்கிட்டு வந்தாங்க"

"ஓ."

"அவுங்க சின்னப் புள்ளயா இருந்தப்போ அவுங்க வீட்டுல மாமரம் இருந்துச்சாம். அதுல நிறைய கிளி வந்து உக்காருமாம். அவுங்க வீட்டையே கிளி மரவீடுன்னு தான் கூப்பிடுவாங்களாம். அம்மா சொல்லுவாங்க."

"இப்போ அந்த வீடு இருக்கா?"

"இல்ல டீச்சர், குண்டு போட்டதுல உடஞ்சிருச்சு..."

சமீரா அந்தப் பெண்ணையே பார்த்தாள்.

"நீ பலஸ்தீனீ..."

"ஆமா"

"ஓ., ஜோர்டான் பலஸ்தீனியா இல்ல உருதினி பலஸ்தீனியா?"

"நான் உருதினி பலஸ்தீனி தான். பலஸ்தீன் தான் எங்க சொந்த நாடு."

"நீ அந்த வீட்டுக்குப் போயிருக்கியா?"

"ம்ஹூம்., அம்மா போட்டோல காட்டுனாங்க. எங்க பாட்டி அறுவாள் வச்சி பைன் மரம் வெட்டுற மாதிரி எல்லாம் போட்டோ இருக்கு வீட்டுல."

"ம்ம்ம்." என்று ஒரு நிமிட மௌனம் காத்தவள்

"Essences are each a separate glass

Through which the sun of being's light is passed

Each tinted fragment sparkles in the sun,

A thousand colors. Yet the light is one"

என்ற கவிதையுடன் Mantiq al tayr (the conference of the birds) எனும் நூலில் உள்ள கதையை அவள் கூற ஆரம்பித்தாள்.

பதினோராம் நூற்றாண்டைச் சார்ந்த Farid ud Din (attar) எனும் ஈரானிய சூபி எழுதிய புதினம் அது. ரூமியின் காலத்திற்கு முந்தியவர். உமர் கயாம் பிறந்த ஈரான் நிஷாபூரைச் சேர்ந்தவர் நூலாசிரியர் ஃபரீதுத்தீன் எனும் மகாகவி.

Hoopoe (மரங்கொத்திப் பறவை) எனும் பறவையின் தலைமையின் கீழ் புறா, மயில், கௌதாரி, பருந்து, வல்லூறு, தினைக்குருவி இன்னும் பல விதவிதமாக மொத்தப் பறவைகள் கூட்டமும் சிமோர்க் (simorgh) எனும் சர்வ வல்லமை படைத்த பறவைகளின் அரசனைத் தேடி பயணம் கிளம்ப முடிவு செய்கின்றன.

சிமோர்க் என்பது ஈரானிய தொன்மவியல் பறவையாகும், இது ஜோரோஸ்டாரின் காலம் தொட்டு பாரசீக இலக்கியத்தில் நிலவுகிறது. அது ஒரு தெய்வீகப் பிரதிநிதி போலவும் மாய விழிப்புணர்வின் உருவாக்கப்பட்ட ஒழுங்குக்குள்ளும், மரணத்திற்கும் மறுபிறப்புக்கும் உள்ளானது போலவும் காட்சிப்படுத்தப்படுகிறது.

ஆரம்பத்தில் அங்கிருக்கும் பறவைகள் அனைத்தும் ஒவ்வொரு தன்மைகளுடன் தனித்தனி இனங்கள், வேறுபாடுகள் மூலம் பிரித்து அடையாளம் காணப்படுகின்றது. அதாவது பல பிரிவுகள் கொண்ட மனித வாழ்வியலை மறைமுகமாகச் சொல்லிச் செல்கிறார் நூல் ஆசிரியர்.

முதலில் வேகவேகமாக சரி போவோம் என பயணத்திற்குத்

தயாராகும் பறவைகள் அனைத்தும், பள்ளத்தாக்குகள் தாண்டி நீண்ட தூரம் பயணிக்க வேண்டும் என்றதும் பொய்யான காரண காரியங்களைக் கூறி வர மறுக்கின்றன.

ஆனால் கால நிர்பந்தத்தால் பறவைகள் அனைத்தும் மரங்கொத்திப் பறவையின் தலைமையில், சர்வ வல்லமை மிக்க பறவைகளின் அரசனை ஏழு பள்ளத்தாக்குகள் தாண்டிய பயணத்தைத் தொடங்குகின்றன.

பயணம் தொடங்கிய பின் பறவைகளிடம் ஆயிரம் கேள்விகள் பிறக்கின்றன. ஒரு குருவிடம் சிஷ்யர்களால் கேட்கப்படும் கேள்விகள் போல. இதுதான் என்றில்லாமல் எல்லாவிதமான கேள்விகளின் கூட்டு தொகுப்பாக அது உள்ளது.

பயணத்தின் கேள்விகளை ஆன்மீகத் தேடலின் ஒரு உருவகமான விளக்கமாகவும், அதன் போதனைகளை உவமைகள் மூலமும் பரவலாக விளக்கப்படுகின்றன. வாழ்வு என்பதே கேள்வி எனும் கிளையின் மீது நிற்கும் ஒரு பறவை தானே.

நாவலில், ஏழு பள்ளத்தாக்குகள் வருகின்றன. ஒவ்வொரு பள்ளத்தாக்கும் ஒரு குணாதிசயம் கூறுவதாக உள்ளது.

ஆரம்பமாய் எல்லாவற்றின் மீதும் கேள்விகள் உண்டாக்கும் மன எழுச்சி, அன்பு, அறிவு, பற்றின்மை, ஒற்றுமை, ஆச்சர்யம், இறுதியாக மூப்பு அல்லது இறப்பு என அந்தப் பயணம் ஆன்மீக உளவியல் பேசுகிறது

ஒவ்வொன்றிலும் வழக்கமாக இரண்டு அல்லது மூன்று கதைகள் உள்ளன. கதைகள் அறிவுரை மற்றும் வர்ணனை மூலம் இணைக்கப்படுகின்றன.

இறுதியாக அந்தப் பறவைகள் simorgh எனும் சர்வ வல்லமை வாய்ந்த தெய்வாதீனமான பறவையின் வாசல் கதவை அடைகின்றன.

சிமோர்க் எனும் பறவை அரசனைக் காண உள்ளே சென்றதும் முதலில் திடுக்கிடுகின்றன. பின் ஆச்சர்யம் மீண்டும் ஆச்சர்யம். மீண்டும் ஆச்சர்யம் காரணம் அவை அனைத்தும் கண்டது அவர்களைத் தான்.

தங்கள் சொந்தப் பண்புகளை அழித்து, கடவுள் மட்டுமே அங்கு இருக்கிறார்.

ஏறகுறைய இந்தக் கதை மன்சூர் ஹல்லாஜ் அவர்களின் ‘அனல் ஹக்’ என்பதற்கு அருகில் வந்து நிற்கிறது.

“நான் என்ற சொல்லை வில்லு, கோன் (இறை) என்ற குறிப்பில் நில்லு, இன்னல் அஸ்தரா என்றே இறைவன் சொன்ன சொல்லு” என்பதைப் பறைசாற்றுகிறது கதை. புரியவில்லை எனில் இப்படிக் கூறுவோம் அந்தக் கதை இப்படியாக முடிகிறது

“யார் யார் சிவம். நீ தான் சிவம்” என்பதன் வடிவத்தை டீச்சர் சமீரா “Mantiq al Tayr” (the conference of birds) கதை மூலம் கூறியவர்

உலகிற்கு அப்பால்

உள்ள ரகசியங்கள்

யாதென்று அறிய

இவ்வுலகில் பிறந்திருக்கும் ஒரு

விருந்தினன் மட்டுமே நான் -

எனும் ரூமியின் கவிதையைக் கூறிவிட்டு, உலகிற்கு அப்பால் உள்ள ரகசியம் அறிய யார் யார் என்னென்ன செய்றீங்க, சொல்லுங்க பார்ப்போம்?... என்று கேள்வி போட்டாள்.

“டீச்சர் நான் தினமும் 100 டைம்ஸ் “சுபஹானல்லாஹி வபிஹம்பிதிஹி சுபஹானல்லாஹில் அலீம்” சொல்லுவேன்,” என்றாள் ஒரு மாணவி.

“எதுக்கு?”

“பாவங்கள் எல்லாம் மன்னிக்கப்படும்.”

“யார் சொல்லிக் கொடுத்தா?”

“எங்க அப்பா.”

“அல்லாஹ் கம்பேனி வச்சி நடத்துறாரா. நீ ஒண்ணு கொடுத்து அவர்கிட்ட இருந்து இண்ணொன்னு வாங்க. இந்த மாதிரி எண்ணங்கள மனசுல வளத்துக்கிட்டு நடைமுறை சடங்குகள்ல ரொம்ப சிக்காதீங்க. கண்ணுக்குத் தெரியிறத வச்சி இந்த உலகம் இப்படித்தான்னு எப்படி எடைபோட முடியாதோ அது மாதிரி தான் இந்தப் பிரபஞ்சத்தையும் உண்டாக்கின இறைவன். எனக்கு எங்க டீச்சர் கத்துக் கொடுத்ததை உங்களுக்குச் சொல்லித்தாறேன். எதுவும் புரியலைன்னா கேளுங்க.”

“ம்ம்ம்ம் சரி.”

“இஸ்லாத்துல மொத்தம் எத்தனை கடமைகள்?”

“அஞ்சு.”

“மொதக் கடமை என்ன?”

லாயிலாஹா இல்லல்லாஹ் முஹம்மதுர் ரசூலுல்லாஹா “இறைவன் ஒருவனே. முஹம்மது நபி அவனுடைய தூதர்னு வாயாற மொழிந்து மனதார நம்புவது. வெளிய வாயால சொல்லுறதை கேக்கலாம் மனதால நம்புவதை எப்படி அறிவது. எத்தனையோ பிரிட்டீஷ் உளவாளிகள் இஸ்லாமுக்கு மாறியதாகச் சொல்லி ஐந்து, ஆறு வருடம் சவூதி அரேபியாவில் வந்து தங்கி ஹஜ் உம்ரா எல்லாம் செஞ்சு அதுக்கு அப்புறமா லண்டன் போய் பழையபடி பேர் மாற்றி சவூதி சென்று வந்த அனுபவத்தைப் புத்தகமா எழுதி இருக்காங்களே. உண்மையிலே ஒருத்தர் மனதார மொழிந்தார்களான்னு கண்டுபிடிக்க முடியாது இல்லையா. மனசுல என்ன இருக்குன்னு யாருக்குமே தெரியாது.

ரெண்டாவது கடமை தொழுகை. தொழுகைக்கு கை கால் கழுவும் ஒலு ரொம்ப முக்கியம். தொழுகையில காத்து பிரிஞ்சா (குசு விட்டா) தொழுகைக்காகச் செய்யற ஒழு முறிஞ்சிரும். அப்போ தொழுகை சேராது. சத்தம் இல்லாம காத்து பிரியிறதை யாராவது வெளி ஆள் அறிய முடியுமா. அப்போ குசு விட்டா, அவராதான் திரும்பவும் போய் ஒழு செய்யணும். வெளி ஆள் கண்டுபிடிக்க முடியாது.

மூனாவது நோன்பு. கதவை அடைச்சிட்டு யாராவது சாப்பிட்டா வேற யாராவது கண்டுபிடிக்க முடியுமா. முடியாது.

நாலாவது ஜக்காத்து. ஒரு வருசம் சம்பாதிச்ச பணத்துல இரண்டு சதவிகிதம் கணக்கு பார்த்து தானமா யாருக்காவது இல்லாதவங்களுக்குக் கொடுத்திரணும். சம்பாதிச்ச ஆள் நான் இவ்வளவு சம்பாதிச்சேன். உண்மையிலே இரண்டு சதவிகிதம்ன்னா இவ்வளவு பணம் வரும்ன்னு அவரா சொன்னாத்தான் உண்டு. வெளி ஆள் கண்டுபிடிக்க முடியாது.

அஞ்சாவது ஹஜ். ஹஜ்ல நிறைய கிரிகைகள் இருக்கு. அதை எல்லாம் சரியாச் செய்யணும். சிலர் இங்க இருந்து மெக்கா போயிட்டு சுகர் பீபி ன்னு ஒரு ரூம்ல இருந்திட்டு வந்தவங்களும் இருக்காங்க. நல்லபடியா உலுஹியா (குர்பான்) கொடுப்பது எல்லாம் அவுங்க அவுங்க மனசார செஞ்சாத்தான் உண்டு. வெளி ஆள் கண்டுபிடிக்க முடியாது அவுங்க எந்த அளவுக்கு சம்பூரணமா அமல் (வழிபாடு) செஞ்சாங்கன்னு அவுங்களுக்கு மட்டும்தான் தெரியும்.

ஆக இஸ்லாத்தோட கடமைன்னா என்ன? ஒருத்தன் தினமும் ஒரு பழக்கத்தின் வழியா "அவனுக்கு அவன் உண்மையா இருக்கணும்ங்கிறது தான்."

வேற யாரும் பாக்கலைன்னு நம்பி செய்றதுக்குப் பேரு தான திருட்டு இல்லையா. வேற யாரும் பாக்கலைன்னு சிலர் அடுத்தவங்க ஸ்கூல் பேக்ல தனக்குத் தேவையானதை எடுக்கிற மாதிரி, வேற யாரும் சாட்சி இல்லைங்கிற தைரியத்துல சொல்லுறதுக்குப் பேரு தான் பொய்.

இஸ்லாத்தோட சடங்குகளப் பிடிச்சிக்கிட்டுத் தொங்காதீங்க. அதோட உண்மையான தாத்பரியம் நமக்கு நாமே உண்மையா இருக்கிறதுதான். புரியுதா. உங்க வயசுக்கு அதை ஃபாலோ செஞ்சாப் போதும். என்ன எல்லாரும் பேன்னு முழிக்கிறீங்க, ரொம்ப அட்வைஸ் செஞ்சிட்டனோ?"

மாணவிகள் சிலர் சிரித்தார்கள்.

"இந்த வருசம் ஸ்கூல் ஆண்டு விழாவுக்கு நாம "the conference of birds" ஸ்டேஜ் ஷோ பிரோகிராம் நடத்துவோம்..." என்று சமீரா கூறி முடிக்கும் போது மீண்டும் ஒரு காகம் கிளாஸ் ஜன்னல் அருகில் வந்து நின்றது.

"டீச்சர் இது சிமோர்க்கா..? காகமா?" என்று ஒரு மாணவி கேட்டாள்.

"அல்லம்ன்னா அல்லம் சல்லம்ன்னா சல்லம்ன்னு அரபியில சொல்லுவாங்க, சிமோர்க் என்று பார்த்தால் சிமோர்க், காகம் என்று பார்த்தால் காகம். சிமோர்க்கும் அதுதான் காகமும் அதுதான்."

"இல்லைன்னு அந்தக் காகம் அங்க இங்க லேசாகத் தலை ஆட்டுகிறது டீச்சர்."

"ஞானத்தின் ஆரம்ப நிலையே கேள்விகளுடன் கூடிய மறுப்பு தானே. அதைத்தானே முதல் பள்ளத்தாக்கில் பறவைகள் கூட்டம் செய்தது?" என்றாள் சமீரா.

★

12

மருத்துவமனை சார்ந்த எல்லா விதமான அடிப்படை பாலபாடங்கள் முடிந்த நிலையில் தினமும் அய்டா டாக்டர் தாரிக் கிளினிக்கிற்கு வரத் துவங்கினாள்.

ஒருவருக்கு ஒருவர் தினசரி பரஸ்பர அறிமுகமும் மற்றும் சிறு சிறு தனிநபர் விசாரிப்புகளும் என்று காய்ந்த ஓடையில் திடீரென மழைநீர் வருவது போன்று ஈரப்புடன் கலந்த குறுகுறுப்பு உண்டாகி இருந்தது இருவருக்குள்ளும்.

மற்ற மருத்துவர்களுக்கும் குழந்தைகள் சார்பான மருத்துவர்களுக்கும் மிகப்பெரிய வித்தியாசம் உண்டு. குழந்தைகள், தன் உடலில் என்ன நிகழ்கிறது, தனக்கு என்ன நேர்கிறது என்று சொல்ல இயலாத பருவத்தைச் சேர்ந்தவர்கள் என்பதால் தினமும் நோய் என்று வரும் குழந்தைகளைப் பரிசோதிப்பதற்காக அவர்களை ஒருமுகப்படுத்தி நிலைப்படுத்துவதே பெரிய சாதனைதான். அதற்காக குழந்தைகள் நல மருத்துவர்கள் சில தொழில் சாரா வேலைகளை எப்பொழுதும் செய்து வந்தார்கள்.

அவர்கள் பொம்மை வைத்திருந்தார்கள், கோமாளிகள் போல வித்தை காட்டினார்கள், பறவைகள் போல மிருங்கள் போல சப்தமிட்டார்கள், இனிப்புகள் வழங்கினார்கள், இலகுவான விளையாட்டுப் பொருட்களை வைத்திருந்தார்கள், அவர்களிடம் விநோத சப்தமிடும் கீ செயின்கள், குட்டி பொம்மைகள் இருந்தன. இன்னும் குழந்தையைத் தன்பால் ஈர்க்க என்னவெல்லாம் செய்ய இயலுமோ அதை எல்லாம் செய்து கொண்டிருந்தார்கள்.

தாரிக், பேஷண்ட் என வரும் குழந்தைகளை அணுகும் விதம் அய்டாவுக்கு மிகவும் பிடித்திருந்தது. அழும் குழந்தையின் முன் தனது தலையைத் தட்டி நாக்கை வெளி வரச் செய்து இரண்டு பக்க காதுகளை இழுத்து நாக்கை வாயின் இரண்டு எல்லையிலும் நகரச்

செய்து தொண்டைச் சதையை இழுத்து நாக்கை உள்ளே கொண்டு சென்று ஒரு இயந்திர மனிதன் போலச் செய்யும் சில சேட்டைகள் அய்டாவுக்குச் சிரிப்பை வரவழைத்தது. தனது தொழில் மீது கொண்ட அன்பால், ட்டை கோட் அணிந்த அழகான கம்பீரம் நிறைந்த ஒர் ஆண் மகன் தனது நிலைக்கு பொருந்தாத குரங்குச் சேட்டை நிகழ்த்துவது கேளிக்கை நிறைந்த ஒன்றுதானே.

நாளாக நாளாக நிலவை விழுங்கும் சந்திர கிரகணம் போல ஒருவரை ஒருவர் கொஞ்சம் கொஞ்சமாக உள்வாங்கத் துவங்கி இருந்தனர்.

இது இல்லாது தொழில்ரீதியாக தினமும் அய்டாவுக்கு அவன் நிறைய கற்றுத் தந்தபடி இருந்ததால் அய்டாவுக்கு அவன் நெருக்கம் பிடித்திருந்தது.

ஒவ்வொரு முறையும் குழந்தைகளுக்கான அவசர சிகிச்சைப் பிரிவு (N-ICU) செல்லும்போதெல்லாம் அவன் அய்டாவுக்கு அங்கிருக்கும் கருவிகள் குறித்து நிறைய பாடம் நடத்தினான்.

பீடித்திருக்கும் நோயில் இருந்து குழந்தைகளை மீட்டெடுப்பதில் கருவிகள் முக்கியப் பங்கு வகிப்பதால் அதைக் கையாளும் திறன் செவிலியர்களுக்கு முக்கியமான பாலபாடம் என்பதால் அவற்றை கற்றுத் தருவதில் ஆர்வமாக இருந்தான் தாரிக்.

Radiant warmer, incubator, phototherapy, 360 degree phototherapy, Bili blanket என, தூர நின்று பார்த்தால் எல்லாமே குறிப்பிட்ட வெப்ப நிலையை குழந்தைக்குத் தரும் கருவிகள்தான் என்றாலும் அதிலும் உள்ள நுண்ணிய வித்தியாசங்களை அய்டாவுக்கு அவன் கற்றுக் கொடுத்தான். காரணம், இந்தியாவில் இருந்து நேரடியாக அபுதாபிக்கு வந்த அய்டாவுக்கு சில கருவிகள் புதிதாக இருந்தன.

இத்தனை நாள் வயிற்றுக்குள் தன் தாயால் வளர்க்கப்பட்ட குழந்தை முதன் முதலாய் சுயமாய் தன் உடற்கூறுகள் மூலமாய் செயல்பட ஆரம்பிக்கிறது. அதனால், பிறக்கும் அத்தனை குழந்தைக்கும் பில்லுருபின் அளவு அதிகமாவே இருக்கும். இரண்டு வாரத்தில் அதுவே தானாகச் சரியாகிவிடும். இன்பெக்சன், குழந்தையின் ரெட் பிளட் செல் தன்மை, நோய் எதிர்ப்பு சக்தி இல்லாத தன்மை, சாப்பிட்ட சில மருந்துகளின் குணம்... என சில காரணங்களால் வேண்டுமானால் ஜாண்டிஸ் வர வாய்ப்பு உள்ளது.

ஆனாலும் இந்தியாவில் பொதுவாக பச்சிளம் குழந்தையின் உடலில் குத்தி ரத்தம் எடுக்கப்பட்டு அந்த சிசுவின் "பில்லுருபின்

(billirubin)" அளவு பரிசோதிக்கப்படுகிறது. சின்ன சிசுவைக் குத்தி அழவைத்துப் பார்ப்பதற்கு பதில் விலை குறைந்த "பில்லிசெக் (Bilichek)" எனும் கருவியைக் குழந்தையின் நெற்றியில் வைத்து மூன்று முறை அழுத்தினால் பில்லுருபின் அளவு சுலபமாகத்தெரிந்து விடும்.

பிறந்த குழந்தையின் பில்லுருபின் அளவு (நார்மல் லெவல் under 5 mg/dL) ஆனால் 70% பிறக்கும் குழந்தைகளுக்கு 5 க்கு மேல் தான் இருக்கும். 12, 15 என்று. பத்து நாட்கள் தினமும் காலை சூரிய வெளிச்சத்தில் காட்டினால் போதும், பில்லுருபின் அளவு தானாகவே சரியாகிவிடும்.

மேலைநாடுகளின் மருத்துவ முறையை (Policy & procedure) பின்பற்றும் வளைகுடா நாடுகளில், குழந்தைக்குத் தேவையின்றி ஊசி குத்துவது வன்கொடுமைச் சட்டத்தின் கீழ் உள்ளது. குழந்தைக்கு பில்லுருபின் அறிய ஊசி குத்தி ரத்தம் எடுத்தால் சிறைவாசம் செய்ய நேரிடும். அதனால் பில்லிசெக் கருவியின் உபயோகம் பற்றி செவிலியர்கள் அறிந்தே ஆக வேண்டும்.

இது இல்லாது, குழந்தை பிறந்ததும் பரிசோதிக்கப்பட்ட பில்லுருபின் அளவு நன்றாக இருந்தாலும்கூட குழந்தையைக் கொண்டு போய் போட்டோத்தெரபி மெசினில் படுக்க வைப்பதை ஒரு கட்டாயக் கடமையாகச் செய்து வருகின்றனர் இந்தியாவில் சில மருத்துவமனைகள்.

கண் கூசும் என்பதால் கண்ணில் துணியை வைத்து மறைத்து "Phototherapy" கருவியில் சூடான விளக்கு விளிச்சத்தில் முதல் நாளே அந்த சிசு அழ வேண்டிய நிர்பந்தத்தை காசுக்காக சில மருத்துவமனைகள் விருப்பத்துடன் செய்து வருகின்றன.

311 நனோமீட்டர் வேவ்லென்த் கொண்ட அல்ட்ராவைலெட் ஒளியை உடலின் தோல் மீது செலுத்துவதே இந்த லைட் தெரப்பி முறை.

இந்த போட்டோத்தெரப்பியில் உள்ள லைட் நல்ல நிலையில் வேலை செய்தாலும் ரெண்டாயிரம் மணிநேரம் அது வேலை செய்திருந்தால் அதற்குப் பிறகு அதை மாற்றியே ஆகவேண்டும். இது அந்த கருவிக்கான, எழுதப்பட்ட சட்டம்.

ஒவ்வொரு போட்டோத்தெரப்பிக்குப் பின்னால் ஒரு டைமர் (timer counter) இணைக்கப்பட்டிருக்கும். அது காட்டித் தந்து விடும் அந்த விளக்கு இதுவரை எத்தனை மணி நேரம் இயங்கியுள்ளது என்று.

அப்படி ஒன்று இருப்பதே பல செவிலியருக்கும் தெரியாது. ஒரு நல்ல, தரம் வாய்ந்த மருத்துவமனையில் அதைக் கண்காணித்து லைட் வேலை செய்தாலுமே, காலக்கெடு முடிந்து விட்டால் அதை மாற்றி விடுவார்கள்.

சிசுவைக் குத்தி ரத்தம் எடுத்து பில்லுருபின் அளவு நல்ல முறையில் இருந்தாலுமே அடுப்புக்கு சமமான, நம்பிக்கையில்லாத விளக்கின் (போட்டோதெரப்பியின்) அடியில் கண்ணைக் கட்டிப் படுக்க வைக்கும் வேலை எல்லாம் வெளிநாட்டில் செல்லுபடி ஆகாது. அந்தக் கருவிகள் குறித்து அய்டா அறிந்து கொள்வதை தாரிக் விரும்பினான் அதனால் அவைகளைப் பற்றிய விவரங்களை அய்டாவிற்குக் கற்றுக் கொடுத்தான்.

இவை எல்லாம் சேர்த்து அய்டாவுக்கு தாரிக் மீதான மரியாதை கலந்த அன்பு கூடிக்கொண்டே இருந்தது.

அன்பின் மிகுதி என்பது இரு நபர்களுக்கு இடையேயான போலி மரியாதையைத் தகர்ப்பதுதான் என்பதால் இருவருக்கும் இடையேயான அடுத்த கட்ட நிகழ்வு அரங்கேறியது.

ஓர் அழகான மதியப்பொழுதில் தனது டிபன் பாக்ஸில் மதிய உணவாகக் கொண்டு வந்திருந்த கேரட் துருவல், தேங்காய்த் துருவல், மிளகுத் தூள், எலுமிச்சைச் சாறு, மாதுளம் பழம் கலந்த முளைவிட்ட பாசிப்பயிறை அய்டா கொடுக்க, முதலில் மறுத்தவன் இரண்டு மூன்று முறை அவள் நிகழ்த்திய செல்லச் சிணுங்கலுக்குப் பின் வாங்கி பாதியைக் காலி செய்தான். பின் இருவரும் அடிக்கடி தங்களுக்கு இடையே உணவைப் பரிமாறுவது சாதாரண நிகழ்வாகிப் போனது.

ஒரிரு மாதங்களில் இருவரும் ஒருவரை ஒருவர் முழுமையாக உள்வாங்கி இருந்ததாகக் கருதினர்.

இதுவரை அவன் முகம் பார்த்துப் பேசியவள் இப்போதெல்லாம் அவன் திரும்பி நின்று வேலை செய்யும் போது பின்பக்கத்தில் இருந்து அவனை ஒருவித குறுகுறுப்புடன் கண்களால் விருப்பமுடன் வாசிக்கத் துவங்கினாள்.

இப்போது அவள் பார்வையில் அழகாய் இருக்கிறான் எனும் உடல் ஈர்ப்பும் கலந்திருந்தது. அடுப்படியில் எடுக்க நினைத்த பாத்திரம் கைதவறி தட்டுத் தடுமாறி பல இடங்களில் பட்டு ஓசை எழுப்பி தரையை அடைந்து சிறிது ஆட்டத்திற்குப் பின் அமைதியாவது போல சிலநேரம் அவன் உடலின் பல பாகங்களிலும்

அவள் பார்வை தட்டுத் தடுமாறி இறுதியாக சிரித்த அவன் முகத்தில் வந்து நின்றது.

அதுவரை அழகானவன் என நினைத்திருந்தவள், தினமும் புத்துணர்ச்சி கலந்த வசீகர ஈர்ப்புடன் அவன் முகம் கண்டபின் அவன் ஒர் கம்பீரமான பேரழகன் என உணர்ந்து கொண்டாள்.

ஆணின் சிரித்த முகம் என்பது பல்லாயிரம் கோடி மின்னல்களுக்குச் சமம். அப்படியான ஆண்களைக் காண நேர்ந்தால் நன்கு தரையில் காலூன்றி நின்றுகொள்ள வேண்டும் என்பதால் அவள், டாக்டர் டேபிளை அல்லது ஏதேனும் ஒன்றைப் பிடித்தபடி நின்றுதான் அவனின் சிரித்த முகம் பார்த்து பேசி வந்தாள். நீரோடை போல ஒடுங்கி வழிந்தோடும் தாடையில் அவனின் சிரிப்பெல்லாம் கொடியில் காயும் துணி போலத் தொங்கியபடி நின்றிருந்தன.

இந்தக் கண்கள் இருக்கிறது பார்த்தீர்களா கண்கள், அது... சரி வேண்டாம், ஏதோ மின்காந்த விசை பற்றிப் பாடம் எடுப்பது போலத் தோன்றும், எனவே பிரிதொரு நாளில் அவனின் கண்கள் பற்றி அய்டாவிடம் கேட்கலாம்.

சைவமோ வைணவமோ ஊரின் எல்லாக் கோயில் வாசலும் கிழக்கு நோக்கியே இருக்கும் என்பது எத்தனை உண்மையோ அத்தனை உண்மை அவனின் நினைவு அவளிடம் கலந்து விட்டது என்பதும்.

“என்ன சாப்பிட்டாய்?” என தினத்தந்தி சிந்துபாத் கதை போல சம்பிரதாய தினசரி வார்த்தைகள் இருவரும் பரிமாறிக் கொண்டாலும் உண்மையில் அவள் தன் உள்மனதில் நிறைய பேசிக் கொண்டாள்.

பேஷண்ட்டே வராத சில நாட்களில் நேரப்போக்கிற்காக யாரேனும் ஒருவரின் மொபைலில் எதையேனும் பார்க்கிறேன் என இருவரும் நெருங்கி நின்று பார்க்கும்போது அவள் உணரும் அவனின் ஆண் வாடை அவளின் இரவுக்குத் துணையாக நின்றது.

ஒரு பகல்பொழுதில் மேகம் திரண்டு இருட்டு நிறத்தில் மழைக்குத் தயாராகிக் கொண்டிருக்க, இயல்பாகவே பூக்கடைக்காரனின் வீட்டுத் திண்ணையில் மிதம் மிஞ்சிய பூவாசம் வீசுவது போல மழைக்கு முன்பான மண் வாசம் வீசத் துவங்கியது- ஜன்னல் வழியாய் அவள் வெளியே தெரிந்த தீவின் பெருமணல் நிலப்பரப்பை, காதலனைப் பார்ப்பது போல வாஞ்சையுடன் பார்த்துக் கொண்டிருந்த போது அய்டாவின் மொபைல் ஒலித்தது.

இத்தனை நாள் இயேசுநாதர் துதி பாடிய மொபைல் ரிங் டோன்

முதன் முதலாய் "வசீகரா என் நெஞ்சினில்..." எனத் தமிழ்க் காதல் பாடலைப் பாடியது. வேகவேகமாக போன் எடுத்து மொபைல் ரிங் டோனைத் துண்டித்தவள் தாரிக்கை வெட்கத்துடன் பார்த்தபடி தள்ளி நின்று யாரிடமோ பேசினாள்.

பேசி முடித்து வந்தவளிடம் தாரிக் நேரடியாகவே "உன்னைப்பற்றிச் சொல்லேன்..?" என்றான்.

ஆச்சர்யமாக புருவம் உயர்த்திப் பார்த்தபடி "என்னைப்பற்றி என்ன சொல்ல..?" என்றாள்.

"திடீர் என காதல் பாடல் எல்லாம் ஒலிக்கிறது. அதுவும் தமிழ்ப் பாடல். எதுவும் விசேசமா?"

"அப்படி எல்லாம் எதுவுமில்லை..?"

"இல்லையே, கர்த்தருக்கு ஸ்தோத்திரம், என்ற மலையாளப் பாடல் மாறி விட்டதே. என்ன ஸ்பெசல்?"

"நீ தான் ஸ்பெசல்" என்று எப்படிச் சொல்ல. "அதெல்லாம் ஒண்ணுமில்லை..." என்றாள் சிரித்தபடி.

"விருப்பம் இருந்தாச் சொல்லு. உன் இஷ்டம்..."

மீன்காரியின் பின்னால் திரியும் பூனை போல தன் பழைய நினைவுகளைச் சுற்றத் துவங்க, வாய் வார்த்தைகள், சொல்லவா வேண்டாமா என சந்தேகத்துடனே அவளிடம் இருந்து பிரசவித்தன.

பேசுகிறாளா இல்லை ஜெபிக்கிறாளா என்ற சந்தேகப் புயலைக் கிளப்பும் அளவுக்கு இருந்தன முதலில் அவளின் சிக்கன வார்த்தைகள்.

எப்படிக் கூற, என்ற சிக்கல் இருந்தது அவளிடமும். யாரிடமும் சொல்லாதே, என்றபடி தான் அவளின் வார்த்தைகள் ஆரம்பம் ஆயின. தாய் தந்தை இதே அமீரகத்தில் வசிக்க தன் பால்யத்தில் பாட்டி வீட்டில் தனிமையில் இருந்ததைக் கூறினாள்.

"வருத்தப்பட்டதில்லையா...?" எனக் கேட்டவனிடம்

"இருந்தது கொஞ்சமாய்..." என்பது போல விருப்பமில்லாமல் கூறினாள்.

யார் தான் தன்னை விட்டுப் பிரிந்த தன் தாய் தந்தையரைக் குறை கூற விரும்புவார்கள். அவள் பால்யம் பாட்டி வீடுகளால் ஆனது. ஆறாம் வகுப்பில் பிரிந்து சென்ற தாய் தந்தை வருடம் ஒருமுறை காண வருவதுண்டாம்.

பெரிய மனுஷியான அவளின் எட்டாம் வகுப்புப் பிராயத்தில் “எவனோ துஷ்டன்” பிரப்போஸ் செய்திருக்கிறான்.

வாய் பிளந்து ஆர்வத்துடன் அவன் கேட்பதைப் பார்த்து, லேசான சூடு பிடிக்கும் நான் ஸ்டிக் தவாவில் இட்ட வெண்ணெய்க்கட்டி போல உருகியபடி தன் கடந்த காலத்தை வாரத்தைகளாகக் கொட்டத் துவங்கினாள்

ஆடத்தெரியும், பாடத்தெரியும், கிட்டார் வாசிக்கத் தெரியும்... இன்னும் ஏகப்பட்ட தெரியும்கள் முடித்த போது கல்லூரி முதல் வருடத்தில் சேர்ந்திருந்தாள்

ரேக்கிங், படிப்பு, ஹாஸ்டல் என வாழந்தவள் ஃபைனல் இயரில் ஏதோ ஒரு காம்ப்படிசனில் ஜிம்சனை சந்தித்திருக்கிறாள்

ஜிம்சன் ஆறடிக்கும் மேலான உயரம். அவனுக்கும் ஆடத்தெரியும் பாடத்தெரியும் கிட்டாரும் வாசிக்கத் தெரியும். அழகாக வேறு இருந்து தொலைத்திருக்கிறான். எல்லாவற்றிற்கும் மேலாக இருவருக்கும் ஒரே சர்ச்.

இயல்பாய் தீ பற்றிக் கொள்ள வேறு என்ன வேண்டும்?. அவன் சுவாசித்த காற்றையும் சேர்த்தே அவள் சுவாசிக்க, குற்றாலச் சாரல் போல காதல் வீசியது. கேரளக் கடற்கரைகளில் ஆனந்தமாய் நீண்ட நேரம் கதை பேசி நடந்திருக்கிறார்கள் இருவரும்.

இடைமறித்து அவளை “ஏதாவது இன்ட்டரஸ்டிங் கசமுசா இருந்ததா?” என்ற தாரிக்கின் கேள்வியால் வெட்கித் தலை குனிந்து “அழுத்தமாய் இரண்டு முறை உதட்டில் முத்தம் தந்திருக்கிறான்” என்றாள்.

சொல்லும் போது அவள் முகம் பார்த்து, வெட்கத்தின் நிறம் சிகப்பா சிகப்பின் வடிவம் வெட்கமா..?” என பட்டிமன்றம் நடத்தலாம் போலிருந்தது. சிறிய ஆசுவாசத்திற்குப் பின் அவளின் நினைவெனும் கர்ப்பபைக்குள் இன்னமும் மீதம் இருக்கும் பழைய காதலை கூறத்துவங்கினாள்

ஏறக்குறைய அவர்களின் காதல் கல்யாண வாசலை எட்டும் நேரம் சர்ச்சில் இரு குடும்பமும் பிரார்த்தனை செய்து கேட்க, கல்யாணம் செய்தால் நன்றாக இருக்க மாட்டார்கள் என ஃபாதர் கூறியதால் இரு குடும்பமும் விலகிக் கொண்டது... என்று முகம் சுருங்க தன் காதலைச் சுருக்கி வரைந்தாள்

“இது என்ன லூசுத்தனம்...?”

“ஜாதகம் பார்த்து பொருத்தம் சரியில்லை என்பது போல எங்கள் ஊரில் பிரார்த்தனை செய்து பார்ப்பது வழக்கம்” என்றாள்.

வேண்டாம் என முடிவு செய்து இரு குடும்பமும் விலகி விட, வேண்டா வெறுப்பாய் இவர்களும் விலகி கொண்டதுடன் அவளின் பிளாஷ் பேக் வருத்ததுடன் நின்று போனது.

“கிறுக்கா புடிச்சிருக்கு, அவன் எங்க இருக்கான், நீ சொல்லு நான் சேர்த்து வைக்கிறேன்...” என்றவனை ஏற இறங்கப் பார்த்தாள்.

“அம்மா அப்பாவ எதிர்க்க மனசில்ல. இப்போ அவனுக்கு வேற இடத்துல கல்யாணம் ஆயிருச்சு...” என கைத்தவறி விழுந்த கண்ணாடிப் பாத்திரம் போல சல்லி சல்லியாக உடைந்து வந்து விழுந்தன வார்த்தைகள்..

அறையில் பெரும் மௌனம்.

அவள் கண்ணில் நீர் கோர்வதை மறைக்க முழுவதுமாக உடல் திருப்பி ஜன்னலை ஒட்டி நின்றிருந்தாள்.

சற்று நேர அமைதிக்குப் பின் “சரி அதுக்கும் இந்தத் தமிழ்ப் பாட்டுக்கும் என்ன சம்பந்தம்?”

“ஏன், இன்னொரு லவ் வரக்கூடாதா..?” என்றாள் நமட்டுச் சிரிப்புடன்

“அட, ம்ம் அது யாரு இன்னொரு ஜிம்சன்?”

“அதெல்லாம் நேரம் வர்றப்போ சொல்லுறேன். நான் என்னோட கதையச் சொன்னேன்ல அது மாதிரி உங்களைப் பத்தி நீங்களும் சொல்லணும். உங்களைப் பத்தி என்ன கேட்டாலும் ஏன் மறைக்கிறீங்க?”

“மறைக்க என்ன இருக்கு, ஏன் சொல்லணும்னு தோணுச்சு.”

“ஏன் எங்கிட்டச் சொல்ல மாட்டீங்களா...?” என்றாள் வருத்தமாக.

“அப்படி எல்லாம் ஒண்ணுமில்ல...”

“அப்போ என்னை வேற்று ஆளாத்தான் நெனைக்கிறீங்க...” என்று செல்லமாய்க் கோபித்தாள்.

அனைவரும் அவர்களை அறியாமலே புரவி வளர்க்கின்றனர். காலம் பின்னோக்கி அழைத்துச் செல்லும் ஒரு புரவி. வார்த்தைகளால் 2004 சுனாமி நாட்களை நோக்கி மெதுவாக அந்த புரவியுடன் நகரத் துவங்கினான் தாரிக்.

அன்று இரவு அய்டா இந்தியாவிற்கு போன் செய்து தன்னை அன்பாய் வளர்த்த பாட்டியிடம் நீண்ட நேரம் பேசினாள். "ஏன் உன் சத்தம் ஒரு மாதிரி இருக்கு, சுகமில்லையா..?" என்று கேட்ட பாட்டியிடம் "அதெல்லாம் ஒண்ணுமில்ல. மனசு சரியில்ல, அதான் போன் செஞ்சேன். உங்கிட்ட பேசுனதுல இப்போ சரியாயிருச்சு..." என்று கூறியவள் நீண்ட நேரம் உறங்காது சுருண்டு படுத்திருந்தாள்.

அய்டாவின் பாட்டி ஜான்ஸி அம்மாளுக்கு நான்கு பெண் குழந்தைகள். அய்டாவின் அம்மா இரண்டாவது மகள். கடைசிக் குழந்தைக்கு ராகேல் என்று பெயர். அது என்னவோ தெரியவில்லை, ராகேலுக்கு இந்த உலகம் பிடிக்கவில்லை போல. ஆறே மாதத்தில் மூச்சை நிறுத்திக் கொண்டாள் ராகேல். ஜான்ஸி அம்மாளும் வீட்டிற்கு முதல் பெண். அய்டாவின் தாத்தா தேவசகாயமும் வீட்டிக்கு முதல் பையன். ரெண்டு தலைப்பிள்ளைகளுக்குப் பிறந்த குழந்தையை சுடுக்காட்டுக்குக் கொண்டுபோய்ப் புதைக்க வேண்டாம் என்று பலரும் கூற வீட்டிலே கோட்டைச்சுவர் ஓரமாய் தஞ்சம் புகுந்தாள் ஆறு மாத ராகேல். அதன் மேல் யாரும் மிதித்து விடக் கூடாது என்பதற்காக அங்கு ஒரு முருங்கை மரம் வளர்க்கப்பட்டது. சிலநேரம் தேவசகாயத்திற்கும் ஜான்ஸி அம்மாளுக்கும் இடையே சண்டை வந்தால் ஜான்ஸி அம்மாள் வந்து நிற்கும் இடம் இந்த முருங்கை மரம் தான். மரத்தைத் தடவித் தடவி ஏதோ சொல்லிப் புலம்புவதால் அவளுக்குள் பாரம் குறைவது போல தோன்றியது. மகளே மரமாய் மாறி நிற்பது போல ஒரு தோற்றம். முதன் முதலாய் முருங்கை மரம் நன்கு வளர்ந்து பூ பூத்ததும் ஜான்ஸி அம்மாள் வீட்டில் பாயாசம் செய்து தேவசகாயத்திற்குத் தந்ததோடு மட்டுமல்லாமல் "ஏங்க, மவ பெரிய மனுசி ஆயிட்டா..." என்றாள்.

அப்படியாக பார்த்துப் பார்த்து பதினெட்டு வருடமாய் வளர்த்த முருங்கைமரம் பலமாக வீசிய காற்றைத் தாங்கத் தெம்பில்லாமல் முழுவதுமாய் ஒடிந்து ஈரமாய் மின்வாரிய கம்பிகளைத் தொட்டு கரண்ட் கட் ஆகி கேபிள் வயர் கட்டாகி பொத் என்ற சத்தத்துடன் ஓர் நாள் தரையைத் தொட்டது.

கொஞ்சம் கொஞ்சமாக தெரு ஆட்கள் கூட ஆரம்பித்தனர். காரணம் ஜான்ஸி அம்மாள் வீட்டு யாழ்ப்பாண முருங்கைக்காய் அத்தனை சுவை. வந்திருந்த அனைவரும் ஒரு சிறிய துக்க விசாரணைக்குப் பின் ஜான்ஸி அம்மாளின் சம்மதத்தின் பேரில் ஒடிந்து விழுந்த மரத்தில் இருந்து கைக்கு எட்டிய வரை முருங்கைக்காய்,, கீரை, முருங்கைப்பூ எனப் பறித்தனர். சிலர் தன்

வீட்டில் வைக்க என்று மரத்தின் சிறு துண்டை வெட்டிக் கொண்டிருந்தனர்.

தெரு ஆடுகள் போக எங்கிருந்தோ வந்த ஆடுகளும், ஒரு வருட சுகத்தை ஒரே மாதத்தில் பெறத் துடிக்கும், விடுமுறை என்று வந்திருக்கும் வெளிநாட்டு வாழ் கணவன் போல மரத்தின் மீது பாய்ந்து வேக வேகமாக மேய்ந்தன. மரம் கொஞ்சம் கொஞ்சமாக மூளியாகிக் கொண்டிருந்தது.

வீட்டின் உள்ளே ஒடிந்து தரையை ஒட்டி மிச்சமிருக்கும் சிறிய கொப்புடன் கூடிய முருங்கைக் கம்பையே பார்த்தபடி ஜான்ஸி அம்மாள் எதுவுமே பேசாமல் அதையே வெறித்துப் பார்த்தவண்ணம் அமர்ந்திருந்தாள்.

தேவசகாயம் அந்த இடத்தை மீண்டும் சுத்தம் செய்து எங்கோ போய் மாட்டுச் சாணம் கொஞ்சம் அள்ளி வந்து மரத்தின் முறிந்து போன இடங்களில் எல்லாம் வைத்து மூடி சாக்கால் கட்டி நீரைத்தெளித்து விட்டார்.

அன்று இரவு உறங்கும்போது இருவருக்கும் இடையில் உறங்கும் தனது பேத்தி அய்டாவை சுவர் ஓரமாகப் படுக்க வைத்துவிட்டு கணவனின் அக்குளுக்குள் தலையைப் புகுத்தி ஒட்டிப் படுத்துக் கொண்டாள் ஜான்ஸி அம்மாள்.

“என்னடி?”

“ஒண்ணுமில்ல.”

“தூங்கு.”

“சரி.”

ஜான்ஸி அம்மாளின் கண்ணீர் மெதுவாக இறங்கி ஒட்டிப் படுத்திருக்கும் தேவசகாயம் இடுப்பைத் தொட்டு கட்டிலில் சொட்டு சொட்டாகப் பரவிக் கொண்டிருந்தது. அன்று இரவு முழுக்க ஜான்ஸி அம்மாள் அழுதபடி இருந்தாள், தன் பேத்தி அய்டா அவர்களைக் கொட்ட கொட்ட விழித்தபடி பார்த்துக் கொண்டிருந்ததை அறியாது.

சட்டென கண்ணில் நீர் கோர்க்க, தனது மனைவி ஜானுவை இழந்ததை, குழந்தை ஆஷிபா இறந்ததைக் கூறிய தாரிக்கை தேவசகாயம் போல வாரியணைத்து ஆறுதல் சொல்ல மாட்டோமா எனத் தோன்றியது அய்டாவுக்கு. தாரிக் எனும் பெயரெழுத்தானது அய்டாவின் உயிரெழுத்தாக மாறிக் கொண்டிருந்தது. அன்றைய

தினமும் தூக்கம் வராது அய்டா கொட்டக் கொட்ட விழித்திருந்தாள்.

மறுநாள் மருத்துவமனையில் புதிதாய் ஒர் குழந்தை பிறக்க அதைப் பரிசோதிக்க வேண்டி தாரிக் சென்ற போது அவனுடன் அய்டாவும் சேர்ந்து சென்றாள்.

ரோஜாத் தோட்டம் போல இளம் தளிராய் புதிய அரபிக் குழந்தை. செக்கச் செவேல் நிறத்தில், இன்னமும் தாய் மடியில் உள்ள நினைவில் சுருண்டு படுத்திருக்க அதன் பிஞ்சுக் கால்களைத் தொட்டுத்தொட்டுப் பார்த்துக் கொண்டிருந்த அய்டா "எப்படி சுருண்டு படுத்து கிடக்குறதைப் பாருங்க. இதைப் பார்த்தா, நான் குழந்தையா இருந்தப்போ அம்மா வயித்துல எப்படி இருந்திருப்பேன்னு பார்க்கணும் போல ஆசையா இருக்கு..." என்றாள்.

"இப்போ கூட பாக்கலாமே..?" என்றான் தாரிக்.

"இப்போவா..?"

"ஆமா, ஒவ்வொருத்தர் காதுமடலும் அவுங்க தாய் வயித்துல அவுங்க எப்படிச் சுருண்டு படுத்துக் கிடந்தாங்கன்னு காட்டிரும். கம்மல் மாட்டுறாங்களே அந்த இடம்தான் தலை. இப்போ காதைப் பாரு. ஒரு குழந்தை தலைகீழா சுருண்டு படுத்துகிடக்குறது தெரியுதா..?"

ஆச்சர்யம் வந்தவளாய் அந்த அறையில் இருந்த கண்ணாடியில் தனது காதைப் பார்த்துக் கொண்டாள் அய்டா.

அந்த அரபிக் குழந்தை பிறந்த மூன்றாம் நாள். அதைக் காண, பொதுவான பரிசோதனை என்ற பெயரில் தாரிக்கும் கூடவே குழந்தையின் ரிப்போர்ட்டுடன் அய்டாவும் சென்றிருந்தனர்.

தொட்டிலின் ஓரமாய் ஒருக்களித்து உறங்கிக் கொண்டிருந்த குழந்தை உறக்கத்தின் ஊடே ஒரு பூ மலர்வது போல கொஞ்சம் கொஞ்சமாய் மெல்லச் சிரித்தது. மீண்டும் முகத்தில் சாந்தமாய்ப் பழைய நிலை, பின் மீண்டும் சிரிப்பு, மீண்டும் பழைய நிலை, மீண்டும் சிரிப்பு, மீண்டும் பழைய நிலை... அதைப் பார்த்த அய்டா "மூன்று நாள் குழந்தை மனதில் என்ன ஓடும். தூக்கத்தில் ஏன் சிரிக்கிறான் இவன்?" என்று கேட்டாள்.

தள்ளி நின்றிருந்த தாரிக் "தேவதைகள் கொஞ்சித் தாலாட்டுவார்கள்..." என்றான். இப்போது மீண்டும் தொட்டிலைத் திரும்பிப் பார்த்தாள் அய்டா.

தேவதைகள் வந்திருப்பதாகத்தான் தோன்றியது. அன்று இரவு வெண்ணிலா ஐஸ்கிரீம் நிற உடை அணிந்த தேவதைகள் கூட்டம் கூட்டமாக அய்டா உறங்கிக் கொண்டிருந்த அறையினுள் குழுமி இருந்தனர்.

உறக்கத்தில் அய்டா சிரித்துக் கொண்டிருந்தாள்.

13

விடுமுறை நாளான வெள்ளி அன்று இரவு கட்டிலில் உறங்காமல், தரையில் போர்வை விரித்து இரண்டு தலையணை தலைக்கு முட்டுக் கொடுத்து சுவற்றில் சாய்ந்தபடி ராஜா படுத்திருந்தான். அவன் எதிரே இருந்த லேப்டாபில் இருந்து மிதமான சத்தத்துடன் படம் ஓடிக்கொண்டிருந்தது.

"பேச முடியுமா உன்கிட்ட, மனுசனா இருந்தா பேசலாம். இந்தா....போ...தள்ளு. இந்த மாட்டுக்கும் உனக்கும் என்ன வித்தியாசம். வாடிவாசலத் தெறந்தா நேரா போய் முட்டிக்கும். அதான நீயீ...?"

"ஓ.. நீ அதச் சொல்லுறியா. நீ என்னைக் கேலி பேசுறியாக்கும்ன்னு நெனச்சேன்."

"கேலி யாரும் பேசல. கேவலமாப் பேசுது ஊரே. பெரிய மனுசங்க வாயில வசவு இருக்கப்படாது. வாழ்த்துதான் கேக்கணும்..."

"நீ யாரப் பெரிய மனுசங்கிற நீ. நல்லம நாயக்கனையா. அவன் என்னை வெட்டிப்புட்டான் தெரியும்ல..?"

"வெட்டுனத நீயும் பாக்கல நானும் பாக்கல பாத்தியா... பாத்தியா... சரி அதிருக்கட்டும் கொண்ட ராசாவ எதுக்கு அடிச்ச நீ..?"

"அதான் சொல்லாமத் தடுத்துப் புட்டான் கோவத்துல, அவன் உன் சின்ன ஆத்தாள ரொம்பத் தப்பாப் பேசிபுட்டான்."

"இல்ல, என் சித்தப்பனப் பத்தி கொஞ்சம் நெசம் பேசிப்புட்டான் அம்புட்டுதான். இந்த மாட்டுக்கும் உனக்கும் என்ன வித்தியாசம்? தெரியனும்னா மனுசனா இருக்கணும் அப்படி இல்ல..."

"யே என்ன நீ எங்க அப்பத்தாவத் தவிர எந்தப் பொட்டச்சியும் இப்படிப் பேசக்கூடாது தெரியுமா..?"

“இந்தப் பொட்டச்சி பேசுவா. உன் அப்பத்தா பொறுப்பும் சேத்து இப்போ எனக்கிருக்கு. உனக்கு வெறும் பொண்டாட்டியா மட்டும் இருக்கமாட்டேம்பு...”

“விருமாண்டி” படம் எத்தனையாவது முறையாக என அறியப்படாத நிலையில், யாருக்கும் தொந்தரவில்லாத சத்தத்துடன் ராஜாவின் லேப்டாப்பில் ஓடிக் கொண்டிருந்தது.

விருமாண்டி படம் அவனளவில் கிறிஸ்துவப் பாடகர் பெர்க்மான்ஸ் பாடலைப் போன்றாகி விட்டது. பெர்க்மான்ஸ் அவர்களின் சத்தத்தை முதன்முதலாகக் கேட்டால், ஆண்டவா இவர் ஏன் பாடுகிறார்...? பிதாவே முதலில் இவரைக் காப்பாற்றும்... எனத் தோன்றும். தொடர்ச்சியாக ஒரு மாதம் கேட்க நேர்ந்தால் அந்தக் குரலை உங்களால் கேட்காமல் இருக்க இயலாது. உங்களை அறியாமல் நீங்கள் அவரைத் தேடுவீர்கள். இப்போது “எப்பா ஏசுவே...” என்று அவர் பாடுவது உங்களுக்குப் பிடித்திருக்கும். அதுபோன்ற ஒரு மெஸ்மரிசம் ராஜாவுக்குள் “விருமாண்டி” படத்தால் நிகழ்ந்திருந்தது.

ஆனாலும் அவனுடன் தங்கி இருக்கும் எல்லோருக்குள்ளும் ஒரு கேள்வி. இவன் ஏன் இந்தப் படத்தை மீண்டும் மீண்டும் லேப்டாப்பிலும் மொபைலிலும் ஓடவிட்டுப் பாரக்கிறான் என்று. குறிப்பாய் அதே அறையில் ராஜாவுடன் தங்கி இருக்கும் பாலாவிற்கு.

ஒருவன் “கமல் ரசிகனா நீ?” என்ற கேள்விக்கு ராஜா, இல்லை, என்றான்.

ஒருவன் “தேனி மாவட்டமா உங்கள் பூர்வீகம்?” என்ற கேள்விக்கும், இல்லை, என்றே பதில்.

கொலைக் கேசு ஏதாவது இருக்கா உன் பேர்ல?

ஜெயில்ல வேலை செஞ்சாங்களா யாராவது?

அந்த நடிகையைப் பிடிக்குமா?

இந்தப் படத்துக்கும் உன் வாழ்க்கைக்கும் ஏதாவது ஃபிளாஸ்பேக் இருக்கா?

எதற்குமே “இல்லை” என்பதே அவன் பதிலாக இருந்தது.

“என்ன எழவுக்கு இந்தப் படத்தை இத்தனை தடவை பார்க்கிறன்னு தெரியல...” என்று முணுமுணுத்தபடி ராஜாவின் கட்டிலுக்கு எதிர்க்கட்டிலில் வந்து அமர்ந்தான் பாலா.

“சவுண்ட் டிஸ்ட்ரப்பா இருக்கா, கம்மியா தானே வச்சிருக்கேன்..?”

“அதெல்லாம் ஒன்னுமில்ல, சும்மா திரும்பித் திரும்பி அதையே பாக்கிறியே, அதான் ஏன்னு காரணம் கேட்டேன்?”

“ஏன் எல்லாத்துக்கும் காரணம் தேடுறீங்க. சும்மா பாக்குறேன், அவ்வளவு தான்.”

“காரணம் இல்லாம எவனும் எதையும் செய்யமாட்டான்.”

“சரி நான் பாக்கலை விடு” என்று லேப்டாப் ஆஃப் செய்துவிட்டு “ஆபிஸ்ல இருந்தாலும் தர்க்கம் பண்ணுறீங்க, ரூமுக்கு வந்தாலும் நீங்களா வந்து ஏதாவது சொல்லிட்டே இருக்கீங்க. இதெல்லாம் நல்லா இல்ல...” என்று பாத்ரூம் நோக்கி நகர்ந்தான் ராஜா. காரணமற்ற நிகழ்வுகள் மனிதர்களின் தர்க்கத்தில் சிக்கித் தவிக்கிறது.

சற்று நேரம் கழித்து அனைவரும் உறங்கச் சென்று விட ராஜாவின் கட்டிலின் நேர் மேலே கத்தி போல “காரணம் இல்லாம எவனும் எதையும் செய்ய மாட்டான்” என்ற அவன் குரல் தொங்கிக் கொண்டிருந்தது.

அப்புறப்படுத்த நினைத்து தள்ளினான். அது அசையாமல் அங்கேயே தொங்கிக் கொண்டிருந்தது. சரி இனி தூக்கம் வராது என்று எண்ணி ஜன்னல் அருகில் போய் நின்றபடி வானத்தைப் பார்த்தான். பதிலுக்கு நிச்சலன மனதைக் கொண்டவன் போல வானம் அமைதியாக அவனைப் பார்த்தது.

படுக்கையில் உருண்டபடி “என்னடா தூங்கலையா...” மீண்டும் எதிர்க்கட்டிலில் இருந்து பாலா.

“தூக்கம் வரல.”

“ஏன்.. என்னாச்சு?”

“சும்மா தான்.”

“ம்ம்ம்.” இந்த ம்ம்ம், நான் நம்பலை, என்ற தொனியில் வந்தது.

எல்லாத்துக்கும் ஒரு காரணம் இருக்கும். காரண காரியங்களில் லாப நஷ்டம் இருக்கும். லாபம் நோக்கிச் செல்பவன் புத்திசாலி, என்று பரவலாக இருக்கும் பொதுப்புத்திக்கு முன்பு ராஜா குற்றவாளி போலக் காட்சியளித்தான்.

மாடியின் அறையின் ஜன்னல் வழியே கீழே பார்க்கும்போது அப்பார்ட்மெண்ட் பாகிஸ்தானி நாதூர் (வாட்சமேன்) சலீம்பாய்

தனக்கு ரொட்டி சால்னா வாங்கிக்கொண்டு வரும் வழியில் மெனக்கெட்டு அலவி குட்டியின் ஹோட்டல் வாசலில் அரைமணி நேரம் காத்திருந்து அவர்கள் கடை அடைக்கும்போது தந்த மிஞ்சிய மிச்ச கறிகுழம்பின் எலும்புகளை வாங்கி வந்து ஒரு பீங்கான் தட்டில் அவருடனே திரியும் பூனைக்குப் பரிமாறிக் கொண்டிருந்தார்.

நீண்ட நேரம் அதையே பார்த்துக் கொண்டிருந்த ராஜாவுக்கு உறங்கிக் கொண்டிருந்த பாலாவை அழைத்து சலீம் பாயைக் காட்டி "ஏன் இதை இவர் செய்றார்..?" என்று கேட்க வேண்டும் போலத் தோன்றியது. மனிதர்கள் மீதான சலிப்புடன் உறங்கச் சென்றான்.

மறுநாள் சனிக்கிழமை வழமை போல மீன்பிடிக்கச் சென்று கடற்கரையில் காத்திருந்தான். புதிதாய் பருவம் வந்தவளின் முதல் நடையைப் போலிருந்தன அன்றைய கடல் அலைகள். டெல்மாவின் நெய்தல் நிலம் விரும்பிய அளவிற்கு வெயில் குடித்து அவனுடன் அமர்ந்திருந்தது. கடல் மீன்கள் எல்லாம் இறக்கை முளைத்து காகங்கள் ஆனது போல வானில் கூட்டமாய் வலசை சென்று கொண்டிருந்தன.

நினைவுகள் பேயாகித் திரிய, அவற்றை பெரும் குடுவையில் அடைத்து சமுத்திரத்தின் நடுவில் வீசி எறிய விரும்பி, இயலாமல் போக மீன் பிடித்து மீதம் இருந்த கோதுமையை கடலில் வீசி விட்டு, சரக்குக் கப்பலில் கடக்கும் இதுவரை அறிமுகமே இல்லாத நண்பனுக்கு டாட்டா காட்டி, பணிரெண்டு மணியளவில் அலவி குட்டி கடை அடைந்தான் ராஜா.

ஆள் இல்லாமல் கடையில் தனியாக மதியம் ஈ ஓட்டிகொண்டிருந்தார் அலவி குட்டி. "இப்படி வேகாத வெயில்ல வேர்த்து விறுவிறுத்த வார. கத்தாழை வாடை அடிக்கி உன் உடம்புல இருந்து ஏண்டா இப்படி இருக்க?" என எப்போதுமான புராணம் பாடினார்.

"உங்களுக்கு வேற வேல இல்ல. உப்புக்காத்து அடிச்சா உடம்பு நசநசன்னு இருக்கத்தான் செய்யும். துருவுன தேங்கா இருக்கா. இருந்தா,அரைமுறி தேங்கா தாங்க."

"அது என்ன கால்ல கட்டு போட்டிருக்க?"

"அதுவா, சொன்னாக் கேலி செய்வீங்க..."

ராஜாவின் மொபைலில் "wife" என்ற பெயருடன் ரிங் டோன் ஒலிக்க வேகமாக கட் செய்தவன் "ஊருக்கு இருபத்தி ஐயாயிரம் பணம் அனுப்பணும்.. எவ்வளவு திர்ஹம் கொடுக்கணும் சொல்லு. இன்னைக்கே அனுப்பிரு சேட்டா. கடங்காரன விட மோசமா

காலையில இருந்து தொரத்தி தொரத்தி ஃபோன் பண்ணி சாவடிக்கிறா..."

"இப்போ தான பணம் அனுப்புன..?"

"இது ஸ்கூல் டேர்ம் ஃபீஸாம்."

"அதை போனதடவை பணம் அனுப்புறப்போ சேர்த்துச் சொல்லி இருந்தா அனுப்புற செலவாவது குறையும்ல..?"

"உங்கிட்ட தான் பணம் அனுப்பக் கொடுக்கிறேன். எத்தன தடவ பணம் கேட்டு ஃபோன் வருது பாத்தல்ல. ஃபாரின் வந்தும் கடங்காரனாத்தான் இருக்கேன்."

"சரி, வீட்டுக்குதான கேக்குறா, அனுப்புற பணத்த சந்தோசமா அனுப்பித் தொலையேன். ஏன் சலிச்சிக்கிற. பொண்டாட்டி தான கேக்குறா. வேற யாருக்காக சம்பாதிக்கிற. கொஞ்சமாவது பிரியமா இருடா..."

"பிரியமா.... ஹூம்."

"என்ன ஹூம். ரொம்ப சலிச்சிக்காத."

"எனக்கு ஒரு சந்தேகம், கேக்கட்டா..."

"உன் சந்தேகம் எல்லாம் அபூர்வமா இருக்குமே, கேளு."

"இந்த சினிமால டிவியில விளம்பரத்துல காட்டுற மாதிரி உண்மையிலே புருசன் பொஞ்சாதி சந்தோசமா இருப்பாங்களா, இல்ல எல்லாமே நடிப்பு தானா?"

"சினிமா என்னடா சினிமா, அந்தக் காலத்துலே எங்க தாத்தா பாக்காமலே லவ் பண்ணி கல்யாணம் செஞ்சிருக்கார்."

"விட்டா நீ பெருசா படம் காட்டுவியே?"

"படமா, போடா ஆக்கங்கெட்டவனே, உனக்கு என்ன தெரியும்?"

"எனக்குத்தான் ஒரு மண்ணாங்கட்டியும் தெரியாதே."

"ஒன்னு சொல்புத்தி இருக்கணும், இல்ல சுயபுத்தியாவது இருக்கணும்."

"சரி ரொம்ப அறுக்காத. உங்க தாத்தா கதயச் சொல்லு."

"எங்க தாத்தாவோட அப்பா புனலூர் ரயில்வே ஸ்டேசன்ல வேலை பார்த்தவர். தாத்தா அப்போ சிலோன்ல ஒரு தமிழ் முஸ்லீம் ஆள்கிட்ட கல் (வைரநகை) யாவாரம் வேலை பார்த்திட்டு

இருந்தாராம். ஸ்ரீலங்கான்னு 1960 லல்லோ பேரு வச்சாங்க. அதுக்கு முன்னாடி அதுக்கு"சிலோன்"ன்னு பேரு. அதுக்கும் முன்னாடி "சரந்தீப்" ன்னு பேரு இருந்திருக்கு.

தாத்தாவோட அப்பா திடீர்னு மண்டையப் போட்டதும் தாத்தாவோட அம்மா பெரிய பாட்டி படுத்த படுக்கை ஆயிட்டாங்க. படுத்த படுக்கையில இருந்த பெரிய பாட்டியப் பாத்துகிறதுக்காக செங்கோட்டையில இருந்து ஒரு தமிழ் நர்ஸ வேலைக்கு வச்சாங்களாம்.

தாத்தா தமிழ் ஆள்கிட்ட வேலை செஞ்சதால நல்லாத் தமிழ் தெரியுமாம் அவரு அம்மாவுக்கு (பெரிய பாட்டிக்கு) எழுதுற கடிதத்தை அந்த நர்ஸ்தான் வாசிச்சுச் சொல்லுவாங்களாம். பதிலுக்கு பெரிய பாட்டி சொல்லச் சொல்ல அந்த நர்ஸ் தமிழ்ல லெட்டர் எழுதி அனுப்புமாம்.

இப்படியே மாறி மாறி லெட்டர் போயிட்டு வந்திட்டு இருந்திருக்கு. ஆனா தாத்தாவும் அந்த நர்ஸும் ஒருத்தரை ஒருத்தர் நேர்ல பார்த்ததில்ல.

அதுவே, பின்னால ஒரு சாக்கு மூட்டை அளவு காதல் கடிதம் எழுதுற அளவுக்கு மாறிப் போயிருக்கு. இந்திராகாந்தி எமெர்ஜென்சி காலத்தை எல்லாம் தாத்தா கடிதத்துல எழுதி இருக்கார் கூடவே காதல் கவிதையும். நுணுக்கி நுணுக்கி எழுதுவாராம். பாட்டிக்கு (நர்ஸ்) மட்டும்தான் புரியுமாம்.

அப்புறமா பெரிய பாட்டி செத்திருச்சுன்னு ஊருக்கு வந்தவரு பாட்டிய அவுங்க வீட்டுக்குத் தெரியாம கடத்திட்டு போய் கல்யாணம் செஞ்சிருக்கார்.

ஏன் நானும் என் பாரியும் (மனைவி) சந்தோசமா இல்லையா. அவ எனக்கு மாமன் மோளு மொற வேணும். சின்ன வயசுல, எங்க மாமி சில சமயம் அவ சாப்பிடலைன்னா "உனக்கு அவனைக் கட்டி தரமாட்டேன்" ன்னு மிரட்டுவாங்க. "வேணா வேணா. நான் சாப்பிடுறேன்" ன்னு சொல்லி சாப்பிடுவா. செல நேரம் வாசலில் நிற்கும் அவ கிட்ட "உன்னக் கட்டிக்க மாட்டேன் போடி" ன்னு வேணுமின்னே சொல்லிட்டு வீட்டுக்குள்ள ஓடி வந்துருவேன். தரையில் கிடந்தது புரண்டு அழுவா. "மாமாவ கட்டிக்கச் சொல்லு, மாமாவ கட்டிக்க சொல்லு...ன்னு."

"அப்புறம் எனக்கு மட்டும் ஏன் இப்படி ஆயிருச்சு சேட்டா. அம்மா அப்பாவும் இல்ல, பேசுறதுக்கு யாருமே இல்ல. ப்ச்.

மனசுக்குக் கஷ்டமா இருக்கு.'' என்றான் ராஜா.

அதுவரை கதை சொல்லும் மூடில் இருந்த அலவி குட்டி அமைதியானார்.

''சரி விடுடா எல்லாம் சரியாயிரும்.''

''எங்க சரியாக. நாலு நாளைக்கு முன்ன ஏதோ பூச்சி கடிச்சி கால் பெருவிரல் நகம் அழுகி நகச்சுத்து மாதிரி வலி. காலை தரையில ஊன முடியல. நேத்து அடுத்த விரல்லையும் கடிச்சு வச்சிருக்கு. ஆபிஸ்ல எல்லாரும் கேலி பண்ணுறாங்க. அதே வீட்டுலதான் மத்தவங்களும் இருக்காங்க அவுங்க யாரும் இதுவர பூச்சி கடிச்சிருச்சுன்னு வந்ததே இல்ல. நீ மட்டும் ஆறாவது தடவையா வந்து சொல்லிட்ட பூச்சி உனக்கு மட்டும் எங்க இருந்து வருதுன்னு தெரியலயே-ன்னு மேனேஜர் கிண்டல் பண்ணார். எல்லாரும் சுத்தி நின்னு சிரிக்காங்க.''

''டாக்டர்கிட்ட காட்டுனியா?''

''அதுக்கும் தெண்டச் செலவு செஞ்சாச்சு. குதிகால் வலி, சட்டையில ரத்தக்கறை, கண் வலி, உடம்புல ஏதோ ஊறுற மாதிரி எப்பவுமே இருக்கு, மறதி, பயம், ஏப்பம், காலையில எந்திச்ச உடனே தும்மல், மலச்சிக்கல், நுரை வாந்தி, சளி, கை கால் நடுக்கம், வயிறு உப்பி முகம் கறுத்துப் போச்சு... கோவம் எப்படி வருது தெரியுமா..?, போனமாசம் வலது கையில நெஞ்சுக்கு பக்கத்துல நாலு இஞ்ச் அளவுக்கு ஏதோ பூச்சி கடிச்சி கட்டு போட்டுகிட்டுத் திரிஞ்சேன்.''

''உனக்கு மட்டும் ஏண்டா இப்படி வருது. எப்ப பாரு நிம்மதி இல்லாம பொலம்புற..?''

''அதைத்தான் நானும் கேக்குறேன், எனக்கு மட்டும் ஏன் இப்படின்னு. இதுல, கூட வேலை செய்ற ஆட்களும் எதையாவது சொல்லிச் சொல்லி வெறுப்பேத்திக்கிட்டே இருக்காங்க. செல நேரம் செத்திரலாமான்னு தோணுது.''

''அப்படியெல்லாம் மனசத் தளர விடாதடா. எல்லாத்துக்கும் கஷ்டம் இருக்கு. பிரச்சன இல்லாம யாருமே இல்ல?''

''ஆனா என் கஷ்டம் மாதிரி யாருக்கும் இருக்குமான்னு தெரியல...''

''இப்படித்தான் எல்லாரும் சொல்லுவாங்க...'' என்று அலவி குட்டி கூறிக் கொண்டிருக்கும் போதே ராஜாவின் வலது கை சட்டைப் பகுதியின் உள்ளே இருந்து சற்று பருமனான கட்டெறும்பு வெளிவந்தது.

“என்னடா உள்ள இருந்து கட்டெறும்பு வருது. கடக்கரைக்குப் போய் படுத்துக்கிட்டு மீன் பிடிக்கிறேன்னு கட்டெறும்ப உடம்புல ஏத்திட்டு வந்தியா?”

“ஆத்திரம் ஆத்திரமா வருது. இந்த சைஸ் கட்டெறும்பு இந்த டெல்மால ஏது. என் உடம்புல இருந்து வருதுன்னு சொன்னா ஏன் யாருமே புரிஞ்சிக்க மாட்டேன்னு அடம்பிடிக்கிறீங்க..?...”

“உடம்புல இருந்து எப்படிடா வரும்”

“தலையில தான் அடிச்சிக்கணும். எவ்வளவு ஈ, எவ்வளவு சின்ன எறும்பு, எவ்வளவு கட்டெறும்பு, எவ்வளவு பொடி வண்டு, எவ்வளவு பெரிய சைஸ் பூச்சி. மத்தவனா இருந்தா பயந்தே செத்திருவான். நான் அது கடிக்கிறதையும் சமாளிச்சு, உங்க யாருக்கும் புரிய வைக்கவும் முடியாம அல்லாடுறேன்.”

“உனக்கு என்னதான் பிரச்சன..?”

“பேய் புடிச்சிருக்கு போதுமா. அன்னைக்கு மெசின் ரிப்பேர் பார்க்கன்னு அபுதாபியில இருந்து ஒரு கம்பேனி ஆள் வந்திருந்தான். நைட் என் பெட்ல படுத்து தூங்கினவன் நடு ராத்திரியில யாரோ கழுத்த நெறிக்கிற மாதிரி இருக்குன்னு அலறி அடிச்சி எந்திச்சு உக்காந்திட்டான்...”

“சரி இதுக்கு என்ன தான் செய்ய?”

“எனக்கும் தெரியலயே. ஊருக்கு போனா என் மாமா, அவருக்குக் தெரிஞ்ச எல்லா இடத்துக்கும் கூட்டிட்டுப் போய், எடுத்தாச்சு எல்லாம் சரியாயிருச்சு சொல்லிதான் அனுப்புறார். ரெண்டு நாள் நல்லா இருக்கு, அதுக்குள்ள அவளும் அவ அப்பனும் சேர்ந்து புதுசா எதையாவது அனுப்பி வச்சிடுறாங்க.”

“ஏண்டா சலிச்சிக்கிற. எதுக்காக இப்படி நடந்துக்கிறான்னு யோசி.”

“யோசிக்க என்ன இருக்கு. வேலைய விட்டுட்டு நாகர்கோவில் போய் அவுங்க வீட்டுல அவா சொல்லுற பேச்சைக் கேட்டு அவா மனம் கோணாம என்னோட சொந்தங்கள எல்லாம் மறந்திட்டு அவள் எதிர்த்து பேசாம வால ஆட்டிகிட்டு ஒரு நாய் மாதிரி திரியணும் வேற என்ன?”

“ஏண்டா, புருசன் கூட சேர்ந்து வாழணும்னு ஆசப்படுறா, இது தப்பா?”

“புருசன் கூடவே வாழணும். ஆனா கத்த கத்தயா பணம் வேணும், நகை வேணும், ஊர் சுத்தணும், அவுங்க அக்காவுக்கு இருக்கிற மாதிரி, பெரிய வீடு கட்டணும். இதெல்லாம் செய்ய வக்கில்லாத உங்களைப் போய் எங்க அப்பா என தலையில கட்டிட்டார்ன்னு ஜாடமாடையா குத்திக் காட்டணும்...”

“அதான் வீடு கட்டிட்டியே, அப்புறம் என்ன அதுவும் அவா பேர்ல தான இருக்கு.”

“அதெல்லாம் பத்தாது அவளுக்கு. வெள்ளையாவும் அழகாவும் இருக்காளா அந்த திமிர், மஹாராணி மாதிரி வாழ வேண்டியவன்னு நினப்பு. டெய்லி எட்டு மணி வர தூங்க வேண்டியது 8.40க்கு குழந்தைய ஸ்கூல் ஆட்டோல ஏத்தி விட்டுருவா. எப்போ எந்திச்சான், என்ன சாப்பிட்டான், மதியத்துக்கு டிபன் பாக்ஸ்ல என்ன வச்சி அனுப்புனா... எல்லாமே அவ இஷ்டம் தான். கொஞ்சமாவது பிள்ள மேல அக்கற....? ஹூம், எங்க வீட்டுல போட்ட நகைய அவ அப்பனுக்கு எடுத்துக் கொடுத்திட்டு நகை தொலஞ்சிருச்சுன்னு சொல்லுறா. இவளை என்ன செய்ய. சரி கூடவே இருந்தா சண்டை வரும்னுதான் வெளிநாடு வந்தேன். சம்பாரிக்கிறதும் அவளுக்குத்தான். என்ன எதிர்ப்பாக்கிறான்னே தெரியல. எல்லாத்தையும் மறக்க சிலநேரம் குடிக்கப் பழகுவோமான்னு தோணுது.”

“லூசுப்பயல, இருக்கிற பிரச்சனை போதாதுன்னு இது வேறயா?”

“என் வேதன உங்களுக்குத் தெரியல, வேலையில் மறதியில மோட்டார் காயில் எரிச்சிட்டேன் மேனேஜர் திட்டுனார். நான்தான் செஞ்சேன்னு என்னாலே நம்ப முடியல. பைத்தியம் புடிச்சிரும் போல இருக்கு. சொன்னா நம்ப மாட்ட... சிலநேரம் நான் பாத்ரூம் போயிட்டு திரும்பி நின்னு லெர்டீன்ல கைய விட்டு எங்க எடுத்து தின்னுருவேனோன்னு நானே பயப்படுறேன். சரி விடு என் கஷ்டம் எனக்கு. தேங்கா வேண்டாம். இதுல 1500 திர்ஹம் பணம் இருக்கு வீட்டு அட்ரஸ்க்கு 25,000 ருவா அனுப்பிரு. மிச்சம் ஏதாவது தரணும்னா கணக்குல எழுதிக்கோ. நான் வாரேன்...” என்றபடி கண்ணில் நீர் கோர்க்க கடையை விட்டு வெளியே வந்த ராஜா அழுதபடி வீடு நோக்கி நடக்கத் துவங்கினான்.

“டேய்...... ராஜா, டேய்...... டேய்.......... அன்வரே, டேய்...... அன்வர் ராஜா...” என்று கடை வாசல் வரை வந்து கத்தியபடி இருந்தார் அலவி குட்டி.

எதுவுமே காதில் வாங்காது, மதிய வெயிலில் பஞ்சப்பராரி போல அழுகையுடன் திரும்பிப் பார்க்காது ராஜா போய்க் கொண்டிருந்தான். காற்று சீழ் வடியும் புண்களுடன் வீசிக் கொண்டிருக்க அதே சாலையில் அவனைத் தாண்டி பிக்அப் வண்டியில் சாவக்காடு ஹமீதும் போய்க் கொண்டிருந்தார்.

★

14

அலவி குட்டி கடையில் காய்கறி வாங்க வந்திருந்த முவாசினும் சமீராவும் காரை நிறுத்திவிட்டு கடையை நோக்கி நடக்க ஆரம்பித்தார்கள். நான்கு கார்கள் தள்ளி தனது காரில் அமர்ந்தபடி யாரிடமோ ஃபோனில் பேசிக் கொண்டிருந்த மர்வான் முவாசினையும் சமீராவையும் பார்த்ததும் பேசிக் கொண்டிருந்ததைத் துண்டித்து விட்டு இருவரையும் நோக்கி வந்தார்.

மர்வான் தங்களை நோக்கி வருவதைப் பார்த்ததும் கார் அருகிலேயே முவாசினும் சமீராவும் நின்று விட்டார்கள். அருகில் வந்த முவாசீன் "மீன் இருக்கு வேணுமா. மீன்பிடி ஆளுங்க இப்போதான் பாடு முடிஞ்சி கரை ஒதுங்குனாங்க. என்னோட காருல ஐகுரா மீன் 5 கிலோ வச்சிருக்கேன். கொஞ்சம் தாரேன் கொண்டு போங்க" என்றார்.

"காசு கொடுத்தா வாங்க மாட்டீங்களே" என்று முவாசீன் கூறியதைக் கேட்டு சிரித்தபடி தன் காருக்குச் சென்று இரண்டு கிலோ அளவிலான ஐகுரா மீனைக் கருப்பு பையில் கொண்டு வந்து முவாசீன் காரின் பின்பகுதியில் கீழே காலடிப்பக்கம் வைத்தார். மீன் வாடை வீசும் கையை காரில் இருந்த டிஸ்யூ பேப்பரை எடுத்துத் துடைத்தபடி இருவரின் அருகில் வந்தார்.

"சரி நீங்க பேசிட்டு இருங்க. நான் போய் காய்கறி வாங்கிட்டு வாரேன். இந்த லிஸ்ட்ல உள்ளது போதும்ல..?" என்று சமீராவிடம் கேட்டுவிட்டு அலவி குட்டி கடை நோக்கி முவாசீன் நடக்கத் துவங்கினான்.

சற்று நேர அமைதிக்குப் பின் "எப்படி இருக்க..?" என்று மர்வான் விசாரிக்க

"ம்ம்... இருக்கேன்" என்றவள், எதிரே கொஞ்ச தூரத்தில் இருந்த நீண்ட நெடிய பொட்டல் வெளியை வெறித்துப் பார்த்தாள்.

மர்வான் ஒருமுறை தானும் திரும்பி அந்தப் பொட்டல் வெளியைப் பார்த்து விட்டு "என்ன..? பாக்காததைப் பாக்கிற மாதிரி இப்படி வெறிச்சுப் பாக்கிற..?" என்று கேட்டார்.

"நான் தனியா வந்தா எனக்குத் தோணுறதே இல்ல. ஆனா இப்போ உங்களைப் பார்த்ததும் இந்தப் பொட்டல் வெளி நியாபகத்துக்கு வருது... என்ன செய்ய..?"

மீண்டும் ஒருமுறை அந்தப் பொட்டல் வெளியை இருவரும் விரக்தியுடன் வெறித்துப் பார்த்து பெருமூச்சு விட்டுக் கொண்டனர்.

"அப்போ என்ன வயசு இருக்கும் உனக்கு..?" என்ற மர்வான் கேட்க

"பதினஞ்சு, ஈரான்ல ஷிராஜ் ஊருல ஸ்கூல் போயிட்டு இருந்தேன். அப்பா இங்க டெல்மால கடை வச்சிருந்ததால, தற்செயலா லீவுல டெல்மா வந்திருந்தேன். வந்த இடத்துலதான் அது நடந்திச்சு..."

நாட்டின் எல்கை விஸ்தரிப்பு என்ற பெயரில் இந்த டெல்மா தீவு அமீரகத்தின் கைக்கு மாறிய காலம் அது.

"கோஸ்டல் மைக்ரேசன்" என்று டெல்மா தீவில் வசித்த ஏகப்பட்ட ஈரானிகள் இந்தப் பொட்டல் வெளியில் இதே போன்ற ஒரு விடுமுறைநாள் மதியப் பொழுதில் வெயிலில் இருவருமே காத்துக் கிடந்தனர்.

இஸ்லாத்தின் பிரிவாகிய ஷியா பிரிவில் இருந்து சன்னி பிரிவுக்கு மாறுவதாக இருந்தால் ஈரானிகளாக இருந்தவர்களுக்கு அமீரகத்தின் குடியுரிமை வழங்குவதாக (எமராத்திகளாக) அறிவிக்கப்படுவதோடு ஏதேனும் அரசு வேலையும் தரப்படும், என்ற வாக்குறுதியை ஏற்பதற்காக ஈரானிகளாய் இருந்த மர்வானும், சிறுமி சமீராவும், சமீராவின் தந்தை மாஹெரும்,சமீராவின் தாய் ஜுனைதும், மேலும் ஒரு பெரும் ஈரானியக் கூட்டமும் அகதிகளாகக் காத்திருந்த பொட்டல் வெளி அது.

இத்தனை வருடங்கள் கடந்து விட்ட போதும், எதுவுமே நிகழாதது போல தேமே என நினைவுச் சின்னமாய் விதவைக் கோலம் பூண்டு இன்னமும் பொட்டல் வெளியாகவே காட்சியளிக்கிறது.

அமீரக அரசும் அவர்களை மிகவும் நன்றாகத்தான் நடத்துகிறது. ஒரு அமீரகப் பிரஜைக்கு உண்டான அத்தனை சலுகையும் அவர்களும் கொண்டிருந்தாலும் என்றோ ஒருநாள் கூட்டத்தோடு கூட்டமாய் நிர்க்கதியாய் வெயிலில் நின்ற ஒரு இடம் தரும் மன

அழுத்தம், காயத்தின் தழும்பு போல மனதில் நின்று விடுகிறது.

"நான் எல்லாத்தையும் மறந்திட்டேன். நீ இப்போ பார்த்த அப்புறம் தான், எனக்குப் பழைய ஞாபகம் எல்லாம் நினைவுக்கு வருது..." என்றார் மர்வான்.

"நானும் இங்க வந்தா அந்தப் பொட்டல் வெளிய அவ்வளவு உன்னிப்பாப் பார்த்தது இல்ல. ஒருவேளை நாம ரெண்டு பேரும் முதன்முதலா இங்கதான் சந்திச்சோம், அதனால உங்களப் பார்த்ததும் ஞாபகம் வருதோ என்னவோ..?"

"அது ஒரு கசப்பான காலம். என்ன பெரிய முஸ்லிம், அமைதி மார்க்கம் அது இதுன்னு சொல்லிக்கிட்டு, நடத்துறது எல்லாம் சண்டை. உலகம் முழுக்க சண்டை போடுறது முஸ்லிம்தாம். நான் இப்போ மனதளவில ஷியாவா இருந்தா என்ன செய்ய முடியும் மத்தவங்களால..?"

"ஏன் இவ்வளவு பெரிய சலிப்பும் வெறுப்பும். நம்மளை நல்லாதானே வச்சிருக்கு இந்த அரசாங்கம்..?"

"நான் இந்த அரசாங்கத்தைச் சொல்லல. ஒட்டுமொத்த முஸ்லீம்களைச் சொல்லுறேன். இன்னமும் பார்டர்ல யமனி கூட சண்டை நடக்கத்தானே செய்யுது. அதுக்காகப் பண்ணுற செலவு, உயிர் இழப்புன்னு பேப்பரைப் படிச்சாலே கோவம்தான் வருது. இந்தா பக்கத்துல இருக்கிற கத்தாரை விலக்கி வச்சாச்சு. அமைதி மார்க்கம், அமைதி மார்க்கம்ன்னு சொல்லிட்டு, கூட வேலை பாக்கிற மத்தவங்க எல்லார்கிட்டயும் இந்தச் சண்டைக்கு எல்லாம் எப்பவும் விளக்கம் கொடுத்திட்டே இருக்க வேண்டியதிருக்கு. நான் ஹாஸ்பிட்டல்ல வேலை செய்றதால எனக்கு எல்லா உயிரும் ஒண்ணுதான். நான் ஷியாவும் கிடையாது, சன்னியும் கிடையாது. நான் கடலுக்குப் போறவன். ஏதோ போனா போகுதுன்னு பெரிய மனசு பண்ணி அரசாங்கம் ஹாஸ்பிட்டல்ல வேலை கொடுத்திச்சு. ஆனா, நீ என்னை விட அதிகம் படிச்சவதானே, சொல்லு நீங்க சன்னி முஸ்லீமா இருந்து என்ன சாதிச்சிட்டீங்க..?"

"அதென்ன முஸ்லீம்கள் போடுற சண்டையா...?"

"ஆங்... உடனே அமெரிக்கான்னு சொல்லிருவீங்களே. உங்களுக்கு அத விட்டா வேற என்ன தெரியும்..?"

"உண்மை அதுதான..?"

"எது உண்மை, ஆறாம் நூற்றாண்டுலேயே (கி.பி. 661)

முஸ்லீம்களுக்கு இடையில கர்பலா யுத்தம், first fitna எல்லாம் நடந்திச்சு. அப்போ அமெரிக்காவே கிடையாது. அலி ரலியல்லாஹூ அன்ஹூ அவர்களின் பேரைச் சொல்லும் போது, அலி கர்ரமல்லாஹூ வஜ்ஹஹூ (உங்கள் முகத்தை இறைவன் சங்கை ஆக்குவானாக) ன்னு ஏன் சொல்லுறோம் அவுங்களை முகத்துல வெட்டுனது உமையாக்கள் எனும் முஸ்லீம்கள் தானே..? அமெரிக்காவா வந்து வெட்டுச்சு..? அது ஞாபகமா இன்னமும் முஹர்ரம் மாதம் வந்தா உடம்புல பிளேடு சங்கிலின்னு எதையாவது வச்சு அடிச்சிக்கிட்டு உடம்பெல்லாம் ரத்தக்கறையோட காட்டுமிராண்டி மாதிரி பொதுவுல ஊர்வலமாப் போறது. இதுவா இஸ்லாம்..?''

"அப்போ இன்னும் மனசளவுல ஷியாவா இருந்து அலி ரலியல்லாஹூ அன்ஹூவை மட்டும்தான் கொண்டாடுறீங்களா..? இல்ல இஸ்லாம்தான் இப்படிப் போக சொன்னுச்சா..?''

"அப்படி எல்லாம் நான் சொல்லலை, ரசூலுல்லாஹ் காலத்துல இஸ்லாமிய ஆட்சி மதினாவுல (கி.பி. 632 -661) இருந்துச்சு, இஸ்லாம் வேகமாப் பரவ ஆரம்பிச்சதும் ஆட்சி அதிகாரத்தை உமையாக்கள் சிரியாவுக்கு (கி.பி. 661-750) மாத்துனாங்க, எஜித் வாளெடுத்துக்கிட்டுத் திரிஞ்சார். பதவிச் சண்டை வந்துச்சு. அங்க இருந்து அப்பாஸியாக்கள் இஸ்லாமிய ஆட்சியை (கி.பி. 750-1258) ஈராக் பக்தாதுக்குக் கொண்டு போனாங்க. அப்பாஸியாக்கள வெட்டிக் கொன்னு மம்லூக்குகள் அங்க இருந்து எகிப்து கெய்ரோக்குக் (கி.பி. 1261-1517) கொண்டு போனாங்க. அங்க இருந்து உதுமானியர்கள் ஆட்சின்னு (கி.பி. 1517-1917) துருக்கி இஸ்தான்புல்லுக்குக் கொண்டு போனாங்க. உலகப் போர் வந்துச்சு. இதுதான் சாக்குன்னு உள்ள நுழைஞ்ச பிரிட்டீஷ் அரசாங்கம் இப்னு சவூத் கூடப் பேசி இக்வான் அமைப்பை உருவாக்கி நாம திரும்பவும் மதினா போவோம்னு சொன்னதும் அவுங்க பேச்சைக் கேட்டு அப்போவும் முஸ்லீம்களும் முஸ்லீம்களும்தான் வெட்டிக்கிட்டுச் செத்தாங்க. இதுல எங்க இருந்து அமைதி வந்துச்சு..? அஸ்பராகஸ்ன்னு (Aspracus) ஒரு செடி. அதுக்கு ரெண்டு இஸ்லாமிய அரசாங்கம் சண்டை போட்டுச்சு. அது தாது விருத்திக்குன்னு உபயோகப்படுத்துற செடி. பொம்பளைக்காக இஸ்லாமிய அரசர்கள் சண்டை போட்டாங்கன்னு எல்லாரும் சொல்லுறதுல என்ன தப்பு இருக்கு..?''

லேசாகச் சிரித்தாள் சமீரா. "சிரிப்புதான் வருது. ஆட்சி அதிகாரத்தைப் பிடிக்கிறதுக்காகச் சண்டை போட்டிருப்பாங்க.

வெட்டிக்கிட்டுச் செத்திருப்பாங்க. உலக வரலாற்றைப் பாத்தா எல்லா நாட்டுலயும் இது நடந்திருக்கும். ஆட்சியைப் பிடிக்க யூதர்களை யூதர்கள் வெட்டிக் கொன்னாங்க, கிறிஸ்துவர்களைக் கிறிஸ்துவர்கள் வெட்டிக் கொன்னிருப்பாங்க. இந்து மன்னர் இன்னொரு இந்து மன்னரை வெட்டிக் கொன்னிருப்பார். ஒரே மதத்துல உள்ளவங்க தன்னோட மதத்து ஆட்களையே வெட்டிக் கொன்னது எல்லாம் ஆட்சியப் பிடிக்கணுங்கிற பதவி வெறிக்காக. எல்லா நாட்டுலயும்,எல்லா சமூகத்துலயும் எல்லா நிலத்துலயும் இது நடந்தது. அது இஸ்லாமிய ஆட்சியிலயும் நடந்தது. ஆனா நாம பேச ஆரம்பிச்சது, நீங்க ஷியாவா இல்ல சன்னியா இருக்கிறதுல என்ன பிரச்சனைன்னு. தனி மனித உரிமை பத்தி. கருத்தியல்ங்கிற போர்வையில இஸ்லாமிய மக்களைப் பிரிச்சு, சண்டைபோட வச்சது பிரிட்டீஷ், ரோமானிய அரசாங்கம்தான். அதை தூபம் போட்டு இப்போ வரைக்கும் வளக்குறது அமெரிக்கா தான். நானும் நீங்களும் ஒருகாலத்தில ஈரானியா இருந்தோம் இப்போ எமராத்தியா இருக்கோம் ஆனாலும் எதிர் கருத்தா ரெண்டு பேரும் எதிர் எதிர் திசையில நிக்கிறோம். இதுக்குக் காரணம் ரோமானியர்கள்தான். இதைத்தான் அந்த அரசாங்கமும் எதிர்பாத்துச்சு, அவுங்களுக்கு உள்ளேயே அடிச்சிகிட்டு சாகட்டும்ன்னு. அதுக்காக ஷியாங்கிற ஒரு கருத்தியலை உண்டாக்கிட்டு, நான் வந்த வேலை முடிஞ்சிருச்சு, இனி நீங்க அடிச்சிக்கிட்டு சாவுங்கன்னு சொல்லிட்டுப் போயிட்டாங்க"

"ஷியாவ அவுங்களா உண்டாக்குனாங்க..?"

"வேற யாருன்னு நினைக்கிறீங்க, உங்க மொபைல்ல நெட் இருக்கா..?"

"இருக்கு. ஏன் கேக்குற..?"

"Safavid conversion of Iran to Shia Islam ன்னு டைப் பண்ணுங்க..."

சற்று நேரம் மொபைலில் தேடினார்.

"என்னென்னமோ நிறைய வருதே..."

"நேரம் இருந்தா அதை வீட்டுல போய் வாசிங்க, கவனமாக் கேக்குறதா இருந்தா சொல்லுறேன். ஆனா நீங்க கேட்டுத்தான் ஆகணும். உண்மை என்னன்னு தெரியணும் உங்களுக்கு..."

"சொல்லு."

"ஈரான்ல safavid ஆட்சிக் காலம் Safi-ad-din Ardabili (1252-1334)

ங்கிற மன்னர்ல இருந்து ஆரம்பம் ஆனது. அவர் சன்னி இஸ்லாம்தான். அவருக்குப் பின் வந்த Sadr al-Din Musa (1305-1391) வும் சன்னி இஸ்லாம்தான்.

Shaykh Junayd ibn Ibrahim (1447-1460) ஆட்சிக் காலத்தில் சூஃபியிச ஆட்சியாளர்கள் கையில் இருந்து ராணுவ அமைப்பாக ஈரான் மாறி, மன்னரோட ஆலோசனையின் பேருல Qizilbash ங்கிற புது ராணுவப்படை தயார் ஆனது.

முதலாம் ஷா இஸ்மாயில் (Shah Ismail I) காலத்துல இஸ்லாமிய ஆட்சியாளர்களான உதுமான் (Ottoman Empire) இஸ்லாமியர்களை எதிர்த்து நடந்த "Battle of Chaldiran" போர் மூலம், ஈரான் ஈரானியர்களுக்கேன்னு சண்டை போட்டு, ஈரானிய முஸ்லீம்கள் ஈரானைக் கைப்பற்றினாங்க.

நாட்டைக் கைப்பற்றியதும் முதல் அறிக்கையா, இது ஷியா நாடுன்னு அறிவிக்கிறார் மன்னர் முதலாம் இஸ்மாயில். அவரு "Isma'ilism" ன்னு தன்னோட பேருலே புதுசா ஒரு இஸ்லாமியக் கொள்கைய வேற கொண்டு வந்தார்.

அடுத்து மன்னர் இரண்டாம் ஷா இஸ்மாயில் (shah Ismail II) ஆட்சிக்கு வந்ததும், நாடு புடிச்சது எல்லாம் சரி, இஸ்மாயிலிசமும் கிடையாது, ஒரு மண்ணும் கிடையாது எல்லாரும் சன்னி இஸ்லாம் தான்னு சொல்லிட்டார். அவரும் சன்னி இஸ்லாம்தான்.

அதனால ஆட்சிக்கு வந்த ஒரே வருசத்துல அவரைக் கொன்னுட்டு அவர் தம்பி Mohammad Khodabanda (1532-1587)க்கு ஆட்சிக்கு வர உதவி செஞ்சாங்க.

ஆட்சிக்கு வர்ற மன்னர்கள் ஆளாளுக்கு மாறி மாறி திரும்பவும் சன்னி, இஸ்மாயிலிசம்ன்னு சொல்லிட்டுத் திரியக்கூடாதுன்னு ரோம் மன்னர் இரண்டாம் ருடால்ஃப் (Holy rome Emperor Rudolf II) உதுமான் பேரரசை இன்னும் பலவீனப்படுத்தணும்னு நினச்சார். Anthony Shirley, Robert Shirley ங்கிற இரண்டு பேரை Savafid Dynasty 5 வது மன்னரான முதலாம் அப்பாஸை (Shah abbas I) சந்திக்க வைக்கிறார்.

ரோம் மன்னர் உதவியினால Qizilbash (shiya militant group) ராணுவ அமைப்பு இன்னும் பலம் வாய்ந்ததா மாறுது.

அதுக்கு hossein ali beg bayat (1588-1628) ங்கிறவரு தலைமை தாங்குகிறார். அவருடைய தம்பி தான் Sulthan ali begh. அவரும் Qizilbash (shiya militant group)ங்கிற ராணுவப் படையில் உள்ள ஆள்.

படைத்தளபதி Sulthan ali begh உடைய மகன்தான் Faizal nazary (1560-1604) அவருக்கு இன்னொரு பேரும் இருக்கு uruch beg ன்னு.

ஈரானில் இருந்து ரோம் சென்ற முதல் ஆள் அவருதான். அங்க அவரு கத்தோலிக்க மதகுருவா மாறி Don juan ன்னு தன்னோட பேர வச்சிக்கிறார். அவரு எழுதின Don Juan of Persia (A Shi'ah Catholic) நூல் மூலமா ரொம்பப் பிரபலமானவர்.

Don Juan மூலமா Robert Shirley தலைமையில "Persian embassy to Eurobe" ங்கிற பேருல சன்னி முஸ்லீம்களுக்கு எதிரா ஷியா பிரிவு (Shiism) உண்டாக்கப்பட்ட கதை விரிவாப் பேசப்பட்டிருக்கும். இது இல்லாம Roger savory எழுதின "Iran under the safavids" அப்புறம் Fatwa Concerning the Disbelief of the Sect of the Qizilbash, The Origins and Development of the Ottoman-safavid Conflict நூல்கள்ல எல்லாம் எப்படி ஷியாவா மாறினாங்கன்னு முழுக் கதையும் இருக்கு.

முதலாம் எலிசபெத் ஆசியோட இரண்டாம் ருடால்ஃப் மன்னரின் தயவில் உண்டாக்கிய ஷியா பிரிவை, யாரும் சுலபமா கண்டுபிடிக்க முடியாத அளவுக்கு அலி ரலியல்லாஹூ அன்ஹூல இருந்து அலி அல் ரிழா வரைக்கும் கொண்டு போய்ச் சேர்த்து 12 இமாம்கள் (Twelve Shia Islam) ன்னு புதுசு புதுசா நிறைய புக் எழுதி அதுக்குக் கருத்தியல் வடிவம் தந்தது எல்லாம் ஈரானைச் சேர்ந்த Fazlallah ibn Rzbihan Khunji, Nr Allah al-Shushtari, sadr ad-Din Muhammad Shirazi, Molla Mohammad Taqi Majlesi, Muhmmad Baqir al-Majlisi தான்.

ஷியாங்கிற கொள்கையே, 15 ஆம் நூற்றாண்டுக்கு அப்புறமா தான் கண்டுபிடிச்சி முஸ்லீம்கள் தலையில கட்டினது. அதுல இருந்து இஸ்லாமிய ஆட்சியாளர்களுக்கான சண்டைங்கிறது மாறி இஸ்லாமிய மக்களுக்கு இடையிலான சண்டையா அது ஆயிடுச்சு. இப்போ அவுங்க சண்டைக்குன்னு செலவு செய்ய வேண்டிய அவசியம் இல்லை, இஸ்லாமியர்களே அவங்களுக்குள்ள அடிச்சிகிட்டு சாவுறத வேடிக்கை பாக்கிறாங்க. அவ்வளவுதான்."

"நீ என்னமோ சொல்லுற, ஆனா எனக்கு இதுல எல்லாம் நம்பிக்கை இல்ல..." என்று மர்வான் சலித்துக் கொண்டார்.

"இதைப் புரிஞ்சிக்காம, இதுல இருந்து வெளியே வராம, இன்னும் அப்படியே இருக்காங்களேன்னு வருத்தம் தான் மிஞ்சுது. இந்தா, இவ்வளவு சொல்லியும் உங்க மனசு ஏத்துக்கமாட்டேங்குது பாருங்க. அதான் துரதிர்ஷ்டம்.

இதோட விட்டாங்களா, அடுத்தது எண்ணெய்ச் சண்டை. Operation TP-AJAK ங்கிற பேருல. Robert Gates, James Woolsey, Donald N. Wilber ன்னு பெரிய உளவாளிகள் லிஸ்டே இருக்கு. எல்லாரும் அரபி வேசம் போட்டுட்டுத் திரிஞ்சாங்க.

Savafid dynasty யை மண்ணள்ளிப் போட்டு மன்னர் Mossadegh க்கு பதிலா அமெரிக்கப் படையின் துணையோட, Shah Mohammad Reza Pahlavi தலைமையில 50 வருசம் Pahlavi Era நடந்துச்சு. அந்த நேரம் ஆயில் அக்ரீமென்ட் போட்டு நாட்டச் சீரழிச்சாங்க.

ஆட்சி துரோகம்னு இதுவரைக்கும் 32 தடவை ஈரானோட தலைநகரை மாத்திருக்காங்க. இப்போதிருக்கிற "Tehran" 32 தடவையா அதிகாரபூர்வமான தலைநகரம் ஈரானுக்கு.

அவ்வளவு ஆள் மாற்றம், துரோகம், வஞ்சனை, குரோதம், மருந்து கொடுத்து சாகடிக்கிறது, எல்லாம் இவுங்க தான் இஸ்லாமியர்களை வைத்தே நிகழ்த்துனாங்க.

1979ல Ayutollah Khomeini நடத்தின Islamic Revolution க்கு அப்புறம், ஈரான் நாடு முழுக்க அமெரிக்காவுக்கு எதிரா மாறிடுச்சு.

ஈரான்ல யூதர்களுக்கும், கிறிஸ்தவர்களுக்கும், ஷியாக்களுக்கும் தேவாலயங்களும், மசூதிகளும் உண்டு. ஆனால், சன்னி முஸ்லீம்களுக்கு மசூதி கட்டிக்க அனுமதி இல்ல.

சரி ஷியாவோட கொள்கைன்னு அவுங்க பன்னிரெண்டு இமாம்ன்னு (Twelve imams) சொல்லுறாங்கல்ல, அவுங்க லிஸ்ட் பிரகாரமே பாப்போமே,

1. அலி ரலியல்லாஹு அன்ஹு,
2. ஹசன் ரலியல்லாஹு அன்ஹு,
3. ஹுசைன் ரலியல்லாஹு அன்ஹு,
4. ஆபிதீன் ரலியல்லாஹு அன்ஹு,
5. பாக்கர் ரலியல்லாஹு அன்ஹு,
6. ஜாபர் சாதிக் ரலியல்லாஹு அன்ஹு,
7. மூஸா அல் காசிம் (Msa ibn Ja'far al-Kazim) ரலியல்லாஹு அன்ஹு,
8. அலி முஸர்ரிலா (Ali ibn Msa ar-Rida) ரலியல்லாஹு அன்ஹு,

இது வரை உள்ள லிஸ்ட்டை, அதாவது இந்த எட்டு பேரை

சன்னி முஸ்லீம்களும் இமாம்னு தான் ஏத்துக்குவாங்க, அதுல எந்த மாற்றமும் கிடையாது. பல சில்சிலாவுல இந்த தொடர் சங்கிலி இருக்கும்.

ஞானத்தின் பட்டணமாக நான் இருக்கிறேன். அதன் தலைவாயிலாக அலி ரலியல்லாஹூ அன்ஹூ இருக்கிறார்கள் ன்னு நபிகள் வாக்கு இருக்கு. அதனால உலக முஸ்லீம்கள் எல்லாருமே இந்த எட்டு இமாம்களை, அதன் தொடர்ச்சியை ஏத்துக்குவாங்க.

எட்டாவது இமாம் அலி முஸர்ரிலா (Ali ibn Msa ar-Rida) ரலியல்லாஹூ அன்ஹூவோட பிரதம சீடர் அவருடைய மகன் கிடையாது மரூஃபில் கர்கி (Maruf Karkhi) ரலியல்லாஹூ அன்ஹூவுக்குதான். அது தான் வரலாறு. அங்க இருந்து Maruf Karkhi (750-820), Sirri Saqti (762-867), Junayd al-Baghdadi (835-910), Abu Bakr Shibli (861-946) ன்னு அப்பாஸிய சூஃபிகளா அது தொடர்ந்து போகும்.

மேல சொன்ன எட்டு இமாம்களைப் பத்தித் தேடினா சரியான வரலாற்று ஆதாரமும் அவுங்களைப் பத்தின முழு தகவலும், இறந்த பின் அடங்கி இருக்கிற இடம்னு எல்லா தரவுகளும் உங்களுக்குக் கிடைக்கும்.

ஆனா இவுங்க சொல்லுற 9 ஆவது இமாம் Muhammad al-Jawad (811-835) ங்கிறது, எட்டாவது இமாம் அலி முஸர்ரிலா (Ali ibn Msa ar-Rida) ரலியல்லாஹூ அன்ஹூவோட மகன்.

சவாஃபித் (savafid) பேரரசை முழுமையாகக் கொண்டு வந்த முதலாம் இஸ்மாயில் மன்னர் தன்னோட சொந்தப் பேருலே புதுசா ஒரு இஸ்லாமியக் கொள்கையக் கொண்டு வந்தாரே “இஸ்மாயிலிஸம் Isma'ilism” அதுல உள்ள இமாம். அவரு இமாமா தலைமை ஏத்துக்கிடுறப்போ அவருக்கு 8 வயசாம்.

பத்தாவது இமாம் Ali al-Hadi (828-868) யும் இமாமா தலைமை ஏத்துக்கிடுறப்போ அவருக்கும் 8 வயசாம்.

அதுலயும் பனிரெண்டாவது கடைசி இமாம் Muhammad al-Mahdi (Minor Occultation / Hidden Imam) இமாமா தலைமை ஏத்துக்கிடுறப்போ அவருக்கு 5 வயசாம்.

அப்துல் வஹாப் நஜதி வஹாபியிஸத்தை உண்டாக்கி சவூதியக் கெடுத்தார்.

Fazlallah ibn Rzbihan Khunji, Nr Allah al-Shushtari, sadr ad-Din Muhammad Shirazi, Molla Mohammad Taqi Majlesi, Muhmmad Baqir al-Majlisi இவுங்க எல்லாம் 12 இமாம்கள்ன்னு உண்மையான பழைய எட்டு ஆட்களையும் புதுசா நாலு பேரையும் சேர்த்து ஷியான்னு ஒண்ணை உண்டாக்கி ஈரானைக் கெடுத்தாங்க.

ரெண்டு பேருக்கும் துணை போனது ரோமானிய, பிரிட்டீஷ் அரசாங்கம் தான்.." என்று சிறிது நிறுத்தினாள் சமீரா.

"விட்டா 12 அப்போஸ்தலர்கள் (சீடர்கள்) மாதிரி இஸ்லாத்துலயும் 12 இமாம்கள்ன்னு ஆரம்பிச்சாங்கன்னு சொல்லுவ போல இருக்கு"

"அது எனக்குத் தெரியாது"

"நான் கடலுக்கு போற ஆளு, எனக்கு இதெல்லாம் எங்க தெரியும்?" என்றார் மர்வான்.

"என்ன முஸ்லீம்ன்னு திட்டுனீங்களே, அதனால சொன்னேன். உங்க பாஷையிலே உங்களுக்குப் புரியிற மாதிரிச் சொல்லுறேன். நீங்க மீன் பிடிக்கப் போற இந்தக் கடலுக்குப் பேர் என்ன?"

"அரபியன் கல்ஃப் (Arabian gulf)"

"இதுக்கு முன்னாடி என்ன பேரு?"

"பெர்சியன் கல்ஃப் (Persian gulf)"

"ஆயிரக் கணக்கான தொன்மம் வாய்ந்த பழமையான இந்தக் கடல் பேரை யார் ஏன் எதுக்காக மாத்துனாங்கன்னு யோசிச்சிங்களா. ஷியா சன்னின்னு பிரிஞ்சு நிக்க வேண்டிய அவசியத்துனால யாருக்கு லாபம். இந்தப் பக்கம் ஈராக், குவைத், சவூதி, பஹ்ரைன், ஓமான், கத்தார், அமீரகம் (United Arab Emirates) ன்னு ஏழு சன்னி இஸ்லாமிக் நாடுகள் எதிர் திசையில ஒரே ஒரு ஷியா இஸ்லாமிக் நாடு.

US MILITARY BASE IN THE MIDDLE EAST ன்னு நெட்ல தேடுனா அமெரிக்கன் செக்குரிட்டி ப்ரொஜெக்ட்னு பெரிய லிஸ்ட் வரும். அதுல Masirah island ல இருந்து இந்த கடல்ல இருக்கிற பல தீவுகள் நேரடியாகவோ மறைமுகமாகவோ அவுங்க கட்டுப்பாட்டுல தான் இருக்கு. இயற்கை வளங்களைச் சுரண்டுனது, பண விரயம், ஆட்சி மிஞ்சுமா என்ற அரச பயம், தீவிரவாதப் பட்டம், எல்லாத்தையும் கொடுத்த அமெரிக்கா பத்தி நீங்க நிறையத் தெரிஞ்சிக்கணும்..."

"நீயும்தான் எங்கூட அனாதையா அந்தப் பொட்டல் வெளியில குடியுரிமைக்காக நின்னுக்கிட்டு இருந்த உனக்குக் கோவம் வரலையா. நீ வெறிச்சு அந்த இடத்தைப் பார்க்கப் போய்தான் இந்த பேச்சு வந்துச்சு...?"

“நான் உங்களை மாதிரி, அறிவுகெட்டத்தனமா சண்ட போட்டுக்கிட்டே இருக்காங்கன்னு முஸ்லீம்களைத் திட்டலையே. சண்டைக்கான காரணம் தெரியும், அதனால உங்ககிட்ட சொன்னேன். எனக்கு என்மேலதான் கோவம்.”

“ஏன்?”

“நான் அன்னைக்கு ஸ்கூல் லீவுல டெல்மா வராம இருந்திருந்தா எமராத்தி விசா கிடைச்சிருக்காது, இங்க படிச்சிருக்க மாட்டேன். டீச்சர் வேலைக்குப் போயிருக்க மாட்டேன், முவாசீனுக்கு என்னைப் பிடிச்சிருக்காது, எங்களுக்குக் கல்யாணம் ஆகி இருக்காது...”

“நீ சொல்லுறதப் பார்த்தா சந்தோசமா இருக்கிற மாதிரித் தெரியலையே. என்ன எதுவும் பிரச்சனையா?”

“என்ன பெரிய பிரச்சனை. கல்யாணம் ஆகி பிள்ளை பெக்குறதுக்காக காத்துக் கிடக்கேன். அவ்வளவு தான். பாக்கிறவங்க எல்லாம் எப்போ குழந்தை பெத்துக்கப் போறே, எப்போ குழந்தை பெத்துக்கப் போறேன்னு தான் கேக்குறாங்க. எரிச்சலா இருக்கு. இதே நான் ஈரான்ல இருந்திருந்தா கவிதை, இலக்கியம், டாக்குமென்ட்ரி சினிமான்னு அப்படியே ஜாலியா பொழுதைக் கழிச்சிருப்பேன். இப்போ ஏதோ நான் தப்பு செஞ்ச மாதிரி தினமும் கேள்விகள் மேல நடக்க வேண்டியதிருக்கு.” நீண்ட நாட்களாய் உறங்கிக் கொண்டிருக்கும் சமீராவின் கருப்பை தனது துக்கத்தைக் கக்கியது.

அலவிக் குட்டி கடையில் இருந்து காய்கறிப் பைகளுடன் வந்த முவாசீன் “என்ன காரசாரமாப் பேசுற மாதிரி இருக்கு?” என்று கேட்டான்.

“அப்படி எல்லாம் ஒன்னுமில்ல...” என்றாள் சமீரா.

“நான் அங்க இருந்து பார்த்தேனே, ரொம்ப சீரியசா எதையோ பேசிட்டு இருந்த மாதிரி இருந்ததே..?”

“அதுவா, மர்வான் அங்கிள்கிட்ட, இங்க பக்கத்துல இருக்கிற சயர் பனியாஸ் தீவுக்குக் கூட்டிட்டுப் போங்கன்னு பல தடவை சொல்லிட்டேன். இப்போவும் கேட்டேன். எதையாவது சொல்லி மழுப்புறார். அதான் சண்டை போட்டுக்கிட்டு இருந்தேன். சரி வர்றேன் அங்கிள்...” என்று முவாசீனும் சமீராவும் கிளம்பினார்கள்.

“நாளைக்கு முவாசீன் ஹாஸ்பிட்டல் வரும் போது மீன் குழம்பு கொடுத்து அனுப்பு...” என்றபடி மர்வானும் நகந்தார்.

தன் பழைய சொந்த நாடான ஈரானின் கதை பேசும் இன்றைய எமராத்திகளான மர்வானையும் சமீராவையும் தூர இருந்து "கோஸ்டல் மைக்ரேசன்" எனும் நில ரசாயன மாற்றம் நிகழ்த்திய பொட்டல் வெளி அயர்ச்சியுடனும் அதிர்ச்சியுடனும் பார்த்துக் கொண்டே இருந்தது அவர்கள் கடக்கும் வரை.

★

15

மன்னருக்கு தன் மகன் கொண்ட காதலில் அத்தனை விருப்பமில்லை. அதனைத் துண்டிக்க விரும்பினார். அப்படியே மகனின் காதலியை "நீ பொதுவில் பலரின் முன் ஆடுபவள். அரச குடும்பப்பெண்ணாக வலம்வரத் தகுதி அற்றவள்..." என்று சுட்டிக் காட்டி அவமானப் படுத்த விரும்பினார்.

அதனால் இளவரசன் இல்லாத நேரத்தில் அரசவையில் நாட்டியமாட இளவரசரின் காதலிக்கு மன்னரிடம் இருந்து அழைப்பு விடுக்கப்பட்டது.

மன்னரின் அழைப்பு என்பதால், வேறு வழியின்றி அவளும் அரசவைக்கு வந்து பொதுவில் நாட்டியமாடினாள். இதுவரை இல்லாத மூர்க்கத்துடன் பம்பரமாகச் சுழன்றது அவளது கால்கள். கொஞ்சம் கொஞ்சமாக அவளது கால்களில் இருந்து காதல் கசிந்து காற்றில் கலந்து அழுது கொண்டிருந்தது.

நாட்டியமாடிய பின் மரித்த அன்புடன் வெற்றுயிராக நின்றிருந்த அவளைக் காவலாளிகள் அழைத்துச் சென்றனர். சற்று நேரம் கழித்து அரசவை நுழைந்த இளவரசன் தனக்குப் பரிச்சயமான ஏதோ ஒன்று அந்த அவையில் உழன்று வருவதை உணர்ந்தான்.

மெதுவாக கண்ணை மூடி காற்றை சுவாசித்தான். பின் அரசவை நடுவில் மெதுவாக நடந்து வந்தவன் தரையை நிதானமாகத் தொட்டு தடவிப் பார்த்துவிட்டு "சற்று முன் அனார்கலி இங்கு ஆடினாளா..?" என்று கேட்டான். அரசவையின் அனைவரும் திகைத்தனர்.

"தரையைத் தொட்டு எப்படி அனார்கலி ஆடினாள் என்று கண்டுபிடித்தாய்..?" என்று மந்திரி கேட்க, லேசாக தந்தையைப் பார்த்து முறுவலித்தான் சலீம்.

காலை பதினோரு மணி அளவில் அலவி குட்டி கடைக்கு டெல்மா மருத்துவமனையில் இருந்து ஃபோன் வந்தது. "கம்ப்யூட்டர்

ரிப்பேர் ஆகி விட்டது சரி செய்ய இயலுமா..?" என்று பிலிப்பினோ பார்மஸிஸ்ட் லிண்டா போன் செய்திருந்தாள்.

அலவிக் குட்டிக்கு தாராள மனம், "இதோ இப்போதே என் கடைப்பையனை ஹாஸ்பிட்டலுக்கு அனுப்புகிறேன்," என்று கூறி தன் கடையில் வேலை செய்யும் ஜெரியைப் போகச் சொன்னார்.

வெயிலாக இருக்கிறது மாலையில் செல்கிறேனே, 3 மணி அளவில் லிண்டாவின் வேலை முடிந்து விடும், கம்ப்யூட்டரைக் கடைக்குக் கொண்டுவந்து தரச் சொல்ல இயலுமா என்ற ஜெரியின் கோரிக்கைகள் எல்லாம் மறுக்கப்பட்டு "இப்போதே போ" என்று அலவி குட்டியால் கட்டளை விதிக்கப்பட, திறந்து வைத்திருந்த கடையை அடைத்து விட்டு எரிச்சலுடன் சைக்கிளை மிதித்து ஹாஸ்பிட்டல் வந்தடைந்த ஜெரி, லிண்டாவிடம் இருந்து வேலை செய்யாத லேப்டாப்பை வாங்கிக்கொண்டு, அலவி குட்டியை மனதிற்குள் திட்டியபடி கடை வந்து சேர்ந்தபோதே ஒரு முடிவுக்கு வந்திருந்தான்.

லேப்டாப்பை ஆன் செய்யும் போது F8 பட்டனை அழுத்திப் பிடித்து சில வித்தைகளைக் காட்டி, சிலவற்றை அழித்து, "windows firewall ON" செய்து, பழைய "Backup" தினத்தை தேர்வு செய்து, லேப்டாப்பை ரீஸ்டார்ட் செய்ய மீண்டும் உயிரெழுந்து ஜெரி எதிர்பார்த்ததை விட சொற்ப நேரத்தில் வேலை செய்யத் துவங்கியது லிண்டாவின் லேப்டாப்.

வெயிலில் சைக்கிளை அழுத்திச் சென்று லேப்டாப் வாங்கி வந்த கோபத்தை, லேப்டாப் ஆன் ஆனதும் தான் முன்னமே முடிவு செய்தபடி பிக்சர் ஃபோல்டர் சென்று லிண்டாவின் புகைப்படங்களை அலசத் துவங்கினான்.

80 கேமராக்கள் கண்காணிக்க அடுத்தவர்களின் அந்தரங்கத்தை வாராவாரம் "பிக்பாஸ்" என்ற பெயரில் எப்பிஸோடாகப் பார்க்கும் நாகரீக மனிதர்களைக் கொண்டது இன்றைய உலகம் என்பதால் ஜெரியின் எல்லாச் செயல்களும் மன்னிக்கக் கடவதாக. (ஆமென்)

லிண்டா, மேலை நாட்டின் கலாச்சாரம் கொண்ட பிலிப்பினோ பெண் என்பதால் ஜெரி எதிர்பார்த்தது போலவே குறைந்த பட்ச நீச்சல் உடையில் லிண்டாவின் நிறையப் புகைப்படங்களைக் கண்டான் ஜெரி.

லிண்டா, ஹாலிவுட் நடிகை "Eva green" போல இருக்க உடன் இருந்த அவள் கணவன் 35 வயது சின்சான் போல இருந்தது

“ஃபாஸ்ட் புட்” குற்றம்.

“ஜில் ஜங் ஜக்கில், லிண்டா ஜில் ரகம் என்பதால் சிறு சிறு சிற்ப வேலைகள் கொண்ட சுற்றுலாத் தளத்தைப் பார்ப்பது போல கூர்மையான பார்வையுடன் லிண்டாவின் புகைப்படங்கள் ஒவ்வொன்றாய் ஜூம் செய்து அலசி ஆராய்ந்தான்.

அடுத்து வீடியோ ஃபோல்டரில் நுழைந்து, அதில் ஒன்றைத் தேர்வு செய்ய அது படுக்கை அறைக் காட்சியுடன் ஆரம்பம் ஆனது.

“ஜெரி..... ஜெரி.... எல கடையில இருக்கியா..?” வெளியே டேனியலின் சத்தம்.

லேப்டாப்பை வேக வேகமாக மூடிவிட்டு கடையின் மூடியிருந்த ஷட்டரை மேலே இழுக்க “ஷட்டர மூடிட்டு கடைக்குள்ள என்ன செய்ற..? தூங்குறியா..?”

“ஆமா “என்று வழிந்தான் ஜெரி.

“முக்கியமான விஷயம் பேசணும்னு அப்பா இன்னைக்கு “skype” யில வர்றேன்னு சொன்னாருல்ல, மறந்திட்டியா..?”

“ஆமால்ல. வேற ஒரு டென்சன்ல இருந்தேன், மறந்தே போச்சு உக்காரு. உங்க அப்பா skype ல எதுக்கு வர்றார். போன்ல தான எப்பவும் பேசுவார்..?”

“அதான் எனக்கும் தெரியல. இன்னும் அரைமணி நேரம் இருக்கு. ஆமா இந்த லேப்டாப் என்ன பாதியா மூடி வச்சிருக்க?”

“அது ஒண்ணுமில்ல” என்று வேகமாக லிண்டாவின் லேப்டாப்பை முழுமையாகத் துண்டித்துவிட்டு இருவரும் பொதுவாய்க் கதையாடினார்கள்.

அரைமணி நேரம் கழித்து ஊரில் இருந்து ஃபோன் வந்தது. மொபைலில் டேனியலிடம் தயாராக இருக்கிறானா என்று உறுதி செய்தபின், Skype ஆன் செய்து கேமரா மைக் எல்லாம் பரிசோதித்து கம்யூட்டர் முன் டேனியல் அமர்ந்ததும் ஒரு பெரிய கும்பலே Skype ல் டேனிக்காகக் காத்திருப்பதை டேனி காண நேர்ந்தது.

“டேனி, அப்பா அம்மா எல்லாம் வாலி நோக்கம் வந்திருக்கோம் உனக்குப் பொண்ணு பாக்க. இதுதான் பொண்ணோட அப்பா, அந்தா கீழ உக்காந்திருக்கிற எல்லாரும் பொண்ணொட சொந்தக்காரங்க. உன்னப் பாக்கணும்னு சொன்னாங்க. அதான் வரச் சொன்னேன். நல்லா இருக்கியா ஆளு மெலிஞ்ச மாதிரி தெரியுது,

நல்லா சாப்பிடுப்பா" என்று திடீர் குண்டு போட்டதில் டேனி மிகவும் தத்தளித்தான். ஜெரியும் எதிர்பார்க்கவில்லை நண்பனுக்கு நிகழ்ந்து கொண்டிருக்கும் இந்த திடீர் அதிர்ச்சித் தாக்குதலை.

தந்தையை மனதிற்குள் திட்டிக் கொண்டே, திக்குவாய் வந்தவன் போல ஒவ்வொருவரின் கேள்விக்கும் வேண்டா விருப்பாக பதில் அளித்த டேனியலின் பெண் பார்க்கும் படலம் 10 நிமிடத்தில் வதக்கிய பாவக்காய் போல சுருங்கி நிறைவுக்கு வந்தது.

ஒரே ஒருமுறை மட்டும் பெண்ணை மிக நெருக்கமாகக் காட்டினார்கள். பெண்ணை அரைகுறையாப் பார்த்தாலும் அழகாக இருப்பதாகத்தான் தோன்றியது டேனியலுக்கு.

நண்பனுக்குப் பார்க்கும் பெண் என்றதும் ஜெரியும் சற்று ஓரமாக எட்டிநின்று பார்த்தான்.

Skype-யை இழுத்து மூடிவிட்டு ஒரு நிமிடம் இருவரும் ஆசுவாசப்படுத்திக் கொண்டனர். அதற்குள் மீண்டும் இந்தியாவில் இருந்து ஃபோன்.

இம்முறை ஃபோனில் பேசிய டேனியலின் அம்மா. "என்னப்பா சட்டுன்னு வைக்கிறேன்னு வச்சிட்ட. நல்லா இருக்கியா, மேலுக்கு ஏதும் சொகமில்லையாப்பா..?"

"யம்மா, அறிவிருக்கா உனக்கு, மொதல்லே சொல்லமாட்டீங்களா. இப்போ யாரு பொண்ணு பாக்கச் சொன்னா உங்கள..?"

"காலாகாலத்துல கட்டிக் கொடுக்க வேண்டாமா..? பொண்ணு உனக்குப் புடிச்சிருந்ததாப்பா..?"

"நல்லா வாயில வருது. எதையாவது சொல்லிறப் போறேன். வை போன..." இணைப்பைத் துண்டித்தான். மீண்டும் இந்தியாவில் இருந்து ஃபோன். டேனியல் எடுக்காமல் தவிர்த்தான்.

டேனியுடன் டெல்மாவில் வசிக்கும் டேனியின் மாமாவுக்குத் தொடர்ச்சியாக ஃபோன் செல்ல, கடலில் பாடுக்குச் செல்லாமல் சுகமாய் உறங்கிக் கொண்டிருந்த டேனியின் மாமா எரிச்சலுடன் அறையில் இருந்து டேனிக்கு போன் செய்து முனங்கினார்.

"பொண்ணு போட்டோவ அனுப்பச் சொல்லுங்க. பார்த்திட்டு அப்புறமாச் சொல்லுறேன்..." என்ற டேனியின் வாக்குறுதிக்குப் பின், இந்தியாவில் இருந்து போன் வருவது நின்றது.

நடந்தவற்றை எல்லாம் பார்த்துக்கொண்டிருந்த ஜெரிக்கு என்ன சொல்வதென்றே தெரியவில்லை.

பத்து நிமிடத்திற்கு மேல் அமைதியாக இருந்து விட்டு இனியும் இப்படி உட்கார இயலாது என்பதால் வேலை செய்வது போன்ற பாவனையில் இறங்கினான் ஜெரி. கடைக்கு வெளியே வெறித்துப் பார்த்துக் கொண்டிருந்த டேனியல் தனது மனநிலையையும் மாற்ற விரும்பி அருகில் டேபிளில் இருந்த துண்டுச் சீட்டில் ஜெரி எழுதி இருந்ததை எடுத்து வாசிக்க ஆரம்பித்தான்.

நானும் அவளும்
ஸ்கைப்பும் நலம்
நானும் நண்பர்களும்
பேஸ் புக்கும் நலம்
நானும் அலுவலக நண்பர்களும்
அவுட்லுக்கும் நலம்
நானும் விளையாட்டும்
வீடியோ கேம்சும் நலம்
நானும் அடுப்படியும்
சமையலறை பிளாக் ஸ்பாட்டும் நலம்
நானும் பொழுதுபோக்கும்
யு டியூப்பும் நலம்
நானும் யோகாவும்
பவர் பாய்ண்ட் ப்ரெசென்ட்டேசனும் நலம்
நானும் சாமியும்
ஸ்கிரீன் சேவரும் நலம்
நானும் தூக்கமும்
பழைய MP3 பாடலும் நலம்
இது என்ன?
சரி, இதாவது தெரியுதா?
ஒன்னும் தெரியல டாக்டர்
நாசமாப் போச்சு
நானும் மூக்குக் கண்ணாடியும்

பார்வையாய் நலம் -"

"என்னது இது..?"

"ஹிஹி... சும்மா கிறுக்கிப் பாத்தேன்."

சற்று அமைதியாய் இருந்துவிட்டு லேசாகச் சிரித்தான் டேனி

"ஏன் சிரிக்க..?"

"நானும் கவிதை எழுதி இருக்கேன். அதுவும் காதல் கவிதை. அதை எஸ்தர்கிட்டேயும் கொடுத்து அடியும் வாங்கி இருக்கேன்..."

"கவிதயா..? நீயா...? அடிவாங்கினியா..?" என்று ஜெரி ஷாக் ஆகி கேள்விகளாக வீச, டேபிளில் இருந்த பேப்பர் எடுத்து எதையோ எழுதத் துவங்கினான் டேனியல்.

எழுதி முடித்ததும் ஜெரியிடம் "இதைத் தான் லவ் லெட்டர்ன்னு எஸ்தர்கிட்ட கொடுத்தேன்" என்று நீட்டினான்.

"டக் டக் கடிகாரம்

தட்டு நிறையப் பணியாரம்

குட்டி குட்டி சுண்டெலிகள்

எட்டி எட்டிப் பார்த்தன

டாண் டாண் என்றது கடிகாரம்

தாவி ஓடின சுண்டெலிகள்"

என அட்சர சுத்தமாக எழுதி இருந்ததை வாசித்த ஜெரி சுருட்டி டேனியின் முகத்தில் வீசியவன் "ஆளும் மூஞ்சியும் பாரு ஆமா, இன்னும் எஸ்தர் ஞாபகத்துலேயே இருக்கியாடா..? அதான் அம்மா கிட்ட எரிஞ்சு விழுந்தியா..?" என்று கேட்டதும் கண்ணீர் வந்தவனாக எழுந்து கடையை விட்டு வெளியே சென்று அமர்ந்து கொண்டான் டேனி.

"அப்போ அவாகிட்ட பேச வேண்டியது தான..?"

"ரெண்டு தடவ ஃபோன் பண்ணுனேன், எடுக்கல..."

"அப்புறம் ஏன் தேடுற..?"

"தெரியல..."

"க்க்கும்.... அவ நம்பர் இருக்கா, நான் வேணா பேசிப் பாக்குறேன்."

“வேணாம், அவ ஃபோன் எடுக்க மாட்டா.”

“அத நான் பாத்துக்கிறேன், நீ நம்பரக் கொடு.”

மணி பர்ஸில் தனியாக ஒரு சீட்டில் போன் நம்பரை எழுதி வைத்திருந்ததைக் காட்டினான். “இவ்வளவு பத்திரப்படுத்தி வச்சிருக்கிற, கொடு...” என்று வாங்கியவன் தனது மொபைலில் இருந்து எஸ்தருக்கு ஃபோன் செய்து ஸ்பீக்கரை ஆன் செய்தான்.

“ஃபோன்ல இருந்து பண்ணுற. காசு அதிகமாகும், ஏதாவது காலிங் கார்ட்ல இருந்து கூப்புடு...”

“மஹாராணி சும்மாவே ஃபோன் எடுக்கமாட்டுக்காளாம், இதுல காலிங் கார்ட். Unknown number னு காட்டும், நீ வாய மூடிட்டுப் பேசாம இரு. ரிங் போகுது... ரிங் போகுது... ஹலோ, எஸ்தரா..?”

“ஆமா. நீங்க..?” என்றது எதிர் முனை.

“தயவுசெஞ்சு ஃபோனை கட் செஞ்சிராதீங்க, நான் டேனியலோட பிரண்ட் பேசுறேன், டெல்மால இருந்து...” என்று ஜெரி கூறியதும் மறு முனையில் அமைதி

“ஹலோ... ஹலோ, லைன்ல இருக்கீங்களா..?”

“ஏன் தொர எங்ககிட்ட பேசமாட்டாரோ..? அவருக்கு நீங்க என்ன தூதா..?”

“ரெண்டு தடவை ஃபோன் செஞ்சானாம். நீங்கதான் எடுக்கலைன்னு சொன்னானே”

“அவுங்க மாமா நம்பர்ல இருந்து ஃபோன் செஞ்சா, மாமாவுக்கு தான திரும்ப ஃபோன் செய்ய முடியும். சொந்த நம்பர்ல இருந்து கூப்ட்டிருக்கணும். இதுவரை நாலு தடவை டெல்மால அவன் கூட வேலை செய்ற அவுங்க மாமாவுக்கு ஃபோன் செஞ்சேன். அவங்கிட்ட சொன்னாரா இல்லையாமா..?”

“அவனுக்குத் தெரியாதுன்னு தலையாட்டுறான்.”

“இதுக்கு ஒண்ணும் கொறச்சல் இல்ல...”

“சரி இப்போ பேசுறீங்களா..?”

“தொரைக்கு என்ன திடீர்னு ஞானோதயம்...?”

“இல்ல, அவனோட வீட்டுல இருந்து Skype ல திடீர்ன்னு பொண்ணு பாக்கக் கூப்பிட்டிருந்தாங்க. அவனுக்குத் தெரியாது வீட்டுல பொண்ணு பாக்கிறது. எல்லார் கிட்டயும் எரிஞ்சி விழுறான்.

என்னன்னு கேட்டா அழுவுறான். உங்களத் தேடுறான்னு நினைக்கிறேன். கொஞ்சம் பேசுங்களேன். ப்ளீஸ்...''

சிறிய அமைதிக்குப் பின் ''சரி கொடுங்க'' என்று எஸ்தர் கூற ஃபோன் டேனியல் கைக்கு மாறியது

நடுக்கத்துடன் போனை வாங்கியவன் ''ஹலோ..?'' என்று அதே நடுக்கத்துடன் பேச எதிர் முனையில் அழுகையுடன் போன் துண்டிக்கப்பட்டது.

''அழுதிட்டே வச்சிட்டாடா...'' என்றான் ஏமாற்றத்துடன்

''அழுதிட்டாள்ள, விடு கவலய, அவ உன்னத் தேடுறா. அங்க இருந்து ஃபோன் வரும் இப்போ...''

ஜெரியின் ஜோதிடம் பலித்தது. எஸ்தர் இந்தியாவில் இருந்து ஜெரி மொபைல் எண்ணுக்கு ஃபோன் செய்தாள். ஜெரி ஃபோன் எடுத்து ''ஹலோ...'' என்றதும்

''பன்னி, எரும மாடு, நாயி, சொல்லாமக் கொள்ளாம விட்டுட்டு போயிட்ட...'' என்று திட்ட ஆரம்பிக்க

''ஹலோ ஹலோ நான் ஜெரி பேசுறேன், ஃபோனை அவன்கிட்ட கொடுக்கிறேன் அவனை எவ்வளவு வேணாலும் திட்டுங்க...''

போன் டேனியலின் கைக்கு மாறியது. வருடங்களுக்குப் பின் ''ஹலோ'' என்ற இருவரின் குரலும் இடித்துக் கொண்டதும் அங்கு கண்ணீர் மழை பெய்யத் துவங்கியது. ''அழாத அழாத...'' என்று கூறி அழுது கொண்டிருந்தான் டேனி.

சற்று நேர ஆசுவாசத்திற்குப் பின் இருவரும் நான்கு வருடத்து இடைவெளியை வார்த்தையால் நிரப்பிக் கொண்டிருந்தனர். டேனி தான் அதிகம் பேசினான். அவனிடம் பேச நிறைய புதிய செய்திகள் இருந்தன. அது அதிகமாக அந்தத் தீவைப் பற்றியும் புதிய வேலை பற்றியுமே இருந்தது.

இது ஒரு தீவு. 40 கிலோ மீட்டர் இருக்கும். வேகமா நடந்தா ஒரு மணி நேரத்துல் இந்த முனையில் இருந்து அந்த முனைக்குப் போயிறலாம். பாக்க நம்ம ஊரு மாதிரிதான் இருக்கும். இந்த இடத்தில் இருந்து கத்தார் 40 கிலோமீட்டர். அங்க வரை போய் மீன் பிடிப்போம். ராமநாதபுரத்துல இருந்து மொத்தம் 36 பேர் வேலை செய்றோம். இந்த மாதிரி கும்பல் கும்பலாக நிறைய தமிழ் ஆட்கள் இங்கே நிறையப் பேரு வேலை செய்றாங்க. மாமா மாதிரி சொந்தக்காரங்க கொஞ்ச பேரு இருக்காங்க. கடலுக்குள்ள மீன்

பிடிக்க கூடு வக்கிறதுதான் என் வேலை. சம்பளம் கிடையாது. பிடிக்கிற மீன்ல பாதிப் பங்கு மீன்பிடி ஆளுங்களுக்குத் தான், மிச்ச பாதி அரபிக்கு. அவனும் (அரபியும்) கடலாடிதான். மர்வான்னு பேரு. எங்க கூட அவனும் கடலுக்கு வருவான். தங்குற இடம்,கடலுக்குப் போறப்போ சாப்பாடு ப்ரீ. ஒரு லட்ச ருவா கொடுத்து இங்க வந்தேன். அரபி ஓசியிலதான் விசா கொடுக்கிறான். திருச்சியில டிராவல்ஸ் காரன் தான் அந்தக் காசை அடிச்சிச்சான்னு இங்க வந்த அப்புறம்தான் தெரியுது. அர்பாப்/சுகுல்/முஸ்கிலா/மாபி மாலும்/அக்கில் ன்னு கொஞ்சம் அரபி தெரியும். கூட்டமாகச் சேர்ந்து ராவுல கடலுக்குப் போவோம். பகல்ல தூங்குவோம். வாராவாரம் பங்குக் காசு கைக்கு வந்திரும் காத்து பலமா அடிச்சா வேலைக்குப் போகாம வீட்டுல படுத்து தூங்குவோம் இப்படியாகத்தான் போவுது.

வாரத்துல ரெண்டு தடவை மீன் கொண்டு வந்து தருவேன் ஜெரிக்கி. அவன் தமிழ் புதுப் படத்தை டவுன்லோட் செஞ்சு கொடுப்பான். ஜெரி ரொம்ப நல்லவன். பாக்க என்ன மாதிரியே இருப்பான்.

போட்ல திசை காட்டுற எல்க்ட்ரானிக் கருவி எல்லாம் எனக்கு அந்த அரபி கத்துக் கொடுத்தான். கம்ப்யூட்டர் மாதிரி நிறைய மெசினா இருக்கும்.

மால், சினிமா தியேட்டர், பார் எல்லாம் இங்க கெடையாது. அதனால செலவு செய்ய வழியே இல்ல"

"குடிக்கிறியா..? பார் இல்லைன்னு வருத்தமா சொல்லுற..?" என்றாள் இடைமறித்து.

"எப்பயாச்சும் அபுதாபிக்குப் போனா குடிப்பேன்."

"அது எங்க இருக்கு..?"

"அது ரொம்ப தூரம் தள்ளி இருக்கு. இங்க இருந்து போட்ல போய் அப்புறமா பஸ் ஏறிப் போகணும்."

"பாரின்லாம் அழகா இருக்கும். இல்ல..."

"இருக்கும் ஆனா எனக்கு ஊர் தான் பிடிச்சிருக்கு. நம்ம ஊரு உப்பு தண்ணி, குருத்து மண்ணு, பிசுபிசு கடல் காத்து, கருவாட்டு வாடை, மாதா கோயில் குர்ஸ், எங்க வீட்டு வேப்பமரம், எனக்கு நீச்ச கத்துக் கொடுத்த பர்னாந்து தாத்தா, என் வண்டிய தெனமும் தொடைக்கிற பெரிம்மா பையன், மீன் கழுவ வசதியா அடுப்பங்கரை,

என்னோட வண்டி, ராமனாதபுரம் ஜெகன் தேட்டரு, ரொட்டி சால்னா, அப்புறமா பிங்க் கலர் பாவாடை தாவணியில நீ...”

“அதான, என்னைச் சொல்லாம இருந்திருந்தா மொகறயப் பேத்திருப்பேன்.”

“உன்ன மறக்க முடியுமாடி, உடம்ப ஒட்டின மாதிரி ஒரு சந்தனக் கலர் சேல கட்டுவியே.”

“அதுவா, ஷிபான் சேல...”

“அந்த சேலயில உன்ன நெனச்சுப் பாத்தேன்னு வச்சுக்கோ, மோர் ஊத்தி பழையது தின்னாலும் உடம்பு சூடு கொறயாது. அப்படி இருக்கும். ஆமா நீ மெலிஞ்சிட்டியா குண்டாயிட்டியா?”

“அப்படியேதான் இருக்கேன். ஏன் கேக்குற?”

“என்னை நெனச்சு மெலிஞ்சிட்டேன்னு சொல்லுவேன்னு நேனச்சேன்.”

“நீ சொல்லாமக் கொள்ளாம ஊருக்குப் போனப்ப அப்படி தான் இருந்தேன். அப்புறமா தொண்டத் தண்ணி வத்த பிள்ளங்க கிட்ட கத்தி பாடம் சொல்லிக் கொடுக்கணும்ல அதான் தெனமும் வீட்டுல எனக்குன்னு ஸ்பெசலா பால் காய்ச்சித் தருவா அம்மா. அதுல சத வச்சிருச்சு. ஆமா, சொல்ல மறந்துட்டேன்ல. எனக்கு டீச்சர் வேல கெடச்சிருச்சு. அதுவும் கவர்மென்ட் ஸ்கூல்ல. வேலைய விட்டுட்டு ஊருக்கு வா. நான் உன்ன உக்கார வச்சிச் சோறு போடுறேன்.”

“உக்கார வச்சி நீ சோறு போடுவ, போட் வாங்குன கடன உங்க அப்பனா கட்டுவான்...?”

“அத நான் லோன் வாங்கி கட்டிக்கிறேன். அப்படியாச்சும் எம் மாமனாருக்கு என் மேல பாசம் வருதா பாப்போம். வர்றப்போ எனக்கு நாலு ஃபாரின் சேல வாங்கிட்டு வருவியா...”

மெல்லமாய் டேனியல் சிரித்தான்.

“ஏன்ல சிரிக்க..?”

“இல்ல, இன்னைக்குத்தான் ரொம்ப வருசம் கழிச்சிப் பேசுறோம் அதுக்குள்ள கல்யாணம் வரைக்கும் போயிட்டியே...”

“பேசத்தான் செய்யல, ஆனா தெனமும் உன்ன நெனப்பேன். வீட்டுல அப்பாவுக்குத் தெரியும் ராங்கின்னு. அதனால எங்கிட்ட கல்யாணப் பேச்சு எல்லாம் எடுக்க மாட்டார். நான் எப்பயும் ரெடி.

நீ தான் உங்க அப்பன சரி பண்ணனும். மாட்டேன்னு சொன்னார்ன்னா வச்சிக்க ரிஜிஸ்டர் கல்யாணம் செஞ்சிக்கலாம். இப்போ சப்போர்ட்டுக்கு ஒரு ஸ்கூலே இருக்கு நமக்கு.''

''சரி, உள்ள என்ன கலர் பாடி போட்டிருக்க.''

''ச்சீ, கல்யாணம் பண்ணுறதப் பத்தி சீரியஸா பேசிகிட்டு இருக்கேன். வெக்கமா இல்ல உனக்கு..?''

''சரி சொல்லு, என்ன கலர் போட்டிருக்க..?''

''ச்சை.''

''சொல்லுவியா மாட்டியா?''

''சொல்ல மாட்டேன்ல. இன்னைக்கித்தான் பேச ஆரம்பிச்ச அதுக்குள்ள என்ன போட்டிருக்க ஏது போட்டிருக்கன்னுகிட்டு. உண்மையிலே என்ன லவ் பண்ணுறியா, இல்ல எல்லாம் முடிஞ்சதும் கழட்டி விட்டுருவியா..?''

''ஆங், கழட்டி விடத்தான், வீட்டுல பொண்ணு பாக்கக் கூப்பிட்டதுக்கு அம்மாவத் திட்டுனாங்களாக்கும்...''

''சரி, மொத நாளே சண்ட போட வேணாம். அடுத்தாப்ல எப்போ ஃபோன் பண்ணுவ?''

''மறந்தே போயிட்டேன். உன்னோட ஃபோன்ல இருந்துல்லோ பேசுற. இவ்வளவு நேரம் பேசினதுக்கு எவ்வளவு காசு போகும் தெரியுமா. நான் காலிங் போன் கார்ட்ல இருந்து கூப்பிடுறேன். ''Unkown number'' னு வரும் எடுக்காம இருந்திறாத. சரி வக்கிறேன். ஒரு கிஸ் கொடேன்...''

''நேர்ல வா, தாரேன்.''

''போடி. சரி வக்கிறேன்.''

''எவன் செத்தா எனக்கென்னன்னு திரியாதல. மறக்காம போன் பண்ணு.''

''சரி.''

''தனியா வெளியே படுக்காத. மோகினி வந்து பிடிச்சிறப் போகுது...''

''ஹ்ஹ்ஹாஹாஹா லூசு, ஊருன்னு நெனச்சியா. கட்டிலப் போட்டு வெளியே படுக்க....''

“அப்புறம்?”

“இல்ல இல்ல. வெளியே படுக்கலாம் படுக்கலாம். மல்லிகைப்பூ வச்சிக்கிட்டு காலுல கொலுசு கட்டி ஜல் ஜல் வர்ற அரபி மோகினி நிச்சயமா நல்லா செவப்பா அழகியாகத்தான் இருப்பா. ஊருக்கு வர்றப்போ அவளையும் கூட்டிட்டு வாரேன். சக்களத்தியா வச்சுக்கோ.”

“பல்லப் பேத்திருவேன்ல...”

“வைடி ஃபோன, காசு நெறைய ஆயிருக்கும்.”

“வைக்க மனசே வர்லடா. எவ்வளவு சந்தோசமா இருக்கு தெரியுமா, உன் ஃபோட்டோ அனுப்பேன்.”

“சரி அனுப்புறேன் வை ஃபோன, நீயும் அனுப்பு...” என்று மொபைல் இணைப்பைத் துண்டித்து விட்டு ஏதோ நினைவில் நடந்து சென்றவன் மீண்டும் ஜெரி கடைக்கு வந்து அவனுடைய மொபைலை கொடுத்தான். “தேங்க்ஸ்டா”

“மொபைலே சூடாயிருச்சு. இவ்வளவு நேரமாவாடா பேசுவாங்க. காசு பிச்சுகிட்டுப் போயிருக்கும்...” என்ற ஜெரியை இரண்டு கையையும் பிடித்து உலுக்கு உலுக்கு என்று ஆட்ட.

“டேய் விட்றா விட்றா லூசுப் பயல. நீ சந்தோசமா இருந்தா அதுக்கு நான்தான் கெடச்சேனா. போ வீட்டுக்குப் போய் குப்புற படுத்து கனா காணு...”

“சரிடா” சிரித்தபடியே கடையை விட்டு வெளியே வந்தான் டேனி.

சற்று நேரத்தில் வாட்ஸ் அப்பில் எஸ்தர் போட்டோ அனுப்பி இருந்தாள். முகம் முழுக்க சிரிப்பை அள்ளிப் பூசி இருந்தாள், டேனி அவள் புகைப்படம் கண்டு தத்தளித்தான். மரங்களின் ஒவ்வொரு கிளையைப் பிடித்து உதிர்த்தாலும் மீதமுள்ள மழை பொழியுமாம் அது போல அவளிடம் பேசிய பேச்சு அன்றைய அவர்களின் காதல் ஞாபகங்களைக் கிளர்த்திக் கொண்டே சென்றன.

“அவள் அப்படி ஒன்றும் அழகில்லை...” பாடல் அப்படியே பொருந்தும் அவளுக்கு. அவனுக்கோ அவள், பெயர் சூட்டப்படாத நாட்டுக்கு ராஜகுமாரி. காலமே விரைந்து ஓடாதே என்று வேண்டுவான் அவளுடன் தனியாக இருக்கும் நேரம் கிடைத்தால். சில சமயம் அவள் எச்சில் பட்ட ஏதாவது தந்தால் பிரசாதம் போல வாங்கிக் கொள்வான். அவள் அருகில் நெருங்கி அமர்ந்து இருந்தால்

அவன் மீது மட்டும் வாடைக்காற்று வீசுவதாக உணர்ந்தான். சின்னதாக அவள் தரும் பரிசும் பொக்கிஷம் போலக் கருதினான். ஒருத்தியை சலிக்காமல் பார்த்துக்கொண்டே இருக்க முடியுமா. முடிந்தது அவனால். கள்ளம் கபடமற்று வாய்விட்டுச் சிரிக்கும் அவளின் வெள்ளைச் சிரிப்பு. வெண்சாமரம் வீசும் அவளின் தாவணி. பொய் பேசாத கண்கள். அன்பான உள்ளம். காதலனாய் வாழ்ந்தால் நிறைய சந்தோசம் கிடைக்கும் சிறு சிறு விசயங்களிலும் கூட என்றும் உலகிலே சந்தோஷ மனிதன் தான் மட்டுமே என்றும் உணர்ந்தான். அவளே கனவு ஆனாள். நினைவு ஆனாள். உணவு ஆனாள். இது எல்லாம் ஒரு காலம் என்று இருந்தது.

நிர்ப்பந்தத்தால் அதில் இடைவெளி விழுந்தது.

ஒரு ஃபோன் காலால் மீண்டும் அது அமலுக்கு வந்தது.

சட்டென காதல் பூத்ததில் சந்தோசம் பொங்க தெருவில் நடக்க ஆரம்பித்தவன்

ஏலேலோ ஐலசா

என் படகு ஐலசா

தாங்குமாம் தண்ணியிலே

என் படகு ஐலசா

ஏலேலோ ஐலசா

என் படகு ஐலசா

பாக்கு மரத்தாலே

என் படகு ஐலசா

பாயுமாம் தண்ணியிலே

என் படகு ஐலசா

வல்லத்தைத் தள்ளுவதற்காகப் பாடும் பாடலை சம்பந்தமே இல்லாமல் மெதுவாகப் பாடியபடி குதுகலத்துடன் நடந்தான் டேனியல். அவன் காலுக்கு அருகில் கடல் சிறகு விரித்து ரோடெல்லாம் நிரம்பி வழிந்தது.

★

16

அமெரிக்காவின் JCI (இந்தியாவின் ISOபோன்ற) தரச் சான்றிதழ் பெற்ற ஒவ்வொரு அமீரக மருத்துவமனையிலும் அது தனியார் என்றாலும் சரி, அரசு சார்ந்த மருத்துவமனை என்றாலும் சரி ஒரு பொது கமிட்டி இருக்கும். அதில் ஒரு மருத்துவர், ஒரு சீனியர் நர்ஸ், ஒரு ரேடியேசன் சேஃப்டி ஆபிசர், ஒரு இன்ஃபெக்சன் கன்ட்ரோல் ஆள், ஒரு குவாலிட்டி கன்ட்ரோல் ஆள். ஒரு ஃபயர் & சேஃப்டி எஞ்சினியர், ஒரு மெயின்டன்ஸ் எஞ்சினியர், கிளீனிங் சூப்பர்வைசர் என இருப்பார்கள்.

அந்த கமிட்டி அடிக்கடி மொத்த மருத்துவமனையையும் திடீர் வருகையின் மூலம் பரிசோதிக்கும். அவர்கள் தான் மருத்துவமனையின் தரக்கட்டுப்பாட்டைக் கண்காணித்து வருபவர்கள். தவிர சில பொது பஞ்சாயத்துகளும், வாய்க்கால் தகராறுகளும், பிரச்சனைகளும் அவர்களின் பரிந்துரையின் பேரில்தான் முடிவு செய்யப்படும்.

“முதன் முறையாகச் செய்த தவறு. அதனால் வெறும் வார்னிங் மெயில் அனுப்பினால் மட்டும் போதும் டாக்டர் தாரிகிற்கு...” என்று டெல்மா மருத்துவமனையின் தரகட்டுப்பாட்டுக் கமிட்டி முடிவு செய்திருந்தது.

டாக்டர் தாரிக் மீது சுமத்தப்பட்ட குற்றச்சாட்டு இது தான்.

ஆறு மாத குறைப் பிரசவத்தில் ஓர் அரபிப் பெண்ணுக்கு 1200 கிராம் எடையுடன் பெண் குழந்தை பிறந்தது. பிறந்த குழந்தையை தாயிடம் காட்டாமலே பிரித்து “Neonatal ICU” வில் Isolation எனும் தனி அறையில் வைத்திருந்தார்கள்.

ஹெலிகாப்டரில் அபுதாபியில் உள்ள மல்ட்டி ஸ்பெசாலிட்டி மருத்துவமனைக்குக் கொண்டு செல்லும் அளவிற்கு குழந்தைக்குத்

தெம்பில்லை என்பதால் குழந்தையைப் பரிசோதிக்கவென சிறப்பு குழந்தை மருத்துவர் (Neonatologist வேறு Paediatrician வேறு) அபுதாபியில் இருந்து அழைக்கப்பட்டு அவரின் பரிந்துரையின் பேரில் Isolation எனும் தனி அறையில் குழந்தை வைக்கப்பட்டு, யாரையும் உள்ளே அனுமதிக்காதீர்கள், எனவும் அனைவருக்கும் அறிவுறுத்தப் பட்டிருந்தது.

சிறப்பு குழந்தை மருத்துவர் சென்றபின் குழந்தைகளுக்கான மருத்துவர் தாரிக் அந்தக் குழந்தையைக் கண்காணித்து வந்தார்.

மூன்று நாட்களாக இரண்டு கால்களையும் நன்கு மேலே அந்தரத்தில் உயர்த்தியபடி படுக்க வைத்திருந்த நிலையில் இருந்த குழந்தையின் தாய், தலையணை வைத்துக்கொண்டு படுக்கும் அளவிற்கு சாதாரண நிலையை அடைந்ததும் இதுவரை பார்க்காத, தான் பெற்ற குழந்தையைக் காண அழுது அடம்பிடித்து NICU வந்தார்.

வந்தவரை அங்குள்ள செவிலியர் தடுக்க அங்கு நின்றிருந்த தாரிக்கிடம் அந்தத் தாய் அழுது கண்ணீர் வடித்து முறையிட டாக்டர் தாரிக் அவளை Isolation எனும் தனி அறைக்குள் அனுமதிக்குமாறு கூறினான். மருத்துவமனையின் டாக்டரைத் தவிர வேறு ஆட்கள் யாரையும் உள்ளே அனுமதிக்க உத்தரவு இல்லை, என செவிலியர் மறுத்தார். “அவர்கள் ஏதேனும் சொன்னால் நான் பொறுப்பு” என்று தாரிக் கூறியதும் அந்தத் தாய் உள்ளே செல்ல அனுமதிக்கப் பட்டாள்.

தான் பெற்ற குழந்தை உடல் முழுக்க கருவிகளால் சூழப்பட்டு உயிர் வாழ்வதைப் பார்த்து கண்ணீர் மல்கக் கதறி அழுத அந்தத் தாய், வலுக் கட்டாயமாக அங்கிருந்து அப்புறப்படுத்தப் பட்டாள்.

“எப்படி தாயை உள்ளே அனுப்ப அனுமதி கொடுத்தீர்கள்...?” என்பது கமிட்டியின் கேள்வி.

“குழந்தை உயிர் பிழைக்காது. அதனால் உயிரோடு இருக்கும் போது அதன் அசைவை ஒரு முறையாவது பார்க்கட்டுமே, என்ற மனிதாபிமான அடிப்படையில் அனுமதித்தேன்” என்றான் தாரிக்.

“நோ சென்டிமென்ட், ரூல்ஸ் ஆர் ரூல்ஸ்” என்று கமிட்டி வார்னிங் மெயில் அனுப்ப முடிவு செய்தது. இப்படியான மெயில்கள் மருத்துவமனையில் வேலை செய்யும் அனைவருக்கும் செல்லும்.

அதை தனிமனித அவதூறாகக் கருதிய டாக்டர் தாரிக் மன உளைச்சலுக்கு ஆளாகி தனது நெருங்கிய தோழியான சத்யாவுக்கு

போன் செய்து பேச, அவள் "எங்காவது போய் வா..".

வேலைக்குச் சேர்ந்து ஆறு மாதம் ஆகி விட்டதால் குறைந்தபட்சம் 10 நாட்கள் விடுமுறை கிடைக்கும் என "HR" டிபார்ட்மெண்ட் கூறியது. ஊர் சென்று இரண்டு மூன்று நாட்கள் தங்கி இருந்து விட்டு அதன் பின் MSF மூலம் ஏதேனும் நாடு சென்று ஒரு வாரம் வேலை செய்யலாம் என்று தோன்றியது தாரிக்கிற்க்கு.

இந்தியா செல்கிறேன் என்று சொன்னதும் அய்டாவிற்கு முகம் வாடிப்போனது. தாரிக்கிற்கு ஆதரவாக மிக மூர்க்கத்துடன் மருத்துவமனை ஆட்களிடம் அய்டா எதிர்த்துப் பேசுவது வேறு தாரிக் காதிற்கு வர ஆரம்பித்தது. ஆனாலும் ஒன்றும் அறியாதது போல இருந்தான்.

டெல்மா தீவில் இருந்து அமீரகத்தின் தலைநகரான அபுதாபிக்கு இலவசமாக (!) விமான சேவை தினமும் இரண்டு முறை அபுதாபி அரசு தன் சொந்த செலவில் மக்களுக்காக அளித்து வருவதை அறிந்து டெல்மா தீவில் இருந்து அபுதாபி டெர்மினல் 3 க்குச் செல்ல வேண்டி டிக்கெட் புக் செய்ய மர்வானுடன், அரசு அலுவலகங்கள் இருக்கும் டெல்மா மாலுக்குச் சென்றான்.

அரசு விமான சேவையில் டிக்கட் வழங்கும் பகுதியில் வேலை செய்யும் ஆளிடம், "அபிநந்தனங்கள்" என்று மலையாளத்தில் சிரித்தபடி கூறிய மர்வான், தாங்கள் வந்த செய்தி சொன்னார். அரைமணி நேரம் காத்திருங்கள். டிக்கெட் ஏற்பாடு செய்கிறேன், எனக் கூறி விட்டு அந்த ஆள் வேறு ஏதோ வேலையில் மும்முரமாக இருந்தான்.

சற்றுநேரம் கழித்து கிளீனிங் சூப்பர்வைசர் செல்வராஜ் தாரிக்கிற்கு போன் செய்து ஏதோ பேச பதிலுக்கு "ஆமா ஊருக்கு போறேன், பேக்கிங் எல்லாம் முடிஞ்சிருச்சு. ஹெல்ப் வேணுன்னா சொல்லுறேன்" என்று பேசி முடித்ததும், டிக்கட் கவுண்ட்டரில் இருந்த ஆள் தாரிக்கைப் பார்த்துப் புன்னகை செய்தான். "சார், நீங்க தமிழா. தமிழ் டாக்டர் வந்திருக்கார்ன்னு யாரும் சொல்லவே இல்லயே."

"நீங்க தமிழா, நான் இங்க வந்து ஆறு மாசம் ஆயிருச்சே."

"நான் அபுதாபியில இருக்கேன். வாரத்துல ரெண்டுநாள் தான் வருவேன். இது கவர்மெண்ட் ஜாப் இல்ல. எங்க கம்பேனி கான்ட்ராக்ட் எடுத்திருக்கு. அதனால யாரப் போகச் சொல்லுதோ அவுங்க வருவாங்க. சில நேரம் வாரத்துல ரெண்டு நாள் வருவேன்,

சார் எந்த ஊரு..?"

"தூத்துக்குடி."

"தூத்துக்குடியா, ஊருக்குப் போறீங்களா..?"

"ஆமா."

"எந்த ஃபிளைட்ல போறீங்க..?"

"எத்திஹாத், திருவனந்தபுரம் போறேன். அங்க இருந்து தூத்துக்குடிக்குக் கார்ல. வீட்டுல இருந்து டிரைவர் வருவார்."

"நீங்க மதுரைக்கே போகலாமே, ஏன் திருவனந்தபுரம் வரை போகணும்?"

"கனெக்ட்டிங் ஃபிளைட் தான் மதுரைக்கு இருக்கு, நேரடியா இல்லன்னு சொன்னாங்களே."

"ஆமா."

"ஏர்போர்ட்ல வெயிட் பண்ணுறதுக்கு, ஹாயா ஊரை வேடிக்கை பார்த்திட்டு போயிறலாமே."

"அதுவும் சரி தான்" என்றவர் "இருங்க அப்ரூவல் கிடைச்சிருச்சு, டிக்கெட் ப்ரின்ட் எடுத்திறலாம்."

"அப்ரூவல் யார்கிட்ட வாங்குவீங்க?"

"ஃபிளைட்ல 40 சீட் தான் இருக்கும். சீட் ஏற்கனவே புக் ஆயிருச்சுன்னா நீங்க போட்லதான் போகணும். சீட் காலியா இருக்குன்னு சொன்ன அப்புறம் தான் டிக்கெட் பிரின்ட் போடுவேன். உங்க எமிரேட்ஸ் ஐடி தாங்க, என்று வாங்கியவர் பத்து நிமிடம் கழித்து டிக்கெட்டைக் கையில் நீட்டினார்.

"தேங்க் யூ" என்ற தாரிக்கிடம் "சார் எனக்கு ஒரு ஹெல்ப் பண்ண முடியுமா..?" என்று கேட்டார்.

"சொல்லுங்க..."

"திருவனந்தபுரத்துல இருந்து தூத்துக்குடிக்கு எந்தப் பாதை வழியா போவீங்க. பூவாரு வழியாவா..?"

"ஆமா, நேத்து வீட்டு டிரைவருக்கு ஃபோன் பண்ணுனேன். மார்த்தாண்டத்துல ஏதோ பாலம் கட்டப் போறாங்க. அதனால வர்றப்போ கொஞ்சம் சுத்திதான் வரணும். வீடு வந்து சேர கொஞ்சம் லேட் ஆகும்னு சொன்னார்... ஏன் கேக்குறீங்க? .

"எங்க ஊரு, இணையம் புத்தன்துறை. பூவார் பக்கத்துலதான் இருக்கு. என் மகளுக்கு டாய்ஸ் வாங்கி வச்சிருக்கேன். நீங்க போற வழியில கொடுத்திட்டு போக முடியுமா..?"

"எவ்வளவு வெயிட் இருக்கும்?"

"மிஞ்சிப் போனா ரெண்டு கிலோ வரும் சார்."

."சரி கொடுங்க,"

"இனிதான் வாங்கணும், நீங்க சரின்னு சொன்னா கீழ கோ-ஆப்ரேட்டிவ் ஸ்டோர்ல போய் அள்ளிட்டு வந்திருவேன்."

"டாய்ஸ் வாங்கி வச்சிருக்கேன்னு சொன்னீங்க."

"இன்னும் கொஞ்சம் சாமான் வாங்கி கொடுக்கலாம்ன்னு தான். சின்ன புள்ள வெறும் டாய்ஸ் மட்டும் எப்படி அனுப்புறது, கொஞ்சம் சாக்லேட் எல்லாம் போட்டு..." என்று இழுக்க

"எவ்வளவு நேரம் ஆகும்..."

"பத்து நிமிசம் சார்..." என்று தாரிக் சம்மதத்துடன் கீழே இறங்கி ஓட, தள்ளி நின்று யாரிடமோ பேசிக்கொண்டிருந்த மர்வான் என்னவென்று ஜாடையாகக் கேட்டார்.

"கொஞ்சம் காத்திரு" என்று பதிலுக்கு தாரிக் சைகை செய்தான்.

சற்று நேரம் கழித்து பிளாஸ்டிக் கப்பல், ஒட்டகம், கொஞ்சம் சாக்லேட், கலர் பென்சில் பாக்ஸ் கொண்ட பார்சலுடன் தாரிக் அங்கிருந்து கிளம்பி வீடு வந்து சேர்ந்தான்.

பொதுவாக மருத்துவமனை கார்தான் இதுபோன்ற வேலைகளுக்கு உபயோகப்படுத்தப்படும். ஆனால் தாரிக்குடன் நெருக்கமாக இருப்பதாக மர்வான் உணர்ந்ததால் மேலும் தாரிகிற்கு வந்த அந்த வார்னிங் மெயிலை மர்வானும் விரும்பாததால் டிரைவர் போல தாரிக்கை அழைத்துக் கொண்டு மருத்துவமனை- மால்- தாரிக் வீடு- ஏர்போர்ட் எனச் சென்று தாரிக்கை வழியனுப்பி வந்தார் மர்வான்.

மறுநாள் திருவனந்தபுரம் ஏர்போர்ட்டில் கிளியரன்ஸ் எல்லாம் முடிந்து வெளியே வந்து வீட்டு டிரைவர் கதிரேசன் மாமாவை தாரிக் சந்திக்கும் போது காலை மணி 8. நெற்றியில் விபூதிப் பட்டை எல்லாம் அடித்து மங்களகரமாக இருந்தார் கதிரேசன் மாமா.

"என்ன மாமா காலையிலே பளிச்ன்னு இருக்கீங்களே."

“சபரிமலைக்கு மால போட்டிருக்கேன் தம்பி.”

“சாமி சரணம். இங்கிருந்து பூவார போக எவ்வளவு நேரம் ஆகும்”

“ஒரு மணி நேரத்துல போயிறலாம். என்ன தம்பி யாரையாவது பாக்கனுமா..?”

“ஆமா, டெல்மால இருந்து ஒரு ஆள் சாமான் கொடுத்து விட்டிருக்கார்”

ஏர்போர்ட்டில் இருந்து கிளம்பி பூவார் வழியாக இணையம் அடைந்தனர்.

“அஸ்ஸலாமு அலைக்கும். உள்ள வாங்க” என்று நூஹு கண்ணு தாரிக்கையும் கதிரேசன் சாமியையும் வீட்டின் உள்ளே அழைக்கும் போது இணையம் புத்தன்துறை ஊரின் 10 மணிக்கான சுள்ளென்ற வெயிலுடன், தத்தி தத்தி அமரும் சிட்டுக்குருவி போல கடல் அலைகள் வீசிக் கொண்டிருந்தன.

“டெல்மால இருந்து வாப்பா, நேத்தே ஃபோன் செஞ்சு ருகையாகிட்ட தாரிக்னு ஒரு டாக்டர் வாரார்னு உங்களைப் பத்திச் சொல்லியாச்சு. கப்பல் வாங்கி அனுப்பி இருக்கானாமே. ருகையா பள்ளிக்கூடம் போயிருக்கா. பள்ளிக்கூடம் போ. இல்லைன்னா ஊசி போட்டிருவார்னு மருமவதான் ருகையாவ மெரட்டி அனுப்பி வச்சிருக்கா. அனுப்ப வேண்டாம்னு சொன்னேன். வீட்டுல கேக்கல. வாப்பாவப் பாத்தவங்களைப் பாக்குறதும் ஒரளவுக்கு வாப்பாவப் பாத்த மாதிரி தான. எப்படி இருக்கான் ஐப்பாரு..?”

“ஓ அவரு பேரு ஐப்பாரா. பேரு கூட கேக்கல நேத்து தான் பழக்கம் ஆனார். நல்லா இருக்கார், சரி நான் கிளம்புறேன்.”

“இருங்க நாஸ்டா பண்ணிட்டுப் போகலாம்.”

“அதெல்லாம் வேணாம்.”

“இருங்க எல்லாம் செஞ்சாச்சு.”

“இல்ல இல்ல வேணாம், தண்ணி கொஞ்சம் தாங்க.”

“ஏலா, ராபித் அவுங்க கெளம்புறாங்களாம், டீயாவது கொண்டா சீக்கிரம்...” என்று வீட்டின் உள்ளே பார்த்து குரல் கொடுத்தார். சற்று நேரம் கழித்து ஒரு இளம்வயதுப் பெண் ஸலாம் கூறியவாறு டீயும் ஒரு சொம்பில் தண்ணீரும் கொண்டு வந்து அவர்கள் அருகில் வைத்துவிட்டுப் போனாள்.

இதுதான் அவன் மனைவியாக இருக்க வேண்டும், என்று எண்ணினான். “சரி நாங்க கிளம்புறோம்” என்று அங்கிருந்து விடைபெற்றுக் கொண்டான்.

தூத்துக்குடி வந்து சேர மதியமாகி விட்டது.

தாரிக்கைக் கண்டதும் கண்ணில் நீர் வழிய “தாரிக்கே” எனக் கட்டி அணைத்தாள் உம்மா. உயரம் குறைவானவள் என்பதால் சற்று எட்டி தாரிகின் நெற்றியில் முத்தமிட்டாள். “ஆளு மெலிஞ்சிட்டியே...” என்ற எப்போதுமான வார்த்தையை மொழிந்தாள்.

வாப்பா முத்து மக்தூமை மூன்று முறை தோள் மாற்றி ஆரத்தழுவி “முலாகாத்” செய்து விட்டு, வீட்டின் உள் நுழைந்தான் தாரிக்.

குறைந்தது பதினைந்து ஃபோன் கால் வந்திருக்கும் தாரிக்கை நலம் விசாரித்து. அதில் ஒன்று மனைவி பானுவின் தம்பி முபாரக்கிடம் இருந்தும்.

பானுவின் தந்தை தாரிக்கிடம் அதிகம் பேசுவது இல்லை. “எம்மவள தண்ணிக்குத் தார வார்த்துக் கொன்னுட்டான்...” என்று பானுவின் தந்தை சொல்லித் திரிவதால் தாரிக் வீட்டிற்கும் பானு வீட்டிற்கும் அத்தனை சுமுகமான உறவு இல்லை. புன்னகை மன்னன் படத்தில் கமலும் ரேகாவும் தற்கொலை செய்ய முயற்சி செய்து ரேகா இறந்து விட கமல் மாட்டிக்கொண்ட மனநிலைதான் சொந்த வீடு வந்தால் தாரிக்கின் மனநிலை. ஏதோ ஒரு துயரம் விடாமல் பின்துரத்தி வருவதாகத் தோன்றும்.

இஸ்லாமிய ரபியுல் ஆகிர் மாதம் என்பதால் இரண்டு நாளில் தூத்துக்குடி ஜெயிலானித் தெருவில் இருக்கும் மொஹிதீன் அப்துல் காதிர் ஜெயிலானி அவர்களின் நினைவாக உள்ள தைக்காவில் கந்தூரி வைபவம். அது முடிந்ததும், சத்யா தனது டாக்டர் நண்பர்களிடம் எங்கு செல்ல வேண்டும் என்று பேசி வைத்திருக்கிறாளோ அங்கு கிளம்பி விடுவது என தாரிக் ஏற்கனவே முடிவு செய்திருந்தான்.

அன்று இரவு சாப்பிடும் போது தாரிக்கிடம், வாப்பாவின் சாப்பிடும் முறை பற்றி உம்மா ஏகப்பட்ட குற்றச்சாட்டு வைத்தாள்.

முறுவலான கோதுமை தோசையுடன் நல்லெண்ணை ஊற்றிய நல்ல காரமான வத்தல் சட்னி அவருடைய பிரியமான உணவு. காரம் அதிகம் விரும்பித் தின்று வெளிமூலம் வந்து அவதிப்பட்டார். ஆனாலும் விடுவதாக இல்லை கார வத்தல் சட்னியை.

முன்பெல்லாம், கோதுமை தோசை செய்யும் போது வத்தல் சட்னியும் வேண்டும் என அவர் கெஞ்சிக் கேட்பதும் அம்மா மறுப்பதும் அம்மா அடுப்படியை விட்டு சற்று நகர்ந்ததும் அடம்பிடித்து பானுவிடம் கேட்டு வாங்கி தட்டில் வைத்து மேலே ஒரு கோதுமை தோசை போட்டு மறைத்தபடி சாப்பிடும் அப்பாவைப் பார்ப்பேன். "உம்மாட்ட சொல்லாத" என்பதை சைகையால் கண் சிமிட்டிக் காண்பிப்பார். இப்படி அடம் பிடிக்காரே, அதுல என்னதான் இருக்கு, என்று தாரிக் கொஞ்சமாய் ருசி பார்த்து காது வழியாகப் புகை கிளம்பியதுண்டு.

அதேபோல மீன் குழம்பில் உருண்டு தவழ்ந்து மூழ்கிக் கிடக்கும் கீறிய நீண்ட பச்சை மிளகாயை, குழம்புடன் சேர்த்து காரம் உச்சந்தலையைத் தொடும் அளவிற்கு ஒரு உறி உறிஞ்சுவார் உம்மா திட்டுவதையும் பொருட்படுத்தாது.

உம்மா குறை கூறுவதைக் கேட்டு இருவரில் யார் பக்கம் நிற்க என்று தெரியாது அமைதியாய் சாப்பிட்டுக் கொண்டிருந்தான் தாரிக்.

"நம்ம தெரு மொனையில, புதுசா ஒரு வீடு வந்திருக்கு பாத்தியா."

"ஆமா, கார்ல வர்றப்போ பாத்தேன்."

"அது உங்கூட வஊசி காலேஜ்ல "B.Sc Physics" சேர்ந்து படிச்ச பச்சையப்பாதான். அப்பா எப்படி இருக்கீங்கன்னு ஒரு நாள் வீடு தேடி வந்தான். உன்னப்பத்தியும் விசாரிச்சான். நேரம் கெடச்சா போய்ப் பாரு."

"அவன் பாம்பேல ஏதோ கப்பல்ல வேலைக்குச் சேந்ததா அவன் அண்ணன் ஒருநா சொன்னாப்ல. அவனா இங்க வீடு கட்டி இருக்கான்?"

"அதயேன் கேக்க, முடி எல்லாம் கொட்டி மண்டையில ஒண்ணுமே இல்ல. அவ்வளவு பெரிய வழுக்க, பாக்க வயசானவன் மாதிரி ஆயிட்டான். தைக்கா கந்தூரிக்கு கீழக்கரையில இருந்து அப்பாஸ் மாமா வர்றதாச் சொல்லி இருக்கார். நீ வர்றன்னு சொன்னேன். ரொம்ப சந்தோசப்பட்டார். பார்த்து பேசணும்ன்னு சொன்னார்."

"டெல்மால அன்வர்ன்னு ஒரு பையனே இல்ல. யார்கிட்ட கேட்டாலும் அப்படி ஒரு எலெக்ட்ரிசியன் இந்தத் தீவுல இருக்கிறதாத் தெரியலயேன்னு சொல்லுறாங்க, உண்மையிலே அவன் அங்கதான் வேலைக்குப் போனானா..?"

"அப்படி இப்படி ஏதாவது இருந்தா அவர்கிட்ட சொல்லாத.

மறச்சிரு..." என்றாள் உம்மா.

"அவனப் பத்தி ஒண்ணுமே தெரியலங்கிறன்... இதுல மறச்சிரு அது இதுன்னுகிட்டு, அப்பாஸ் வருவார்ல, நேர்ல விசாரி, வேற ஏதாவது தகவல் இருந்தா சொல்லச் சொல்லு. பாக்கும் போதெல்லாம், தெரியாம கட்டிக் கொடுத்திட்டேன்னு பொலம்புறார். ஏதாவது செய்..." என்று வாப்பாவும் கோரிக்கை வைத்தார்.

மறுநாள் காலை பச்சையை (பச்சையப்பா) அவனது வீட்டில் சந்தித்தான் தாரிக். "என்னடா ஆளே மாறிட்ட..." என்ற சம்பிரதாயத்தில் இருந்து ஆரம்பம் ஆனது அவர்களின் பேச்சு.

நீண்ட காலம் கழித்து சந்தித்தாலுமே அத்தனை நெருக்கம் இல்லாத நட்பில், தற்சமய உடல்வாகு, வாங்கும் சம்பாதியம், செய்யும் வேலையில் உள்ள சிறப்பு, செய்த சாதனை என்ன.. போன்றவற்றைச் சுற்றியே அவர்களின் உரையாடல்களின் கரு இருக்கும் என்பதால் பச்சையின் பேச்சு அதிகம் கப்பலைச் சுற்றியே இருந்தது.

கப்பலில் வேலைக்குச் சேர்ந்து கப்பல் போல வீடு கட்டி இருந்த பச்சையிடம் இருந்து கடலின் கதைகள் என பொதுவான செய்திகளாக வந்தன. அவன் கூறியவற்றில் sea protest (கடல் எதிர்ப்பு) வார்த்தை புதிதாக இருந்தது தாரிக்கிற்கு.

கடலை யார் எதிர்க்க முடியும் என்று ஆரம்பித்த பச்சை sea protest எனும் notarized statement டைப் பற்றி விளக்க ஆரம்பித்தான்.

கடல் புயல், சூறாவளி, காற்று என்று கடல் கொந்தளிப்பாக இருக்கும் நேரத்தில், சரக்குக் கப்பல்களில் ஏற்றப்பட்ட சரக்குகளை எவ்வளவு பாதுகாப்பான சூழலில் வைத்திருந்தாலும் அதிலிருக்கும் பொருட்கள் சேதம் ஆவது இயல்பு.

புயல் காற்றைக் கடக்க நேர்ந்த பின்பு கப்பல் அதற்கு அடுத்த துறைமுகத்தை அணுகி அங்கு இருக்கும் notary public அல்லது அந்தக் கப்பல் எந்த நாட்டில் ரிஜிஸ்டர் செய்யப்பட்டுள்ளதோ அந்த நாட்டின் consulate இடம் சென்று கப்பல் கேப்டன் சேதத்தைப் பற்றிய தகவலைக் கொடுக்க வேண்டும் இதைத்தான் sea protest என்று அழைப்பார்கள். இவ்வாறாக கப்பல் கேப்டன் உறுதிமொழி கொடுக்கும் பொழுது கப்பலில் உள்ள கருவிகள் காட்டிய வானிலை அறிக்கை, கப்பலில் ஏற்பட்ட நிகழ்வுகளைப் பதிவு செய்த லாக்புக் போன்றவற்றை ஆதாரமாகக் கொடுக்க வேண்டும்.

அதற்கு, B.Sc Physics முடித்து விட்டு இன்ஸ்ட்ருமென்டேசன்

எஞ்சினியராக வேலை செய்யும் தங்களின் பங்கு மிக முக்கியமானது என்று விளக்கம் அளித்தான் பச்சை.

கடலிலே பிறக்கும் உப்புக்கும், மலையிலே விளைகிற நார்த்தங்காய்க்கும் தொந்தம் (உறவு) என்பது போல, எல்லா பெருங்கடல்களிலும் பயணிக்கும் கப்பல்களிலும் ஏதேனும் ஒரு தூத்துக்குடிக்காரன் பயணிக்கிறான் என்றும், உலக வரைபடத்தில் தான் கடக்காத கடல்களே இல்லை என பச்சை புகழ் பாடினான்.

தாரிக்கிடமும் பெருமையாகக் கூற சில செய்திகள் இருந்தன.

பிரான்ஸ் நாட்டைச் சார்ந்த சில மருத்துவர்கள் மற்றும் பத்திரிக்கையாளர்கள் இணைந்து 1971ல் நைஜீரியன் சிவில் வார் காலத்தில் ஆரம்பிக்கப்பட்டு இன்று உலகம் முழுக்க 32,000 க்கும் மேற்பட்ட ஊழியர்களக் கொண்டு இலசவ மருத்துவ சேவை செய்து வரும் தொண்டு நிறுவனமான Doctors Without Borders / Médecins Sans Frontières (MSF) பற்றிச் சொல்ல ஆரம்பித்தான்

கனடாவில் வசிக்கும் தனது கல்லூரித் தோழி சத்யா பற்றியும், கனடா நாட்டைச் சேர்ந்தவரும் MSF இன் முக்கிய குழந்தை மருத்துவருமான "Joanne liu" மூலம் தொடர்ச்சியாக இந்தியாவின் பல பாகங்களில் வேலை செய்தது, மற்றும் இன்னும் இரண்டு நாட்களில் எங்கேனும் பணி நிமித்தம் செல்ல இருப்பது குறித்தும் கூறினான் தாரிக்.

தாரிகிற்கு 69 நாடுகள் செல்ல எந்தவிதமான தடையும் இல்லை. உடனடி விசா வழங்கப்படும் என்பதையும் தெரிவித்தான்.

பொதுவாக பில்ட்-அப் செய்பவர்களுக்கு தன்னைவிட அதிகமாக யாராவது பில்ட்-அப் செய்துவிட்டால் அவர்களை மட்டம் தட்டவில்லை என்றால் உறக்கம் வராது.

"ஆமா, உன் மனைவி பானுவும் குழந்தையும் இறந்திருச்சாமே.. ச்ச்ச்... அம்மா சொன்னாங்க. இப்படியே எத்தனை நாளைக்குத் தான் இருப்ப, நீ ஏன் இன்னொரு கல்யாணம் செய்யக் கூடாது...?" என்று அக்கறையாகக் குத்திக் காட்ட ஆரம்பித்தான். சட்டென அய்டாவின் நினைவு வந்தது தாரிக்கிற்கு. தாரிக்கிற்கே சற்று ஆச்சர்யமாக இருந்தது. இதுவரை இன்னொரு கல்யாணம் என்று நினைத்தும் பார்த்ததில்லை, இப்படி ஒரு பெண்ணின் நினைவும் வந்ததில்லை.

"ம்ம்ம்... பாக்கலாம், சரி எனக்கு நேரமாச்சு இன்னொரு நாள் வாரேன்" என்று கூறி உரையாடலை துண்டித்து வீடு வந்தான் தாரிக்.

அன்று இரவு டாக்டர் சத்யாவிடம் பலஸ்தீன் செல்வதற்கான ஏற்பாடு செய்யும் டாக்டர் மற்றும் அங்கு தொடர்புகொள்ள வேண்டிய ஆட்கள் குறித்த முழுத் தகவலையும் சேகரித்தவன், பச்சை எனும் தனது கல்லூரிக் காலத்து நண்பனைச் சந்தித்ததையும் அவனால் ஏற்பட்ட அய்டாவின் நினைவையும் கூறினான்.

"என்னடா திடீன்னு பொண்ணுங்களைப் பத்தி எல்லாம் பேசுற. கேக்குறதுக்கு சந்தோசமாத்தான் இருக்கு. ஒண்ணு செய். அபுதாபி போனதும் சொல்லு. நான் அவகிட்ட பேசணும்" என்று சத்யா கூறியதும் சரி என்றவன் வீட்டில் இருந்த பானுவின் சேலையை எடுத்துப் போர்த்திக் கொண்டு தூங்கினான்.

மறுநாள் மாலையில் ஜெய்லானித் தெரு தைக்கா கந்தூரியில் பூக்களால் அலங்கரிக்கப்பட்ட மல்லிகை பூமரக்கப்பல் பின்னாடி செல்லும் சிறுவர்களுடன் ஒருவனாய் தாரிக்கும் கப்பல் பின்னாடியே சென்றான். தெரு முழுக்க சந்தோஷம் நிரம்பி வழிந்தது. நீண்ட நாட்கள் கழித்து ஊருக்குள் இப்படி வலம் வருவது சுகமாக இருந்தது. அறிமுகமான சிலர் ஜாடையில், எப்போ வந்த, என்றனர். தாரிக்கும் சிரித்தபடி ஜாடையில், நேற்று, என்று பதில் கூறியபடி வந்தான். ஜெய்லானித் தெரு, தெற்கு புது தெரு, மீனா கானா தெரு என மூன்று தெருவிலும் ஒவ்வொரு வீட்டின் வாசலிலும் குடும்பம் குடும்பமாய் நின்று கப்பலை வரவேற்று புன்னகையுடன் நேர்ச்சை (உணவுப் பொருட்கள்) தர, மொத்தமாய் அனைத்தையும் சேர்த்து கலவையாய், கடைசியாய் அனைவரும் ஒன்றுகூடும் கொடி மரத்தின் அருகில் வைத்து அனைவருக்கும் வினியோகிக்கப் பட்டது. "நாரே தக்பீர் அல்லாஹூ அக்பர் நாரே ரிஸாலத் யாரசூலல்லா" என்று அனைவரும் முழங்க, பச்சைக் கொடி தைக்காவின் கொடிமரத்தில் ஏற்றப்பட்டது.

தைக்காவில் இரவு தொழுகை முடித்து விட்டு வெளியே வந்த தாரிக் பள்ளிவாசல் எதிரில் அப்பாஸ் மாமா காத்திருப்பதைக் கண்டு அவரை நோக்கி நடந்தான்.

"எப்படிப்பா இருக்க..?" என்று கட்டி அணைத்து "வா டீ குடிக்கலாம்" என்று சிராஜ் டீக்கடைக்கு அழைத்துச் சென்றவர், டெல்மா தீவு பற்றிய ஆயிரம் கேள்விகளைக் கேட்டபடி நடந்தார்.

"யார கேட்டாலும் அன்வர்னு எந்த எலக்ட்ரிசியனும் டெல்மால இல்லைன்னு சொல்லுறாங்க"

"அப்படியா" என்று யோசித்தவர், "வீட்டுல அன்வர்னு தான்

கூப்பிடுவோம் ஆனா அவன் முழு பேரு அன்வர் ராஜா, ஒருவேளை வேலை செய்ற இடத்துல ராஜான்னு சொல்லி வச்சிருக்கானோ என்னவோ.''

"இத நீங்க சொல்லவே இல்லயே, இப்போ தான சொல்லுறீங்க..?''

"எந்த ஞாபகத்துல இருந்தேன்னு தெரியல. போன்ல எப்பயாச்சும் தான் பேசுறான். கஷ்டமா இருக்கு. எப்படியாவது அவனப் பார்த்துப் பேசுங்க''

"பார்த்துப் பேசுங்கன்னு சொல்லுறீங்க, ஆனா அவனுக்கு என்ன செய்யுதுன்னு சொல்லவே மாட்டேங்கிறீங்க. அவனுக்கு செய்வினை செஞ்சிருக்கு சரி, ஆனா அவனுக்கு என்ன செய்யுது..?''

"என்னென்னமோ செய்யுது அவனுக்கு, நீங்க பேசுனா புரியும். அல்லாஹ் ரசூலுக்காகவாவது அவனத் தேடி அவன்கிட்ட பேசுங்க. அவன் சரியாயிட்டான்னு தெரிஞ்சா நிம்மதியா கபருல (மண்ணறை) கட்டயச் சாச்சிருவேன்.''

"சரி நான் பாக்கிறேன்...'' என்று கூறி வீடு வந்தான்.

இரவு கணினியைத் திறந்தபோது பலஸ்தீன் செல்வதற்கான அத்தனை தகவல்களையும் மெயிலில் சத்யா அனுப்பி இருக்க, சந்தோசத்துடன் உறங்கினான்.

MSF பற்றி வீட்டில் உள்ளவர்களுக்கு முன்கூட்டியே தெரியும் என்பதாலும், மஸ்ஜிதுல் அக்ஸாவிற்குச் (ஜெருசலேம்) செல்கிறேன் என்பதாலும் பயணத்திற்கு உம்மா வாப்பா சம்மதித்தார்கள்.

பயணம் என்றதும் உம்மா காய்ச்சிய பால் கொடுத்து குடிக்க வைத்து, தலையில் முக்காடிட்டு ஏதோ துவா ஓதி நிய்யத்து செய்து வலது கையில் ஒரு வெள்ளைத் துணியில் 11 ருபாயைக் சுற்றி கட்டி அழுகையுடன் அனுப்பி வைத்தாள்.

கல்ஃப் ஏர் விமானம் மூலமாக சென்னையில் இருந்து ஜோர்டானின் தலைநகர் அம்மான் (via Bahrain) அடைந்து அம்மானில் இருந்து பலஸ்தீனின் காசா (Gaza) வுக்குச் செல்ல 127 கிமீ தூரம் காரில் பயணிக்க வேண்டியதிருந்தது.

அம்மான் ஏர்போர்ட்டில் இருந்து வெளியே வந்த தாரிக்கை MSF வில் பணிபுரியும் டாக்டர் அம்ரு அன்புடன் வரவேற்று தத்தெடுத்துக் கொண்டார்.

சத்யா மூலமாக அறிமுகமாகி இருந்த டாக்டர் அம்ரு பலஸ்தீனைச்

சேர்ந்தவர். தனது நாட்டிற்கு சமூக சேவைக்காக வரும் தாரிக்கை நல்லவிதமாக நடத்தி பாதுக்காப்பாக அமீரகத்திற்கு விமானம் ஏற்றுவது என் பொறுப்பு என சத்யாவுக்கு மெயில் அனுப்பி இருந்தார்.

தாரிக்கிற்கு கடந்த ஆறு மாதமாக வளைகுடா வெயிலும் தூசிக் காற்றும் பரிசயமாகி விட்டதால் காரில் பயணிக்கும் போது உண்டாகும் நா வறட்சி பெரிதாகத் தோன்றவில்லை.

காரில் போகும் போது "GAZA STRIP" பகுதியில் வேலை செய்ய வேண்டிய நிலையைக் கூறியபடி வந்தார். அங்கு நிலவும் அசாதாரண சூழல், வேலையின்மை, தட்டுப்பாடாகும் அன்றாடத் தேவைகள், அடிப்படை வசதிகள் குறைந்து கொண்டே செல்வது, தினமும் மின்சாரம் துண்டிக்கப்படுவது, குடி நீர் வசதி இன்மை... என்று நாட்கள் நகர்வதால் அங்குள்ள மக்களின் உடல் நலத்தைப் பாதுகாப்பது பெரும் சவாலாக உள்ளதாகச் சொன்னார்.

MSF ஊழியர்கள் காசாவில் மூன்று இடங்களில் கிளினிக் அமைத்து தீக்காயம், எலும்பு முறிவு, எமெர்ஜென்சி கேஸ்கள், இருதயம் சம்பந்தமான தீவிர சிகிச்சை, குழந்தைகள் உடல்நலம் பேணுதல் எல்லாம் தொடர்ச்சியாகச் செய்து வருகின்றனர். கிளினிக்கில் இருக்கும் நோயாளிகளில் 62% ஆட்கள் 15 வயதிற்குக் கீழே உள்ளவர்கள். அதனால் ஒரு குழந்தைகள் நல மருத்துவரான உன்னைப் பொக்கிசம் போலப் பாதுகாப்போம் என்றார்.

மிகவும் கவலைக்கிடமான நோயாளிகளை ஜோர்டானில் உள்ள பொது மருத்துவமனைக்குக் கொண்டு செல்வோம். எங்களிடம் "Mobile Unit Surgical Trailer (MUST)" எனும் தற்காலிக அறுவைச் சிகிச்சைக் கூடங்களும் உள்ளன. கடந்த சில மாதங்கள் முன்பு "western Mosul" பகுதிகளில் எலும்பு முறிவு மருத்துவமனையை ஆரம்பித்துள்ளோம். Hebron, neblus, qalqilya, Ramallah பகுதிகளில் MSF தற்காலிக மருத்துவமனைகள் உள்ளன. இது இல்லாது MSF, கடந்த நான்கு வருடங்களில் 11,000 மேற்பட்ட தனி நபர்களுக்கு மனநல மருத்துவம் மற்றும் புனர்வாழ்வு கவுன்சிலிங் செய்தது. ஆயினும் வளர்ச்சி இல்லை, தொடர்ச்சியாக தாக்குதல் நிகழ்வதால் புதிய நோயாளிகள் பழைய நோயாளிகள் என ரகம் பிரிக்க வேண்டிய நிலையும் உள்ளது. சில சமயம் விரக்தியில் இந்த மண்ணைச் சார்ந்த என்னை துரஷ்டசாலி என்று நினைப்பதுண்டு. போர் காணாத சொந்த நாடு கொண்டவன் பாக்கியம் பெற்றவன்தானே இல்லையா, என்று வருத்தத்துடன் கேள்வி எழுப்பிய அம்ரு,

எங்களுக்கு இந்தியர்களைப் பிடிக்கும். காரணம் முதன்முதலாக எங்களுக்காக ஆதரவுக் குரல் எழுப்பியவர் காந்தியடிகள்தான். "தங்கள் தேசம் இருந்த இடம் என வேதம் வாக்களித்திருக்கிறது" என்று கூறி எந்த நாட்டையும் ஆக்கிரமிக்கக் கூடாது. அப்படி இஸ்ரேல் என்று ஒரு நாடு உருவாக்கப்படுமானால், அதனை உலகம் அங்கீகரிக்கக் கூடாது. கண்டிப்பாக இந்தியா அங்கீகரிக்காது" என்று காந்தியடிகள் தெரிவித்தார் என்று எங்கள் அரசியல் தலைவர்களால் கற்றுக் கொடுக்கப்பட்டது என்றார் அம்ரு.

"எப்படி இந்த சண்டை ஆரம்பம் ஆச்சு. எதுக்கு இந்தச் சண்டை, ஏன் பொதுமக்கள் சாகணும். இப்படி நிறையக் கேள்விகள் இருக்கு அம்ரு. சில நேரம் மனசு வெறுத்துப் போயிருது" என விரக்தியுடன் தாரிக் பேசினான்.

"உன்னோட மனைவிய, அம்மாவ, வீட்ட யாராவது அபகரிக்க நினைச்சா உனக்குக் கோவம் வருமா வராதா..? அந்தக் கோவம் தான் இந்தச் சண்டை. சொந்த நிலத்த அபகரிச்சு அனாதையா வெளியே அனுப்பபடுறத யாரால ஜீரணிக்க முடியும் சொல்லு.."

"அப்போ நீயும் இந்தச் சண்டையை ஆதரிக்கிறியா"

"ஆதரவு எதிர்ப்புங்கிற முடிவுக்கு வராம மொதல்ல இந்த வரலாறைக் கொஞ்சமாவது தெரிஞ்சிக்கோ, சட்டுன்னு எங்க மேல பழி சுமத்தாத. 10,000 சொச்ச யூத மக்களே 1892ல இங்க இருந்தாங்க. அப்போ பலஸ்தீன் அரபு மக்கள் மேய்ச்சல் நிலங்களை யூதர்களுக்கு விற்பது அறிஞ்சி உதுமான் அரசு வெளிநாட்டினருக்கு (யூதர்களுக்கு) நிலம் விற்பனையை செய்வதை தடை செய்து சட்டம் கொண்டு வந்தது.

1914ல முதலாம் உலகப் போர் ஆரம்பம் ஆச்சு. அந்த வருடம் "ஒய்பெர்ஸ்" சண்டையில் யூத குழந்தைகள் மட்டுமே 40,000 பேரை ஹிட்லர் கொன்று குவித்தார். யூதர்கள் மீது உலகம் முழுக்க அனுதாப அலை பரவியது. உலகம் முழுக்க சிதறி எல்லா இடங்களிலும் அவர்கள் அகதிகளாக குடியேறினார்கள்.

பலஸ்தீனிகளும் அவர்கள் மீது அனுதாபம் கொண்டு யூத மக்கள் பலஸ்தீனம் வந்து குடியேற அனுமதி அளித்தார்கள். அவர்கள் வாழ வழி செய்யும் பொருட்டு பலஸ்தீனிகள் தங்கள் மேய்ச்சல் நிலங்களை அவர்களுக்கு வழங்கினார்கள். அந்த அனுதாபத்தின் பலன்தான் இன்று பலஸ்தீனில் மக்கள் அனுபவிக்கும் சகல கஷ்டத்திற்கும் ஆரம்ப வித்து.

ஹிட்லரின் நரவேட்டைக்கு பயந்து தப்பிய யூதர்கள் கப்பல், கப்பலாக பலஸ்தீனத்தில் குடியேறினாங்க. 1914 வாக்கில் பலஸ்தீனத்தில் யூத மக்கள் தொகை 60,000 க்கு மேல் போச்சு, இவர்களில் 33,000 பேர் அந்த வருடம் குடியேறியவங்க. இந்த தகவலை எல்லாம் இஸ்ரேலிய வரலாற்று ஆசிரியர் "Benny Morris" தன்னோட அறிக்கையில எழுதி இருக்கார். அப்படின்னா உண்மையிலே அதை விட அதிகமாத்தான் மக்கள் வந்திருக்கனும்.

ஆரம்பத்தில் பலஸ்தீனத்தில் சென்று குடியேறியவர்கள், கிழக்கு ஐரோப்பாவை சேர்ந்த சோஷலிச யூதர்கள்தான். யூத மக்களால் தொடர்ச்சியாக நிலங்கள் அதிகமாக கையகப்படுத்துவதற்கு பலஸ்தீன் மக்கள் அப்போது எதிர்ப்பு தெரிவிக்கத் தொடங்கினர்.

முதலாம் உலகப்போரில் உதுமான் அரசு தோற்றதும் ஆங்கிலோ-பிரஞ்சு சைக்ஸ்-பிகாட் ஒப்பந்தம் உண்டானதும் 1917 நவம்பர் 2 ஆம் தேதி, பிரிட்டன் அரசாங்கம் "பால்ஃபோர் பிரகடனம் (balfour declaration)" தீர்மானத்தின்படி யூதர்களுக்கான நாட்டை பாலத்தீனத்தில் அமைப்பதற்கான முன்மொழிவை வெளியிட்டது. வெறும் ஒற்றை தாளில் 67 வார்த்தைகள் கொண்ட அந்த பிரகடனம் அது.

மேற்கு பலஸ்தீனத்தில் குடியேறிய யூதர்களுக்கும் பலஸ்தீனிகளுக்கும் இடையே தொடர்ச்சியாக சண்டை நடக்க ஆரம்பிச்சது. ஐ.நா.சபை மூலம் பிரிட்டிஷ் பாலஸ்தீனத்தை இரு துண்டுகளாக்க தீர்மானித்தது.

1920ஆம் ஆண்டு முதன்முதலாக பாலஸ்தீன மக்களுக்கும், யூதர்களுக்கும் இடையே நேரடி மோதல்கள் வெடிச்சது. அடுத்த வருசம் இன்னொரு இனக்கலவரம்.

1929ஆம் ஆண்டு நடந்த மோதல் பயங்கரமானது. 'ஹெப்ரான் படுகொலை' என்று வர்ணிக்கப்பட்ட அந்த வெறித்தனமான மோதலில் ஏராளமான பலஸ்தீனிய மக்கள் படுகொலை செய்யப்பட்டனர். காரணம் இஸ்ரேலிகள் வலிமை வாய்ந்த ஆயுதங்களைப் பெற்றிருந்தனர்.

பலஸ்தீனிகள் மறுத்தனர். கடைசியா பிரிட்டீஷ் அமெரிக்க உதவியோட 1948 மே 14ம் தேதி இஸ்ரேல் என்ற புதிய நாடு.

இப்போ 14 லட்சம் மக்கள் வாழும் காசா பகுதியே திறந்தவெளி சிறைச்சாலை மாதிரி இஸ்ரேலால் சூழப்பட்டுள்ளது. அமெரிக்காவில் இருந்து வருசத்துக்கு சுமார் ரூ 20,000 கோடி மதிப்புள்ள

ஆயுதங்களை வாங்கிக் குவித்து வைத்திருக்கும் இஸ்ரேல்தான் இந்த சிறைச்சாலையின் அதிகாரி.

முஸ்லீம்களை கொன்று குவிக்கணும், இந்த நிலங்களை முழுவதுமாக ஆக்கிரமிச்சு இஸ்லாமிய நாடு என்ற ஒன்றே இல்லாமல் ஆக்கணும். இந்த எண்ணெய் வளங்களை அனுபவிக்கணும். ரொம்ப சிம்பிளா உலகத்தப் பாத்து ஒரே ஒரு கேள்வி தான் பலஸ்தீனி கேக்குறான். "சின்ன வயசுல நீ படிச்ச உலக வரைபடத்துல இருந்த எங்க நாடு இப்போ இல்லையே, ஏன்..?. சொந்த நாட்டுல எங்களை அகதிகளா ஆக்குனதும் நாடு அபகரிச்சதும் தெரிஞ்சும் எல்லாரும் சும்மாதான பாத்திட்டு இருக்கீங்க...

ஈஸா நபி (இயேசு) அவர்களை ஏற்றுக் கொள்ளாமல் மாபெரும் கொடுமை செய்தவர்கள் யூதர்கள். உண்மையில் கிறிஸ்தவர்களுக்கு யூதர்கள்தான் நேரடிப் பகை. ஆனால், இஸ்லாமை அழிக்க இருவரும் கூட்டு சேர்ந்ததின் ரகசியம் என்ன..?"

"தெரியல அம்ரு, நீ தான் சொல்லணும்..." என்றான் தாரிக்.

"நபி தாவுது அலைஹிஸ்ஸலாத்து வஸ்ஸலாம்,

நபி இஸ்ஹாக் அலைஹிஸ்ஸலாத்து வஸ்ஸலாம்,

நபி யாகூப் அலைஹிஸ்ஸலாத்து வஸ்ஸலாம்,

நபி இல்யாஸ் அலைஹிஸ்ஸலாத்து வஸ்ஸலாம்,

நபி இப்ராஹிம் அலைஹிஸ்ஸலாத்து வஸ்ஸலாம்,

நபி மூஸா அலைஹிஸ்ஸலாத்து வஸ்ஸலாம்,

இவங்க மக்பரா (அடக்கஸ்தலம்) பலஸ்தீன்லதான் இருக்கு. அது எல்லாமே முஸ்லீம்களுக்குச் சொந்தமான தர்காக்களா இருக்கு. இது எல்லாமே அவுங்க கைக்குப் போகணும்னா இந்த மண்ணு அவுங்க கைக்கு வரணும். அப்புறமா தாவுது அலைஹிஸ்ஸலாத்து வஸ்ஸலாம் மறைக்கப்பட்டு டேவிட்டாவும் இப்ராஹிம் அலைஹிஸ்ஸலாத்து வஸ்ஸலாமா இல்லாம ஆப்ரஹமாகவும் வெளி உலகுக்கு பொதுவுல காட்ட வசதியா இருக்கும். குறிப்பா யூதர்களோட நபி மூஸா அலைஹிஸ்ஸலாத்து வஸ்ஸலாமோட மக்பரா (கல்லறை) உள்ள நிலம் அவர்களுக்கு வேணும். அதுக்கான வேட்டைதான் இது."

"இதுதான் உண்மையான காரணமா?"

“வறுமை உங்களை என்ன வேண்டுமானாலும் செய்ய வைக்கும், அந்த அளவிற்கு கொடுமையானதுன்னாங்க நபிகள் நாயகம். அதுக்கு அப்புறமா மதத்தையும்தான் சேர்க்கணும். அந்த அளவுக்கு நஞ்சு எல்லார் மனசுலயும் இருக்கு. இதையும் மீறித்தான் எல்லாருக்காகவும் சேர்த்து மருத்துவ உதவி செய்துக்கிட்டு இருக்கோம்”

“சரி, எப்போதான் இது முடிவுக்கு வரும்?”

“நாட்டைக் கைப்பற்றணும், அவங்களுக்குத் தோதான தலையாட்டி பொம்மை அரசை அமைக்கணும். அப்புறம் நாடு சுபிட்சம்னு அறிவிச்சிருவாங்க. நான் அறிஞ்சு ஒரு காலத்துல ‘ஈரான் - ஈராக்’ சண்டையப் பத்தி தினமும் செய்தி வந்திட்டு இருந்தது. சதாமைக் கொன்னதும் ஈராக் பத்தின பேச்சே இல்ல. ஈராக்கிகள் ஒரே நாள்ல திருந்தி குர்திஷ் இன மக்களோட அப்படியே ஆரத்தழுவி இணக்கம் ஆயிட்டாங்க, அப்புறம் ஆப்கான், அங்கதான் தீவிரவாதம் பொங்கி வழியுதுன்னாங்க, அவுங்க நாட்டப் புடிச்சு அமெரிக்காவுக்குத் தோதான அரசை வச்சதும் ICC Cricket விளையாட இண்டர்நேஷனல் ஆப்கான் கிரிக்கெட் டீம் வந்திருச்சு. அது எப்படிடா வெர்ல்ட் கப் வரைக்கும் வந்துச்சுன்னு நீங்க கேக்கக் கூடாது. இப்போ பலஸ்தீன், சிரியா மண் மேல அவுங்களுக்கு பிரியம் வந்திருக்கு. என்ன ஆகும்னு ஆண்டவன் தான் அறிவான்...”

“என்னக் கேட்டா இஸ்ரேல் பல்வேறு பலஸ்தீனிய அமைப்புகளுடன் போராடி வருகிறது அப்படிங்கிறாங்க. இந்த ‘பல்வேறு’ ங்கிற வார்த்தையில் நீங்க பலஹீனப்பட்டுப் போயிட்டீங்கன்னு நினைக்கிறேன்”

“அதுவுமே அவுங்களுடைய சதிதான. சிலநேரம் வருத்தமா இருக்கும் தாரிக், என்னோட நாட்டின் அவலநிலையைப் பத்தி எங்க நாட்டுக்கு வர்ற ஒவ்வொருத்தர் கிட்டயும் சொல்லிப் புலம்ப வேண்டியதிருக்கேன்னு. இதுவும் ஒருவகையில பிச்சைதான. என்னப் பத்தி தப்பா நினைக்காதேன்னு கேக்குறதும் கூட...”

“அய்யய்யோ ஏன் இப்படிப் பேசுற, உன்னப்பத்தி பெருமையா சத்யா சொல்லி இருக்கா, உன்ன சந்திக்கணும்னு ஆசைப்பட்டு வந்தேன். அப்படியே மஸ்ஜிதுல் அக்ஸாவுக்கும் போயிட்டு வரலாம்னு”

“என்னப் பத்தியா... அப்படி என்ன சொன்னாங்க சத்யா..?”

“நீ அமெரிக்காவில வேலை செய்றப்போ கனடாவுக்கு வந்து மெடிக்கல் கான்ஃபரன்ஸ்ல கொடுத்த ஸ்பீச் ரொம்ப அருமையா

இருந்ததுன்னு சொன்னாங்க. எல்லாத்தையும் மறந்திட்டு மெடிக்கல் ஃபீல்ட்ல வேலை செய்ய ஜோஸ் (வெறி) வரணும்ன்னா உன்னோட பேச்சைக் கேட்டாப் போதும். எல்லா வசதிகளையும் விட்டுட்டு அந்த மண்ணு மேல, மனுசங்க மேல உள்ள அக்கறையில அங்க போய்க் கிடக்கார். இன்னும் சொல்லப்போனா டாக்டர் அம்ரு MSF வொர்க்குக்காக வர்றார்ன்னா எந்த இஸ்ரேல் பார்டர் செக் போஸ்ட்டும் அவருக்காகத் திறக்கும். எந்த கேள்வியும் யாரும் கேக்கமாட்டாங்க. அடுத்தவங்க உயிரக் காப்பாத்துற அந்த வெறிய அவர்கிட்ட இருந்து கத்துக்கோ. படிச்ச ஆர்த்தோ சர்ஜன் டாக்டர் படிப்புக்கு உண்மையா உழைக்கிற ஆளுன்னு சொன்னாங்க."

"யேயப்பா, என்னைப் பத்தி ரொம்ப அதிகமாகவே சொல்லிட்டாங்க, ஆங்....வந்திருச்சு நம்ம MSF கிளினிக்."

"ஓ இது தான் நாம நாலு நாள் வேலை பாக்கப்போற கிளினிக்கா.." என ஆச்சர்யத்துடன் பார்த்தான் தாரிக். இதே போன்ற பாடாவதி கிளினிக்குகளை உத்திரப் பிரதேச உள் கிராமங்களில் பீகாரின் குக்கிராமங்களில் பார்த்திருக்கிறான். காரில் இருந்து இறங்கி கிளினிக்கை பார்த்தபடி நின்றிருந்தான். சுகவாசியாக வாழும் மருத்துவர்களுக்கும் இதைப் போன்ற இடங்களில் எந்தவித ஆதாயமும் இன்றி குறிப்பாய் உயிர் பயமின்றி தொடர்ச்சியாய் வேலை செய்யும் அம்ரு போன்ற மருத்துவர்களால்தான் உலகம் உயிர் வாழ்கிறது என்று தோன்றியது.

அங்கிருந்த நான்கு நாட்களும் தினமும் 60 முதல் 80 குழந்தை நோயாளிகளைப் பரிசோதித்தான். நோயின் தாக்குதலுக்கு தீவிரமாக ஆளான குழந்தைகளை ஜோர்டான் மருத்துவமனை கொண்டு செல்ல பரிந்துரைத்தான். சிலரை வீடு தேடிச் சென்று காண வேண்டியதிருந்தது. அம்ருவுக்கு நல்ல பெயர் இருந்ததால் அதை அங்குள்ள பலரும் சுட்டிக் காட்டியதால், உள்ளுக்குள் பயம் இருந்தாலும் தைரியத்தை வெளியே காட்டியபடி பலரின் வீடு சென்று குழந்தைகளை பரிசோதித்து மருந்துகள் வழங்கினான். சிலர் விரும்பி உணவைத் தந்தனர். சிலர் கட்டி அணைத்து அழுதனர். காசா பகுதி முழுக்க அவனை அழைத்துச் சென்றனர். இரவானால் MSF கிளினிக்கில் கால் உடைந்து தங்கி இருந்த வயது முதிர்ந்த முதியவர் இஸ்ஹாமுடன் செஸ் விளையாடினான். ஒரே ஒருமுறை சத்யா போன் செய்தாள். "எப்பிடி இருக்கு அனுபவம்..?"

"இங்கே வெடிகுண்டு காயம் பட்ட உடல் சிதைந்த குழந்தைகளைப் பார்க்கும் போது என் மகள் கடலில் அடித்துச் சென்றது

பரவாயில்லைனு தோணுது" என்றான் விரக்தியுடன்.

மூன்றாம் நாள் திடீர் அறுவைச் சிகிச்சை செய்ய டாக்டர் அம்ரு ஜோர்டான் சென்று விட தாரிக்கை மஸ்ஜிதுல் அக்ஸா (பைத்துல் முக்கத்தஸ்-ஜெருசலேம்) அழைத்துச் செல்லவும் அங்கிருந்து அம்மான் ஏர்போர்ட்டில் இறக்கி விடவும் அம்ரு, பலஸ்தீனி டிரைவர் மூசாவை நியமித்து விட்டுச் சென்றார்.

ஐந்தாம் நாள் காலை MSF கேம்பில் இருந்து கிளம்பிய தாரிக்கிடம் வண்டியை ஓட்டிகொண்டே பேசியபடி வந்தான் டிரைவர் மூசா.

"பைத்துல் முக்கத்தஸ் எதுக்குச் செல்கிறாய்..?" என்ற கேள்வியுடன் ஆரம்பம் ஆனது மூசாவின் பேச்சு.

முஹம்மத் நபி (ஸல்லல்லாஹு அலைஹி வஸல்லம்) அவர்கள் பதினாறு அல்லது பதினேழு மாதங்கள் பைதுல் மக்திஸை (ஜெருசலேம்) நோக்கியே தொழுது வந்தார்கள். அதன்பின் தானே மக்கா நோக்கி கிப்லாவாக வைத்து தொழத் தொடங்கினார்கள். அவர்கள் மட்டும் கிப்லா மாற்றாமல் இருந்திருந்தால் உலக முஸ்லீம்கள் அனைவரும் மஸ்ஜிதுல் அக்ஸாவை நோக்கியே வந்திருப்பார்கள், யாராலும் மஸ்ஜிதுல் அக்ஸாவைக் கைப்பற்றி இருக்க முடியாது. நீங்களும் இங்கு குழந்தைகள் சிகிச்சை செய்ய வர வேண்டிய அவசியம் இருக்காது, அதனாலதான் நான் எல்லாம் மக்காவ கிப்லாவா நோக்கி தொழ விரும்பாம தொழுவுறதே கிடையாது" என்று மூசா சொன்னதைக் கேட்டு அதிர்ச்சி அடைந்தான் தாரிக்.

"முஹம்மது நபி (ஸல்லல்லாஹு அலைஹி வஸல்லம்) அவுங்க விருப்பப்படியா இதை எல்லாம் (கிப்லா மாற்றியது) செஞ்சாங்க, என்ன மடத்தனமான பேச்சு இது..?"

"அவுங்க மாத்தலைன்னா, உலகத்துல உள்ள மொத்த முஸ்லீம்களும் எங்களுக்குத் துணையா மஸ்ஜிதுல் அக்ஸாவை மீட்க வந்திருப்பாங்க இவ்வளவு கஷ்டம் வந்திருக்காது, நாங்களும் நிம்மதியா இருந்திருப்போம்..."

"இவ்வளவு மோசமான சிந்தனையோட இருக்கிற..? இப்படி இருந்தா எப்பவுமே நீங்க நிம்மதியா இருந்திருக்க மாட்டீங்க. என்னைக்கு சிரியாங்கிற நாட்டை, பாலஸ்தீனம், லெபனான், ஜோர்டான், சிரியான்னு நாலாப் பிரிச்சீங்களோ அப்போமே நீங்க பலஹீனமாகிட்டீங்க"

"அது உமையாக்கள் ஆட்சி காலத்துல செஞ்சது"

முஹம்மது யூசுஃப் ● 187

“அப்போ உமையாக்களைத்தான் நீ கேக்கணும். பெருமானாரைக் குறை சொல்லக் கூடாது. தயவு செஞ்சு நீ எதையும் பேசாத. ஏடாகூடமா உன்னப் பேச வச்ச பாவம் என்ன வந்து சேந்திரப் போகுது. வாய மூடிட்டு வண்டிய ஓட்டு. எனக்கு டென்சன் ஆகுது” என்ற தாரிக் கோபத்துடன் முகத்தைத் திருப்பிக் கொண்டான். டிரைவர் மூசா, ஜெருசலேம் செக்போஸ்ட் வரை வாய் மூடி அமைதியாக வந்தான்.

ஜெருசலேமில் இருக்கும் இஸ்ரேல் செக் போஸ்ட் முன்பு வண்டியை நிறுத்திவிட்டு விலகி நின்று கொண்டான் மூசா.

செக்போஸ்ட்டில் தாரிக் பாஸ்போர்ட் வாங்கிப் பார்த்த இஸ்ரேலிய ராணுவ வீர்ர்கள் குழு “ஒ ஹிந்தி (இந்தியா) கோ...” என்று உள்ளே அனுமதித்தார்கள். அது என்ன மாயமோ தெரியவில்லை இந்தியர்களை அனைவருக்கும் பிடித்திருக்கிறது இஸ்ரேலிகள் உட்பட

சற்று தூரம் நடந்து சென்று அடுத்த கட்ட செக்போஸ்ட் அடைந்தான் தாரிக்.

கவுண்டரில் இருந்த இஸ்ரேலி, தாரிக்கின் பாஸ்போர்ட் நிறம் பார்த்ததும் (இந்தியா) கையில் பெற்றுக் கொண்டான். உள்ளே விரித்துப் பார்த்தவன் தாரிக் என்ற பெயர் கண்டதும் “ம்ம்ம்” என்று இழுக்க, வேக வேகமாக தாரிக் தனது MSF வாலண்டியர் கார்டைக் காட்டியதும் இரண்டையும் எடுத்துக் கொண்டு “வெய்ட்” என்று கூறி எங்கோ சென்றான். சற்று நேரம் கழித்து தாரிக் உள்ளே அனுமதிக்கப்பட்டான்.

டாக்ஸி பிடித்து மஸ்ஜிதுல் அக்ஸா எனும் பைத்துல் முகத்தஸ் வந்த அடைந்த தாரிக் அதையே பார்த்தபடி நின்றிருந்தான்.

பழுப்பேறிய தொன்ம நிற வர்ண ஓவியங்கள் கொண்ட புனிதமென காலம் காலமாக கருத்தப்படும் மத மண்டபத்திற்குள் அசூய்யான கேள்விகளுடன் நுழைந்தான் தாரிக்.

எல்லா மனித முகங்களிலும் பிரார்த்தனைகளுக்கான வாடை வீசியது. பின் யார்தான் கொல்ல ஆசைப்படுகிறார்கள் இந்த பூமியில் தெரியவில்லை. அமெரிக்க அதிபர் டிரம்ப் என்ன பிரார்த்திப்பார். கடவுளே இந்த பூமியில் உள்ள எல்லா மக்களையும் நல்ல நிலையில் வைத்திருப்பாய்.. என்றா.

தவ்ராத் வேதம் வழங்கப்பட்ட மூஸா அலைஹிஸ்ஸலாத்து வஸ்ஸலாம் அவர்களின் அடக்க ஸ்தலம் இருக்கும் பைத்துல்

முகத்தஸ் எனும் எல்லையற்ற ஒன்றிடம் ஒப்புக்கொடுத்தபடி உயிர் கரைந்து நின்றான்.

பைத்துல் முகத்தஸில் இந்த தூணில் இருந்து இன்ன உடை அணிந்து நபி ஈஸா அலைஹிஸ்ஸலாத்து வஸ்ஸலாம் (இயேசு பிரான் வருகிறார்) அவர்கள் இறங்குவார்கள் என்பதை உலகில் இஸ்லாமியனாய்ப் பிறந்த ஒவ்வொருவனும் முழு மனதோடு நம்புகிறான்.

காருண்ய மாதாவின் மைந்தனே, கையறு நிலையில் நிற்கும் எங்களை உன் பரிசுத்த ஆவி கொண்டு தேற்றப்படுத்து. உலகின் மிகப்பெரிய கூட்டத்தாரோடு சேர்ந்து தேற்றவாளன் மெசியாவுக்காக நானும் காத்திருக்கேன் எப்போது வந்து எங்களை ரட்சிப்பீர் இறைத் தூதரே... என்று ஏங்கியவனாக பைத்துல் முகத்தஸையே பார்த்துக் கொண்டிருந்தான்.

தோற்ற யுத்த நிலத்தில் நின்று சென்னிற ஒநாய் ஒன்று அடிபட்ட பலஹீனமான உடலுடன் முனங்குவது போல பிரார்த்தனைகளை எச்சில் ஒழுக ஒரு மனப்பிறழ்வு கொண்டவனின் நிலையில் சொல்லிக் கொண்டிருந்தான்.

★

17

"ஒரு வார்த்த பேச ஒரு வருசம் காத்திருந்தேன்னு, செக்கியூரிட்டி சாமி பாட கேட்டரிங் அசோக் அதக் கேட்டு வெக்கப்பட்டு சிரிக்கிறான். ஹாஸ்பிட்டல் வாசல்ல லவ்ஸ் ஓடிட்டு இருக்கு. பலஸ்தீன் எல்லாம் போயிட்டு வந்தீங்களாம். உங்க பேச்சுதான் எல்லா இடத்துலயும் சார்" என்று செல்வராஜ் கூறி விட்டுச் சென்றான் தாரிக்கிடம்.

தாரிக் MSF வாலண்டியர் என்று அறிந்ததும் மருத்துவமனை முழுக்க அவனைப் பற்றிய மிகப் பெரிய அபிப்பிராயம் பரவி இருந்தது. அதுவும் காசா பகுதியில் ஐந்து நாட்கள் வேலை செய்து வந்திருக்கிறான் என்று அறிந்ததும் அட்மினில் இருந்து ஒரு பூங்கொத்தும் விலையுயர்ந்த பேரிச்சம்பழங்களின் பெட்டியும் வந்து சேர்ந்தது.

மருத்துவமனையின் இன்ஃபெக்சன் கண்ட்ரோல் ஆள், வார்னிங் மெயில் அனுப்பிய மன உறுத்துதலில் மன்னிப்பு கேட்டு விட்டுச் சென்றான்.

விடுமுறை என்றால் ஊர்சென்று கொட்டமடித்து வரும் ஆட்களுக்கு இடையில் தாரிக் அவர்களுக்கு வித்தியாசமாகத் தெரிந்தான்.

அனைவரும் நேரில் வந்து வியந்து வாழ்த்து தெரிவித்து விட்டுச் சென்றனர். முதலில் இவர்களுக்கு எப்படித் தெரியும் என ஆச்சர்யப்பட்டவன், பலஸ்தீன் சென்றது சத்யா மூலம் அய்டா அறிந்து மருத்துவமனை முழுக்க டெல்மா வரும் முன்னரே பரப்பி விட்டாள் என்பதை அறிந்துகொண்டான்.

"ஏன் ஊரு முழுக்க சொல்லணுமா..."

"ஆமா, தெரிஞ்சிகிடட்டும் உங்களைப்பத்தி, சும்மா வெட்டிப்பேச்சு

பேசிக்கிட்டு திரியிற ஆளுங்களுக்கு உங்க அருமை தெரியட்டும்ன்னு நான் தான் மெனக்கெட்டு சொன்னேன்.''

அவளைப் பொறுத்தவரை ''போங்கடா, இங்க இருந்து ஈ ஆட்டிக்கிட்டு வார்னிங் மெயிலா அனுப்புறீங்க. என் ஆள் யாரு தெரியுமா, மீன் தொட்டியில ஆடும் தங்க மீன் இல்ல. கடல் கடந்து சென்று பாதிக்கப்பட்ட மக்களை நேரில் போய் தன் சொந்த செலவில் அவர்களுக்கு மருத்துவ சேவை செய்பவன்'' என்ற கர்வம் அவளின் செயலில்!

மற்ற அனைவரும் தாரிக்கை வந்து சந்தித்து வாழ்த்து தெரிவிக்க, தாரிக்கிற்கு தன்னுடன் வேலை செய்யும் பலஸ்தீனைச் சொந்த நாடாகக் கொண்ட அனெஸ்தீசியா டெக்னீசியன் இமாத் தன்னைக் காண வராதது ஊந்துதல் தர அவனைச் சந்தித்துப் பேசும் ஆவல் கொண்டவனாய் இருந்தான்.

டீ குடிக்கும் வேளையில் தாரிக்கும் இமாதும் ஓரம் கட்டினார்கள்.

அவன் புகைத்துக் கொண்டிருந்த சிகரெட் வாடை, வாடைக்காற்றுக்கு சுகமாக இருந்தது.

''எல்லாரும், நீங்க பலஸ்தீன் போயிட்டு வந்ததை பிரமிப்பா பேசுறாங்க, அதுவே பெரிய கில்ட்டியா ஃபீல் பண்ணுறேன். அது என்னமோ போக முடியாத இடம் மாதிரியும், இன்னொருத்தர் என்னோட நாட்டுக்குப் போய் அங்க உள்ள மக்களுக்கு சிகிச்சை செஞ்சிட்டு வந்திருக்கார்ங்கிறது எல்லாமே எங்களோட இயலாமையையும் பலஹீனத்தையும்தான காட்டுது. மத்தவங்க கிட்ட கையேந்துற நாட்டையும் நாட்டு மக்களையும் கொண்ட ஒருத்தன் பொதுவுல கூனிக்குறுகிதான் நிக்க வேண்டியதிருக்கு'' என்றான் இமாத் விரக்தியாய்.

''ஏன் அப்படி நினைக்கிற..?''

''இல்ல உண்மை அதுதான். எங்க தாத்தாதான் உருதுனி (பலஸ்தீனி). ஆனா எங்கிட்ட சிரியா பாஸ்போர்ட்தான் இருக்கு. நாடே மாறிட்டேன். ஆனாலும் அது ஒரு பிச்சை, இங்க கிடைச்ச வேலை ஒரு பிச்சை, என் மேல எல்லாரும் காட்டுற கருணை ஒரு பிச்சை. நான் படிச்சேன் எனக்கு என் தகுதிக்கு ஏத்த மாதிரி வேலை கிடச்சிருக்குங்கிறது மத்தவங்களோட திடீர் கருணையின் முன்னால அடிபட்டுப் போயிருது. அத நான் விரும்பல அதனாலே உங்களை வந்து பாக்காம இருந்தேன். நீங்க டீ குடிக்கப் போலாமான்னு போன் செஞ்சு கேட்டதும் சரின்னு வந்திட்டேன்.''

“அப்போ நீ அங்க இல்லையா..?”

“இல்ல எங்க அம்மாதான் இருந்தாங்க”

“அப்போ நீ படிச்சது..?”

“நான் பலஸ்தீன்லதான் படிச்சேன், ஆனா என்னோட பாஸ்போர்ட் சிரியா பாஸ்போர்ட்.”

“குழப்புது...”

“அம்மா நாசரேத்ல (பலஸ்தீன்) தான் பிறந்தாங்க, எங்க சொந்த நிலம் எல்லாம் அங்க இருக்கு, நான் பிறந்தது படிச்சது எல்லாம் அங்கதான், இப்போ அது எல்லாமே யூதர்கள் ஆக்கிரமிச்சு இஸ்ரேல் ஆன அப்புறம், எங்க நிலம் எல்லாத்தையும் மலிவான விலைக்கு மிரட்டி வாங்கிட்டு பத்தி உட்டாங்க, அம்மா ஆர்தடாக்ஸ் கிறிஸ்டியன், அதனால அந்த இடத்த விட்டுட்டு வந்ததத் தாங்க முடியாம ரெண்டு வருசத்துல இறந்திட்டாங்க..” அவன் நெஞ்சு ஏறியிறங்கியது. பின் நிதானப்பட்டு “நான் இங்க வந்து செட்டில் ஆயிட்டேன்...” என முடித்தான்.

“நீ கிறிஸ்டியனா..?”

“ஆமா ஏன் இவ்வளவு ஆச்சர்யமா கேக்குறீங்க..?”

“கிறிஸ்துவ தேவ குமாரன் பிறந்த இடம், பிடிச்சி வச்சிருக்கிறது யூதர்கள், சண்டை போடுறது முஸ்லீம்கள், கொழப்பமா இருக்கு...”

“பழைய ரோமன் கத்தோலிக் - சிஎஸ்ஐ சண்டையில இருந்து, Jacobites, Sykes-Picot Agreement வரைத் தெரிஞ்சாத்தான் இந்தக் குழப்பம் புரியும், இல்லன்னா அவுங்க அவுங்க இஷ்டம் போல மனசுல தோணுனதைச் சொல்லிக்க வேண்டியது தான்.”

“உண்மையிலே நீ கிறிஸ்டியன்னு எனக்கு இப்போதான் தெரியும்.”

“இதுல என்ன டாக்டர் வித்தியாசம் இருக்கு, என்னோட மொழி அரபி. நான் வாசிக்கிற பைபிள்ல 21 இடத்துல அல்லாஹ் (இறைவன்) தான் இன்னமும் இருக்கு. நான், முஸ்லீம்ஸ், இப்போதைய இஸ்ரேலின்னு சொல்லிக்கிற யூதர்கள் எல்லாருமே பழைய பலஸ்தீனிதான். ஆனா கொஞ்சம் கொஞ்சமா ஹீப்ரு மொழிய முன்னெடுத்து வாராங்க. அரபி மொழியில இருந்து ஹீப்ருக்கு எல்லாத்தையும் வேக வேகமா மாத்துறாங்க. கொஞ்சம் கொஞ்சமா மொழி அடையாளத்தையும் நில அடையாளத்தையும் இழந்திட்டு இருக்கு. இனி பலஸ்தீனின்னு சொல்லுறதை தீவிரவாதி

மாதிரி அவமானம் மாதிரி ஆக்கிருவாங்க. இந்தா எனக்கு இப்போ, அங்க போயிட்டு வந்த உங்களைப் பாக்க கூச்சமா இருக்குல்ல. அது மாதிரி...''

''நீ ஏன் அப்படி எல்லாம் நினைக்கிற. எங்க ஊருல இஸ்ரேலிகள் எல்லாம் டாக்டர் எஞ்சினியர் வக்கில்...னு முழுக்க படிச்ச அறிவாளி சமுகம்ன்னு சொல்லிக்குவாங்க, ஆனா யாருமே அவுங்க படிச்சது பலஸ்தீன்ல தான்னு நினச்சிப் பாக்க மாட்டாங்க. பரப்புதல்ங்கிறது வேற, உண்மைங்கிறது வேற. ஆனா, எனக்கு பலஸ்தீன ரொம்பப் புடிக்கும் அதுக்குக் காரணம் என்னோட சீனியர் டாக்டர் சத்யா தான். அவுங்களுக்கு பலஸ்தீனை ரொம்ப ரொம்பப் புடிக்கும். நானும் சிலநேரம் கேப்பேன், ஏன் இவ்வளவு சப்போர்ட் பலஸ்தீனுக்கு பண்ணுறன்னு... வரலாற்றுல காலங்காலமா மதத்தின் பெயரால் சண்டை நடக்கிற ஒரே நாடு பலஸ்தீன்தான். 50, 60 வருசத்துக்கு ஒரு தடவ அது யூதர்கள் கைக்குப் போயிரும். திரும்பவும் சண்டை. திரும்ப வேற ஆள் கைக்கு மாறிரும், திரும்பவும் யூதர்கள் திரும்ப வேறு ஆட்கள்ன்னு மாறி மாறி சண்டை நடந்திட்டே இருக்கு. அவ்வளவு சண்டைக்கும் இடையில பத்து பதினைஞ்சு வருசத்துக்கு முன்னாடியே அங்க உள்ள மருத்துவமனைகள் எல்லாம் இப்போ அமீரகத்துல வாங்கிற JCI தரச் சான்றிதழ் எல்லாம் அப்போவே வாங்கிட்டாங்க...ன்னு பெரிய பாராட்டுப் பத்திரம் எல்லாம் உங்க நாட்டப்பத்திக் கொடுத்திருக்காங்க. எனக்கு அந்த நிலம் பத்திப் பேசணும்னு ஆசை அதனால கூப்பிட்டேன்.

''நிலம் பத்தின்னா..?...புரியல...''

''இயேசு நாதர், கிறிஸ்மஸ் ட்ரி, மாட்டுத் தொழுவம், பெத்லஹேம், பனிப் பொழிவு அப்படின்னு வாசிச்சு கேட்டு அது எங்கேயோ ஐரோப்பிய நாடுகள் பக்கம் இருக்கிற மாதிரியான உணர்வு. ஆனா, வளைகுடா நாடுகள்ன்னா மணல், பாலைவனம், கடும் வெயில், நீர் இல்லாத நிலை, மரம் செடி கொடிகள் அதிகமாக வளராதுங்கிறதுதான பொதுப் புத்தி. வளைகுடா நாட்டுலதான் பெத்லஹேம் இருக்கு. அப்போ இங்க தான் கிறிஸ்மஸ் ட்ரி வளருது, இங்கதான் பனி பொழியுது இங்கதான் மாட்டுத் தொழுவத்துல இயேசு நாதர் பிறந்தார்னு அறியிறப்போ வர்ற ஆச்சர்யம். நிறைய போட்டோ எடுத்தேன் அந்த மண்ணை, இந்தா...'' என்று தன்னுடைய மொபைலில் சில புகைப்படங்களைக் காட்டினான்.

இமாத் தன்னுடைய மொபைலில் இருந்து பழைய போட்டோ சிலவற்றைக் காட்டினான்.

இது நாங்க விளையாடும் போது எடுத்த படம். நான் படிச்ச உடைஞ்சு போன பள்ளிக்கூடம். அம்மா போட்டிருந்த தோட்டம். ராணுவம் கடைசியாக எங்களை வெளியே போன்னு விரட்டுனப்போ எடுத்த கடைசிப்படம்... நிறைய இருக்கு... என்றான் விரக்தியாக.

"கல்யாணம் ஆயிருச்சா..?"

"ம்ம்... பொண்டாட்டி துபாய்ல வச்சி அறிமுகம். காதல் கல்யாணம். அவளும் உருதுனி (பலஸ்தீனி) தான். ஆனா அவகிட்ட எகிப்து பாஸ்போர்ட் இருக்கு. எங்கிட்ட சிரியா பாஸ்போர்ட் இருக்கு. ரெண்டு பேருமே பலஸ்தீன் போக முடியாது. சிரியா போகனும்னா அவளுக்கு விசா எடுக்கணும். எகிப்து போகணும்னா எனக்கு விசா எடுக்கணும். இங்க ரெண்டு பேரும் அகதி"

"ச்ச்... கஷ்டமாச்சே."

"நீங்க வேற டாக்டர், எங்களுக்கு பையன் பொறந்தான். அவனுக்கு பாஸ்போர்ட் எடுக்க மொதல்ல சிரியா எம்பஸி போனோம். உன் பொண்டாட்டிகிட்ட சிரியா பாஸ்போர்ட் இல்ல அதனால பையனுக்கு சிரியா பாஸ்போர்ட் தரமுடியாதுன்னு சொல்லிட்டாங்க. அடுத்து எகிப்து எம்பஸி போனோம் உன் புருசன்கிட்ட எகிப்து பாஸ்போர்ட் இல்ல அதனால பையனுக்கு எகிப்து பாஸ்போர்ட் தர முடியாதுன்னு சொல்லிட்டாங்க."

"இப்போ பையனுக்கு பாஸ்போர்ட் இருக்கா இல்லையா..?"

"ஒண்ணு தெரியுமா. உலகத்துல யூதன் இருக்கிற வரை லஞ்சம்ங்கிற பழக்கம் இருந்துகிட்டே இருக்கும். ரெண்டாயிரம் வருசத்துக்கு முந்தியே இயேசுநாதரைக் காட்டிக் கொடுக்க லஞ்சம் கொடுத்தவங்க யூதர்கள் தான. யூதன்தான் எங்கள நாட்டை விட்டுத் துரத்துனான். யூதன்தான் இப்போ காசு வாங்கிட்டு பலஸ்தீனி பாஸ்போர்ட் பையனுக்கு ரெடி பண்ணித் தந்தான். அப்பா சிரியா,அம்மா எகிப்து, பையன் பலஸ்தீனி. யார் எங்க போணும்னாலும் மத்தவங்களுக்கு விசா எடுக்கணும். 200,000 திர்ஹம்ஸ் சேர்த்திட்டு மூணு பேரும் கனடா பாஸ்போர்ட்க்கு மாறிடணும்னு யோசனை. அகதிங்கிறதுக்கும் அனாதைங்கிறதுக்கும் பெரிய வித்தியாசம் இல்லை. என்ன செய்ய... பிறந்திட்டோமே," என்று தம் இழுத்த சிகரெட்டை வீசி விட்டு ஏகப்பட்ட விரக்தியுடன் இடதுபக்கம் காறித் துப்பினான்.

"குழந்தைக்கு ஏன் பலஸ்தீன் நாட்டு விசா ஏற்பாடு செஞ்சு கொடுத்தான், அதுவும் யூதன்..?"

“அவன் என்ன சொன்னான் தெரியுமா. எந்தக் காலத்திற்கும் உங்கள் இருவருக்கும் பிறந்த குழந்தைக்கு இரு நாடுகளும் விசா தரப் போவதில்லை. அதற்காக மெணக்கெடுவது செலவு செய்வதை விட சுலபமான வழி, குழந்தைக்கு பலஸ்தீனி விசா எடுப்பது. பாலஸ்தீனி என்பவன் ஒரு அகதி. பலஸ்தீனிகளுக்கு உதவி செய்வதாக பொதுவில் கணக்கு காட்டி நல்ல பெயர் எடுக்க நினைத்து அகதிகளுக்குப் பல நாடுகள் விசா தர முன்வரும்...னு என் நாட்டப் பிடிச்சவன் எங்கிட்டேயே சொல்லுறான். நீ ஒரு அகதின்னு இப்போ முளைச்சவன் சொல்றான். எனக்குக் கோவமே வரல ஏன்னா... உதவி அவன்தான செய்றான்..?”

“எரிச்சலா இருக்கு சிலநேரம். இதுனாலா யாருக்கு என்ன லாபம்?”

“இஸ்ரேலின் தலைநகர் ஜெரூசலம் என அமெரிக்க அதிபர் டிரம்ப் அங்கீரித்ததை, நிராகரித்த ஐநாவின் பாதுகாப்புக் குழு கொண்டு வந்த வரைவுத் தீர்மானத்தை, அமெரிக்கா நிராகரித்தது...னு நியூஸ் வருது. அமெரிக்கா ஏன் அங்கீகரிக்கணும், அமெரிக்காவுக்கும் இதுக்கும் என்ன சம்பந்தம்னு புரிஞ்சா யாருக்கு லாபம்னு புரிஞ்சிரும், இது எல்லாம் MSF மெம்பர் உங்களுக்குத் தெரியாமயா இருக்கும். நீங்க எரிச்சல்னு சொல்லுறது எனக்குக் கோவத்தை உண்டாக்கும், அதனால இதைப் பத்திப் பேசாம இருக்கிறதுதான் நம்ம ரெண்டு பேருக்கும் நல்லது...”

“ஏதாவது ஹர்ட் பண்ணி இருந்தா மன்னிச்சிரு.”

“அட என்ன டாக்டர் நீங்க, இதுக்குப் போய் மன்னிப்பு எல்லாம் கேட்டுக்கிட்டு, உங்க ஸ்டாஃப் அய்டா தான் “சோ கைண்ட்”னு நினச்சா நீங்க அதுக்கு மேல இருக்கீங்க, நீங்க பத்து நாள் ஊருக்குப் போனதும் உங்க அஸிஸ்டன்ட் அய்டாவுக்கு பத்து நாள் ஆப்ரேசன் தியேட்டர்லதான் டூட்டி போட்டாங்க. எங்க கூடத்தான் பத்து நாள் இருந்தாங்க. செம போல்ட் அண்ட் பிர்லியன்ட். விட்டா டாக்டரே இல்லாம தனியா ஒத்தையில டெலிவரி பாத்திருவாங்க போல இருக்கு. அவ்வளவு கான்ஃபிடன்ட்டா வொர்க் பண்ணுறாங்க. அவுங்களுக்கே ஹாஸ்பிட்டல் ஆப்ரேசன் தியேட்டர் புதுசு. எனக்கு எதுவும் தெரியாதுன்னு சொல்லிட்டு தாராளமா விலகி நின்னிருக்கலாம். அப்படி எல்லாம் செய்யாம எல்லா வேலையும் செஞ்சாங்க. அதுல சின்ன தப்பு ஏதாவது நடந்திட்டா ஆயிரம் தடவை சாரி கேப்பாங்க...”

இமாத் பாராட்டிய மறுநாளே அய்டாவை பெரும் ஆபத்து சூழ்ந்து கொண்டது.

டெல்மா மருத்துவமனையில் இருந்து இரண்டு கிலோமீட்டர் தள்ளி தெருவின் முனையில் இருந்த குப்பைத் தொட்டியில் இறந்த நிலையில் ஒரு பச்சிளம் குழந்தையும் அதனுடன் சேர்த்து வெளி வந்த பிரசவ நஞ்சும் ஒரு பிளாஸ்டிக் கவரில் சுற்றப்பட்டு யாரோ வீசி இருக்க, காக்கைகள் குப்பைத் தொட்டியைச் சுற்றிச் சுற்றி வந்ததும், துர் வாடை அறிந்து தகவல் கொடுத்ததும் போலிஸ் விரைந்து சென்று இறந்த குழந்தையைக் கைப்பற்றியது.

சரியான முறையில் தொப்புள் கொடியை வெட்டி, நன்றாகத் துடைத்து சரியான முறையில் சுற்றி வைக்கப்பட்ட முறையை வைத்து, மருத்துவமனையில் வேலை செய்யும் யாரோ கைத்தேர்ந்த ஆள்தான் இதைச் செய்திருக்கக் கூடும் என்று முடிவுக்கு வந்தவர்களாக இறந்த பச்சிளம் குழந்தையை எடுத்துக் கொண்டு போலிஸ் முதலில் சென்ற இடம் மருத்துவமனைக்குத்தான்.

கேஸ் முடியும் வரை இறந்த குழந்தையை சரியான முறையில் பாதுகாக்க வேண்டும் என்பதாலும் அவர்கள் மருத்துவமனை வந்திருந்தனர்.

தீவு என்பது ஓலைக் குடிசை வீடு போன்றது. சட்டென பத்தி எரியும் எந்தச் செய்தியும். ஊரின் பாதி பேர் காலையிலேயே மருத்துவமனையில் அங்கும் இங்குமாக கூடி நின்று பேசிக் கொண்டிருந்தனர்.

"யாருக்குப் பிறந்த குழந்தை, ஏன் குப்பைத் தொட்டியில் வீசி எறியப்பட்டது, பிரசவத்திற்கு உதவி செய்தது யார்" போன்ற கேள்விகளில், பிரசவத்திற்கு உதவி செய்தது மருத்துவமனையின் ஏதோ ஒரு ஆள் என்று முடிவுக்கு வந்தவர்களாக விசாரணை மருத்துவமனையில் இருந்து ஆரம்பம் ஆனது.

சந்தேகப்படும் நபர்களின் பட்டியலில் முதலில் இருந்தது அய்டாவின் பெயர்.

மருத்துவமனையில் டெலிவரி வார்ட் என்று எதுவுமில்லை. நார்மல் டெலிவரியும் ஆப்ரேசன் தியேட்டரில் வைத்துதான் நடைபெறும். அங்கு தொடர்ச்சியாக இத்தனை வருடங்களாக வேலையில் இருந்து வரும் மூன்று பிலிப்பினோ பெண்களும் இது போன்ற காரியத்தில் ஈடுபடப் போவதில்லை. அதிசயமாக முதன் முறையாக டெல்மாவில் இப்படி ஒரு நிகழ்வு நடந்திருக்க கடந்த பத்து நாளாக ஆப்ரேசன் தியேட்டரில் வேலை செய்த அய்டாவின் மீது அனைவரின் கண்களும் திரும்பி இருந்தன.

"டாக்டரே இல்லாமல் தனியாக டெலிவரி பார்க்கும் அளவிற்கு போல்ட்டா, கான்ஃபிடன்ட்டா வொர்க் பண்ணுறாங்க..." எனும் பாராட்டுச் சொல் அய்டாவின் தலைக்கு மேல் கத்தியாக வளர்ந்து நின்றிருந்தது.

சந்தேகத்தின் பேரில் விசாரிக்கப்படும் அய்டா அரசு ஊழியர் என்பதால் எதையும் பதிவு செய்யாமல் "ஆஃப் த ரெகார்டாக" போலிஸ் வேலையை ஆரம்பித்தது. அய்டாவின் கைரேகைகள் பதியப்பட்ட தரவுகள் தடயவியல் குற்றவியல் பிரிவுக்கு அனுப்பி ஒரே நாளில் குழந்தை மீது பிளாஸ்டிக் கவர் மீது இருக்கும் கைரேகைக்கும் இதற்கும் எந்த விதமான சம்பந்தமும் இல்லை என முடிவு செய்யப்பட்டது. அய்டா விசாரணையில் பின்னுக்குத் தள்ளப்பட்டாள். ஆனாலும் இன்னமும் முழுமையாக விடுவிக்கப் படவில்லை இரவு வீடு செல்லலாம். எப்போதும் போல சாதாரணமாக இயங்கலாம். தேவைப்படும் எனில் போலிஸ் மீண்டும் அழைத்து விசாரணை செய்யும் என்ற தகவலுடன் அனுப்பப்பட்டாள்.

கல்யாண மண்டபத்தில், அழகான குழந்தை என்று ஆளாளுக்குக் கொஞ்சி பலரின் கை மாறி எங்கே எல்லாமோ மண்டபத்தில் பலரின் மடியில் சுற்றி வந்த குழந்தை, தன் தாயைக் கண்டதும் இதுவரை அடக்கி வைத்திருந்த பயத்தை எல்லாம் அழுகையாய்க் கொட்டித் தீர்ப்பது போல, விசாரணை அறையில் இருந்து வெளியே அனுப்பப்பட்ட அய்டா, தாரிக்கைக் கண்டதும் பீறிட்டு அழ சுற்றி நின்றிருந்த சில மலையாளி செவிலியர்கள் அய்டாவை சமாதானப் படுத்தி தாரிக்கின் கிளினிக்கிற்குக் கைத்தாங்களாக அழைத்துச் சென்றனர். தாரிக்கும் அவர்கள் பின்னாடியே சென்றான்.

யாரும் எதுவும் இப்போதைக்குக் கேட்க வேண்டாம் என்ற முடிவுடன் ஒரு கிளாசில் டீயை அய்டா முன் வைத்து விட்டு செவிலியர்கள் அனைவரும் வெளியேறினார்கள். கதவைத் திறந்து உள்ளே நுழைந்த தாரிக் மீது பெருத்த அழுகையுடன் சாய்ந்தாள் அய்டா.

சுற்றும் முற்றும் பார்த்து விட்டு கிளினிக் கண்ணாடிகள் திரைச் சீலைகளால் அடைத்திருப்பதை உறுதி செய்து, அதிர்ச்சியுடன் தாரிக்கும் காதல் தந்த பச்சிளம் அணைப்புடன் அவளைத் தன்மீது சாய்த்துக் கொண்டான். எண்ணெய் அதிகம் சேர்க்கப்பட்ட கோதுமையில் உண்டான செடி போல மிருதுவாக இருந்தாள் அய்டா

அவளும் எதுவும் கூறவில்லை அவனும் எதுவும் கேட்கவில்லை. அழுகையாய் தாரிக் மீது கரைந்து கொண்டிருந்தாள் அய்டா. அவனும் அவளின் அழுகையை அள்ளி பூசிக் கொண்டான்.

பானுவுக்குப் பின் தன் மீது படர்ந்த்திருக்கும் பெண் ஸ்பரிசம் அவனுள் "ஆர்கானிக் அன்பை" விதைத்துக் கொண்டிருந்தது.

இரண்டாம் நாள் போலிஸ் தரப்பில் இருந்து மோப்ப நாயைக் கொண்டு வந்து குழந்தை இறந்து கிடந்த குப்பைத் தொட்டியின் அருகில் நிறுத்தினார்கள். அது மோப்பம் பிடித்து அங்கிருந்து மருத்துவமனை கிளினிங் கம்பேனி ஊழியர்கள் குடியிருப்பை நோக்கிச் செல்ல செல்வராஜுக்கு வயிற்றைக் கலக்கத் துவங்கியது.

அங்கிருந்து மீண்டும் மோப்ப நாய் மருத்துவமனை நோக்கி ஓடி வந்து மருத்துவமனையில் ஆப்ரேசன் தியேட்டரில் கிளினிங் வேலை செய்யும் ஸ்ரீலங்காவைச் சார்ந்த சிங்களப் பெண்மணிகள் இருவரில் வயது மூத்த ஒருத்தியின் அருகில் வந்து நின்றது.

அவள் அழுதபடியே அட்மின் அரபிப் பெண்ணை நோக்கி ஓடி வர, அட்மின் அரபிப் பெண் கண் அசைத்ததும் போலிஸ் அவளைச் சுற்றி வளைத்தது. கூடவே அவளின் சூப்பர்வைசரான செல்வராஜையும் அழைத்துச் சென்றது.

டெல்மாவில் அரபி வீட்டில் கத்தாமா (வேலைக்காரி) வேலை செய்யும் ஸ்ரீலங்காவைச் சேர்ந்த சிங்களப் பெண் அங்குள்ள ஆணின் ஆசைக்கு இணங்கி தொடர்ச்சியான உடலுறவில் கருவுற்றிருக்கிறாள்.

கருவைக் கலைப்பது அமீரகத்தில் தண்டனைக்குரிய குற்றம் என்பதால் யாரும் வெளியே செய்ய இயலாது. எனவே கடைசிவரை காத்திருந்து மருத்துவமனையில் ஆப்ரேசன் தியேட்டரில் கிளினிங் வேலை செய்யும் தன்னை உதவிக்கு அழைத்ததாகவும், அதற்காக 4 லட்சம் சிங்களப் பணம் கிடைத்ததையும் தன் மகளின் கல்யாணத்திற்க்காகவே இதைச் செய்தேன் என கிளீனர் பெண்மணி வாக்குமூலம் தர, சம்பந்தப்பட்ட அரபி உட்பட அனைவரும் குழந்தை கண்டெடுக்கப்பட்ட இரண்டாம் நாள் ஹெலிகாப்டரில் அபுதாபி கோர்டுக்கு அழைத்துச் செல்லப்பட்டனர்.

செல்வராஜுக்கும் அவனது நிர்வாகத்திற்கும் போலிஸ் எச்சரிக்கை மனு அளித்தோடு அபராதத் தொகையும் விதித்தது.

மூன்றாம் நாள், அபுதாபி அரசு மருத்துவமனைக்கு அனுப்புவதற்காக இறந்த குழந்தையை ஒரு கண்ணாடிப் பெட்டியில் வைத்து டெல்மா மருத்துவமனை ஆட்கள் ஹெலிகாப்டருக்காகக் காத்திருந்தனர்.

பிறந்து சில நிமிடங்கள் இந்த உலகின் காற்றை சுவாசித்த குழந்தை, தாய் வயிற்றில் இன்னமும் பாதுகாப்பாக இருக்கிறோம் என்ற நினைவில் சுருண்டு படுத்திருந்தது.

எத்தனை தடுத்தும் சம்மதிக்காமல் சமீரா குழந்தையைக் காண வருவேன் என அடம்பிடித்து முவாசீனுடன் மருத்துவமனை வந்திருந்தாள்.

கண்ணாடிப் பெட்டியில் வெள்ளை கபன் துணியில் சுருட்டி வைக்கப்பட்டிருக்கும் குழந்தையையே தள்ளி நின்று பார்த்துக் கொண்டிருந்தாள் சமீரா. அவளின் எண்ணங்கள் ஒலிம்பிக் தடகள ஓட்டப்பந்தய வீரர்களைக் காட்டிலும் வேகமாக ஓடிக் கொண்டிருந்தது.

40 நிமிடம் கழித்து ஹெலிகாப்ட்டர் தரையிறங்க அதில், பூமிக்கு வந்து பெயர் சூட்டப்படாமலே மரித்துப் போன அந்தப் பச்சிளம் குழந்தை ஏற்றப்பட்டது. அதனுடன் நர்ஸிங் ஹெட்டும், மெடிக்கல் ஆபிசர் ஒருவரும் சேர்த்து அனுப்பப் பட்டனர்.

தரையில் இருந்து கொஞ்சம் கொஞ்சமாக மேலே உயர்ந்த ஹெலிகாப்ட்டரில் இருந்த பச்சிளம் குழந்தையை நோக்கி, இதுவரை வெற்றிடமாகவே இருக்கும் சமீராவின் வயிறு மரண ஓலமிட்டு கேவி அழுதது.

“குப்பைத் தொட்டியைச் சென்றடையும் உங்களுக்கு என் வயிறு கிடந்து தவிப்பதுகூடத் தெரியவில்லையா, குப்பைத் தொட்டியை விட கேவலமாகி விட்டேனா நான். வீசி எறிபவர்களுடன் கூட்டு சேரும் நீங்கள் எல்லாம், வளர்க்க நினைக்கும் என்னைத் தவிர்ப்பது ஏன்...” என்று சமீராவின் கருவறை கேள்வியாய் அழுதது.

இன்னும் சற்று வானில் மேலே ஏறிய ஹெலிகாப்ட்டர் உள்ளே இருந்த குழந்தை “மலடியா நீ..?” என்று சமீராவைக் கேட்க

தான் ஒட்டி நின்றிருந்த காரை எட்டி மிதித்தாள் சமீரா. இயலாமையின் ஆத்திரம் அளவு கடந்தது. அதை அளக்க இயலாது.

உலகத்தின் அத்தனை மனிதர்களுடன் இணைந்து இறந்து போன இந்தப் பச்சிளம் குழந்தையும் சமீராவின் மீது “இன்னும் குழந்த பொறக்கலயா...” எனும் கல் எடுத்து வீச முதன் முதலாக படு கேவலமாக முவாசீனை நோக்கினாள் சமீரா.

வான் என்றால் ஆண், பூமி என்றால் பெண். வானில் மேகங்கள் இன்றி மழை பெய்யாது பொய்க்க, பூமிக்கு மட்டும் ஏன் “பாலை”

எனும் மலடிப் பட்டம். நான் ஏன் அந்தப் பட்டத்தைத் தேவையின்றிச் சுமக்க வேண்டும்...

கோபக் கனல் தெறிக்க முவாசீனை முறைத்துப் பார்த்துக் கொண்டிருந்தாள் சமீரா. ஏதாவது செய்.. என்று அரற்றியது அவள் மனம்.

★

18

“சிறையில் இருந்து சிறப்பு அனுமதி பெற்று இன்று நம் அரங்கிற்கு வந்திருக்கிறார். அவர் செய்யாத பல கொலைக்குற்றங்கள் அவர் தலைமீது சுமத்தப்பட்டு தூக்குதண்டனை விதிக்கப்பட்டிருக்கிறது. மிஸ்டர் விருமாண்டி ஒரு தூக்குத் தண்டனைக் கைதிங்கிற முறையில உங்களுடைய கருத்து என்ன..?”

“டாக்டர் ஏஞ்சலை அம்மா மாதிரி இருக்கிறவங்க பெரிய மனசு பண்ணி சனாதிபதி வரைக்கும் போய் எனக்காக மன்னிப்பு கேட்டிட்டு இருக்காங்க. அப்படி மன்னிச்சு என்னை விட்டுட்டாங்கன்னா உயிர் வாழுற ஆசையில நன்றியோட வாழ்நாள் பூராம் நல்லவனா இருக்க முயற்சி பண்ணுவேங்கையா. ஆனா நான் சந்தோசமா இருப்பேனான்னு கேட்டா..? இல்லைங்கையா. அன்னலட்சுமி இல்லாத இந்த ஆயுச கடத்த வேண்டியது வரும் அம்புட்டுதான். சரி, இவன் வேணாம் வரத்த பய லாயக்கில்லைன்னு தூக்குல போடுங்கடான்னு சொல்லிட்டா அதுவும் சரிதானுங்கையா. அன்னலட்சுமி போன இடத்துக்கே அன்னலட்சுமி போன மாதிரி நாமளும் போறோம்னு சந்தோசத்துல போய்ச் சேந்துற வேண்டியது தான்..”

“விருமாண்டி” படத்தின் வசனத்தைக் கேட்டபடி அபுதாபியில் எலக்ட்ரா ஸ்ட்ரீட் அருகில் கூட்டத்தோடு கூட்டமாக சிக்னலில் நின்றிருந்த ராஜாவுக்கு லேசாகத் தலை சுற்றுவது போலிருந்தது.

கிரீன் சிக்னல் விழுந்ததும் வயதானவன் போல நிதானமான நடையுடன் கூட்டத்தின் இடையே யோசித்தபடியே நடந்து எதிர்ப்புறத்தை அடைந்தான்.

சிந்தனை சிந்தனை சிந்தனை... என மனம் எப்பொழுதும் எதையாவது தூக்கிப்பிடித்து எதிலாவது உழன்று கொண்டிருப்பது எரிச்சலைத் தந்தது.

கம்பேனி தரும் வருட விடுமுறையான ஒருமாத விடுமுறையில் நாகர்கோவில் சென்று வந்த ராஜா, விடுமுறை முடிந்து திரும்பி வந்தநாள் முதலே வயிறு உப்பி மேல்மூச்சு வாங்க நடக்க ஆரம்பித்தான். நாகர்கோவிலில் இருக்கும் போது மனைவி மிக அன்புடனும் பிரியத்துடனும் "வெள்ளைப்பூண்டு அல்வா" செய்து தந்தாள்.

அவள் விரும்பி ஸ்பூனில் ஊட்டிவிடும் போதே ராஜாவுக்குப் புரிந்து விட்டது. சரி எதையோ ஊட்டுகிறாள் என்று.

அவன் அதை வாங்கிச் சாப்பிடும் போது பாலா இயக்கிய "நந்தா" படத்தில் தன் தாய் விஷத்தைச் சோற்றில் கலக்கி ஊட்ட தாயைப் பார்த்தபடி தின்ற சூர்யாதான் நினைவில் வந்தது.

என்ன செய்ய, விதி என்று அவள் தந்ததைத் தின்றான். அவளிடம் சுட்டிக் காட்டவோ, எதிர்வாதம் செய்யவோ, வேண்டாம் என மறுக்கவோ இல்லை. எது செய்தாலும் அவளின் எதிர்வினை "நீங்க எப்படி என்னை சந்தேகப்படலாம்..? நான் அப்படிப்பட்டவள் இல்லை" என தங்கு தங்கென குதிப்பாள்.

அதை ஊட்டுவதை நிறுத்திவிட்டு வேறு ஒரு ரூபத்தில் எப்படியாவது எதையாவது அதைவிட மேலான ஒன்றை உடலில் ஏற்றிவிட முடிவு செய்வாள். அதை நிகழ்த்திக் காட்ட, அதை மட்டுமல்ல எதையும் நிகழ்த்திக்காட்ட அவளின் தந்தை போதுமானவராக இருப்பதால் வரும் தைரியமும் நம்பிக்கையும்.

யார் இப்போது வீட்டில் பிள்ளைத்தாச்சியாக இருக்கிறார்கள் என்று "வெள்ளைப் பூண்டு அல்வா" மெனக்கெட்டு கிண்ட வேண்டும் என்ற சந்தேகம் வேறு வந்து தொலைக்கிறது. இல்லை என்றால் எந்தவிதமான மன உளைச்சலும் இன்றி "தேமே" எனத் திரியலாம். அதற்கும் வழியில்லை.

அவளை எதிர்த்து ஒன்றும் பலனில்லை. கட்டிய மனைவியைப் பற்றி மனதில் ஏற்படும் சந்தேகங்கள் எல்லாம் நரக வாழ்விற்குச் சமம். மனதில் உண்டாகும் சந்தேகங்களை அவளிடம் கேட்கவும் இயலாமல், அதை மறக்கவும் முடியாமல் தினமும் எண்ணங்களால் அவஸ்தையில் உழன்று கொண்டே திரிவது பிண வாடையை அள்ளிப் பூசுவது போன்றது.

ஒவ்வொரு முறை ஊர் சென்று திரும்பும் போதெல்லாம் ஏதோ தண்டனை அடைந்து வருவது போலத்தான் இருந்தது. ஆண்டவா, என்னை சரியாக்கு, என்று வேண்டியவன், இப்போதெல்லாம்

ஆண்டவா, இவளுக்கு நல்ல புத்தியைக் கொடு என்று வேண்டுபவனாக மாறிவிட்டான்.

ராஜாவைப் பொறுத்தவரை, ஊர் சென்றால் அவனுடைய மகன் தான் விடுமுறைக் காலங்களின் சந்தோச அடையாளம். ஏர் போர்ட்டில் இருந்து அவனைத் தூக்கிச் சுமக்க ஆரம்பிப்பவன் ஊர் திரும்பும் முந்தைய நாள் அவனது கால்களை அமுக்கி விடுவது வரை மகன்தான் விடுமுறையின் நிழல். அவனைப் பார்க்க, பேச, கொஞ்ச, அவனை அழைத்துக் கொண்டு வண்டியில் ஊர் சுற்ற, அவன் பள்ளி செல்ல, அவன் நண்பர்களைக் காண என மனதை திசைதிருப்பி மகனோடுதான் விடுமுறையை கழித்திருந்தான் ராஜா.

ஊர்சென்ற ஒரு மாதத்தில் ஒரேயொரு முறை மட்டும் கீழக்கரை சென்று அப்பாஸ் மாமாவையும், பழைய நண்பர்களைக் கண்டு வந்தான். யாரிடமும் மனது ஒட்டவில்லை.

விடுமுறை கழிந்து அபுதாபி வந்து கம்பேனியின் தலைமை அலுவலகம் சென்று பாஸ்போர்ட் ஒப்படைக்கச் சென்றபோது "அபுதாபியில் கொஞ்சம் வேலை இருக்கு அதனால் பத்து நாள் கழித்து டெல்மா சென்றால் போதும்" என மேனேஜர் கூறியதும் கடந்த மூன்று நாட்களாக அபுதாபி கெஸ்ட் ஹவுஸில் தங்கியுள்ளான்.

ஊரில் இருந்து வந்ததில் இருந்தே வயிறு உப்பி ஏதோ வயிற்றுக்குள் சுற்றுவது, அசைவது போன்ற உணர்வு கூடவே மூச்சுத் திணறல். அதனால் நடக்கவே சிரமமாக இருந்தது.

இதுநாள் வரை போட்ட சட்டை இப்போது போட இயலவில்லை. உடன் வேலைசெய்யும் நண்பர்கள் "இப்படி ஊதி வந்திருக்க. வெடிச்சிறாத..." என்ற கேலி வேறு எரிச்சலைத் தந்தது.

எதையும் சிந்திக்கக் கூடாது என்று ஒவ்வொரு நிமிடமும் சிந்தித்தபடி நடந்தான். இதுநாள் வரை மனதால் தளர்ந்திருந்த ராஜா இப்போது உடலாலும் தளர்ந்திருந்தான். இதற்கு முன்பெல்லாம் எது நடந்தாலும் வேலை செய்ய உடல் மறுத்ததில்லை. முதன் முறையாக உடல் பிடிவாதம் பிடித்தது. அவனின் செயல்களின் வேகம் குறைந்து போனது போன்ற உணர்வு. மனைவிமீது ஆத்திரம் வந்தது. மனதார அவளை நாலு மிதி, மிதிக்க வேண்டும் போலத் தோன்றியது. எதுவுமே செய்ய இயலாத தன் இயலாமை, அவன் மீதான ஆத்திரமாகத் திரும்பியது.

இதுவே மற்றவர்களாக இருந்தால் இந்நேரம் அபுதாபியில் ஏதேனும் ஒரு நல்ல பாரில் மலையாளிப் பெண் சந்தன நாடன்

சேலையில் சுற்றி வலம் வந்து ஊற்றிக் கொடுக்க, குடித்து போதையில் வீடு சேர்ந்திருப்பார்கள். ராஜாவுக்கு அதிலும் நாட்டமில்லை.

டெல்மாவில் இருக்கும்போது தான் வேலைவிட்டு வந்து அறையில் இன்டர்நெட்டே கதி என கிடக்கிறோம், அபுதாபியிலாவது மாலைநேரம் கொஞ்சம் ஊர் சுற்றுவோம் என மக்கள் வெள்ளம் நிரம்பும் எலக்ட்ரா ஸ்ட்ரீட்டை மெதுவாகக் கடந்து கொண்டிருந்தான்.

அவனுடன் பலரும் அந்த சிக்னலைக் கடந்து எதிர்புறம் வந்திருந்தனர்.

அவன் அருகில் பெர்முடாஸ் அணிந்து நடந்து வந்து கொண்டிருந்த இதுவரை அறிந்திராத பாகிஸ்தானி ஒருவன் “வயிறு உப்பிக் இருக்கு..இல்ல, ரொம்ப கஷ்டம்...” என்று மெதுவான குரலில் ராஜாவிடம் கேட்டதும், யாரிடமும் சொல்ல இயலாத தனது மனக்கவலையை பற்றி ஒருவன் விசாரித்ததும் ஆச்சர்யத்துடன் ஆசுவாசமாக “ஆமா” என்றான்.

மனதிற்குள், எவனோ முகம் தெரியாத ஒருத்தன் கவலைப்படுறான். என்னோட உடல்ல உண்டான மாற்றத்தைக் கூடவா பொண்டாட்டியால உணர முடியல. அவ எப்படி உணர்வா, செஞ்சதே அவதான, என்று மீண்டும் எண்ண ராட்டினம் சுற்ற ஆரம்பித்தது.

அருகில் நடந்து வந்து கொண்டிருந்த பாகிஸ்தானி “வெண்பூசணி, சாப்பிடு சரியாயிரும்” என்றான்.

புன்முறுவல் பூத்து “சரி” என்றான்.

ஆஹா, ஏதோ கடவுளாய் பார்த்து யாரையோ அனுப்பி சரியாவதற்கு வழி சொல்கிறார் போல எனத் தோன்றியது அவனுக்கு.

இப்போது அந்தப் பாகிஸ்தானி “எனக்கும் இப்படித்தான் இருந்துச்சு மண் பானை மாதிரி. இப்போ சரியாயிருச்சு. கை மருந்து கடையில இந்துப்பூ இன்னும் ரெண்டு மூணு ஐட்டம் இருக்கு அது எல்லாம் சேர்த்துச் சாப்பிட்டேன். மூணே மாசம் அப்படியே வயிறு வத்திருச்சு. என் வயிறப் பாத்தியா...” கூட்டத்தோடு கூட்டமாய் நடந்து வந்து கொண்டிருந்த இருவரும் இப்போது ஓரம் கட்டினர்

“பாய்ஜான் (பாகிஸ்தானியை பொதுவாக இப்படி அழைப்பது தான் வழக்கம்) அது என்ன மருந்து, கொஞ்சம் சொல்ல முடியுமா..?” என்று ராஜா கேட்டான். “இங்க பக்கத்துல ஏதாவது கை மருந்துகடை

இருக்கும் அங்க போய் நான் சொல்லுறதக் கேளு. அதை வாங்கிச் சாப்பிடு, சரியாயிரும்."

"என்னவெல்லாம் வாங்கணும்..?"

அந்தப் பாகிஸ்தானியுடன் வந்த இன்னொரு பாகிஸ்தானி "படம் போட்டிருவான் நேரமாச்சு. வா" என அவசரப் படுத்தினான்.

"இரு, சின்ன ஹெல்ப் செஞ்சிட்டுப் போயிருவோம். வயிறு உப்பி தள்ளிகிட்டு நடக்க நான் பட்ட அவஸ்தை எனக்குத் தான் தெரியும்..."

இப்போது அவன் ஹிந்தியில் பொருட்களின் பெயரைக் கூறத் துவங்கினான்.

Dabar Aamla, Honey, Nagara, Akseer, Marfari ...

பாகிஸ்தானி கூறியதில் டாபர் ஆம்லா, தேன் மட்டுமே ராஜாவுக்கு புரிந்தது.

ரோட்டில் நின்றபடியே ராஜாவின் மொபைலில் இன்டர்நெட் இணைப்பை உண்டாக்கி ஒவ்வொரு பொருளையும் தேட அக்சீர் பற்றிய தகவலை மட்டுமே கிட்டியது.

"ஆங்கிலத்தில் இதற்கு என்ன பெயர்..?"

"ஒரு காரியம் செய். நாங்க சினிமா தியேட்டர் போற வழியில ஒரு பாகிஸ்தானி கடை இருக்கு. அங்க போய் அவன்கிட்ட சொல்லிட்டுப் போறேன். நீ வாங்கிக்க. உனக்காக இவ்வளவு உதவி செய்றேன் என் பேர்ல நீ துவா செய்யணும் அல்லாஹ் கிட்ட."

"சரி." அவர்களுடன் சேர்ந்து சென்றான். போகும் வழியில் ஒரு பக்காலாவில் (கடை) ஏறி டாபர் ஆம்லாவும் ஒரு தேன் பாட்டிலும் வாங்கிக் கொண்டு கைமருந்துக் கடையை அடைந்தனர் மூவரும்.

கடையில் வைத்து டாபர் ஆம்லா பாட்டிலைத் திறந்து அதில் மொத்தத் தேனையும் ஊற்றினான். "இதில் மூன்று மாதத்திற்குச் சாப்பிடும் அளவு மருந்து கொடு இவருக்கு..."என்று கூறிவிட்டு இருவரும் சினிமாவிற்குக் கிளம்பிப் போனார்கள்.

கடைக்காரர் nagara, akseer, marfari என்று ஒவ்வொன்றாகத் தேடி எடுக்கத் துவங்கினார்.

கடையை ஒருமுறை ராஜா நோட்டமிட்டான். சற்று தள்ளி வேறு இருவர் பாகிஸ்தான் பஞ்சாபிகள் பேசும் பெஸ்தோ மொழியில் பேசியபடி எதையோ வாங்கிக் கொண்டிருந்தனர்.

கடையைச் சுற்றிலும் கைமருந்துகளாக இருந்தன. நிறைய ஹிந்தி மொழியில் எழுதப்பட்ட நோட்டிஸ். அவை எல்லாம் ஊரின் "மூலம் பௌத்திரம்" மஞ்ச நோட்டிஸ் நிறத்தில் இருந்தது. ஆங்கிலத்தில் எழுதப்பட்ட நோட்டிஸ் மட்டும் நிறைய இருந்தன அங்கிருந்த டேபிளில். அனைத்தும் உடலுறவு சம்பந்தமான நோய்க்கு, மற்றும் துரித ஸ்கலிதம் போக்க மருந்து கிடைக்கும் எனும் தலைப்புகளுடன்.

முதலில் "நகராவை" எடுத்து வந்தார். அது இந்துப்பூ பொடி போல இருந்தது. அவற்றில் கொஞ்சம் எடுத்து மூணு மாதத்திற்கு ஒருநாளைக்கு ஒருமுறை எனச் சாப்பிட 60 பங்கு வைத்தார். அதை அப்படியே டாபர்ஆம்லா தேன் கலந்த பாட்டிலில் கொட்டி கரண்டியால் கலக்கினார்

அடுத்ததாக எதையோ எடுத்து வந்தார். "இது விலை ஜாஸ்தி. ஒரு மாசத்திற்குச் சேர்க்கவா? இல்லை மூணு மாதத்திற்கு குடுத்திறலாமா?"

"மத்தது எல்லாம் மூனு மாசத்துக்கான மருந்து. அதுல ஒரு மாசத்துக்கான இந்த மருந்தைக் கலந்தா பிரயோஜனமா இருக்குமா?"

"கொஞ்சமா வேலை செய்யும், வயிறு குறைய லேட் ஆகும் அவ்வளவுதான்."

"சரி, மூணு மாசத்துக்கே போடுங்க."

"விலை ஜாஸ்தி. மருந்த இதுல கலந்தா அப்புறம் தனியா எடுக்க முடியாது பாத்துக்க..."

"மொத்தமா எவ்வளவு ஆகும்?"

"500 திர்ஹம்." தனது பையில் 500 திர்ஹம் வைத்திருந்த ராஜா, சரி போனால் போகிறது என்று "சரி மூணு மாசத்துக்கே போடுங்க" என்று கூற, அதையும் ஒரு பேப்பரில் கொட்டி தனித்தனியாக 60 கூறுகள் வைத்து டாபர் ஆம்லாவுடன் சேர்த்துக் கலக்கினார்

மூன்றாவது பொருளையும் எடுத்து வந்த கடைக்காரர் "இதுவும் விலை ஜாஸ்தியான பொருள். பாகிஸ்தானில் இருந்து கொண்டு வந்தது. சாப்பிட்டா நிறைய காத்து பிரியும். நல்லா மோசன் போகும் அதனால ஒரு நாளைக்கு ஒரு தடவைதான் இந்த மருந்தைச் சாப்பிடணும்..." என்று கூறி அதையும் 60 கூறு வைத்து டாபர் ஆம்லாவுடன் சேர்த்துக் கலக்கி டப்பாவைக் கையில் கொடுத்தார்.

கையில் வாங்கிய ராஜா பையில் இருந்து 500 ருபாய் எடுத்து கொடுத்தான்.

"மீதி?"

"நீங்க தான 500 ஆகும்னு சொன்னீங்க?"

"நான் சொன்னது ஒரு மாசத்துக்கான மருந்து 500 ஆகும்ன்னேன். மூணு மாசத்துக்குச் சேத்திருக்கேன். அது ஒரு 1500, கடைசியாச் சேர்த்தது ஒரு 1500, மொத்தம் 3800. நீ தந்த 500 போக மீதி 3300 எடு" என்றார். ராஜாவுக்கு இப்போது உண்மையிலே தலை சுற்றியது

"என்கிட்ட அவ்வளவு பணம் இல்ல…"

"அதனாலதான் நான் மருந்தக் கலக்குறதுக்கு முன்னாடியே கேட்டேன். இப்போ இல்லங்கிற…?" என்று கோவப்பட்டார்.

எதிரே நின்றிருந்த இருவர் "என்னாச்சு" என்று விசாரித்தார். அவர்களிடம் முதலில் இருந்து கடைக்காரர் விவரம் சொன்னார். யாரோ இருவர் இவனை அழைத்து வந்து வயிறு குறைய மருந்து தரச்சொன்னார்கள். நானும் கேட்டுவிட்டுத் தான் கலக்கினேன். நான் 60 பாகமாகக் கூறு வைத்ததை நீங்கள் கூடப் பார்த்துக்கொண்டு தான் இருந்தீர்கள். இப்போது பணம் இல்லை என்றால் இதை நான் யாரிடம் போய் விற்பது. கொஞ்சமாவது அறிவு வேண்டாமா. பார்க்க படித்தவன் போல இருக்க… என்று திட்ட ஆரம்பித்தான்.

"நான்தான் மொத்தம் எவ்வளவுன்னு கேட்டேனே..?" என்றான் ராஜா.

"நீ பேசுறது ஹிந்தியா..? ஒன்னுமே புரியல" என்று மீண்டும் கடைக்காரன் கோவப்பட்டான்.

"தம்பி உடம்புக்குத்தான வாங்கிச் சாப்பிடுற. குணமாகும். பணத்தப் பத்தி யோசிக்காத. பாரு வயிறு எப்படி உப்பிப் போய் இருக்கு. வாங்கிச் சாப்பிடு சரியாகும். உடம்புதான் முக்கியம் பணத்தைப் பத்தி யோசிக்காத…" என்று வேடிக்கை பார்த்த அருகில் இருந்த கூட்டம் மொக்கையாய் அறிவுரை வழங்கியது. "எங்கிட்ட அவ்வளவு பணம் இல்ல. கிரடிட் கார்ட்தான் இருக்கு." கிரடிட் கார்டைக் கையில் வாங்கிய கடைக்காரன் வாயில் ஏதோ முனங்கியபடி கடைப்பையனை அழைத்து பெஸ்தோ மொழியில் ஏதோ சொல்லி கிரடிட் கார்டைக் கொடுத்தான். கடைப்பையன் ராஜாவை அழைத்துக் கொண்டு சற்று தள்ளி இருந்த ஒரு பாகிஸ்தானி நகைக்கடை ஏறி பெஸ்தோ மொழியில் ஏதோ கூறி கிரடிட் கார்டை நீட்டினான்.

அதிக மறதி வருகிறது என்று கார்டில் ராஜாவால் எழுதி

ஒட்டப்பட்டிருந்த பாஸ்வேர்ட் அடித்து ராஜாவின் கிரடிட்கார்டில் 3300 திர்ஹம் (60,000)சுரண்டி எடுக்கப்பட்டது.

ராஜாவிற்கு இதை நம்பவா வேண்டாமா, எப்படி இந்தச் சூழலை கையாள...?... எனத் தெரியாமல் தடுமாறினான்.

பணம் போய்விட்டது, ஒரு வேளை இது ஏமாற்றுவித்தை எனில் இவர்களைச் சிக்க வைக்க ஏதாவது செய் என மனது யோசிக்க நகைக்கடையில் கிரடிட் கார்ட் உபயோகித்த ஆளை, அந்தக் கடையை தனது மொபைலில் புகைப்படம் எடுத்தான்.

புகைப்படம் எடுத்ததைக் கண்ட ஆள் “எதுக்காக ஃபோட்டோ எடுத்த..?” என்று கோபத்துடன் கேட்க “ஏதோ ஏமாத்து வேல மாதிரி தெரியுது. தப்பா இருந்தா நான் போலிஸ்கிட்ட போவேன்...” என்றதும் கடை வாசலில் நின்றிருந்த செக்யூரிட்டி வேகமாக வந்து ராஜாவின் கையை முறுக்கினான். கைமருந்துக் கடைப்பையன் விருட்டென மொபைலைப் பறித்து நகைக்கடைக்காரரிடம் கொடுத்தான். பாஸ்வேர்ட் இல்லாத மொபைலை ஆன் செய்து ஃபோட்டோவை டெலிட் செய்தான் நகைகடைக்காரன்.

கிரடிட் கார்டை வாங்கிக் கொண்டு மருந்துக்கடைப் பையன் வேகமாக வெளியேறினான். அவன் பின்னாடியே மூச்சு வாங்க ஓடினான் ராஜா.

கடைப் பையன், நாட்டு மருந்துக் கடைக்காரனிடம் கிரடிட் கார்டைக் கொடுத்து விட்டு பெஸ்தோ மொழியில் ஏதோ கூற கூட்டம் கூடி விட்டது. இப்போது கடையில் ஏழெட்டு பாகிஸ்தானிகள் கூடி இருந்தனர்.

“நீ சொல்லித்தான அவரு மருந்தை சேர்த்தார். கிரடிட் கார்டைத் தர முடியாது நீ போலிஸைக் கூப்பிடு...” என நான்கைந்து பேர் தகராறுக்கு வந்தார்கள்.

“சரி வாங்கினதுக்கு பில்லு கொடுங்க.”

“பில் எல்லாம் தர முடியாது, நீ பில்லு எதுக்குக் கேக்குற, போலிஸ்ட்ட கம்ப்ளைன்ட் பண்ணத்தான. இப்போவே போலிஸைக் கூப்பிடு. ஒரு முடிவுக்கு வந்திறலாம். கூப்புடு...”

கூடி இருக்கும் கூட்டம் தனக்கு எதிராக போலிஸ் வந்தால் பேசும் என்பதால் வாங்கிய பொருளுக்கு பில்லும் வாங்காமல், பணம் போய் விட்டது இனி பாகிஸ்தானிகளிடம் இருந்து அடி வாங்காமல் தப்பிக்க வழியைப் பார்ப்போம் என்று வேறு வழியின்றி மருந்தையும்

கிரடிட் கார்டையும் வாங்கிக் கொண்டு கடையில் இருந்து வெளியே வந்தான்.

முதலில் பணமாகத் தந்த 500, கிரடிட் கார்டில் எடுத்த 3300 திர்ஹம். ஆக மொத்தம் ஊர் காசுக்கு 70,000 பெறுமா இந்த மருந்து. சாப்பிடக்கூட இப்போது கையில் காசில்லையே என்று யோசித்தவன் சுய நினைவை இழந்தவனாக தலைசுற்றி பொத்தெனத் தரையில் விழுந்தான்

சற்றுத் தள்ளி நின்று ராஜாவையே பார்த்துக் கொண்டிருந்த கடைப்பையன் ராஜா நடு ரோட்டில் விழுவதைப் பார்த்ததும், வேகமாக ஒடிவந்து ராஜா மொபைலில் "ஆபிஸ்" என்று எழுதி இருந்த நம்பருக்கு ஃபோன் செய்து "இங்க ஒரு ஆள் மயக்கம் போட்டு தரையில விழுந்திட்டார். அவரோட மொபைல்ல "ஆபிஸ்" னு இந்த நம்பர் இருந்தது அதான் போன் பண்ணுனேன்..." என்று தகவல் தந்தான்.

அரைமணி நேரத்தில், ராஜாவின் கம்பேனியில் வேலை செய்யும் அபுதாபியைச் சேர்ந்த தமிழ் ஆட்கள் மூன்று பேர் காரில் வந்து இறங்கி விசாரித்தார்கள். வேடிக்கை பார்க்க வந்தவன் போல தன்னைக் காட்டிக் கொண்டு ராஜாவை அவர்களிடம் ஒப்படைத்து விட்டு நாட்டுமருந்துக் கடை வேலையாள் ஒன்றுமே நிகழாதது போல விலகிக் கொண்டான்.

ராஜா கண் முழிக்கும் போதுதான் ஒரு தனியார் மருத்துவமனையில் இருப்பதை உணர்ந்தான்.

வேலை செய்யும் நிர்வாக ஆட்களும், நண்பர்களும் விசாரிக்க, மருந்துக் கடையில் பணம் பறிபோனது கூறாமல் சமாளித்தான்.

"இழந்த பணத்தை யாரும் மீட்டுத் தரப்போவதில்லை, அதற்கு பதிலாக கேலிதான் மிஞ்சும். காலத்திற்கும் பலருக்கும் வாய்க்கு அவல் கிடைத்த சந்தோசத்தில் "இப்படி எவனாவது சொன்னான்னு போவாங்களா..?" என்று முத்திரை குத்துவார்கள்.

பணத்தை இழந்து, அதை இழந்த விதம் கூறி எல்லோரிடமும் அவமானமும் பட வேண்டாம் என்று எண்ணியவனாக விசாரித்த அனைவரிடமும் "தெரியல, என்னமோ செய்யுது" என்றான். அவன் சொல்லுக்கு ஆதரவாக மருத்துவமனையும் "இந்த வயசுல ஏன் இவ்வளவு பிரஷர் இருக்கு, என்ன வேலை பாக்குறார்..?" என்று கேட்க நாட்டுமருந்துக் கடை சம்பவத்தை ராஜா யாரிடமும் கூறாமல் தலை முழுகினான்.

"பேச மாட்டேங்கிறார், சாப்பிட எது கொடுத்தாலும் வேணாம் வேணாம்னு தலையாட்டுறார், திடீர்னு குனிஞ்சு அழுவுறார், தனியா எதையோ வெறிச்சுப் பாக்கிறார். கீழ விழுந்ததுல தலையில எதுவும் அடிபட்டு இருக்கான்னு எதுக்கும் ஒரு MRI எடுத்து செக் பண்ணுறது நல்லது..." என்று டாக்டர் கூறிய அறிவுரையின் பேரில் MRI எடுத்துப் பார்த்து விட்டு ஒன்றுமில்லை நல்லாத் தான் இருக்கு என்ற நற்சான்றிதழுடன், ராஜாவின் கிரடிட் கார்டில் மருத்துவ செலவின் மொய்ப் பணத்தை அதிகமாக்கினார்கள்.

"எதுக்கும் டெல்மா ஹாஸ்பிட்டல்ல செக் பண்ணு" என்று மேனேஜர் கூறி அனுப்ப அபுதாபி தனியார் மருத்துவமனையில் இருந்து விரக்தியுடன் டெல்மா நோக்கி கிளம்பினான் ராஜா.

★

19

டெல்மா மருத்துவமனையின் எண்டோஸ்கோபி மருத்துவர் சொஹைல், தாரிக்கிற்கு போன் செய்தார். "குட்மார்னிங் டாக்டர். ஃப்ரியா இருக்கீங்களா... பேசலாமா..?"

"தாராளமாப் பேசலாம். சொல்லுங்க டாக்டர்."

"இங்க ஒரு பேஷண்ட் வயிறு உப்பி இருக்குன்னு வந்திருக்கார். எண்டோஸ்கோபி எல்லாம் எடுத்து செக் செஞ்சி பாத்திட்டேன். வயித்துல ஒண்ணுமில்ல. ஃபிஸிகலி நார்மலா தான் இருக்கார், ஆனா அவர கன்வின்ஸ் பண்ண முடியல. உங்களுக்கு ஒண்ணுமில்லன்னு சொன்னா, நம்பாம திரும்பத் திரும்ப நிறைய கேள்வி கேக்கார். பேஷண்ட் தமிழ் ஆளுதான். கொஞ்சம் உங்க பாஷையில பேசி புரிய வைக்கணும்..."

"கண்டிப்பா வாரேன் டாக்டர்"

டாக்டர் சொஹைல் முன்பு சற்று மெலிந்த, லேசான தாடியுடன் கூடிய ஒருவன் அமர்ந்திருந்தான். அவனது அருகில் டிரைவர் என்று எழுதப்பட்ட வெள்ளைச்சீருடையில் ஒருவர் நின்றிருந்தார். டாக்டர் சோஹைல் "ஹீ இஸ் த பேஷண்ட்..." என்று ஒல்லியான நபரை அறிமுகம் செய்தார். "ஓ..." என்று கூறி டாக்டர் சொஹைல் நீட்டிய மெடிக்கல் மற்றும் எண்டோஸ்கோபி ரிப்போர்ட் வாங்கிப் பார்த்த தாரிக் ஆச்சர்ய அதிர்ச்சி அடைந்தான். "நீ தான் அன்வர் ராஜாவா..?"

புதிதாய் வந்த ஆள் தன் பெயரை ஆச்சர்யத்துடன் கேட்கிறாரே, யாராக இருக்கும் என்று எண்ணியவனாக "ஆமா... நீங்க..?" என்று நெற்றி சுருக்கினான் ராஜா.

"டாக்டர் இனி நான் பாத்துக்கிறேன். கூட்டிட்டுப் போலாமா இவரை என்னோட ரூமுக்கு..?"

டாக்டர் சொஹைல் வேக வேகமாக சந்தோசத்துடன் எல்லா ரிப்போர்டையும் அள்ளிக் கொடுத்தார்.

“நானும் டாக்டர் தான், என் பேரு தாரிக். வாங்க என் கூட..” தமிழ் பேசுகிறார் என்பதால் தாரிக்கைப் பின் தொடர்ந்தான் ராஜா.

தாரிக் தன் அறையில் நுழைந்ததும், ராஜாவுடன் வந்திருந்த டிரைவரிடம் “இவரை செக் பண்ண, ரெண்டு மணி ஆகும். நீங்க தயவுசெஞ்சு வெளியே இருக்க முடியுமா. இல்ல எங்கேயாவது போயிட்டு இரண்டு மணிநேரம் கழிச்சி வந்தாலும் பரவாயில்ல...” என்றான்., சைகையில் ராஜாவிடம் எதையோ கூறிவிட்டு விருப்பமின்றி வெளியேறினார் டிரைவர்.

அவர் சென்றதும் “ஆறு மாசமா அன்வர் அன்வர்ன்னு உன்னத் தான் தேடிக்கிட்டு திரிஞ்சேன். அப்பாஸ் மாமா இப்போ தான் சொன்னார், உன் முழு பேரு அன்வர் ராஜான்னு” என்று தாரிக் கூறியதும்

தன்னுடைய மாமாவை இவரும் அப்பாஸ் மாமா என்றே அழைக்கிறாரே, யாராக இருக்கும் இந்த ஆள் என்று யோசித்து “நீங்க......” என்று இழுக்க

“உனக்கு தூரத்து சொந்தம்தான். தூத்துக்குடி சொந்த ஊர். டெல்மா போறேன்னு தெரிஞ்சதும் அன்வரைப் போய் பாருங்கன்னு சொன்னார். நான் இங்க வந்த அப்புறம் எல்லார்கிட்டயும் அன்வர் அன்வர்னு கேக்க யாருமே பதில் சொல்லலை. இப்போ லீவுல ஊருக்குப் போயிருந்தேன். அப்போதான் அப்பாஸ் மாமா உன்னோட முழுப்பேரு சொன்னார்.”

“நீங்க எப்படி அப்பாஸ் மாமாவுக்குச் சொந்தம்..?”

“அதுவா, கீழக்கரையில ஜைனப் பேக்கரி வச்சிருக்கார்ல சதக்கத்துல்லா பாய், அவரு எங்க அம்மோவோட கூடப்பிறந்த தம்பி. இப்போ அப்பாஸ் பாய் எப்படி மாமா உறவு ஆனார்னு தெரிஞ்சிருக்கும்ன்னு நினைக்கிறேன். சின்ன வயசுல, ஏதோ ஒரு கல்யாண வீட்டுல உங்க அம்மாவோட உன்னைப் பாத்திருக்கேன்”

அம்மா என்ற வார்த்தையைக் கேட்டதும் தலை குனிந்தவனாக அமர்ந்து, முட்டிக் கொண்டு வரும் நினைவழுகையை மறைக்க முயற்சித்தான். அம்மா இருந்திருந்தால் வாழ்வே மாறி இருக்கும். இந்தக் கல்யாணம் நடந்திருக்காது. இவள் மனைவியாக வந்திருக்க மாட்டாள். இவள் தகப்பன் பிடியில் சிக்கி இருக்க மாட்டோம். பிரச்சினை பிரச்சினை என்று திரிந்து தற்சமயம் பணம் இழந்து தரையில் தள்ளாடி விழுந்து மானம் போய் மூச்சிரைக்க வயிறு உப்பித் திரிய வேண்டியது வந்திருக்காது. ராஜாவைச் சுற்றிக் கட்டப்

பட்டிருக்கும் தீய சங்கிலித் தொடர் அனைத்தையும் அம்மா என்ற சொல் சுட்டெரித்துக் கொண்டிருந்தது.

வரும் அழுகையைத் தடுக்கும் முயற்சியில் ராஜா குனிந்து அமர்ந்திருக்கிறான் என்பதை உணர்ந்து “சரி நடந்தது நடந்து போச்சு. அடுத்ததா என்ன செய்யன்னு யோசிப்போம்” என்றான் தாரிக்.

நடந்த்து நடந்து போச்சுன்னு சொல்லுறாரே, அப்பாஸ் மாமா தன்னைப் பற்றி எல்லாமும் சொல்லி இருப்பாரோ என்று கோபம் கொண்டு யோசித்தவனாக தாரிக்கைப் பார்த்தான் ராஜா.

“உன்னப் பத்தி எனக்கு எதுவுமே தெரியாது. அப்பாஸ் மாமா உன்னப் பத்திப் பேசுனாலே அழ ஆரம்பிச்சிடுறார். தப்பு பண்ணிட்டேன் தப்பு பண்ணிட்டேன்னு மட்டும் புலம்புறார். ஆனா உன் முகத்தைப் பார்த்தா சதா எதையோ யோசிக்கிற, தனியா அனாதை மாதிரி நிக்கிற, பேச ஆள் இல்லாமத் தவிக்கிற, யாரையும் நம்ப முடியாம தெவங்குறன்னு மட்டும் தெரியுது. உண்மையிலே என்ன செய்யுது உனக்கு..?”

முதன் முறையாக அனாதைத்தனம் பொங்க பேச வழியில்லாமல் தான் தவிப்பதை உணர்ந்த இன்னொரு ஆளைக் கண்ட வியப்பில் தாரிக்கைப் பார்த்தான்.

“அந்த டாக்டர் எனக்கு ஃபோன் செஞ்சு உனக்கு ஒண்ணுமே இல்ல. எண்டோஸ்கோபி நார்மல்னு காட்டுது. வந்து பேஷண்ட்ட கன்வின்ஸ் பண்ண முடியுமான்னு தான் என்னைக் கூப்பிட்டார். செய்வினை செஞ்சிருக்குன்னு மட்டும்தான் அப்பாஸ் மாமா சொன்னார். ஆனா உனக்கு என்ன செய்யுதுன்னு நீதான் சொல்லணும்...”

அமைதியாக அமர்ந்திருந்த ராஜாவின் தலையில் ஒரே சமயம் அநேக எண்ணங்கள் வெடித்தன. என்ன சொல்ல... எதிலிருந்து ஆரம்பிக்க. உறவுக்காரராக இருக்கிறார். இவரிடம் எல்லாவற்றையும் சொல்லலாமா கூடாதா. எதை எல்லாம் சொல்ல எதை எல்லாம் மறைக்க. எனக்கு உறவு என்றால் சுல்தானாவுக்கும் தூரத்து உறவாகத்தானே இருப்பார், இவரிடம் உண்மை பேசலாமா. அப்பாஸ் மாமாவுக்கு ஏன் இந்த வேண்டாத வேலை என ஆயிரம் கேள்விகள்.

ராஜா அமைதி காப்பதைப் புரிந்த தாரிக், மனோ வியாதிக்கு ஆறுதல்தான் முதல் மருந்து என அறிந்திருந்ததால் அவனே

பேசினான். “இந்த ரிப்போர்ட்ட எல்லாம் தூக்கி தூர வீசிடு. செய்வினைய அலோபதியால கண்டுபுடிக்க முடியாது. ஆதாரம் இல்லாத எதையும் அலோபதி ஏத்துக்காது. ஆதாரம் உள்ள உடம்புக்கு அங்குலம் அங்குலமா மருத்துவம் பாக்கத் தெரிஞ்ச அலோபதிக்கு ஆதாரமில்லாத மனசுக்கு அங்குலம் அங்குலமா மருத்துவம் பாக்கத் தெரியாது. அது சைக்கிரியாடிஸ்ட் கிட்ட போய்ப் பாருன்னு சொல்லும். அதாவது நீ அரைப்பைத்தியம்ன்னு சொல்லும். இத விட்டுரு. இதே டெல்மால எனக்குத் தெரிஞ்ச செய்வினைக்குப் பாக்கிற ஆள் ஒருத்தர் இருக்கார் அவர்கிட்ட நாம காட்டுவோம். அதுக்கு முன்னால உன்னப் பத்தி நான் தெரிஞ்சிக்கணும். அவரே இல்லாம என்னால குணப்படுத்த முடியுமான்னு பாக்குறேன். அதுக்கு நீ பேசணும். உன்னப் பத்தின உண்மையான தகவலை எல்லாம் சொல்லு. உடல் ரீதியாவும் உனக்கு என்ன செய்யுதுன்னு சொல்லு.”

சற்று நம்பிக்கை வந்தவனாக அபுதாபியில் மூச்சிறைத்து கீழே விழுந்து மருத்துவமனையில் சேர்க்கப்பட்ட கதையையும் கூறி “BP அதிகமாக இருக்கு. வயிறு உப்பிருச்சு. மூச்சு வாங்குது வேலை செய்ய முடியல. அதனாலதான் ஹாஸ்பிட்டல் வந்தேன்”

“பிளட் ரிப்போர்ட்ல கொலஸ்ட்ரல் நார்மல், ஹீமோகுளோபின் நார்மல், எல்லாமே நார்மல்னு காட்டுது. அப்புறம் எப்படி உனக்கு BP கூடுதுன்னு தெரியல. ரொம்ப யோசிக்கிறன்னு முகத்தைப் பாத்தாலே தெரியுது. மனசுல எதுவும் சஞ்சலம் இருந்தா சொல்லிரு. பாரம் கொறையும் அதுலதான் BPயை குறைக்க முடியும்”

என்ன சொல்ல, எங்கிருந்து ஆரம்பம் செய்ய, எதை எல்லாம் சொல்ல... என்று மீண்டும் யோசிக்கத் துவங்கினான் ராஜா.

“நானும் உன் கண்டிசன் தான், நிறைய விசயத்தை வெளிய சொல்ல முடியாம தவிக்கிறேன். யார்கிட்ட எந்த அளவுக்குச் சொல்லணும்ன்னு யோசிச்சு அளவெடுத்து பேசவேண்டியதிருக்கு அதுவே வியாதி தான்.” என்று எடுத்துக் கொடுத்தான் தாரிக்.

“என்ன ஆச்சர்யமாப் பாக்குற. உண்மையிலே நானும் உன் கன்டிஷன்ல தான் இருக்கேன். அதனால சட்னு உணர முடிஞ்சது. தூத்துக்குடி இரும்புக்கடை ஜாகிர் பாய் தெரியுமா..? நல்ல வசதியானவரு..”

“ஆங்.. தெரியும், மாமா அவுங்களைப் பத்தி நிறைய சொல்லுவாங்க. அவுங்க பொண்ணு கூட சுனாமியில இறந்திட்டதா...”

நீண்ட பெருமூச்சிற்குப் பின் "என் பொண்டாட்டிதான் அது..." என்ற தாரிக், யாரைக் கேட்டாலும் பானு என்றாலே சுனாமி என்ற நினைவில்தான் உள்ளார்கள். நான் அவளை நன்றாக வைத்திருந்தது,அன்பாக கவனித்தது அவளே உலகம் என்று திரிந்தது எதுவுமே இந்த உலகிற்கு நினைவில் இல்லையே, ஏதோ நான் தான் வேண்டுமென்றே செய்தது போல பேசித் திரியும் மாமனார் நினைவில் வர, வருத்தத்தில் குற்றவாளி போலத் தலை குனிந்து அமர்ந்து கொண்டான்.

"சாரி..." என்றான் ராஜா.

"பரவாயில்ல..." என்று நிதானப்பட முயன்றான் தாரிக். "உங்க வீடு எங்க இருக்கு..?"

"ஷாபியா பக்கத்துல, கடலுக்கு எதிர்த்தாப்புல."

"ஷாபியாலதான் நான் இருக்கேன்..."

"ஷாபியா கடைசி பிளாட் பக்கத்துல ஒரு இறக்கம் இருக்கும். அதுல ஒரு சின்ன பள்ளிவாசல் கூட இருக்கும். அதுக்குப் பின்னாடி நிறைய பெரிய பெரிய அரபிகள் வீடு இருக்கும். அதுல ஒரு வீடு கம்பேனி எடுத்திருக்கு. அதுல தான் தங்கி இருக்கேன்..."

"அந்த கடைசி பிளாட்ல கீழ இருக்கிற மொத வீடுதான் என்னோடது. சாய்ந்திரம் வீட்டுக்கு வாறியா. நிறையப் பேசணும்."

"சரி வாரேன்..." என்ற ராஜா ரிப்போர்ட் எல்லாவற்றையும் கையில் அள்ளி எடுத்து கதவைத் திறந்து வெளியே சென்றவன் மீண்டும் தட்டி கதவைத் திறந்து "நீங்க என்ன மொற வேணும் எனக்கு..?" என விசாரித்தான்.

"ஒண்ணு ரெண்டு வயசு வித்தியாசம் தான் இருக்கும். அண்ணன்னு கூப்பிட்டுத் தொலச்சிறாத. தாரிக்னே கூப்பிடு."

"இல்ல, டாக்டர்னே கூப்பிடுறேன்..." என்று சிரித்தபடி கதவை சாத்தினான். முதல் முறையாக உண்மையிலே முகம் மலரச் சிரிப்பது போலத் தோன்றியது அவனுக்கு. முகத்தில் சில சதைகளை வேலை வாங்கியதாக உணர்ந்தான்.

டிரைவருக்கு ஃபோன் செய்து விட்டு மொபைலில் யூ டியுப் தேர்வு செய்து "விருமாண்டி" படத்தை ஓட விட்டான். வானத்திற்கும் காக்கைக்கும் உள்ள உறவு போல ஒரு தாற்காலிக பந்தம் இருவருக்குள்ளும் மனதளவில் உண்டாகி இருந்தது.

அன்று மாலை தாரிக்கின் வீடு தேடிச் சென்றான் ராஜா.

வசதியான வீடு. வரவேற்பறை தாண்டியதும் நீண்ட பெரிய ஹாலில் தரையில் இருந்து ஒரு அடி உயரத்திற்கு மேல் சம்மணமிட்டு அமர்ந்திருந்த 52 இன்ச் டிவியின் முன்னால் போடப்பட்டிருந்த இருக்கையில் அமர்ந்தான்.

"5 நிமிசம் வெயிட் பண்ணு வந்திடுறேன்" என்று அடுப்படி சென்ற தாரிக் சற்று நேரத்தில் சுவையான வாசனை காற்றில் கலக்க இஞ்சி ஏலக்காய் டீயுடன் தரிசனம் ஆனான்.

"நீங்களே சமைப்பீங்களா..?"

"ஆமா, ஏன் டீ நல்லா இல்லையா!..."

"சூப்பரா இருக்கு."

"தேங்ஸ், வீட்ட விட்டு எப்போ வெளியே வந்தேனோ அப்போ இருந்தே சமைக்கப் பழகிட்டேன்."

"தனியா... போர் அடிக்காதா..."

"டிவி, நெட், சினிமா, பாட்டு, புக், வீடியோ கேம், சமையல், தூக்கம், கொஞ்சமா யோகா, அப்புறம் வேலை, 24 மணி நேரம் போக்க இது போதாதா..?"

லேசாகச் சிரித்தான் ராஜா.

"எதையாவது செஞ்சி நம்மள நாமளே எங்கேஜ் ஆக்கிக்கிடணும் இல்லன்னா சிந்தனைச் சிலந்தி வலை பின்ன ஆரம்பிச்சிரும்..."

"நினைக்கிறோம், ஆனா முடியமாட்டேங்குதே..."

"கஷ்டம்தான். என்ன செய்ய..?"

"எல்லாருக்கும் இருக்கிற உடல் பிரச்சனைன்னா பரவாயில்ல. அது புதுசா இருக்கிறப்போ என்ன பண்றதுன்னே தெரியல. திணற வேண்டியதிருக்கு" என்ற ராஜா தான் அணிந்திருந்த டிராக் சூட்டை இரு கால்பகுதியிலும் முட்டு வரையிலும் சுருட்டி ஏற்றி விட்டு கால்களின் பின் பக்க சதைப்பகுதிகளைக் காட்டினான். கைகால்களில் முடி நிறைந்த ராஜாவின் ஒரு பக்க காலின் பின் பகுதியில் இருந்த முடி எல்லாம் பிய்த்து எடுக்கப்பட்டது போலிருந்தது.

"என்ன இது இப்படி இருக்கு. முடிய ஆஞ்சி எடுத்த மாதிரி. யாரு பாத்த வேல..?"

"தெரியல" என்பதை சைகையில் காண்பித்த ராஜா, "யார் பிச்சா,

எப்படிப் பிச்சாங்க, ஏன் பிச்சாங்க, பிச்சி எடுத்த முடி என்ன ஆச்சு, எதுவுமே தெரியாது. நேத்து காலையில கால்ல இருந்த முடி தூங்கி எந்திச்சா இல்ல. இதை என்னன்னு வெளியே சொல்ல, இதுக்கு எப்படி வைத்தியம் பாக்க. நான் ஹாஸ்பிட்டல் வந்திருக்க மாட்டேன். ஊருக்குப் போயிட்டு வந்தவுடனே வயிறு உப்பிருச்சு. அபுதாபியில ரோட்ல கீழ விழுந்தது கம்பேனிக்குத் தெரிஞ்சிருச்சு அங்க ஹாஸ்பிட்டல்ல அட்மிட் செஞ்சு அவுங்க எண்டோஸ்கோபி செஞ்சு பாக்கணும்னு சொன்னதும், நீ டெல்மாவுக்குப் போய் வேல பாத்துகிட்டே டிரீட்மெண்ட், செக்அப் எல்லாம் ஃபாலோ பண்ணுன்னு அனுப்பி வச்சிட்டாங்க. BP வேற கூடி இருக்குன்னாங்க. இப்போ பாருங்க இடது காலுல புதுசா முடி எல்லாம் பிச்சி எடுத்திருக்கு. சொல்லப்போனா தூங்கவே பயமா இருக்கு, என்ன நடக்கப் போகுதோ. ஏது நடக்கப்போதோன்னு பயம்" என்றான் வருத்தமான வார்த்தைகளுடன்.

ராஜாவுக்குத் தேவை உளவியல் ஆறுதல் என்பதை உணர்ந்த தாரிக், "வெளியே இருந்து சுலபமா என்ன வேணாலும் சொல்லலாம். அனுபவிக்கிறவனுக்குத்தான் அதோட வலி தெரியும். அப்பாஸ் மாமா சொல்லி அனுப்புனதால என்னால முடிஞ்சவரைக்கும் உனக்கு மெடிக்கல் டிரீட்மெண்ட் தர்றேன். ஆனா அதமீறி ஒரு விஷயம் இருக்கு. உன்னாலதான் இதுல இருந்து மீண்டு வர முடியும். யார்கிட்டயும் சொல்ல விரும்ப மாட்டேன். ஆனா உனக்கு அது சொன்னா பிரயோஜனப்படும்ங்கிறதால உன்கிட்ட மட்டும் சொல்ல விரும்புறேன்..."

ராஜா தலையாட்டினான்.

அந்த அறையின் கதவைத் திறந்துகொண்டு பேரிரைச்சலுடன் நுழைந்தது ராட்சத அலை ஒன்று.

தனக்கு திருமணம் ஆனதில் இருந்து சுனாமியில் மனைவி குழந்தையை இழந்தது வரை சொல்லி முடித்தான்.

"கடல்ன்னாலே மனசுல பயம் வந்திருச்சு. கனவுல வெள்ளம் அடிச்சி ஓடுது. யாராவது காப்பாத்துங்க காப்பாத்துங்கன்னு கத்துறேன். கண்ணு முன்னாடி பானுவோட குழந்தையோட பிணம் மிதக்குது. பயந்து அலறி அடிச்சி பல தடவை தூக்கத்துல இருந்து எந்திச்சிருக்கேன். நீ சொன்ன மாதிரிதான், தூங்கவே பயமா இருக்கு. கடலைக் கண்டாலே ஒருவிதமான பயம். இந்தத் தீவுல வேலைக்கும் இந்த கடல ஒட்டின வீட்டுக்கும் ஏன் குடி வந்தேன் தெரியுமா. கடலுக்கு நடுவுல கடலை ஒட்டி உக்காந்து கடலப் பத்தின

என்னோட பயத்தைப் போக்கத்தான். நானே ஒரு பேஷண்ட்தான் ஆனா அது யாருக்கும் தெரியாம பாத்துகிறேன். பொண்டாட்டி புள்ளய கடல் கொண்டு போயிருச்சு. ஊருக்குப் போன ஒருவாரம் கூட நிம்மதியா வீட்ல இருக்க முடியல. தலயப் பிச்சிக்கணும் போல இருக்கு. கடல் பத்தின அவ்வளவு பயத்தை இந்த மனநோய் கொடுத்திருக்கு. உன்ன மாதிரிதான் தூங்கவே பயம். கனவுல என்ன ஆகுமோன்னு. இந்த சிந்தனையில இருந்து தப்பிச்சி ஓட முடியல. அதனால கடலுக்கு நடுவுல வந்து உக்காந்திட்டேன். யாருக்கும் தெரியாது இதுக்காகத்தான் வந்திருக்கேன்னு. கொஞ்சம் கொஞ்சமா இந்த கடல் பயத்துல இருந்து வெளியே வந்திருவேன்னு நம்பி வந்திருக்கேன். என்ன ஆகும் தெரியல. சர்வைவ் பண்ணணும். உன்னோட கால்ல முடி பிச்சத பாத்ததும் ஓ.. எல்லாருக்கும் பிரச்சனை இருக்கு போல அப்பபடின்னு தான் அல்பமா மனசுல சந்தோசப்பட்டுக்கிட்டேன். இதை உனக்குச் சொன்னதும் அதே காரணத்துக்காகத்தான். டாக்டரே பயந்து போய்த்தான் திரியிரார் அப்படின்னு நீ மனசுல நினச்சி சந்தோசப்பட்டுக்கோ. ஆனா இதையே நினச்சிகிட்டு இதுலே உழல வேணாம். ரெண்டு நோயாளிங்க தினமும் சந்திப்போம் விரும்பினதை சமச்சிச் சாப்பிடுவோம் படம் பாப்போம். கேம் விளையாடுவோம்... அந்த சிந்தனையில இருந்து மீளப் பாப்போம். இதைச் சொல்லத்தான் உன்ன வீட்டுக்குக் கூப்பிட்டேன். அறிமுகமான ஒரே நாள்ல இது எல்லாம் உங்கிட்ட சொல்லணுமான்னு நீ யோசிக்கலாம். நானும் நீயும் நேர்ல பார்த்தது வேணா நேற்றா இருக்கலாம், ஆனா ஆறு மாசம் முன்ன டெல்மா போறேன்னு தெரிஞ்சதும் உன்னப் பத்தி அப்பாஸ் மாமா எங்கிட்ட சொல்லும் போதே நீயும் நானும் நெருக்கமாயிட்டோம். இவ்வளவு பிரச்சனையயும் வச்சிகிட்டு நான் போன வாரம் பலஸ்தீன் காசா பகுதிக்குப் போய் சர்வீஸ் செஞ்சிட்டு வந்தேன்...” என்று புதிதாய் எதையேனும் பேச விரும்பி MSF பற்றிய தகவல்களை ராஜாவிடம் கூறினான்.

அதை ராஜாவிடம் கூற இன்னொரு காரணமும் இருந்தது. புதிதாய் அறிமுகம் ஆன ராஜாவைப் பற்றி அவ்வளவாகத் தெரியாமல் அவன் மனநிலையை மாற்ற வேண்டும் என் தன் எண்ணங்களை, சொந்தக்கதையை, இயலாமையை, பலஹீனத்தைக் கூறியதால் தன்னைப் பற்றி மட்டமாக எண்ணிவிடக் கூடாது என்பதற்காகவும் தன்னை உயர்த்திப் பிடிக்கத் தோன்றியது.

ஆனால் ராஜா அப்படியான எண்ணங்கள் எதுவுமில்லாமல் வார்த்தைகளால் தாரிக்கிடம் நெருங்கி இருந்தான். MSF பற்றிய

மருத்துவ உதவிச் செய்திகளைக் கேட்டு ஆச்சர்யம் அடைந்தான். உடல் ரீதியாக பலஹீனமான இயலாமை மனிதர்களை நேரில் சென்று பார்த்து அவர்களுக்கு உதவி செய்வதன் மூலம் சுனாமி தந்த மனச்சிதைவை மறக்க நினைக்கும் தாரிக் இப்பொழுது ஆச்சர்யச் செடியாக வளர்ந்திருந்தான்

பின் இருவரும் டிவி பார்த்தபடி ஊர்கதை மற்றும் பொது விஷயம் பேசினார்கள்

ஒருமணி நேரம் கழித்து "பாத்ரூம் போகணும்..." என்று ராஜா கேட்டான்.

"உள்ளே பெட்ரூம் எதிர்த்தாப்புல இருக்கு போ." தாரிக்கின் பெட்ரூம் முழுக்க புத்தகங்களாக கட்டிலில் இறைந்து சிதறி கிடக்க அவைகளைப் பார்த்தபடி பாத்ரும் சென்று வந்தான்.

"நிறைய வாசிப்பீங்களோ..?"

"அதுவா. பழி வாங்கும் படலம்..."

"பழி வாங்கவா, யார....?"

"இந்தியால MSF வேலை செய்றப்போ ஒரு உக்ரைன் டாக்டர், என்னோட மனைவி குழந்தை இறந்ததை அறிந்ததும் சுனாமி பற்றி பேச்சு வர அவர் சுனாமி செயற்கையா உருவாக்கப்பட்டதுன்னு Man made disaster பத்தின தகவலைச் சொன்னார் ஆனா அதை முழுமையா நிரூபிக்க ஆதாரம் இல்ல, உனக்கு எனக்கு இருக்கிற மனவோட்டம் மாதிரி. வல்லரசு நாடு யாரும் சுலபமா கண்டுபிடிக்கிற மாதிரியா தப்பு செய்யும்..? பொண்டாட்டி புள்ளய பறி கொடுத்தது செயற்கையா யாரோ உண்டாக்குனதுன்னு தெரிஞ்சா மனசு கொதிச்சிரும் இல்லயா. அந்தக் கொதிப்போட வெறிதான் அந்த புக் எல்லாம். தீவிரமா "HAARP Technology" பத்தி தேடித் தேடி வாசிச்சிட்டு இருக்கேன். கிளியர் ஐடியா கிடைச்சிட்டா MSF லேயே ஒரு ஆர்டிக்கிள் எழுதி அதை சப்மிட் பண்ணி இன்னும் கூட்டா சேர்ந்து அதை எதிர்த்து வேலை செய்யணும்ன்னு ஆசை."

"நானும் வாட்ஸ்அப்ல இது மாதிரி வீடியோ பாத்திருக்கேன். செயற்கை அது இதுன்னு நிறையச் சொல்லுவாங்க. அதுலயும் ஹார்ப் பத்தில் எல்லாம் சொல்லுவாங்க. சிலநேரம் நம்ப முடியல சில நேரம் உண்மையா இருக்குமோன்னு சந்தேகம் வருது."

"அதான் அவுங்களோட சக்ஸஸே. கன்ஃபியூஸ் ஆக்குறதுதான் முதல் அச்சீவ்மென்ட். man made disaster ங்கிற பேருல நிறைய

அழிச்சாட்டியம் வளர்ந்த நாடுகள் செஞ்சிட்டு இருக்கு, அதுல HAARP technology யும் ஒண்ணு. வெடிகுண்டு, அணுக்கதிர், பயலாஜிகல் வெப்பன்... எல்லாம் தாண்டி இப்போ மழைய காற்றன்னு பஞ்ச பூதங்கள, இயற்கைய தனக்கு ஏத்த மாதிரி தனக்கு விருப்பமான இடத்துல தனக்கு வேண்டாத ஆட்கள் மேல ஏவி விடுற வேலையச் செய்ய ஆரம்பிச்சிட்டாங்க. இதைப் பத்தி இன்னும் பொதுவெளியில பெருசா எந்த நம்பகத் தன்மையான தகவலும் இல்லங்கிறதால யுத்தம் இப்போ இயற்கையை வச்சு நடக்குது. இப்படி ஒரு யுத்த முறையை மக்கள் மீது ஏவுறாங்கன்னு பொதுவெளியில முழுசா தெரியிறப்போ, புதுசா இன்னொண்ணு கண்டுபிடிச்சிருப்பாங்க.

முதலாம் உலக யுத்த நேரத்துல தாக்க வரும் ஜெர்மன் விமானங்களைக் குழப்புவதற்காக, இங்கிலாந்தில் "சப்போக்" ங்கிற ஆர்போர்ட் நெஸ் விமானதளத்தில், செயற்கை மேகங்களை உருவாக்கி வானில் பரப்பி விட்டாங்க. இது போல் 1949-1952 கால கட்டத்தில் "புராஜெக்ட் க்யுமுலஸ்" (PROJECT CUMULUS) என்ற பெயரில் இங்கிலாந்து விமானப்படை, மேகங்களில் சில்வர் அயோடைட் உப்பைத் தூவினாங்க. இதன் விளைவாக வழமையாகப் பொழியும் மழையை விட 250 மடங்கு பொழிந்து பெரு வெள்ளம் ஏற்பட்டு ஒரு கிராமத்தையே அழிச்சிட்டாங்க. இதில் 35 பேர் செத்துப் போயிட்டாங்க. இந்த செயற்கை மழையின் ரகசியம் அன்னைக்கு யாருக்கும் தெரியாது. மழை இயற்கையாப் பெஞ்சதுன்னு நினச்சாங்க. ஐம்பது வருசம் கழிச்சி தான் விமானப் படை செய்த செயல்னு வெளியில தெரிஞ்சது.

அமெரிக்காவும் இதே வேலையை வியட்னாம் போரில் கையாண்டது. கீ சான் (khe sanh) நகரை முற்றுகையிட்டுப் பிடிப்பதற்கு, பனிமூட்டம் ஒரு தடையாக இருந்ததால, பனியைக் கலைக்க வானத்துல இருந்து இரசாயன உப்பைத் தூவினாங்க.

வியட்னாம் ராணுவம், "ஹோசிமின்" ஊருக்குள்ள வரக் கூடாதுங்கிறதுக்காக, வானத்துல சில்வர் அயோடைடு உப்புக்களைத் தூவி, தொடர்ந்து மழை பெய்ய முயற்சி செஞ்சாங்க. கடுமையான மழையால் ரோட்டை எல்லாம் சேறும் சகதியுமாக்கியும், நிலச்சரிவு ஏற்படுத்தியும், ராணுவ வாகனங்கள வர விடாம தடுத்தாங்க. மழை தொடர்ச்சியாப் பெஞ்சது. (Operation Popoye) இதுக்கு "ஆபரேஷன் பப்பாய்" ன்னு பேரு.

இரண்டாம் உலகப்போரில் ஜப்பானைத் தாக்கிய அமெரிக்கா,

“புராஜெக்ட் சீல்” (PROJECT SEAL) ங்கிற பேருல ஒரு திட்டத்தைத் தயாரிச்சது. அதன் பிரகாரம் ஜப்பான் கடற்கரையிலிருந்து அஞ்சு மைல் தொலைவில, கடலோட ஆழத்தில 40 மில்லியன் பவுண்டு எடையுள்ள வெடி மருந்துகளை வரிசையா புதைச்சு வச்சு, அதை ஒரே நேரத்தில் வெடிக்கச் செஞ்சாங்க. அது எழுப்புன பிரமாண்ட செயற்கை சுனாமி அலைகள் கரையோர ஜப்பான் துருப்புகளை மொத்தமா துடைச்சு எடுத்திருச்சு.

என்விரான்மென்டல் வார்ங்கிற தொழிற்நுட்பம் (ENVIRONMENTAL WARFARE) இன்னைக்கு எல்லா வல்லரசு நாடுகள் கிட்டயும் இருக்கு....” என சிறிது நிறுத்தினான் தாரிக்.

“செயற்கையான புயல், மழை, வெள்ளம், சுனாமி, நிலநடுக்கம் மாதிரியான பேரழிவுகளை மனுசன் உண்டாக்க முடியுமா..?” ஆச்சர்யத்துடன் ராஜா.

“முடியும்ங்கிறதாலதான் சுற்றுச்சூழல் வானிலையை மாற்றி அமைத்து, அதை ஆயுதமாக்கும் செயலுக்கு ஐ.நா.சபை அக்டோபர்-5, 1978ல் தடைவிதிச்சது. ஆனாலும் ஆராய்ச்சிங்கிற பேருல இது எல்லாம் ரகசியமாக இன்னும் தொடர்ந்து நடந்துகிட்டு தான் இருக்கு.

இந்த ஆய்வுகள்ல “ஹார்ப்” (HAARP)ங்கிற அதி நவீன வானிலை ஆயுதம் (WEATHER WEAPONS) தான் பயங்கரமானது.

அயனோஸ்பியர் (IONOSPHERE)ங்கிற அயனி மண்டலம் பூமியிலிருந்து 60 கி.மீ ல இருந்து 1000 கி.மீ உயரம் வரை பரவி இருக்கு. இது சூரியனில இருந்து வரும் வெப்பத்தை எடுத்து நேர் மின் அயனிகளாக மாத்தி சுதந்திரமாக உள்ளது (FREED IONS)

இப்படி சுதந்திரமாகத் திரியும் அயனிகள் ரேடியோ மின் அலைகளை எதிரொலிக்கும் தன்மை கொண்டவை. நம்ம வளி மண்டலமான அயனோஸ்பியரில் உள்ள அயனிகள், பூமியிலிருந்து அனுப்பப்படும் ரேடியோ அலைகளை மீண்டும் பூமிக்கே திருப்பி அனுப்பி தகவல் தொலை தொடர்புக்குப் பெரிதும் உதவுது. மழை மேகங்களுக்கும் அரணாக இருக்கு.

முக்கியமான இந்த அயன மண்டல ஆராய்ச்சிக்காக, அமெரிக்காவோட பனிப்பிரதேசமான அலாஸ்கால ஹார்ப் ஆராய்ச்சி மையம் வச்சிருக்காங்க.

3.6 மில்லியன் வாட் சக்தி வாய்ந்த 180 ஆண்டேனாக்கள் வழியாக, ஈ.எல்.எப்.ங்கிற (ELF – EXTREMELY LOW FREQUENCY) மிகக்குறைந்த

அலைவரிசை மூலம் சக்தி வாய்ந்த மின்காந்த அதிர்வலைகளை மேல அனுப்பி சூடாக்குவாங்க. இந்த சூட்டுனால மழை மேகத்தை ஒரு இடத்துல இருந்து இன்னொரு இடத்துக்கு மாத்தலாம். புதுசா மேகத்தையே உண்டாக்கலாம்.

https://www.globalresearch.ca/haarp-secret-weapon-used-for-weather-modification-electromagnetic-warfare/20407

https://www.dailystar.co.uk/news/weird-news/747731/haarp-weather-control-proof-straight-cloud-new-york

https://www.thesun.co.uk/news/6446884/china-radar-control-weather-trigger-natural-disasters/

இந்த லிங்க் எல்லாம் பாத்தா சுனாமி உண்மையா இருக்க வாய்ப்பில்லன்னு தோணும்.

24.12.2004 சுனாமி வந்த அன்னைக்கு இந்துமகா சமுத்திரத் தீவுகள்ல வேலை செஞ்ச அமெரிக்க கடற்படை தளத்தில் எல்லாருக்கும் விடுமுறைன்னு வேலை செய்த ஆட்களை ஒட்டு மொத்தமாக அமெரிக்காவுக்கு ஏன் திருப்பி அழைச்சதுன்னு சந்தேகம் இருக்கு. அதுக்கு முன்னாடி அப்படி ஒரு நாளும் அமெரிக்க கப்பல் படை நடந்துகிட்டதில்லை.

தமிழ் நாட்டுல 1994இல் இருந்து புயல் வருசா வருசம் புதுப்புதுப் பேரோட வரிசைகட்டி வருது. 2004இல் சுனாமி, 2005 பானுஸ் புயல், 2008 நிஷா புயல், ஜல் புயல், 2011 தானே புயல், நீலம் புயல், மடி புயல், 2016 வர்தா புயல், 2015 சென்னைப் பெருவெள்ளம், டெல்டா மாவட்டங்களை சீரழித்த கஜா புயல். இது எல்லாமே எந்த அளவுக்கு உண்மையான இயற்கை சீரழிவுன்னு தெரியல.

ஆந்திரால திருப்பதிக்கும் சித்தூருக்கும் இடையில, காதங்கிங்கிற (Gadanki) ஊருல நம்மளோட இந்திய அரசோட பெரிய வானிலையை மாற்றும் ஹாரப் (HAARP) ஆய்வு மையம் இருக்கு. (NATIOAL MST–Mesosphere-Stratosphere–Troposphere Radar Facility,)

இப்போ எல்லாம் திடீர்னு மழை பெய்ஞ்சா மனசு பயம் வந்திருது. அந்த அளவுக்கு மோசமா இயற்கையோட விளையாடுறாங்க...

நெய்தல் என்பதின் எல்லாவற்றிலும் உப்பிருக்கும் என்பதாலோ என்னவோ தாரிக்கின் வாழ்விலும் நினைவுகளின் கண்ணீர் நிரந்தரமாகக் குடி இருந்தது.

தாரிக், சுனாமியை முன்னிறுத்தி, கடல்நீர் தன் எண்ணங்களோடு ருத்திர தாண்டவம் ஆடியதை, குளிர் மிரட்டும் மழைநாள் இரவுகளை எல்லாம் தகவல் கலந்த ஆதாரக் காற்றாய் வீசிக் கொண்டிருந்தான்.

★

20

வெயில் அருவியாய்க் கொட்டும், ஆக்ரோஷமாய் வளைய வரும் வளைகுடா நாடுகளில் வாழ்பவர்களுக்குத்தான் வைட்டமின் D குறைபாடு இருப்பதும், அதைப்போக்க வெயிலில் சில நேரம் நில்லுங்கள் என மருத்துவர்கள் அறிவுரை வழங்குவதும், மிகப் பெரிய நகைமுரண்.

காலையில் "ஃப்ரோசென் ஃபுட்" போல விறைத்த உடலுடன் எழுந்து அதே குளிருடன் நேராக சென்று சுடுநீரில் சுட சுடவெனக் குளித்து மீண்டும் வெட வெடக்கும் குளிர் அறைக்கு வந்து மீண்டும் வெயிலில் நடந்து கார் ஏறி குளிர்ப் பயணம் செய்து, வெயில் குளிர், வெயில் குளிர்... என மாறி மாறி உடல் இரட்டை வேடம் போட வேண்டியதிருப்பதால் பொதுவாக வளைகுடாவாசிகள் எல்லோருக்கும் பிரதானமாய் உடல் வலி இருக்கும். அதுவும் தலை, கழுத்து, தோள்ப்பட்டை, புஜம், முதுகு... என எப்போதும் விலாவாரியாய் ஒர் இனம் புரியாத வலி இருந்து கொண்டே இருக்கும்.

காலையில் எழுந்தது முதல் தாரிக்கிற்கு நல்ல உடல்வலி. அதே வலியுடன் எழுந்து குளித்து மருத்துவமனைக்கு வந்திருந்தான்.

"ஹலோ வந்தாச்சா, ஒரு பேபி பிறந்திருக்கு, NICUவுல கொண்டு போய் வச்சிருக்காங்க. பேபிக்கு ஒண்ணுமில்ல, சும்மா ஒரு ஜெனரல் செக்கப் பண்ணிருங்க..." என்று போனில் கூவினாள் ஆப்ரேசன் தியேட்டர் நர்ஸ். மருத்துவமனை நுழைந்ததும் ஆப்ரேசன் தியேட்டர் நோக்கி நடந்தான் தாரிக்.

மருத்துவமனையில் வேலை செய்யும், 74 வயதான அனேஸ்தீசியா (மயக்க) டாக்டர் ஏதோ புலம்பிக் கொண்டே வந்து கொண்டிருதவர் தாரிக்கைப் பார்த்ததும் புன்னகைத்து விட்டு கையில் வைத்திருந்த ஆப்பிளை டிஸ்யு பேப்பரில் துடைத்த வண்ணம் யாரையோ திட்டிக் கொண்டிருந்தார்.

இடைமறித்து என்ன என்று கேட்டான் தாரிக். இன்று அவருக்கு “ஆன்கால் டூட்டி” யாம். காலையில் நாலு மணிக்கே போன் செய்து, வாருங்கள் என அழைத்திருக்கிறார்கள். குழந்தை பிறந்தது 6.30 மணிக்கு. அதுவரை ஆபரேசன் அறைக்குள் இருந்து விட்டு இப்போதுதான் பசி என்று ஒரே ஒரு ஆப்பிள் திங்க வெளியே அனுமதித்திருக்கிறார்கள்.

பொதுவாகவே அறுவைச் சிகிச்சை செய்யும் சர்ஜனும், அனேஸ்தீசியா டாக்டரும் டாம் அன்ட் ஜெரி போல., இருவருக்கும் இடையில் ஒற்றுமை இல்லை என்றால் அனெஸ்தீசியா டாக்டர் சகல சம்பிரதாயங்களுடன் திவ்யமாய்ப் பழி வாங்கப்படுவார்.

தாரிக்கிற்குப் பாவமாக இருந்தது. இந்த வயதில் நாம் உழைப்போமா, என எண்ணினான். ப்ச். அவருக்கும் அவனைப் போலே தோள்ப்பட்டை முதுகு கழுத்து எல்லாம் வலித்திருக்கும் போல உடலை இங்கும் அங்குமாய் எஸ் வடிவில் முறுக்கினார்.

சட்டென அவர் அருகில் சென்றான். “கொஞ்சம் இந்த ஸ்டூலில் உட்கார முடியுமா..?”

“ஏன்...” என்றார் மிக மெல்லிதாய் சிரித்தபடி.

பிடித்து சேரில் அமர்த்தி அவர் பின்னால் நின்று, பதினாறு வயதினிலே பரட்டை பின்னால் நின்று சப்பாணி அமுக்குவது போல தோள்ப்பட்டையை மெதுவாக அதே சமயம் நல்ல அழுத்தத்துடன் அமுக்கத் துவங்கினான்.

“நோ.. நோ..” என்று பலமாக மறுத்தார், ஆனாலும் ஒரு முரட்டுப் பிடி அப்பொழுது அவருக்குத் தேவையாக இருந்தது. சற்றுநேரத்திற்குப் பின் அமைதியானார். கழுத்து தோள் புஜம் முதுகு... மேல் இருந்து கீழ் வரை முதுகுத் தண்டை ஒட்டிய சதை தலை என அமுக்க அவர் ஆ...ஆ...ஆ என்றார். (ஏறக்குறைய நீங்கள் நினைக்கும் அதே ஸ்வரத்தில்.) அது என்னவோ தெரியவில்லை மனிதன் உச்சகட்டம் அடைந்தால் ஆ...போடத் துவங்கி விடுகிறான்.

இப்பொழுது தாரிக்கின் கை அவரது நெற்றி இரு கண்கள் தாடை காது காதின் கீழ் பகுதி என அழுத்த பெருமூச்சு விட்டார். ஏழு எட்டு நிமிடத்திற்குப் பின் கையை எடுத்து விட்டு “போதுமா..?” என்றான் தாரிக்.

அவர் முகத்தில் அத்தனை புத்துணர்ச்சி. நீரில் தலை முக்கிய காக்கா போல தலையை உதறினார். மூன்று நான்கு முறை நீண்ட மூச்சு விட்டார். எங்கு கற்றாய் இந்த வித்தையை என்றார். சிரித்தான்.

“சச் ய பியுடிஃபுல் ட்ரீட்மென்ட்” என்றவர் சந்தோஷத்துடன் மீண்டும் ஆப்ரேசன் தியேட்டர் நோக்கி நடக்கத் துவங்கினார்..

இதே போல் நமக்கும் யாராவது அமுக்கு வைத்தியம் செய்தால் நன்றாக இருக்கும் என தாரிக்கிற்குத் தோன்றிய போது மொபைல் போன் ஒலித்தது. போனில் ராஜா பேசினான்.

“ஃப்ரியா இருக்கீங்களா, பேசலாமா..?”

“ஒரு சின்ன வேலை இருக்கு, பரவாயில்ல சொல்லு.”

“ரொம்ப நாள் கழிச்சி அம்மாவ கனவுல பாத்தேன். ரொம்ப சந்தோசமா இருந்திச்சு.”

“ஓ அப்படியா...”

“அம்மா ஒரு பெண் குழந்தையக் கொண்டு வந்து வச்சிக்கோன்னு எங்கிட்ட கொடுத்தாங்க. அந்தக் குழந்தையோட முகம் எங்கேயோ பாத்த மாதிரி இருக்கேன்னு ரொம்ப நேரமா யோசிச்சிட்டே இருந்தேன். கொஞ்ச நேரத்துக்கு முன்னாடி இப்போதான் அது உங்க முகம்னு புடிபட்டுச்சு. என்னன்னு தெரியல ஒரேநாள்ல உங்க கூட அட்டாச்மென்ட் ஆயிட்டேன். நான் அப்படி எல்லாம் சீக்கிரத்துல ஆக மாட்டேன். டெல்மா வந்து அஞ்சு வருசம் ஆச்சு, இங்க மூணே மூணு பேர் கூடத்தான் நான் இதுவரை பழகி இருக்கேன். இப்போ நாலாவதா நீங்க...”

“அது யாரு மூணு பேரு..?”

“ஓ.. அதுவா, சாயந்திரம் டூட்டி முடிஞ்சதும் வீட்டுக்கு வரட்டா, உங்களக் கூட்டிட்டுப் போறேன்.”

“ம்ம்.”

அன்று மாலை இருவரும் சேர்ந்து சென்ற இடம் அலவி குட்டி கடை. டாக்டர் தாரிக்கை தனது உறவுக்காரர் என அறிமுகம் செய்து வைத்தான் ராஜா. குடுவை மீனுக்கு வானமும் இல்லை மேகமும் இல்லை என்று ராஜாவை பற்றி எண்ணி இருந்ததால், “ஆச்சர்யமா இருக்கு, மழ வருதான்னு பாருடா” என்று வெளியே எட்டிப்பார்த்து கேலி செய்தார் அலவி குட்டி.

தாரிக் தன்னைப் பற்றி கூறியதும் “என்னை உங்களுக்குத் தெரியாது ஆனா இங்க இருக்கிற எல்லா கடை ஆட்களுக்கும் உங்களப் பத்தித் தெரியும். தமிழ் டாக்டர பலஸ்தீன் எல்லாம் போயிட்டு வந்தாராம்னு பேச்சு.”

ஆச்சர்யமாக இருந்தது தாரிக்கிற்க்கு.

“நீங்க இவன் கூட வந்தது தான் இப்போ ரொம்ப ஆச்சர்யமாவும் சந்தோசமாவும் இருக்கு”

அலவிக் குட்டி 40 வருடமாக இந்தத் தீவில் வசிக்கிறார் என்பதே இன்னும் ஆச்சர்யமான செய்தியாக இருந்தது தாரிக்கிற்கு. அலவி குட்டி பேசப்பேச அவன் ஆச்சர்யம் கூடிக் கொண்டே போனது. கருத்தரங்கு முகாம் நடத்துவது போன்று தொடர்ச்சியாக அலவி குட்டி பேசியபடி இருந்தார். 40 வருடம் சொந்த மண்ணில் வாழ்பவன் தன் மண்ணைப் பற்றி இத்தனை தகவல்களைச் சேகரித்து வைப்பதில்லை. வைக்க விரும்புவதும் இல்லை. இதுவே நிலம் தாண்டி வாழந்தால் ஒவ்வொன்றையும் புத்தியில் சேகரிக்கும் ஈர்ப்பு வந்து விடுகிறது எல்லோருக்கும்.

அவர் கூறியவற்றில் 17 ஆம் நூற்றாண்டில் இந்தத் தீவை “முத்து தீவு (Pearl island)” என்று அழைத்ததாக வரலாறு உண்டு என்று கூறியது முத்து நகர் என்று பெயர் கொண்ட தூத்துக்குடியில் இருந்து வந்த தாரிக்கிற்குப் பிடித்திருந்தது. நிறைய நல்ல தண்ணிக் கிணறுகள் இன்னமும் இருப்பதாகவும், செயற்கையாக முத்து விளைவிப்பது, மீன்பிடி தொழில் மற்றும் சிறு விவசாயம் டெல்மாவில் நடப்பதாகவும், தினமும் மாலையில் பங்களாதேஷ் இளைஞர்கள் காய்கறி பழங்கள் விற்பதாகவும் கூறியது எல்லாம் தாரிக் டெல்மா பற்றி அறியும் புது செய்தி.

டெல்மாவின் இடது பக்கம் தொலைவில் தெரியும் 100 அடி உயர சிறிய சிறிய குன்றுகளை அழைத்துச் சென்று காண்பி, என்று ராஜாவிடம் கூறியதுடன் கடையில் ஆட்கள் அதிகமானதும் அலவி குட்டியின் உபன்யாசம் முடிவுக்கு வந்தது.

அலவி குட்டி கடையில் டீ வாங்கிக் கொண்டு ராஜா அடுத்து அழைத்து வந்த இடம் தாரிக்கிற்குப் புதிது. நீண்ட இரும்பால் ஆன இரண்டு பெஞ்சும் சிறு அளவிளான மேற்கூரையும் கொண்ட இடத்தைத்தான் டெல்மா பஸ் ஸ்டாப் என அழைக்கிறார்கள்.

தாரிக்கிற்கு சற்று கூச்சமாக இருந்தது. தான் இதுவரை டெல்மாவில் இப்படி வெளியே வந்ததில்லை. அப்படியே வந்தாலும் இது போன்ற இடத்தில் எல்லாம் உட்கார மனம் ஒப்பவில்லை.

“கடையில உக்காந்து டீ குடிக்கலாமே...” என்று வற்புறுத்திய தாரிக்கிடம் “இல்ல, இங்க உக்காருவோம். ஒரு ஆளை அறிமுகப்படுத்தணும். அவரு இங்கதான் வருவார்” என்று

அழுத்தமாக கூறினான் ராஜா. சரி என்று அமர்ந்து டெல்மா பஜாரை வேடிக்கைப் பார்த்தபடி இருந்தனர் இருவரும்.

சற்று நேரத்தில் வெகு குறைவான உயரம் கொண்ட முப்பது வயது மதிக்கத்தக்க அரபி ஒருவன் அவர்களை நோக்கி வந்தான். "பஸ் மாயீஜி..? (பஸ் வரலையா?)"

"பஸ் எப்ப வரும்ன்னு நமக்கே தெரியாதே, இவனிடம் என்ன பதில் சொல்ல..? அவன் தாரிக்கின் வெகு அருகில் உடல் ஒட்டி வந்து அமர்ந்து கொண்டான். 95 சதவிகித அரபிகள் பஸ்ஸில் எல்லாம் செல்வதில்லை. இரண்டாவது, யார் வெகு அருகிலும் அவர்கள் இப்படி நெருங்கி அமர்வதில்லை. அடுத்தவன் தொடையில் கை வைக்கும், கைக்கு அஞ்சு வாய்க்கு பத்து மேற்படிகள்தான் இப்படி அமர்வார்கள். யார் இவன்..? உண்மையில் அரபி தானா..? ஏன் நெருங்கி அமர்கிறான்..? திடீர் என தொடையில் கை வைத்தால் என்ன செய்ய, ராஜா கூறிய ஆள் இவன் தானா..?

ராஜாவும் அரபி ஆளைப் பார்த்தபடி இருந்தான்.

"பஸ் எப்ப வரும்..? கொஞ்ச நேரத்துக்கு முன்னாடி நான் வந்தேன். பஸ் போயிருச்சு. அடுத்து பஸ் எப்போ வரும்..?" மீண்டும் அரபி.

பஸ்ஸிலே சென்றிருக்காத தாரிக்கிற்கு என்ன சொல்லவென்று தெரியாமல் ராஜாவைப் பார்க்க, ராஜா "தெரியலை" என்றான் சற்று உரத்த குரலில்.

"நீங்க ரெண்டு பேரும் எந்த நாடு. இந்தி..?"

"ஆமா"

"கேரளா..?"

"இல்ல.. மதராசி.."

"தாஜ்மஹால் கொய்ஸ். இந்த சூஃப்" (தாஜ்மஹால் சூப்பர். நீ பாத்திருக்கியா?)

"இல்ல"

"உன் வீடு எங்க இருக்கு..?"

என்ன இது விசாரணை ஜாஸ்தியா இருக்கு என்று எண்ணியபடி "ஏன் கேக்குற..?" என்றான் தாரிக்.

"சும்மா தான். பஸ் எப்போ வரும்..?"

"தெரியாது"

சற்று நேரம் அமைதி.

அவனாகச் சிரித்தான். ரோட்டில் ஒரு கார் வேகமாகச் செல்ல "பாரு பாரு வேகமாப் போறான்" என்று மீண்டும் சிரித்தான். தலையில் இருந்த தொப்பியை சரி செய்தான். சற்று நேரம் தாரிக்கையே பார்த்தபடி இருந்தான். சற்று நேரம் கழித்து "பஸ் எப்போ வரும்..?" என்றான். "என் போனு எப்போ கிடைக்கும்..?" என்று அடிக்கடி கூறும் நயன்தாராவின் சினிமா நினைவில் வந்து போனது தாரிக்கிற்கு.

தலை ஆட்டி ஏதோ அரபி பாட்டு படித்தான். தாரிக் மொபைலை எடுத்து நேரம் பார்க்க, மொபைலக் காட்டு என எட்டிப் பார்த்தான். அப்போதுதான் தாரிக்கிற்குப் புரிந்தது, அவன் மனப் பிறழ்வு உள்ளவன் என்று.

ராஜாவைத் திரும்பிப் பார்த்து நீ சொன்ன ஆள் இவன் தானா என்று ஜாடையாகக் கேட்க ராஜா "ஆமாம்" என்று சிரித்தபடி தலை அசைத்தான். கண்ணாடித் தொட்டியின் நீரை சதுரக் கடலாகக் கருதும் மீனாகத் தெரிந்தான் அவன்.

மீண்டும் "பஸ் எப்போ..." என்ற அவனின் கேள்விக்கு "இப்போ வந்திரும்" என்றான் தாரிக். சற்று விலகி இருந்தவன் தளர்ந்து அவனை ஒட்டி அமர்ந்து கொண்டான் தாரிக். அவனை இடித்து அமர்வதைப் பார்த்து அரபி சிரித்தான். பின் வழமை போல "பஸ் எப்போ வரும்..?" என்றான்.

சற்று நேரத்தில் டெல்மா பஸ் வந்தது.

"பஸ்" என்று கை காட்ட

"நஹி. துஸ்ரா"

"உனக்கு எப்படி ஹிந்தி தெரியும்..?"

"மாலும்... (தெரியும்) "சிரித்தான்.

பெருமூச்சுடன் தாரிக் வானம் பார்க்க அவனும் வானம் பார்த்தான். இவன் தாய் தந்தை யாராக இருக்கும். ஏன் பஸ்ஸில் போகிறான். வீட்டில் இருந்து ஒதுக்கி இருப்பார்களோ..?. பெரும் பணமுதலைகள் என நினைத்திருந்த அரபிகளில் மனப் பிறழ்வு உள்ள ஒருவனை வாழ்வில் சந்தித்தில் மழை பெய்த சதுப்பு நிலம் போல மனம் பிசுபிசுத்தது.

அவன் பாடிக் கொண்டிருந்தான் மெல்லமாக. இடை இடையே "பஸ் எப்போ வரும்..?" என்று கேள்வி.

இப்போது ராஜா எழுந்து அவனருகில் வந்தான். "டீ குடிக்கிறியா..?" அவன் தலையசைத்தான்.

டீ வாங்கிக் கொண்டு வந்து அவன் கையில் கொடுத்ததும் "மஸ்கூரின்" என்றபடி "ஷ்ஷ் சுடுது..." என்று இரும்பு பெஞ்சில் வைத்து விட்டு ராஜாவைப் பார்த்துச் சிரித்தான்.

"நான் போறேன்" என்று கூறி ராஜா கையசைக்க அவனும் கையசைத்தான்.

இருவரும் அவனை விட்டு விலகி நடக்க ஆரம்பித்தார்கள். "தெனமும் நைட் இந்த பஸ்ஸ்டாப்ல இவனைப் பாக்கலாம். மனசு சரியில்லன்னா சிலசமயம் இவன்கூட வந்து உக்காந்துக்குவேன்" என்றான் ராஜா.

இருவரும் பேசியபடியே ஷாபியா நோக்கி நடக்கத் துவங்கினர்.

"நீ சொன்ன இரண்டாவது ஆள். இவன் தானா, மொதல்லே சொல்லி இருக்கலாம்ல்ல, அவன் ரொம்ப பக்கத்துல வந்து ஒட்டி உக்காந்ததும் பக்னு ஆயிருச்சு..."

"மொதல்லே சொல்லி இருந்தா அந்த திரில் போயிருக்கும். எனக்கும் மொதத்தடவ அப்படித்தான் இருந்துச்சு. சில சமயம் ரொம்ப மனசு உடஞ்சிருச்சுன்னா இங்க வந்து இவன்கூட கொஞ்சம் உக்காந்திருப்பேன்"

"ஆமா, மூணாவது ஆளு யாரு, அதையாவது மொதல்லே சொல்லிரு..."

"எனக்கே அவனைப் பத்தித் தெரியாது. ஆனா அஞ்சு வருசப் பழக்கம்..."

"புதுசு புதுசாக் கொழப்புற..." என்ற தாரிக்கைப் பார்த்துச் சிரித்தான் ராஜா.

ஐந்து வருடமா ஒவ்வொரு சனிக்கிழமையும் கையசைத்து வழியனுப்பும் தனது அறிமுகமில்லாத நண்பனைப் பற்றி ராஜா கூற வலுக்கட்டாயமாக அந்தவார சனிக்கிழமை காலையில் மீன் பிடிப்பதற்கு பதிலாக அலவி குட்டி கடையில் சைக்கிளை வாடகைக்கு எடுத்து சரக்கு கப்பல் நிற்கும் இடம் நோக்கி இருவரும் சென்றனர்.

தூரத்து அறிமுகமான ராஜாவைக் கண்டு முதலில் பிடிபடாமல் பின் "ஓ மை ஃபிரண்ட்" என கட்டி அணைத்துக் கொண்டான் அவன். அவன் பெயர் உச்சரிப்பதே கஷ்டமாக இருந்தது. நீண்ட வருடங்களாக கூலி வேலை செய்வதைக் கூறினான்.

அதே போன்ற வேலையை ஒரு காலத்தில் செய்த அலவி குட்டி இன்று கடை வைத்திருப்பதையும், "நீயும் கடை வை" என்ற குறிப்பிட்ட ராஜாவிடம் "நோ மேன்..." என்றவன் "டோன்ட் சே உகாண்டா... இட்ஸ் யுகாண்டா.. யுகாண்டா..." என்று தனது நாடு குறித்த உச்சரிப்பை சரி செய்ய முயற்சித்தான் ராஜாவிடம். கத்தரிக்காய்ச் செடி போன்ற அவனது ஆங்கில உச்சரிப்பு தனித்தனியாய் குட்டிக்குட்டியாய் முரட்டுத்தனமாய் வந்து விழுந்தது ஆனாலும் அழகாய் இருந்தது.

"இது டாக்டர் தாரிக், எனது உறவினர். இவர் தான் ரெண்டு பேரும் ஏன் இதுவரை சந்தித்ததே இல்லைன்னு வருத்தப்பட்டார். இன்னைக்கு உன்னை சந்தித்தே ஆகணும்ன்னு வந்தாச்சு"

"உனக்கும் ராஜாவை நேரில் சென்று காண வேண்டும் என்று தோன்றவே இல்லையா..?" என்று தாரிக் கேட்டதும் "பாக்காததுனால தான் இவ்வளவு நாள் பிரியமா நாங்க கை அசைச்சுக்கிட்டோம். என்ன மாதிரியே யாரையோ தேடுற ஒருத்தன் அங்க இருக்கான்னு கடல்ல இருந்து நான் யோசிச்சுக்குவேன். எங்களோட நட்பு கூகிள் டிரான்ஸ்லேட்டர் மாதிரி. முழுமையா வெளிக்காட்டினாலுமே சரியா வெளிக்காட்ட இயலாது..." என்ற அவனது வார்த்தை தாரிக்கை மிகவும் ஈர்த்தது

"நல்லா பேசுறியே,. என்ன படிச்சிருக்க..?"

"மேனேஜ்மென்ட் கோர்ஸ். வேறு வேலை கிடைக்காததால் கிடைத்த வேலையை செய்வோம் என்று ஏழு வருடம் முன் இதில் சேர்ந்தாச்சி..." என்றவன் சிறிது நிறுத்தி பிறகு சொன்னான். "இது வரை ஊருக்கு போனதில்லை."

"என்னோட நாட்டுக்கு வா, நாம சேர்ந்து போவோம்..."என்றான் ராஜா. அவனை சந்தோசத்துடன் பார்த்தான் தாரிக். மனித மனங்கள் வானத்து மேகங்கள் போன்றவை. அதில் எப்போது எந்த வடிவத்துடன் மேகங்கள் அரங்கேறும் என யாரும் அறியக் கூடுவதில்லை.

அங்கிருந்து தாரிக்கும் ராஜாவும் சைக்கிளில் அலவி குட்டி காட்டியிருந்த சிறு சிறு குன்றுகளை நோக்கிச் சென்றனர். நான்கு

பக்கமும் நீரால் சூழப்பட்ட தீவின் ஸ்திரத்தன்மைக்கு இந்தக் குன்றுகள் சாட்சியாக இருப்பதால் அதன் மீது ஏறியதும் தாரிக்கிற்க்கு அல் குர் ஆன் வசனமான "அதிர்வுகளை அசைவுகளைத் தடுக்கும் பொருட்டு பூமியில், அடிபட்ட ஆணி போல நாம் மலைகளை அமைத்தோம்" எனும் வசனம் நினைவில் வந்தது.

குன்றுகளுக்கு இடையே ஆடுகளின் கிடை, குதிரைகளின் கொட்டில், ஒட்டகக் கொட்டடி எல்லாம் பலகை வைத்து சிறிது சிறிதான அடைப்புடன் முழுவதுமாய் நிரம்பி இருந்தன. கரிசல் மண் போல இருந்தது அங்கிருந்த நிலம் அணிந்திருந்த சேலை. ஒரு பொதுக் கிணறு அதை ஒட்டிய நீண்ட பச்சைப் புல் தரை, இரண்டு கருவேல மரம், பிக்அப் கார், தலைப்பாகை அணிந்த வயதான மனிதர் இருவர்... எல்லாம் சேர்த்துப் பார்க்க ஓவியம் போன்றிருந்தது. தூர இருந்து பார்த்தால் காண வாய்ப்பில்லை, குன்று ஏறினால் தான் இவை எல்லாம் தெரியும். அலவி குட்டி இங்கு அழைத்துச் செல்லக் கூறியதன் காரணம் புரிந்தது.

புகைப்படங்களில் உள்ள மரங்கள் போன்று ஆடாது அசையாது நிற்கும் குன்றுகளைப் பார்த்தபடியே சிறிது நேரம் இருவரும் அமர்ந்திருந்தனர். வார்த்தைகள் அற்ற மொழியை இருவருடன் இயற்கையும் சேர்ந்து பேசிக் கொண்டிருந்தது.

இப்படியாக சைக்கிளில் எல்லாம் வெளிநாட்டில் சேர்ந்து சுற்ற ஒரு ஆள் கிடைக்கும் என இருவரும் எண்ணியில்லாத காரணத்தால், அந்த நிலம் ஊர்க் கரிசல் காட்டை நினைவுபடுத்தி விட்டது. சட்டென ஊர்வரை சென்று வந்த அவரவரின் எண்ணங்கள் தந்த அழுத்தத்தில் கனதியான தருணமாகத் தோன்றியது இருவருக்கும்.

குன்றுகளுக்கு நடுவில் குதிரைக் கொட்டிலுக்கு அருகில் அமர்ந்திருக்கும் தலைப்பாகை கட்டிய அந்த இருவரும் என்ன பேசிக் கொண்டிருப்பார்கள் எனக் கேட்டான் ராஜா.

தெரியவில்லை என்று தலையாட்டினான் தாரிக். வாழ்வு நதியைக் கடந்து செல்ல மனம் கலங்காத நியதிகள் தேவை, நமக்கே நமக்கான, நாம் அமைத்துக் கொண்ட நியதிகள். அதை அந்த தலைப்பாகைகாரர்கள் அறிந்திருந்ததை அவர்கள் இருவரும் அறியவில்லை.

மீண்டும் சைக்கிள் மிதித்து குன்று இறக்கத்தில் வேகமாகச் செல்லும் சைக்கிள் ஓட்டத்தை ரசித்தபடி அலவி குட்டி கடையை அடைந்தனர். அன்றைய மதிய உணவு அலவி குட்டி கடையில் என்று விருந்துக்கு அழைத்திருந்தார் அலவி குட்டி.

நாயகியைக் கடலோர அலைகளில் போட்டு உருட்டுவது போல சூடான கப்பைக் கிழங்கை மீன் குழம்பில் உருட்டி அலவி குட்டி சாப்பிடுவதே தனி அழகாக இருந்தது.

சாப்பிடும் போதும் அவரிடம் டெல்மா பற்றிப் பேச ஆயிரம் செய்திகள் இருந்தன. விருந்திற்கு டாக்டர் வருகிறார் என அறிந்து தாரிக்கிற்கென பிரத்தியேகமாக வட்டலப்பமும் அரி பத்திரியும் செய்து தந்தனர் அலவி குட்டி ஹோட்டல் ஆட்கள்

அபூ மூஸா அஷ்அரி எனும் பெருமானார் காலத்து ஸஹாபி பற்றியும் அவர் பெயரில் இருக்கும் தீவு பற்றியும், அரேபியன் கல்ஃப் கடலில் ஷார்ஜாவுக்கு அருகில் உள்ள ஈரானின் பிடியில் இருக்கும் அபு மூஸா (Abu Musa) தீவு பற்றியும் தகவல்களாக அடுக்கிக் கொண்டே சென்றார். அவரின் பேச்சு டெல்மாவுக்கும் கிமு 5000 நூற்றாண்டுகளுக்கும் முன்பான உபைது கல்ச்சர் (Ubaid period) வரை சென்றது. 40 km தீவில் 40 வருடம் வாழ்ந்தவரிடம் செய்திகள் இருக்கத்தானே செய்யும்.

அவர் பேசியதில் தாரிக் அறிந்த புதிய செய்தி ராஜாவுக்கு காக்கா வலிப்பு வரும் என்பது.

சாப்பிட்ட பின் மூவருமாக நடந்து அருகில் இருந்த டெல்மா மியூசியம் சென்றனர்.

இலட்சியத்தைக் கொல்ல இன்னும் ஏவுகணை கண்டுபிடிக்கப் படவில்லை என்று படித்ததுண்டு. அலவி குட்டியின் இலட்சியம் நிறைய பணம் சம்பாதிப்பது. நேரம் கிடைக்கும் போதெல்லாம் நிறையப் பேசுவது என்பதாக இருந்தது. இடையிடையே தன்னுடைய வளர்ப்புப் பிராணியான “சுகர் வியாதி” பற்றியும் கூறியபடி வந்தார்.

“சாவக்காடு ஹமீது பாய் தெரியுமா..?” எனக் கேட்க நினைத்து ஒரு வேளை அதற்கும் நிறையக் கதை சொல்லிவிடுவாரோ, எனப் பயந்து அமைதியானான் தாரிக்.

இருவரும் வீடு திரும்பும் போது “என்கூட மர்வான்னு ஒரு அரபி வேலை செய்றாரு. அவர் வீட்டுல ஹமீது பாய்னு ஒருத்தர். அவரு செய்வினை எல்லாம் எடுப்பாராம். நான் கூப்பிட்டா வருவார். அவர்கிட்ட உன்னப் பத்திச் சொல்லி இருக்கேன். நீ சரின்னு சொன்னா அவருகிட்ட காட்டலாம்” என்றான் தாரிக்.

“வேண்டாம், எதுக்கு போட்டுக்கிட்டு...”

“அப்பாஸ் மாமா மெனக்கெட்டு சொல்லி அனுப்புனார். எப்படியாவது அவனை சரி செய்ங்கன்னு, நானும் டிரீட்மென்ட்

பண்ணுறேன். அவர்கிட்டயும் காட்டுவோம். பேய்க்கும் பாரு நோய்க்கும் பாருன்னு ஊருல சொல்லுவாங்க...''

''எல்லார்கிட்டயும் ஏன் சொல்லணும்..?''

''அவரு நமக்கு ரொம்ப வேண்டப்பட்ட ஆள். வெளிய எல்லாம் சொல்ல மாட்டார். அவரு வீட்டுக்கும் போக வேண்டிய அவசியமில்ல. அவரே நம்ம வீட்டுக்கு வந்திருவார். ஒருதடவை காட்டுவோமே. என்னதான் சொல்லுறார்ன்னு பாப்போம்.''

''ச்ச்''

''பெருசா எதையும் சொல்ல வேணாம். செய்வினை செஞ்சி இருக்குன்னு சிலர் சொல்லுறாங்க என்னன்னு தெரியலன்னு மட்டும் சொல்லிப் பாப்போம். அவரு அது ஒண்ணும் பெரிய விஷயமில்ல, எடுத்திறலாம்னு சொன்னா மேற்க்கொண்டு பேசுவோம்.''

''உங்க இஷ்டம்''

''நீ சரின்னு சொன்னா, இப்போவே ஃபோன் பண்ணுனா வந்திருவாரு. என்னதான் சொல்லுறாருன்னு பாப்போமே. நாம வெளிய எங்கேயும் போக வேண்டிய அவசியமில்ல. டெல்மாலே இருக்காரு. கூப்ட்டா வீட்டுக்கும் வந்திருவாரு, தெரிஞ்ச ஆள் வேற, காசு எதுவும் கேக்க மாட்டாரு, இதுக்கு மேல என்ன வேணும்..?''

''சரி''

அன்று மாலை சாவக்காடு ஹமீது பாய்க்கு ஃபோன் செய்து அன்வரை சந்தித்து விட்டதைக் கூறினான். ''நான் சொன்னேன்ல அன்வர்னு யாரும் கிடையாதுன்னு ராஜான்னு சொல்லி இருந்தா நானே சொல்லி இருப்பேன். எனக்கு மேலுக்கு சுகமில்ல. அடுத்த வாரம் வீட்டுக்கு வாரேன். பையனை வரச் சொல்லுங்க ''என்று கூற ராஜாவும் அதற்கு சரி என சம்மதித்தான்.

இரவில் வீடு திரும்பும் போது ''இது என்ன இப்படி எல்லாம் பேரு வச்சிருக்காங்க..? ''என்று ஆச்சர்யமும் ஆத்திரமும் வந்தவனாக வளைகுடா நாடுகளின் நிஜச் சண்டைகளை மேலை நாடுகளின் பல நிறுவனங்கள் ''Video games set in the Middle East / Middle east combact video game'' என பல தலைப்புகளில் வீடியோ கேமா உண்டாக்கி இருக்க, அங்கிருந்த இருபதுக்கும் மேற்பட்டவற்றில் ஒன்றையும் சோனி வீடியோ கேம் செட்டையும் தாரிக்கிடம் இருந்து பெற்றுக்கொண்டு வீடு திரும்பினான் ராஜா.

★

21

ராஜாவையும் வரச் சொல்லிவிட்டு சாவக்காடு ஹமீது பாய்க்கு தாரிக் போன் செய்ய கால்மணிநேரத்தில் தாரிக் வீடு வந்து சேர்ந்தார் ஹமீது பாய்.

"வாங்க, வாங்க, ரெண்டு பேரும் சும்மா பேசிக்கிட்டு இருந்தோம் சரி உங்களையும் கூப்பிடுவோம்ன்னு ஃபோன் பண்ணுனேன். இது தான் அன்வர் ராஜா. என்னோட சொந்தக்காரன்தான். ஒரு தடவை உங்ககிட்டக் கூட அன்வர்ன்னு எலக்ட்ரிசியன் தெரியுமான்னு கேட்டேன் ஞாபகம் இருக்கா..?"

"தம்பிய எங்கேயோ நான் பாத்திருக்கேனே"

"நானும் உங்களப் பாத்திருக்கேன். ஏர்போர்ட் போற வழியில போன வருடம் நியூ இயருக்கு, சீரியல் லைட் உங்களுக்காக பிக்ஸ் பண்ணுனது நான்தான்"

"இப்போ ஞாபகம் வந்திருச்சு. அந்த ரோட்டுல இருபத்திரெண்டு லைட் பிக்ஸ் பண்ணுனோமே. உன் பேரு அன்வர் இல்லையே"

"ராஜா"

"டாக்டர் அன்வர் அன்வர்ன்னு கேட்டுட்டு திரிஞ்சார்"

"முழுப்பேரு அன்வர் ராஜா"

"ரெண்டு மூணு பேரு வைக்கக்கூடாது. எங்க சொந்தக்காரப் பையன். பேரு அப்துல் ரஹ்மான் பாஸித். ஸ்கூல்ல அப்துல்ன்னாத் தான் தெரியும், பொதுவுல பிரன்ட்ஸ் எல்லாம் ரஹ்மான்னு கூப்பிடுவாங்க, வீட்டுல கூப்பிடுறது பாஸித். ஒரு இண்டர்வியு கார்ட் வந்து அப்துல் யாருன்னு தபால் கொண்டு வந்தவரு தெருவுல உள்ள ஆள்ட்ட கேட்டு அப்படி யாரும் இல்லன்னு சொல்லி திருப்பி அனுப்பி, பணம் எல்லாம் கட்டி எதிர்பார்த்து காத்திருந்த

வேல போயிருச்சு. ஒரே பேர சொல்லிப் பழகு. அதான் நல்லது “

“ம்ம்ம்....” என்றான் ராஜா. அந்த ம்ம்ம் “பெருசு, ரொம்ப அனத்தாத” எனும் நிறத்தில் இருந்தது.

“என்ன டாக்டர், வரச் சொன்னீங்க என்ன விஷயம்”

“நான் ஏற்கனவே சொல்லி இருந்தேனே, செய்வினை பத்தி...”

“ஓ...தம்பிக்கு ரொம்ப பலமா செஞ்சி இருக்கு போல”

“எப்படி சொல்லுறீங்க”

“இது என்ன பெரிய கட்டம் பாக்கிற சூத்திரமா, நான் சோவி போடவே கத்துக்கிட்டவன்”

“அப்படின்னா”

“மலையாள தாந்தரீக வேலை எல்லாம் செய்ற நம்பூதிரிகள் மாதிரி ஹிஸ்பு கணக்கு பாக்குறது. சோவின்னா என்னன்னு சொல்லி புரியவைக்கன்னு தெரியலயே”

“தெரியும், நாங்க தாயம் விளையாட, பாம்பு கட்டம் விளையாட எல்லாம் சோவி யூஸ் பண்ணுவோம். சிலர் சோழின்னு சொல்லுவாங்க”

“ஆங் அதான், இந்த காலத்து புள்ளைங்களுக்கு சோவின்னா என்னன்னு தெரியுமான்னு ஒரு சந்தேகம் அதான் சொன்னேன். தம்பிக்கு சொந்த ஊரு பெரியபட்டிணமா”

“ஆமா, கல்யாணம் செஞ்சது நாகர்கோவில்ல”

“நாகர்கோவில்ல எங்க”

“ஒழுகினச்சேரி”

“ம்ம்... நம்ம ஆட்கள் செய்வினை செஞ்சிருந்தா எடுத்திரலாம், நம்ம அண்ணன்மாரு யாராவது செஞ்சா எடுக்கிறது கொஞ்சம் கஷ்டம்”

“அண்ணன்மாரா அது யாரு” என்று தாரிக் கேட்க

“இந்துக்கள் கோயில்ல வச்சி செஞ்சிருந்தா கஷ்டம்ன்னு சொன்னேன். வசியம் செய்றதுக்குன்னே செடி இருக்கு பிர்வான்னு பேரு, தமிழ்ல இதை “காக்கா மூக்கு செடி” இல்லன்னா தாந்தரீகம் ஹத ஜோடின்னு சொல்லுவாங்க. அதை கங்கை நீரில் கழுவி ஒரு பாத்திரத்தில் போட்டு ஒரு லிட்டர் நல்லெண்ணை ஊற்றி ஊற

வைத்து சாமுண்டீஸ்வரி அம்மனின் மந்திரத்தை ஜெபித்து "வசிய மை" செய்வாங்க"

"அதென்ன அண்ணன்மார்"

"இந்துக்கள் நமக்கு அண்ணன் முறை தானே. நமக்கு முந்தி வந்த ஒரு நபியோட உம்மத்து மக்கள் நமக்கு அண்ணன் முறை தானே வரும்"

"இந்துக்களுக்கு ஏது நபி"

"அப்படித்தான் எல்லாரும் நினச்சிகிட்டு திரியிறோம். பாத்ரூம் எங்க இருக்கு" என்று தாரிக்கிடம் கேட்டவர், தாரிக் சைகையில் காட்டியதும் பெட்ரூம் தாண்டி உள்ளேச் சென்றார்.

திரும்பி வந்ததும் "தம்பி என்னப் பத்தி என்னமோ சொன்ன மாதிரி இருந்ததே" என்று ராஜாவைக் காட்டி ஹமீது பாய் கேட்க

"ஒன்னுமில்ல" என்று சமாளித்தான் தாரிக்

"சும்மா சொல்லுங்க டாக்டர்"

"குடிச்சிட்டு வந்திருக்காரா, இப்படி உளறுரார்" ன்னு சொன்னான்.

"குடி மட்டும் காதுல விழுந்துச்சு அதான் கேட்டேன். ஒன்னு சொல்லட்டுமா"

"சொல்லுங்க"

"இவனுக்கு என்ன செஞ்சாலும் சரி ஆகாது"

"அய்யையோ....ஏன் இப்படி சொல்லுறீங்க. இன்னும் ஆரம்பிக்கவே இல்ல அதுக்குள்ள ஒரே அடியா அடிச்சிட்டீங்க"

"அப்படி எல்லாம் இல்ல, எதுவும் செய்யணும்ன்னு நினச்சாலும் இவனால அதுல தங்கி நிக்க முடியாதுன்னு சொன்னேன். தேவையில்லாத பயம், ஊச்சாட்டம், வாய் இதெல்லாம் இவன் சும்மா இருந்தாலும் இவனை சும்மா இருக்க விடாது. சொன்னா கோவிச்சுக்க மாட்டியே பேச்ச குறை அப்போதான் சரியாகும்"

"கோவப்படாதீங்க ஹமீது பாய், தம்பி நல்ல பையன்தான்" என்று தாரிக் சிரிக்க

"வெவரம் தெரியாம எதையும் சட்டுன்னு மறுத்து பேசுறப்போ கோவம் வந்திருது. என்ன யாருன்னே தெரியாம குடிகாரன் மாதிரி உளருறார்ன்னு சொல்றான் பாருங்க. ஒருத்தரைப் பத்தி தெரிஞ்சிட்டு பேசணும்"

அவரின் கோவத்தை தணிக்க எண்ணி "சரி விடுங்க, அது என்ன அண்ணமார்ன்னு சொல்லவே இல்லயே" என்று தாரிக் கேட்டதும் "கொஞ்சம் தண்ணி தாங்க" என்று வாங்கிக் குடித்தவர்

"எங்க ஊரு சாவக்காட்டுல இருந்து 50 km தள்ளி தானுர்(Tanur) ன்னு ஒரு ஊர் இருக்கு. அங்க வலிய குலங்கரப் பள்ளி (Valiya kulangara mosque) யில ஒரு மியூசியம் இருக்கு. அங்க போனா பழைய மனூ ஸ்கிரிப்ட் எல்லாம் இப்போவும் பாக்கலாம். அபு முஸல்லியார்ன்னு நம்ம தோஸ்த் ஒருத்தருக்கு அந்த ஊருல தோட்டம் இருக்கு, அங்க தென்னங்கள்ளு குடிக்க அவருக்கு வேண்டப்பட்ட கொடுங்கலூர் ராஜா வலியத்தம்புரான் வம்சாவளியச் சேர்ந்த தம்புரான் ஒருத்தர் வருவார். வந்தா இந்தியால மதங்கள் உருவானது பத்தி கதை கதையா பேசுவார். இஸ்லாம் வந்து 1500 வருசம் ஆகல (ஹிஜிரி 1436(2015)), கிறிஸ்தவர்கள் வந்து 2015 வருஷம்தான் ஆச்சு, யூதன் வந்து 2515 வருசம் ஆச்சு ஆனா எல்லாத்தையும் விட காலத்தால மூத்தவன் இந்து தான். ஆதம் நபிய "Svayambhuva Manu" முதல் மனுன்னு அழைப்பான். சுயம்புன்னா என்னன்னு எல்லாத்துக்கும் தெரியும். அவரு பொண்டாட்டி பேரு சத்ரூபா Shatarup அதாவது ஹவ்வா(ஏவாள்-கொற்றவை). அவுங்களுக்கு பிறந்த பிள்ளைங்க நாலு பேரு, ரெண்டு ஆணு ரெண்டு பெண்ணு (Priyavrata, Uttnapda (Nara-Narayana) & Prasti and kti)"

"என்ன சொல்லுறீங்க, இந்துக்களுமா ஆதாம், ஏவாள் கதைய நம்புவாங்க, புதுசா இருக்கு"

"இவுங்களை யாருன்னு நினச்ச"

"யாரு"

"நூஹ நபியோட வம்சாவளி தான் இந்துகள்"

"என்ன சொல்லுறீங்க" என்று மீண்டும் ஆச்சர்யமாக தாரிக் கேட்க

"இவ்வளவு பெரிய மனித கூட்டத்தை நபி (தேவதூதர்) இல்லாம அல்லாஹ் அனுப்பி இருப்பான்னு நினைக்கிறியா..?"

"அப்படின்னா..."

"எல்லா இறைத்தூதர்களுக்கும் முன்பாக முதன் முதலாக ஷரிஅத் எனும் வாழ்வியல் நடைமுறைக்குரிய மார்க்கம் கொடுக்கப்பட்டது நூஹ நபிக்குத் தான். அவர்களோட உம்மத்துக்கள் தான் இந்துக்கள். அவர்களின் வேத நூல் தான் "ஸுஹுஃபில் உலா" "ஜுருபுல்

அவ்வலீன்" அதை அவர்கள் ஆதிகயான் (முதல் ஞானம்)ன்னு சொல்லுவாங்க.

ஸபியீன்-களும், யார் அல்லாஹ்வைக் கொண்டும் இறுதி நாளைக் கொண்டும் விசுவாசம் கொண்டு இணக்கமானவற்றை செய்தார்களோ அவர்களுக்கு அவர்களின் கூலி அவர்களுடைய இரட்சகனிடமுள்ளது. மேலும் அவர்களுக்கு அச்சமுமில்லை. அவர்கள் சலிக்கவும் மாட்டார்கள்ன்னு அல் பகரா வசனம் 62 ல வருது. இதுல "ஸபியீன் (Sapiens) சூரிய,சந்திர நட்சத்திர தெய்வங்களை வணங்கிய காலத்தில் வாழந்த ஒரிறை மக்கள்- (Laones)"ங்கிற வார்த்தை ஓரிறை கொள்கை கொண்ட அந்த கால மக்களைத் தான் குறிக்கிறதா சொல்லுறாங்க."

ஜான் மார்ஷல் எழுதிய "mohenjo-daro and the indus civilization" நூல்ல சிலை வணக்கமும் இருந்தது அதே நேரம் ஓரிறை கொள்கை உடைய ஆட்களும் சிறு கூட்டமாய் இருந்திருக்காங்கன்னு எழுதி இருக்கார்"

"திடீர்ன்னு நூஹ்ு நபி, ஜான் மார்ஷல் அது இதுன்னு அடிச்சி விடுறீங்க, பெரிய கதையா இருக்கே, இத எப்படி நம்புறது" என்றான் ஆச்சர்யத்துடன் சிரித்தபடி தாரிக்.

ஈராக்கைச் சேர்ந்த பழைய கூபா நகரத்தோட அஷ்ஷெய்கு முஹ்யித்தீன் அப்துல் காதிர் ஜீலானி தான் சூபியிசத்தின் மிகப்பெரிய தொடக்கம். அவுங்க கி.பி.1153இல் பலாங்கொடை வழியாக ஆதம் மலைக்கு வந்து "Kuragala Dafther"ங்கிற இடத்துல 12 வருசம் இருந்ததா வரலாறு இருக்கு. அது மட்டுமில்லாம பாவா ஆதம் இறங்கிய நூத் மலை ஸ்ரீலங்காவுல தான் இருக்கு. அந்த இடத்தைப் பத்தி எல்லாம் "William Ouseley" எழுதின "The Oriental Geography of Ebn Haukal" புக்ல உலகின் ஆரம்ப தோற்றம் (rat al-'Ar-The face of the Earth) அப்படின்னு பழைய இந்தியாவ பத்தித்தான் எழுதி இருக்கார்.

நோவா பேழை எங்க இருந்து கிளம்பியதுன்னு கேட்டா இப்போ உள்ள வரலாற்று ஆசிரியர்கள் பழைய கூபா நகரத்தைத்தான் குறிப்பாங்க. ஆனா அந்த கூபால இருந்து வந்த அப்துல் காதிர் ஜீலானி இலங்கை வந்து 12 வருசம் தங்கி இருந்ததுனால இஸ்லாமியர்களைப் பொறுத்தவரை இந்தியாதான் ஆதம் இறங்கிய முதல் இடமா இருக்கணும்ன்னு அசைக்க முடியாத நம்பிக்கை. பட்டதொம்ப குகைல சேப்பீயன்கள் (SAPIENS) வாழ்ந்ததுக்கான அடையாளம் இன்னும் இருக்கிறதா சொல்லுறாங்க.

இது போக Ibn Hajar al-'Asqalani எழுதுன "துஅபா" ங்கிற புக்ல ஆதம் இந்தியால இருந்து 40 தடவை மெக்கா போனதா எழுதி இருக்கு. கஸஸுல் அன்பியாலயும் இதே மாதிரி தகவல் இருக்கு. அதனால "Indigenous people" அப்படிங்கிறது இந்தியாவுல இருந்துதான் ஆரம்பம்ன்னு பொதுவா எல்லா முஸ்லீமும் நம்புவான்.

நபி நூஹுவோட காலத்துல வந்த பிரளயம்ன் பத்தி அல் குர் ஆன் பேசுது

இந்துக்களின் யுகத்தில் கலியுகம் என்பது நூஹு நபியின் வெள்ளப் பிரளய காலத்தில் தான் துவங்குது. அவர்கள் அதை ஜலப் பிரளயாவன் (Pralaya) நீர் பெருக்குன்னு குறிப்பிடுவாங்க. "மனு" மனித குலத்தின் வழிகாட்டியாகவும், நிகரற்றவராகவும் இருந்தார். அனைத்து மனித குலத்தின் தந்தையாகவும், மனித ஜீவராசிகளின் வாழ்க்கையை முறைப்படுத்தும் சட்டங்களைத் ("ஷரீஅத்"தை) தோற்றுவிப்பவராகவும் இருந்தார் (ரிக்வேதம்1-13-4)" ன்னு அவுங்க வேதம் கூறுது.

"மனித இனம் முழுமையாக அழிந்து போய் விட்டது. ஏழு பிரபலமான ரிஷிகளாகிய வணக்கஸ்தர்களைத் தவிர. ஏழு ரிஷிகளும் ஒரு கப்பலில் ஏறி உலகளாவிய அந்த அழிவில் இருந்து தப்பினர். அக்கப்பலை விஷ்ணுவே செலுத்தினார். இன்னொரு மகத்தான மனிதரும் அந்த அழிவில் இருந்து தப்பித்தார். அவர் "மனு" வாகும்ன்னு மார்க்கண்டேய புராணத்திலும் இந்த சம்பவம் வருது.

சிலப்பதிகாரத்தில் "பஃறுளி யாற்றுடன் பன்மலை யடுக்கத்துக் குமரிக் கோடுங் கொடுங்கடல் கொள்ள" ன்னு அதே பிரளயம் பத்தி சொல்லுது. கி.மு. 2387இல் ஏற்பட்ட கடற்கோளாறினால் சங்கம் அழிஞ்சதுன்னு இருக்கு

சுமேரிய மரபுக் கதையில் பெரோஸஸ் எழுதிய புக்ல "பத்தாவது அரசர் சிகஷ் துருஸ். இவர் காலத்தில் தான் மஹாஜலப்பிரளயம் ஏற்பட்டது. ரூரோனுஸ் என்ற கடவுள் தோன்றி "நீ ஒரு பேழையில் உன் கூட்டத்தார், சுற்றத்தார், மிருகம், பட்சி எல்லாவற்றையும் ஏற்றிக்கொள் பயப்படாதே" என்றதுன்னு இருக்கு.

பழைய ஏற்பாடு ஆதியாகமம் ஜலப்பிரளயம் பத்தியும் நோவா பத்தியும் பைபிள் பேசுது.

கிரேக்க மரபுக் கதை இருக்கு ஜலப்பிரளயம் பத்தி

இதையே மச்சபுராணமும் பேசுது

ரஷ்ய எழுத்தாளர் அலெக்ஸாண்டர் கொன்ட்ராடோவ் (Alexsandr Kondratov) எழுதின தி ரிட்டிள் ஆப் திரீ ஓசன்(The riddles of three oceans) புக்லயும் பிரளயம் பத்தி எழுதி இருக்கார்.

நாம நூஹு அலைஹிஸ்ஸலாத்து வஸ்ஸலாம்ன்னு அந்த நபியைச் சொல்லுறோம், விவிலியம் நோவான்னு சொல்லுது, ஆரிய வேதம் சத்யவ் ரதமநு ன்னு சொல்லும், பாகவதம் புராணம் "திராவிடபதி" ன்னு நூஹுவை அழைக்கிது. அந்த நூஹுவோட மக்கள்தான் இந்துக்கள். திராவிடபதிங்கிற வார்த்தையைப் பார்த்தா தெரியல."

"நீங்க சொல்லுறத எல்லாம் நம்பவே முடியல. நம் முன்னோர்கள் ஒன்றும் முட்டாள்கள் இல்லைன்னு வாட்ஸ் அப்ல வர்ற மெசேஜ் மாதிரி, என்னமோ அடிச்சி விடுற மாதிரி இருக்கு" என்றான் தாரிக் சிரித்தபடி. ராஜாவும் அவனுடன் சேர்ந்து சிரித்தான்.

"சிரிப்பா இருக்கா உங்களுக்கு, இன்னும் சொல்லுறேன் கேளு.

"ஒன்பதாம் நூற்றாண்டுல இந்தியா வந்த அலி இப்னுல் ஹுஸைன் அல்-மஸ்வூதி (Al-Masudi) எழுதின முரூஜு அல் தஹப் (Murj al-dhahab wa maiadin al-jawahir -The Meadows of Gold and Mines of Gems) நூல்ல நூஹுடைய மகன் யாப்பேத், அவருடைய மகன் ஸுபேல்(துஃபேல்) அவருடைய மகன் அபூர் அல்லது அமூர் சிந்துசமவெளியில் சென்று தங்கி தங்கள் சந்ததிகளைப் பெருக்கி பரவி வாழ்ந்தனர்னு குறிப்பிடுறார். பாகிஸ்தான் குஜராத்தில் பரில்லா ஷரீஃப் (barilla sharif gujrat) ங்கிற ஊரில் 210 அடி நீளமுள்ள சமாதி இருக்கு. அந்த சமாதியை மனூ மெஹ்ரஸ்த் ங்கிற பேருல இந்துக்கள் அழைக்கிறாங்க. மெஹ்ரஸ்த்ன்னா சமஸ்கிருதத்தில் படகோட்டின்னு அர்த்தம். அது நூஹு நபியோட மகன்களான "SHEM, HAM, JAPHETH" ல யாரோ ஒருத்தராத்தான் இருக்கனும்ன்னு ஒரு பேச்சு இருக்கு."

"இத யாராவது முஸ்லீம் கேட்டா உங்கள புடிச்சி அடிச்சிறப் போறான்"

"ஏன் அடிக்கிறான், ஆதாரமாவே இருக்கு," இன்னும் நபிமார்களிடம் வாக்குறுதி பெற்றபோது, இன்னும் உம்மிடமும் (முஹம்மது நபி), இன்னும் நூஹுவிடமும் இப்ராஹிமிடமும் இன்னும் மூசாவிடமும் இன்னும் மர்யத்தின் மைந்தரான ஈஸாவிடமும் நாம் பலமான வாக்குறுதியை வாங்கினோம். (சூறா அஸ்ஹாப் வசனம் 7). இந்து தான் இந்த உலகத்தோட முதல் ஷரீஅத்தைக் கொண்டிருக்கும் கூட்டம், முஸ்லீம் தான் இந்த

உலகத்தோட கடைசி ஷரீஅத்தைக் கொண்டிருக்கும் கூட்டம். எல்லா நபியையும் ஏத்துகிடுறது தானே ஈமான். அப்போ நூஹு நபியையும் நாம ஏத்துக்கிடனும். படிச்ச பண்டிதனுக்கு இது எல்லாம் தெரியும். தமிழ்-பிராமி, சமஸ்கிருத மொழிகள்ல இது எல்லாமே இருக்கே''

''எந்தப் பண்டிதன் இதை ஏத்துக்கிட்டான்'' என்று ராஜா இடைமறிக்க

''சனாதனத்தின் மிகப் பெரிய பண்டிதர் ஸ்ரீ ராம் சர்மா ஆச்சார்யா (Pandit Shriram Sharma Acharya), வேத பிரகாஷ் உபாத்யாயா எழுதினது, அப்புறம் Markandeya Purana, விஷ்ணு ரஹஸ்யா (vishnu rahasya), பவிஷ்ய புராணம், Birhadaranyaka Upanishad, Chandogya Upanishad, Katha Upanishad, para brahman, Uddalaka Aruni, Yajnavalkya, Ashtavakra பத்தி எல்லாம் படிக்கணும். இந்துக்களோட பிரம்ம சூத்திரம் என்ன..?

ஏகம் பிரஹம் தவித்ய நாஸ்தே நஹ்நே நாஸ்தே கின்ஜன், ஏகம் ஏவம் அத்விதியம், யா இக் இத் முஸ்திஇ ''எல்லாமே இறைவன் ஒருவனே ன்னு தான் சொல்லுது''

இத்தர், மித்ரு, வருண், அக்னி, குரு, யம், வாயு, மாத்தரீஷ்வா போன்றவையனைத்தும் ஒரே சக்தியின் பலதரப்பட்ட பெயர்களாகும், இன்னும் அகப்பார்வை உடையோரும் அறிவாளர்களும் ஈஸ்வரை பண்பின் அடிப்படையில் பல்வேறு பெயர்களைக் கொண்டு அழைத்துள்ளனர் (ரிக் வேதம் 5-114-10), சிலை வணக்கத்திற்க்குரிய முறைகளை உருவாக்கி அச்சிலைகளை காரணப் பொருளாக்கி எல்லையற்றவனை (அப்பரம்பொருளை) ஒரு சரீரத்திற்குறிய வடிவத்தில் நமக்கு முன் காண வேண்டும் என்பதற்காக (விஷ்ணு ரஹஸ்யா) - அப்படின்னு நான் சொல்லல. அவுங்க வேதமே சொல்லுது. ''நூஹுக்கு எதை அவன் உபதேசித்தானோ அதனையே உங்களுக்கும் அவன் மார்க்கமாக்கி இருக்கிறான்-னு அல்லாஹ் சொல்லுறான் குர் ஆன்ல.

''இத இந்துக்கள் ஏத்துக்கிடுவாங்கன்னு நினைக்கிறீங்களா...?''

''ஒன்னு சொல்லட்டுமா, இந்து சாஸ்திரம் பிரகாரம் எல்லா கோயிலும் கிழக்க பார்த்துதான் இருக்கும் கேள்விப்பட்டு இருக்கியா இல்லையா''

''ஆமா கேள்விப்பட்டிருக்கேன்''

''அப்போ அவன் உள்ள நுழைஞ்சா எங்க பாத்து சாமி கும்பிடுவான்.

கிப்லாவ (மேற்கு) பாத்துத் தான் கும்பிடுவான். சிலை வணக்கம் மட்டும் அவன் கூடாதுன்னு சொல்லி சிலையை விலக்கிட்டா அவனும் காபாவ பாத்துதான் அவனுக்கு தெரிஞ்ச வழியில வணங்குறான்னு அர்த்தம்."

"இத யாராவது கேட்டா சண்டைக்கு வரப்போறாங்க"

"அது அவனவன் இஷ்டம், இந்துக்கள் மிகப் பெரிய தீர்த்த ஸ்தலம்ன்னு "ஆதி புஷ்கர் தீர்த்" மெக்கால தான் இருக்குன்னு சொல்லிக்கிட்டிருக்கான். காபாவை ஏழு தடவை வலம் வருகிறோம். அவுங்க கல்யாணம் மாதிரி சடங்குகளில் அக்னியை ஏழு முறை வலம் வந்து வாக்கு பிரமாணம் செய்வாங்க. நம்ம தையல் இல்லாத இரண்டு துணி உம்ராவில் போடுறது மாதிரி, தீர்த்த யாத்திரையின் போதும் அது மாதிரி துணியையே உடுத்துவாங்க. ஹஜ் முடிஞ்சதும் முடியை சிரைத்துக் கொள்வது மாதிரி அவுங்களும் தீர்த்த யாத்திரை முடிஞ்சதும் முடிய சிரைச்சுக்குவாங்க. அவுங்களும் இறந்தவங்களின் பிணத்தை வைக்கும் திசை வடக்கு தெற்கு தான். முஸ்லீம்களோட (கபர்) மண்ணறையும் அதே திசையில் தான இருக்கு. இப்படி சொல்லிட்டே போகலாம்"

"இதெல்லாம் எப்படி நம்புறது" என்று தாரிக் மீண்டும் கூற

"Hindu manners customs and ceremonies "ங்கிற புக்" Abbe J.A. Dubois or Jean-Antoine Dubois" எழுதினது. நெட்லே கிடைக்கும். இங்கிலீஸ்லே இருக்கு. முடிஞ்சா வாசிங்க. நபி நூஹ ﷺ அலைஹிஸ்ஸலாத்தோட உம்மத்துகள் தான் இந்துக்கள்ன்னு ஆதாரத்தோட எழுதி இருக்கார். 17 ஆம் நூற்றாண்டுல வாழ்ந்தவர் அவரு"

"தமிழ்ல மொத மொத இப்போதான் இதை மாதிரி கதை எல்லாம் கேக்குறேன்" என்றான் தாரிக்.

"யாரு சொன்னா. 1982 லே தமிழ்ல "சேது முதல் சிந்து வரை"ன்னு 315 பக்க நூல் வந்திருச்சு. அதை எழுதினது எம்.கே.ஈ மவ்லானா (அஸ்ஸையிது ஷெய்குல் ஜிஃப்ரி) சொந்த ஊரு கீழக்கரை. தமிழக அரசோட மானுடவியல் துறைக்கான விருது கிடைச்ச நூல் அது. வரலாற்று சான்றுகள், இலக்கிய சான்றுகள், அகழ்வாராச்சிச் சான்றுகள், இதிகாச சான்றுகள், இறைமறை சான்றுகள்ன்னு நிறைய எழுதி இருப்பார் நூல்ல..

"நீங்க சொல்லுறத கேட்டா உண்மையிலே தல சுத்துது ஹமீது பாய்"

“ரொம்ப சுலபம், தாய்வழிச் சமூகம் - தந்தை வழிச் சமூகம், அலை குடி - நிலை குடி, மாயோன்-சேயோன், ரொம்ப அறிவியல் ரீதியா தர்க்கம் பண்ணினா “AKALA (IMMOVABLE) – NAMOD (MOVABLE) பழங்குடி மக்கள்ன்னு தேடுனா ஆதிகுடி இந்தியால இருந்துதான் ஆரம்பம்ன்னு தெரிஞ்சிரும். மலையும் மலை சார்ந்த குறிஞ்சியை ஒருத்தன் ஆண்டான். அவனுக்கு Akala ன்னு பேரு இருக்கு. (மலை) குன்றிருக்கும் இடம் எல்லாம் சேயோன் இருக்கும் இடம். மிருக பலி கொடுப்பான், மாமிசம் சாப்பிடுவான், இங்கே தங்கி கீழ் திசை முழுக்க பரவுனவன். மலைவாசிங்கிறதால கையில வேல் கம்பு வச்சிருந்தான். இன்னொரு கையில ankh (ankul) இருந்தது. இது ரெண்டையும் திபேத், நேப்பாள் புத்தர் (acala) வரைக்கும் வச்சிருப்பாங்க. ஆளு கருப்பா இருப்பான். புலம் பெயராதவன். நிலை குடி. congo peoples, kalahari people, akha people, Anak people, பளியர், இருளர், கணியான், காடர், தோடர், பணிகர், காணிக்காரர், மலைப்பண்டாரம், ஊராளி ன்னு எல்லா மலைவாசியும் இவன் வம்சாவளி தான்.

இன்னொருத்தன் தம்பிய அடிச்சி கொன்ன வருத்தத்துல பொண்டாட்டிய கூட்டிக்கிட்டு அரபு தேசம் பக்கம் நீர் உள்ள மெசபடோமியா, டைகிரீஸ், நைல் நதி பார்த்து போயிட்டான். அவன் கையில்ல வில்லும் அம்பு இருந்தது. காடும் காடு சார்ந்த முல்லை நிலத்தவன். விவசாய குடி, சைவம் சாப்பிடுறவன், ஆனா ஆடு மாடு வளர்த்தான். Akkadian, Assyrian, Elam, Ubaid, Sumerian, Etruscans எல்லாம் இவன் வகையறா தான். ஆரியன், யூதன், கிறிஸ்தவன், முஸ்லீம்ன்னு வகை பிரிஞ்சவனும் இவன் தான். செமிட்டிக் ன்னு சொல்லுவாங்க. பனைமரம், கொத்தன், மீனவன், கொல்லன், மேய்ப்பன், வணிகன், உழவன்ங்கிற வார்த்தை எல்லாம் இன்னும் செமிடிக்ல இருக்கு. சொந்த மண் விட்டுப் போனதால இந்தியால வந்தேறி ஆயிட்டான். அலை குடி”

“இதெல்லாம் நீங்க எப்படி படிச்சீங்க”

“அதான் சொன்னேன்ல வலியதம்புரான் வம்சாவழியச் சேர்ந்த தம்புரானோட பழக்கம் இருந்ததுன்னு. நான் ஷிஹருக்கு (செய்வினை) பாப்பேன்னதும், எப்படி சோவி போட்டு தெரிஞ்சிக்கிறதுன்னு கத்துக் கொடுக்க என்னைக் கூப்பிட்டிருந்தார். அப்படியே இதை எல்லாம் சொல்லித் தந்தார். இந்துக்கள விட்டு விலக விலக உங்களுக்கு ஒன்னுமே கிடைக்காது. அவன் நமக்கு ஆதி பந்தம். அதை முஸ்லீம்கள் புரிஞ்சிக்கனும்”

"அப்புறம் மதம் சார்ந்த இவ்வளவு அடையாளச் சின்னங்கள், நிலம் சார்ந்த ஏகப்பட்ட ஆதாரங்கள், கோயில்கள், புராணங்கள் இன்னும் என்னென்னவோ இருக்கே அது எல்லாம் எப்படி வந்துச்சு."

"ஆங் அப்படி கேளு, மொத மொத காடு மலையில இறங்குன ஆள் இருட்டப் பார்த்து பயந்தான். அதனால் சூரியன் கடவுளா தோணுச்சு, மாசம் ஒரு தடவை சந்திரனோட வெளிச்சத்துல காட்டைப் பார்த்ததும் ஞாயிறு போற்றுதும், திங்களைப் போற்றுதும், மாமழை போற்றுதும்ன்னு இயற்கையை தான் மொதல்ல வணங்கினான். அப்புறம் காட்டுல மலையில உள்ள மிருங்கங்களையும் சேர்த்து வணங்கினான். அதுல முக்கியமா நாக வழிபாடு இருந்துச்சு. அப்புறமா கல்லும் கல்லும் உரசி உண்டான தீயை வணங்குனாங்க. அப்புறம் சந்ததி உருவாச்சு. அதுக்குக் காரணமான உடல் உறுப்புகளை ஆச்சரியமா பாத்து வணங்குனான். அதுக்கு அப்புறம் காட்டுலயும் மலைகள்லயும் வாழ்ந்ததால முன்னோர்கள் வழிபாடுன்னு இறந்த அல்லது உயிர் காத்த மூத்தவர்களை (ancient prayer) வணங்குனாங்க. அப்புறமா அவுங்க இருந்த இடத்துல நடுகல்லை வைத்து நடுகல் வணக்கம் முறை (saracen stone) வந்தது. Saracen க்கு அர்த்தம் தேடிப் போனா கொள்ளையர்கள்ன்னு பொதுவா எழுதி வச்சிருக்கான். ஆனா அரேபிய வரலாற்று ஆசிரியர் இப்னு கன்னான் போரில் இறந்தவர்கள், இனக்குழு, பழங்குடி அப்படின்னு எழுதி இருக்கார். ஏன்னா Saracen வார்த்தையோட மூல வேர்ச்சொல் அரபியில இருந்து வந்தது. மக்கள் பெருகினாங்க, கந்தவழிபாடு ஆரம்பம் ஆச்சு. தொல்காப்பியரும் கந்தழி வழிபாடு பத்தி எழுதி இருக்கார். அதுக்கு அப்புறம் ஆசீவகம் முறை வந்திச்சு. சித்தர்கள் வந்தாங்க சைவ வழிபாடு முறை வந்திச்சு. சமணம் வந்துச்சு, பௌத்தம் வந்துச்சு.

இரண்டாம் நூற்றாண்டுல இந்தியாவுல வாழ்ந்த மெகஸ்தனிஸ்(megasthenes) தன்னோட இண்டிகா(Indica) நூல்ல இந்தியால கோயில்கள் மிக மிகக் குறைவு, சொற்பமாக உள்ளன என்று சொல்லுறார். ஆனா "முதல் நிலை ஆட்களை ஞானிகள் என்று அழைக்கப்படுவார்கள் அவர்கள் மிகவும் மரியாதைக்குரியவர்கள். உண்மையில், இந்திய மக்களின் சார்பாக தெய்வங்களுக்கு பலிகளை வழங்குவதைத் தவிர அவர்கள் எந்த உடல் உழைப்பையும் செய்ய வேண்டிய அவசியமில்லை; யாராவது தனிப்பட்ட முறையில் தியாகம் (அர்ச்சனை) செய்யும் போதெல்லாம், இந்த ஞானிகளில் ஒருவர் தியாகத்தின் பயிற்றுவிப்பாளராக

செயல்படுகிறார், இல்லையெனில் தியாகம் கடவுள்களுக்கு ஏற்றுக்கொள்ளப்படாது"ன்னு இருக்குது அந்த புக்ல.

கி.பி.224இல் இருந்து 651 வரை நானூறு வருசத்துக்கு மேல ஈரான்ல செசான்யா (Sesanian Empire) ஆட்சி நடந்திட்டிருந்துச்சு. அவுங்க அந்த சமூக மக்களை நாலு பிரிவுகளாக பிரிச்சு வாழ்ந்தாங்க. பூசாரி(Asronan), போர் புரிபவர்கள்(Arteshtaran), பொது மனிதர்கள் (Wastaryoshan), ஹரிஜன் (Hutukhshan-Artisans)ன்னு.

ஆறாம் நூற்றாண்டுல அரேபிய தீபகற்பத்தில் இஸ்லாம் மார்க்கம் வந்ததும் அது பக்கத்து நாடான பெர்சியா(ஈரான்)வுக்கும் அது பரவுச்சு. இஸ்லாத்துல சாதி முறைப்படி பிரிவு உண்டாக்கி வாழ முடியாதுன்னு தெரிஞ்சதும் செசன்யர்கள் குஜராத் வழியாக ஆறாம் நூற்றாண்டுல இந்தியாக்குள்ள நுழைஞ்சாங்க. “Parsi Community in Indiaங்கிறதுக்குப் பின்னால தேடிப் போனா “Sir Jivanji Jamshedji Modi” ங்கிறவர் எழுதின “Qissa-I-Sanjan”ங்கிற புக் கிடைக்கும். அதுல ஆதாரமா நிறைய எழுதி இருக்கு.

பத்தாம் நூற்றாண்டுல வாழ்ந்த பாரசீக முஸ்லிம் வரலாற்றாசிரியர் அல்-பிருனி (Ab Rayhan Muhammad ibn Ahmad Al-Birni) இந்தியா வந்ததா தகவல் இருக்கு. அவரு அரபு, சமஸ்கிருதம், கிரேக்கம், ஹீப்ரு, சிரியாக் மொழிகளை சரளமாக பேச, எழுதக் கூடியவராய் இருந்திருக்கார். அவரு இந்தியா முழுக்க 18 வருசம் சுத்தி இந்தியாவின் பன்முக கலாச்சாரத்தை, இந்தியத் துணை கண்டத்தின் பல நாட்டு மக்கள் பின்பற்றும் சமயங்கள் (Zoroastrianism, Judaism, Hinduism, Christianity, Buddhism, Islam, and other religions), அவர்களோட சமயப் பழக்க வழக்கங்கள், சமூகத்தின் ஏற்றத் தாழ்வுகளை கண்டறிந்து, இந்திய வேதங்களை (Gita, the Upanishads, Patanjali, Puranas, the four Vedas, scientific texts by Nagarjuna, Aryabhata including religion, history, geography, geology, science, and mathematics.) கத்துக்கிட்டு இந்து மதம் பத்தி ரெண்டு நூல் எழுதி இருக்கார்.

ஒன்னு தஹ்கீக் மா லில்-ஹிந்த் மின் மகூலாஹ் மகூலாஹ் பி அல்-அகல் அவ் மர்தூலாஹ் (Tahqiq ma li-l-hind min maqlah maqblah fi al-ʿaql aw mardhlah or Ta'riqh al-hind)

இன்னொன்னு தர்ஜுமதுல் கிதாப் பதஞ்சலி ஃபில்கலஸ் மென் அல் எர்திபக் (Tarjamat ketab Batanjali fi'l-k̲alaṣ men al-ertebak).

இது இல்லாம வானவியல் கணக்கு, புவியியல் கணக்குகள், வானசாஸ்திரம் (Kitab al-Tafhim, Kitab al-saydala fi al-tibb, Miftah-ilm-alhai'a(Key to Astronomy) - Geology, physics, anthropology, comparative sociology, astronomy, astrology, chemistry, history, geography, mathematics, medicine, psychology, philosophy, theology) ன்னு அல்-பரூனீ 146 நூல் எழுதி இருக்கார். அவரு இருந்த பத்தாம் நூற்றாண்டுல புராணக்கதைகள் எல்லாம் இந்து மதத்துக்குள்ள வந்திருச்சு.

“ஹமீது பாய், நான் இந்தியாவோட கலாச்சாரம் பண்பாடு பத்தி கேட்டா நீங்க அரபியையும் அரபி புக்கையும் ஆதாரமா காட்டுறீங்க. இது பெரிய டகால்ட்டி வேலையா இருக்கே”

ஒரு விஷயம் தெரிஞ்சிக்கோ, சவூதி அரேபியாவை பிடிக்க நினைச்சு வந்த பிரிட்டீஷ்காரன் எல்லாம் டிராவலர்ங்கிற பேருல தான் மொதல்ல சவூதிக்குள்ள நுழைஞ்சான். அவுங்களோட வேலை என்ன தெரியுமா. அரபியை நல்லா கத்துக்கிட்டு குர்ஆனுக்கு புதுசா விளக்கம் கொடுக்கிறதுதான். ஏன்னா அரபியை நல்லா தெரிஞ்சுகிட்டு அதோட வேர் சொல் இது, இதோட வேர் சொல் அதுன்னு குழப்பி குர்ஆனையே ஆதாரமா வச்சு வஹாபிங்கிற புதிய கொள்கை உண்டாக்கி மக்களை குழப்பணும்ன்னு தான் வந்தான். அப்போ அங்க பெட்ரோல் இருக்கிறது அவனுக்கும் கூட தெரியாது.

முஹம்மது நபி(ஸல்லல்லாஹு அலைஹி வஸல்லம்) சொன்னதா ஸஹிஹுல் புகாரில ஒரு ஹதீஸ் இருக்கு “நான் நான்கு ஆறுகளைக் காண்கிறேன். இரண்டு வெளிரங்கமானவை (யூப்ரடீஸ்,நைல்) இரண்டு உள்ரங்கமானவை.” அப்படின்னு. இதை வாசிச்ச அப்புறம் தான் “இனி சவூதிக்கு வர்ற உளவாளிகளை டிராவலரா அனுப்பாதீங்க ஆர்க்கியலஜிஸ்ட அனுப்புங்க. இந்த பூமிக்கு கீழ என்னமோ ஓடுது” ன்னு சொன்னான். அப்புறம் தான் பெட்ரோல் கண்டுபிடிச்சாங்க. அதுனால அரபி புத்தகங்கள் பின்னாடி நடந்தா நிறைய விஷயம் தெரிஞ்சிக்கலாம். இன்னும் சொல்லப் போனா குர்ஆனே இந்துங்கள் யாரை வணங்கினாங்க அப்படிங்கிறதுக்கு பதில் சொல்லிரும்”

“குர் ஆன்ல எங்க போய் தேட ஹமீது பாய். சும்மா ஏதாவது பேசணும்ன்னு பேசக்கூடாது”

“நூஹு நபியோட காலத்து மக்கள் தான் இந்துக்கள்ன்னு சொல்லுறேன்ல. அப்போ குர்ஆன்ல சூரா நூஹுல போய்த் தேடு. எதை வணங்கினான்னு சொல்லிரும்.”

“சரி நான் தேடுறது இருக்கட்டும், இப்போ இருக்கிற இந்த வழிபாடு முறைகள் இந்தியால எப்போ வந்திச்சு....?”

“காலங்காலமா ஓரிறைக் கொள்கை உடைய ஆட்கள் சிறு

கூட்டமா இங்க இருந்திட்டே இருந்தாங்க, இயற்கை வழிபாடு, தீயை வணங்குவது, பழைய நடுகல் வழிபாடு, சைவம், ஆன்மீகம், சித்தர்கள் வழிபாடு சமணம், பௌத்தம்-ன்னு இருந்த பெரும்பான்மை மக்களை திசை திருப்புனது உங்க தமிழ் ஆட்களுங்க பார்த்த பார்வையினால தான், அது தான் எல்லாத்துக்கும் காரணம்"

"உங்க தமிழ் ஆள்களா....? இப்போ மட்டும் நான் டாக்டர்ல இருந்து தமிழ் ஆளா மாறிட்டேனா" என்று நக்கலாக தாரிக் கேட்டதும்

"வரலாறை தெரிஞ்சிக்கோ அப்புறமா பேசு"

"எதையோ சொல்லணும்ன்னு முடிவு பண்ணிட்டீங்க சொல்லுங்க"

"இந்து மத ஆதி வேர் யாரு..?. ஆதி சங்கரர், இராமானுசர், மத்வாச்சாரியார் மூனு பேரும் தான். ஆதி சங்கரர் ஏழாம் நூற்றாண்டுல வாழ்ந்த மஹான். இஸ்லாம் இந்தியாவுக்கே வரல, அப்போவே "அத்வைதம்" சொன்னவரு ஆதிசங்கர். அவருக்கு எப்படித் தெரியும் இந்த தத்துவம் எல்லாம். "எது என்றும் உள்ளதோ, ஒளிமயமானதோ, இரண்டற்றதோ, ஞான உருவோ, எல்லையற்ற ஆனந்த மயமானதோ, முழுமையானதோ அதுவே பிரம்மம். உலக உயிர்கள் அனைத்துமே பிரம்மத்துடன் தொடர்புடையவை. அந்தத் தொடர்பை அறிய பிரம்மத்தை அறிய வேண்டும். பிரம்மத்தை அறிய பிரம்ம ஞானம், பிரம்ம சிந்தனை, பிரம்ம தியானம் இன்றியமையாதது. பிரம்மம், உலகைப் படைத்து காக்கும் ஈசுவரன் அல்ல. கடவுளுக்கு நாம் குணங்களைச் சொல்கிறோம். ஆனால் பிரம்மம், குணங்களை கடந்தது, செயல் அற்றது, உருவம் அற்றது" இது தானே அத்வைதம் கூறுது. இஸ்லாம் இந்தியா வர்றதுக்கு முன்னாடியே மஹான் ஆதிசங்கர்ருக்கு இது எப்படி தெரியும்...? மஹான் ஆதி சங்கரர் இந்தியால அத்வைதம் ஆரம்பிச்சு வச்சார். அவரை பிரசன்ன பௌத்தம்ன்னு அவருக்கு அப்புறமா வந்த இந்து வேத பண்டிதர்கள் கேலி செஞ்சிருக்காங்க. பிரசன்ன பௌத்தம்ன்னா மாறு வேடம் பூண்டு வந்த பௌத்தம்ன்னு அர்த்தம். அதாவது உருவ வழிபாட்டை ஏற்க மறுத்தவர்ன்னு அவரை கேலி செஞ்சாங்க.

பிரம்மம், குணங்களை கடந்தது, செயல் அற்றது, உருவம் அற்றதுன்னு. நமக்கும் முன்னாடி ஓரிறைக் கொள்கையில இருந்தவங்க தான் இந்துக்களில் சிலரும். முதல் வேதம் கிடைச்சதும் அவனுக்கு தான். அறிவுல, கலாச்சாரத்துல, ஓரிறைக் கொள்கையில, பண்பாட்டுல, எல்லாத்துலயும் காலத்தால முன்னோடி இந்துக்கள் தான்னு முஸ்லீம்கள் புரிஞ்சிக்கணும், சொன்னாலும்

சொல்லாட்டாலும் அவன் முஸ்லீம்களுக்கு என்னைப் பொருத்தவரைக்கும் அண்ணன் தான். நீ முந்தியா நான் முந்தியான்னு போட்டி போட்டா எல்லாத்தையும் அவன் தான் முந்தி. காலத்தால மூத்தவன் இந்து. "Madrasian culture" ன்னு தேடுனா அது கற்கால "Lower Paleolithic" வரைக்கும் திராவிடனா கொண்டு போய் சேர்த்திரும்"

"சரி, இதுக்கு பின்னாடி எல்லாம் எப்படி போனீங்க. நீங்க புக் எல்லாம் படிச்சோ வாசிச்சோ நான் இது வர பாத்ததே இல்லையே. நீங்க பேசுறது எல்லாத்துலயும் கேட்டா ஏதோ காலேஜ் ஹிஸ்டரி புரஃபசர்கிட்ட பேசுற மாதிரி இருக்கு. விதவிதமா படபடன்னு "புக்"கு பேரா அடிச்சி விடுறீங்க" என்று தாரிக் வியப்புடன் கூறியதும்

"மஹான் ஆதி சங்கரர் பிறந்த ஊர் காலடி (kalady) எங்க ஊரு சாவக்காடுல இருந்து 80 கிலோமீட்டர் தூரம் தான். அவருதான் அத்வைத குரு. அவரை பிரசன்ன பௌத்தம்ன்னு கேலி செஞ்சது யாரு உங்க தமிழ் ஆளுங்கதான். மஹான் ஆதிசங்கரர் யாரு மலையாளி. பொதுவாவே நாங்க பாண்டின்னு உங்கள மட்டம் தட்டி கொறச்சி பேசுவோம். இதுல இப்படி ஒரு செய்தி கிடச்சா விட்டிருவோமா. ஊருல உள்ள எல்லாருக்கும் இந்த கதய பரப்புறது அதனால மலையாளி யாரக் கேட்டாலும் ஓரளவுக்கு இதை மனப்பாடமா சொல்லுவான். அப்படி கேட்டு தெரிஞ்சிக்கிட்டது தான். ஒன்னு சொல்லட்டா..?" எனக் கேட்க

"இன்னும் முடியலயா இந்த கத" என்று மீண்டும் சிரித்தான் தாரிக்.

"லக்கும் தீனுக்கும் வலியத்தீன்னா என்ன அர்த்தம்"

"உன் மார்க்கம் உனக்கு என் மார்க்கம் எனக்கு"

"அல் குர்ஆன் தான கத்து கொடுத்தது"

"ஆமா"

"ஆனா லக்கும் தீனுக்கும் வலியத்தீன்னு சொல்லிட்டு இந்துவ எப்போவும் கேலி செஞ்சிட்டு சில ஆட்கள் திரியிறாங்க. அவனையும் அவன் வழிபாட்டு முறையையும் குத்தம் சொல்லுறது சிலவங்களுக்கு ரொம்ப சொகமா இருக்கு. ஆதம்ல இருந்து நூஹு ﷺ நபி வரைக்கு வாழ்ந்த இந்தியால இந்துகள் யார்ன்னு மொதல்ல முஸ்லீம்கள் தெரிஞ்சிக்கனும். அவன்கிட்ட போய் சண்ட போடக்கூடாது. நாம தான் புத்திசாலின்னு நினச்சிக்கிட்டு அவன சொறியக் கூடாது. அவன்தான் நமக்கும் முன்னால இந்த பூமியில அல்லாஹ்வால

அனுப்ப பட்டவன், இறைவனை வணங்குனவன், இறைவனுக்கு கட்டுப்பட்டு நடந்தவன். இந்தியா எவ்வளவு பெரிய மக்கள் தொகை உள்ள நாடு. இந்து-முஸ்லீம் சண்டை இங்க இல்லைன்னு வை. இந்த நாட்டுல பாதி பிரச்சனை தீர்ந்திரும். இதை முஸ்லீம்கள் புரிஞ்சிக்கணும். அதுக்காகத்தான் இவ்வளவும் சொன்னேன். இந்துக்கள அண்ணன்மார்ன்னு சொன்னதும் ராஜா குடிகாரன்னு என்னைச் சொன்னதால எல்லாத்தையும் படபடன்னு கொட்டிட்டேன். நான் இந்து-ன்னு சொல்லுறது 1872-ல பிரிட்டீஷ்காரன் சென்சஸ் எடுக்கிறேன்னு சொல்லி மக்களை பிரிக்கிறதுக்காக எழுதி வச்சிட்டுப்போன இந்த இந்துகளை இல்ல. நான் சொல்லுறது பழைய ஆளு"

"எல்லாம் சரி வந்த காரியத்தை பத்தி இன்னும் சொல்லவே இல்லையே" என்று தாரிக் கேட்க

"எது, ஓ, தம்பிக்கு செய்வினை இருக்கான்னு பாக்குறதா"

"பாக்குறது மட்டுமில்ல, இருந்தா எடுங்க"

"இது தேய் பிறை இப்போ வேண்டாம். நான் சொல்லுறேன்" என்றுக் கூறி ஹமீது பாய் சென்றதும், ராஜாவும் சென்று விட"தமிழ் குர்ஆன் - சூரா நூஹு" என்று தலைப்பிட்டு இண்டர்னெட்டில் தேட ஆரம்பித்தான் தாரிக்.

★

22

ஒவ்வொரு வருடமும் புது வருடத்திற்கான பிரத்யேக ஒளி அலங்காரங்களை டெல்மா முழுக்க செய்ய அரசு தனித்தொகை ஒதுக்கி செலவு செய்யும் என்றாலும் தீவில் உள்ள பெரும் பணக்கார அரபிகள் அவரவரின் தெருக்களை, வீடுகளை தன் சொந்த செலவில் இன்னும் அழகாக மின் விளக்குகளால் அலங்கரிப்பது டெல்மாவில் எப்போதும் நிகழ்வதுதான்.

டெல்மா மருத்துவமனையைச் சுற்றியுள்ள பகுதிகளை அழகுபடுத்த மருத்துவமனையின் அட்மின் பெண் தத்தெடுத்துக் கொள்ள, தன் வீட்டில் இருந்து ஏர்போர்ட் போகும் வழி முழுக்க இருமருங்கிலும் மர்வான் தனது சொந்தச் செலவில் வருடா வருடம் விதவிதமான மின்விளக்குகள் பொருத்தி அழகு பார்ப்பார்.

தீவின் தெரு முழுக்க ஒவ்வொரு மின்இணைப்பு போஸ்ட்களிலும், தெருவோர மரங்களிலும் ஒவ்வொரு விதமான மின்விளக்குகள் தாற்காலிகமாகப் பொருத்தப்பட்டு இரவு நேரங்களில் தீவே ஒளி வெள்ளத்தில் ஜொலிக்கும்.

கிறிஸ்மஸ் தொட்டே இந்த வேலை ஆரம்பம் ஆகிவிடும். பத்து நாட்கள் இரவில் விருந்தும் ஆட்டமும் பாட்டமும் கொண்டாட்டமுமாக விழாக்கோலம் பூண்ட சாண்டாகுருஸாக டெல்மா தீவு மாறி மின்சார வெளிச்சத்தில் எட்டுக்கு எட்டு புள்ளிக்கோலம் போடும்.

தீவு என்பது எல்லா திசைகளிலும் கடற்கரைகளைக் கொண்ட நிலம் என்பதால், அந்த பத்து நாட்களின் இரவுகள் பகல் வேஷம் தரித்துத் திரியும்.

ஒளி வெள்ளத்தில் மக்கள் கடற்கரைகளில் சங்கமிக்க, இரவுக் குளியல்களும், யாரையும் தொந்தரவு செய்யாத குடியும், காதலர்களின்

இறுக்கமான பொதுவெளி முத்தங்களும், சுவையான மீன் உணவுத் திருவிழாக்களும், குறைவான அழகிய உடைகளுடன் கூடிய ஆடல் பாடல்களின் அரங்கேற்றங்களும், யாரும் யாரிடமும் பேசலாம், தன் எண்ணத்தை மனம் திறந்து கூறலாம் என்ற எழுதப்படாத சட்ட விதிமுறையும் என கேளிக்கைகளுக்கான தீவின் மழையுதிர் காலத்து ஈரம் போல சிறந்த நாட்கள் அவை.

தீவில் உள்ள அத்தனை சிறு சிறு மெயின்டனன்ஸ் வேலை செய்யும் ஆட்களுக்கும் பத்து நாட்கள் இரட்டைச் சம்பளம் கிடைக்கும். பொதுவெளிக் கொண்டாட்டங்களை அரசு அனுமதிப்பதால் அவர்கள் வெளிவேலை செய்வதையும் அரசு கண்டு கொள்ளாமல் இருந்து விடும்.

சவூதி அரேபியாவின் அமீரக எல்லையான "சிலா" எனும் ஊர் டெல்மா தீவின் அருகில் இருப்பதால் சவூதி அரபிகள் விடுமுறையைக் கொண்டாட பஹ்ரைன் நாடு செல்வது போல புது வருடக் கொண்டாட்டத்திற்குப் பலரும் காரில் பயணம் செய்து புது அனுபவமாக கப்பலில் கடலைக் கடந்து டெல்மா தீவில் அலையடிக்கும் ஒவ்வொரு நொடியையும் ஆனந்த வரமாய் ஏற்றுப் பொழுதைக் கழிப்பதுண்டு.

அது சமயம் எல்லாம், தீவுக்குள் "அடுத்த வருசம் துபாய் மாதிரி நிறைய வாட்டர் தீம் பார்க் டெல்மாவுக்கு வரப் போகுதாம்..." என்ற வதந்தி பரவும்.

காலகாலமாக வாழும் அலவி குட்டி போன்றவர்கள் சிரித்தபடி அந்த வார்த்தைகளைக் கடந்து சென்றாலும் அவர்களுக்குள் ஓர் ஆசையும் இருக்கும் "நடந்தால் நல்லதுதானே, நிறைய காசு சம்பாதிக்கலாம்" ஆனால் இதையே டெல்மாவில் வசிக்கும் ஒரு பிலிப்பினோ நாட்டைச் சேர்ந்தவனிடம் கேட்டால் "நடந்தால் நல்லது தானே, நிறைய எஞ்சாய் பண்ணலாம் (செலவு செய்யலாம்)" என்று எதிர்மறையாக, சிரித்தபடி கூறுவார்கள்.

ஊரை விட்டு வெளியே வந்தது பணம் சம்பாதிக்கத்தான் என்ற ஆணியை முக்கால்வாசி இந்தியர்களின் தலையில் அடித்துக் கொண்டதால் இரவு என்று பாராமல் இதுபோன்ற சமயத்தில் எத்தனை மணி ஆனாலும் விடிய விடிய எலக்ட்ரீசன் வேலை பார்ப்பான் ராஜா. அது தரும் இரட்டைஊதியப் பணம் அளப்பரியது. பத்தே நாள் வேலை செய்தால் இரண்டு மாதச் சம்பளம் கிடைக்கும்!

"ராஜா எங்க இருக்க..?" என்று விசாரித்த தாரிக், இரவில் தெருவில்

விளக்குகளைப் பொருத்திக் கொண்டிருந்த ராஜாவைத் தேடி வந்து, தன்னுடன் வந்த மர்வானிடம் எனது உறவுக்காரன் என அறிமுகம் செய்தான்.

மறுநாள் டெல்மா மருத்துவமனை எக்ஸ்ரே டெக்னீசியன் ஷாம் வீட்டில் வைத்து கிறிஸ்மஸ் மற்றும் புது வருட விருந்தில் கலந்துகொள்ள மர்வானையும் ராஜாவையும் ஷாம் வின்ஸ்டன் சார்பாக அழைப்பு விடுத்தான் தாரிக்.

ஷாம் தயாரிக்கும் இந்திய உணவுகள் காரம் நிறைந்தது, சிறிய பச்சை மிளகாயில் உண்டாக்கும் ஊறுகாயையும் கூடத் தனித் தட்டில் வைத்து சாப்பிடுவார்கள் என்னால் எல்லாம் இயலாது, என்று கூறி மர்வான் தவிர்த்துக் கொள்ள ராஜாவும், சாவக்காடு ஹமீது பாயும் கலந்து கொள்வதாக சம்மதித்தனர்.

மறுநாள் விடுமுறை. மதியம் 12 மணி அளவில் டெல்மா மருத்துவமனையில் வேலை செய்யும் பலரும் ஷாம் வீட்டில் கூடியிருந்தனர். அவர் மனைவி ஷாலினி வந்த அனைவரையும் வரவேற்று கிறிஸ்மஸ் கேக் அளித்தபடி திரிந்தார்.

மருத்துவமனையில் இருந்து மட்டுமல்ல ஷாமுக்கு பரிச்சயமான டெல்மா தீவுவாசிகள் பலரும் வந்திருந்தார்கள். அவரவர் அவரவருக்கு நெருக்கமான ஆட்களுடன் கிறிஸ்மஸ் கேக் சாப்பிட்டபடி பேசிக் கொண்டிருந்தனர்.

ஷாம் நல்ல பேட்மிட்டன் பிளேயர் என்பதால், டெல்மா பேட்மிட்டன் கிளப் சார்பாக ஒரே சீருடையில் ஆண் பெண் எனப் பலரும் வந்திருந்தனர். அவர்கள் தான் வந்திருக்கும் அனைவருக்கும் உணவு வினியோகிக்கும் வேலையை முழுவதுமாகப் பொறுப்பேற்றுக் கொண்டனர்.

நூற்றுக்கும் அதிகமான பேரை ஒவ்வொரு வருடமும் இப்படி ஷாம் அழைத்து விருந்து கொடுப்பது தொடர்ச்சியாக நடைபெறுவதால் அதற்கென பிரத்யேகமாக பெரிய வராண்டா கொண்ட வீடாக ஷாம் வீடு இருந்தது.

கொஞ்சம் கொஞ்சமாக பலரும் வரத் துவங்கினர். மலையாளிப் பெண்களை இரண்டாம், மூன்றாம் தாரமாக திருமணம் செய்திருந்த சில அரபிகளும் விருந்துக்கு வந்திருந்தனர். அவர்கள் அனைவரும் ஷாம் வீட்டின் உள்ளே உண்டாக்கி இருந்த மஜ்லீசில் அமர்ந்திருந்தனர்.

ஷாமுக்கு விதவிதமான நாணயங்கள் சேகரிக்கும் குணம்

முஹம்மது யூசுஃப் ● 253

இருந்ததால் அதை நிறைய ஆல்பமாக உண்டாக்கி இருக்க பலரும் அதைக் கையில் எடுத்து ரசித்துக் கொண்டிருந்தார்கள்.

நிறைய மரங்கள் ஷாம் வீட்டின் வாசல் பகுதியில் வளர்த்திருந்தன. வீட்டின் உள்ளே செல்லாமல் வராண்டாவில் அதன் நிழலில் அண்டி இருந்தான் தாரிக்.

முந்தைய தினம் கனடாவில் இருந்து சத்யா போன் செய்திருந்ததால், அவன் எதிர்பார்த்தது போலவே அய்டா தாரிக்கை நோக்கி வந்தாள்.

தாரிக்கைத் தேடி வந்த அய்டா சந்தன நிறச் சேலை அணிந்து ஈரம் சொட்டுவது போல காட்சி அளிக்கும் நீண்ட தலைமுடியை கீழே முடிச்சிட்டு சற்றுமுன் குளித்த மைசூர் சாண்டல் சோப் வாசனையுடன் தாரிக்கைக் கிறங்கடித்தாள்.

கிராமத்து டூரிங் டாக்கிஸ் வாசலில் ஒட்டிய ஈஸ்ட்மென் கலர் வால் போஸ்டர் போல தகதகவென ஜொலித்தாள்.

தினமும் மருத்துவமனைச் சீருடையில் கண்டு இன்று திடீரென சேலையில் அய்டாவைக் கண்டதில் அவள் கூடுதல் அழகாகத் தெரிவது போல இருந்தது. முதன் முறையாக டெல்மா மருத்துவமனைக்கு வேலைக்கு வந்த அன்றும் இதேபோன்ற சந்தன நிற உடை அணிந்து வந்ததை நினைவு கூர்ந்தான் அய்டாவிடம்

"அதென்ன சந்தன நிறம் ரொம்ப விருப்பமா, நல்ல அழகா இருக்கு..."

"பொதுவா மலையாளிகளுக்கு சந்தன நிறம் ரொம்ப விருப்பம். அதென்ன அழகா இருக்கு, அப்போ நான் அழகா இல்லையா..?" என்று சிணுங்கினாள் அய்டா.

சிரித்தான் தாரிக்.

"வாயில என்ன கொழுக்கட்டயா, அழகா இருக்கேன்னு வாயத் தொறந்து சொன்னா தான் என்ன..?"

"சரி, அழகா இருக்க, போதுமா..?"

"நேத்து நைட் கனடால இருந்து சத்யா எனக்கு ஃபோன் செஞ்சு நியு இயர் விஷ் பண்ணாங்க, அவுங்க கிட்ட என்னப் பத்தி நிறையச் சொன்னீங்களாம். அதை எங்கிட்ட சொன்னாதான் என்ன... கெஞ்சிக் கேக்க வேண்டியதிருக்கு ஹூம்..." மீண்டும் சிணுங்கினாள்.

சுற்றும் முற்றும் பார்த்து விட்டு "செமையா இருக்க.... போதுமா..?" என்றதும் தாரிக் கண்கள் தன் உடலில் சென்றுவந்த இடங்கள் கண்டு நாணம் வந்தவளாக சிரித்தபடி குனிந்து கொண்டாள்.

லேசான மஞ்சள் கலந்த வெள்ளை நிறம், பூசினாற் போல தேகம், அறிவும், திறமையும், பொறுமையும், பரிவும், நிதானமும் கலந்த கலவையான அய்டாவின் லேசான சுருட்டை முடி ஒன்றிரண்டு முன்னால் வந்து நிற்கும் அழகு இன்னும் அழகாய்க் காட்டியது அவளை. அரிதாரம் பூசாத முகம், அதிராத பேச்சு, நிதான நடை, பளிச் என்ற ஒரு தூய்மை. யாரையும் புண்படுத்தாத மனம். மணியன் செல்வம் ஓவியம் போல இருந்தவளின் நாணம் இன்னும் அழகைத் தந்தது. நிதானமாய் அவளை ரசித்தான்.

தொடர்ச்சியாக ஃபோனில் பேசிப் பழகியபின் சத்யாவுக்கு அய்டாவை மிகவும் பிடித்திருந்தது.

"உன்ன லவ் பண்ணுறா. கட்டிக்கோடா. மிஸ் பண்ணிறாத..." என்ற சத்யாவின் வார்த்தைகள் தாரிக்கை தைரியமாய் அவளை ரசிக்கத் தூண்டியது.

தாரிக்கிற்கு அய்டாவைப் பிடித்திருந்தது. ஆனாலும் இரண்டாம் தாரமாக ஒருத்தியைத் தர அவள் குடும்பம் சம்மதிக்குமா என்ற பெரிய அரிவாள் தாரிக்கின் இரு பக்கமும் நினைவுகளால் தொங்கிக் கொண்டிருந்தன.

இதைத்தான் சத்யாவிடமும் தாரிக் கூறினான் "அவா சின்னப் பொண்ணு, அவளுக்கு என்ன தெரியும், அவளோட குடும்பத்த நினச்சிப் பாரு..." என்ற தாரிக்கிடம்

"டேய் நல்லவனே, அவளே ரெடியா இருக்கா, நீ கலைச்சி விட்டுறாத, நல்லா இருப்ப..." என்று கோரிக்கை வைத்தாள் சத்யா.

மதியம் 1 மணி ஆனதும் ஷாம் வீட்டின் முற்றத்தின் "பஃபே சிஸ்டம்" போல ஒரு நீண்ட மேஜையில் உணவுப் பொருட்களுடன் கூடிய பாத்திரங்களை எல்லாம் ஒவ்வொன்றாக அடுக்கி வைக்கும் வேலையை அனைவரும் செய்ய, தாரிக்கும் அவர்களுடன் சேர்ந்து சென்று தன்னால் ஆன உதவிகளைச் செய்தான்.

அப்போது பெரிய சட்டியை எடுக்க முனைந்த அய்டாவிடம் "சட்டி பெருசா இருக்கு. வெயிட் ஜாஸ்தியா இருக்கும் எடுக்காத, சேலையில கறை பட்டிரும். தள்ளி நில்லு. நான் கொண்டு போறேன்" என்று கூறியதும் "நாங்களும் எடுப்போம், எங்களுக்கும் தெம்பு இருக்கு..." என்று வக்கணை காட்டி உதடு சுழித்தாள்.

இருவரும் தட்டில் உணவை எடுத்து ஒரு டேபிளில் அமர்ந்ததும் "அதென்ன பொம்பளைங்கன்னா தெம்பில்லன்னு நெனச்சீங்களோ, எங்க வீட்டுல நான்தான் வெள்ளை அடிப்பேன் கிறிஸ்மஸ்க்கு" என்று அய்டா செல்லச் சீண்டலைத் தொடந்தாள்.

“ஆணும் பெண்ணும் சமம் கிடையாது, பிறந்ததுல இருந்தே ரெண்டு பேருக்கும் வித்தியாசம் பார்க்கப்படுது, தெரியுமா தெரியாதா...?”

“ஆங், அது சரி அப்போ நாங்க எல்லாம் சோப்ளாங்கியாக்கும்..?”

“உங்கள சோப்ளாங்கின்னு யாரு சொன்னா..?. பார்வையில நீங்க தான் எங்களச் சாச்சிருவீங்களே...”

“அப்படியே நீங்க கிளுகிளுன்னு சாஞ்சிட்டீங்க, ஆளப்பாரு. ஆமா நான் கேக்கணும்னு நினச்சேன். நான் என்னோட லவ்வ சொன்னேன்ல, நீங்க உங்க பழைய லவ் ஏதாவது இருந்தா சொல்லலாம்ல. எல்லாம் கேட்டுக் கேட்டுத் தெரிஞ்சிக்க வேண்டியதிருக்கு ஹூம்.”

“ஆண்கள் எங்களோட காதல் எல்லாம் MLM ஸ்கீம் மாதிரி. நாங்க நாலு பேர லவ் பண்ணவோம். அந்த நாலு பேரும் அவுங்களுக்குத் தெரிஞ்ச நாலு பேரை லவ் பண்ணுவாங்க. இப்படி நாலு நாலு பேரா லவ் பண்ணி லவ் பண்ணி பல்கிப் பெருகித் தான் அன்பே எங்கள் உலக தத்துவம் உண்டாச்சு.”

“அய்யடா... பயங்கர மொக்கையா இருக்கு, உண்மையச் சொல்லுங்க.”

“ஊருல... சின்ன வயசுல... ஒரு லவ் இருந்திச்சு”

“அதான பாத்தேன், சொல்லுங்க..”

“பாவாடை சட்டையில அவள முத முதலாகப் பார்த்தது ஹாஸ்பிட்டல்லதான். அப்போ நான் பிளஸ் டூ படிச்சிக்கிட்டு இருந்தேன். அக்காவுக்குக் குழந்தை பிறந்ததுன்னு அவளும், சொந்தக்கார அண்ணிக்குக் குழந்தை பிறந்ததுன்னு நானும் என்னோட மாமா பையனும் ஹாஸ்பிட்டல்ல அடுத்தடுத்த ரூம்ல தங்கி இருந்ததால் சுலபமாக அவளை வளைச்சு வளைச்சுப் பாக்க முடிஞ்சது. அவ்வளவு அழகா இருந்தா. தொடர்ச்சியாக இரண்டு நாள் தங்கி இருந்ததுல அவளைப் பத்தின சில தகவல்களை அவ தம்பி மூலம் தெரிஞ்சிக்கிட்டோம். அவ படிக்கிற பள்ளிக்கூடம் என் மாமன் மகன் வீட்டுக்குப் பக்கத்துல இருந்ததால் அவளை சைட் அடிக்க வசதியா இருந்தது. அவ பள்ளிக்கூடத்துக்கு முன்னாடி காத்திருந்து, அவ பின்னாலே சைக்கிளில்ல வீடு வரைக்கும் போய் ஒருவழியா அவளுக்கும் காதல் வந்திருச்சுன்னு சொல்ல ஆறு மாசம் ஆச்சு. அப்புறம் அவளுக்கு கிஃப்ட் வாங்கிக் கொடுக்குறதும், அங்க இருந்து அவா கிஃப்ட் அனுப்புறதும்...னு ஒரு வருசம்

போச்சு. ஒரு நாள் வீட்டுக்கு வாங்கன்னு கூப்பிட்டா, நானும் மாமா பையனும் சேர்ந்து போனோம். வீட்டில அவ, அவளோட அம்மா, மூன்று அக்கா ஒரு தம்பின்னு கும்பலாச் சேர்ந்து வரவேற்றாங்க. அவ ஊர் பாலக்காடு. தள தளவென வெண்ணெய் திரண்டது மாதிரி மஞ்சள் நிறத்தில் இருக்கிறப்போவே உறுதி ஆயிருச்சு. அவளோட அப்பா பாலக்காட்டில் இருக்கிறார், எப்போவாச்சும் வருவார்னு சொன்னாங்க அவுங்க அம்மா. எங்களுக்காக டொரினோ வாங்கப் போன அவ தம்பி "வாசல்ல யாரோ வந்து நிக்காங்க" ன்னு சொன்னதும் நைசாக வந்து வெளியே எட்டிப் பார்த்தோம். வாசலில் நின்னுக்கிட்டிருந்த என்னோட சொந்தக்கார அண்ணனோட ஃப்ரன்ட் வேகவேகமாக வந்து ரப் ரப்ன்னு ரெண்டு பேரையும் சாத்து சாத்தி "அடுத்த தடவை இங்கே கண்டேன், வெட்டிப் புடுவேன் வெட்டி..." ன்னு அடிச்சி அனுப்பிட்டார். சொந்தக்கார அண்ணனோட ஃபிரன்ட் அவ வீடுக்கு வந்தது அவளோட அக்காவை லாட்ஜுக்குக் கூட்டிட்டுப் போகவாம். மூணு மகளையும் வைச்சு தொழில் நடத்திட்டு இருந்திருக்காங்க. அவ மட்டும் தான் படிச்சிட்டு இருந்த நேரமாம். வீட்டுக்கு விஷயம் தெரிஞ்சி, அத்தோட காதல் புஸ்ன்னு ஆயிருச்சு"

"அடடா.... அவ என்ன செய்வா, அப்புறம் பாக்கவே இல்லயா அவள..?" என்று அய்டா கேட்டாள்.

"பாத்தேன், ரொம்ப வருடம் கழிச்சி ஸ்டான்லி ஹாஸ்பிடல்ல டிரைனிங் எடுத்திட்டு இருந்த சமயம், ஒரு நாள் STD டிபார்ட்மென்ட்ல (sexually transmitted disease) வொர்க்னு போயிருந்தேன். கலீல் ரஹ்மான்னு டிபார்ட்மென்ட் டாக்டர் பேரு. அவரைச் சுத்தி மெடிக்கல் காலேஜ் ஸ்டுடென்ட் நிக்க, ஈக்குச்சி அல்லது பட்ஸ் மாதிரி சாதனத்தை கருப்பு மருந்தில் முக்கி கையில் எடுத்து ஆண் உறுப்பை பிடிச்சு பட்ஸ்சை உள்ளே விட்டுச் சுத்துவார். பேஷண்ட் கத்துவாங்க, அசிங்க அசிங்கமா டாகடர் திட்டுவார். அது கேக்க நல்லா சிரிப்பா இருக்கும். இன்டரஸ்ட்டா வேடிக்கை பார்த்திட்டு இருந்தேன். அங்க லேடிஸ்க்கு செக் அப் பண்ண தனி ரூம். ஆனா அவரைத் தாண்டித்தான் உள்ளே போகணும், அங்க அவ வந்திருந்தா, ஷாக் ஆயிட்டேன். அவளுக்கு அதுக்கும் மேல ஷாக், இவ எப்போ மெட்ராஸ் வந்தா, என்ன ஆச்சுன்னு பல யோசனை. இவளை லவ் பண்ணி கல்யாணம் செஞ்சிருந்தா இப்படி ஆகி இருக்க மாட்டாளோன்னு இருந்தது..."

"அப்புறம்..."

"கண்ணுல படல எப்படி எஸ்கேப் ஆனான்னு தெரியல. எங்க போய்த் தேட. விட்டாச்சு. ஆனா கஷ்டமா இருந்துச்சு. அய்யோ பாவம்."

"ஆங் அப்படியே தேடிப் பிடிச்சு உங்க மனசுல உள்ளது எல்லாத்தையும் அப்படியே கொட்டித் தீத்துருவீங்க...?"

"ஏன், ஏன்.... அப்படிச் சொல்ற?"

"எதிர்த்தாப்ல உக்காந்துகிட்டு இருக்கிறவ கிட்டயே சொல்லத் தெம்பில்லயாம்" என்று மெதுவாக முனங்கினாள் அய்டா.

மெதுவாகச் சிரித்தபடி இதுவரை தான் தின்று கொண்டிருந்த ஐஸ்கிரீம் டப்பாவை அய்டா அருகில் நகர்த்தி வைத்து விட்டு அய்டா தின்று மீதம் வைத்திருந்த ஐஸ்கிரீம் டப்பாவை தன் கையில் எடுத்துச் சாப்பிட ஆரம்பித்தான் தாரிக்.

காதலை வெளிப்படுத்திய தருணம் என்பது அழகான மழைக் காலத்திற்குச் சமம். எழுந்து நின்று ஆர்ப்பரிக்க வேண்டும் போலத் தோன்றியது அய்டாவுக்கு. காட்டை, கடலை, பறவையை, விலங்கை வரைவது போன்றது காதல். ஒரு பட்டாம்பூசி யானையை சுமந்து பறப்பது போலிருந்தது அவளுக்கு. காற்றின் வாசம் அவன் பெயரை உச்சரித்து. சடசடவென தன் முன்னே ஒரு ஓங்கி உயர்ந்த ஆலமரம் தோன்ற அதில் அவள் மட்டும் ஊஞ்சலாடக் கண்டாள்.

"துஷ்டா, இதைச் சொல்ல இவ்வளவு நாளா..." என்று செல்லமாகக் கிள்ளினாள் அவனை.

"என் மேல அய்யோ பாவம்னு ஒரு பச்சாதாபம் உனக்கு உண்டாகி இருக்கு. அத காதல்னு நினச்சிட்டு இருக்கியோன்னு நினச்சேன். ஆனா சத்யாதான் சொன்னா, ரொம்ப நேசிக்கிறதா, ஆனா உங்க அம்மா அப்பாவ நெனச்சாதான்..."

"அய்யா சாமி, நீங்க ஒண்ணும் சொல்ல வேண்டாம். சத்யா எல்லாம் சொல்லிட்டாங்க, நானும் அவுங்க கிட்ட எல்லாத்தையும் ஒண்ணு விடாம உளறிக் கொட்டிட்டேன். அம்மா அப்பா தாத்தா பாட்டின்னு கதை எல்லாம் விட வேணாம், சத்யா ஜூன்ல டெல்மா வாறேன்னு சொல்லி இருக்காங்க அவுங்க தலைமையில டெல்மால கல்யாணம். அதுவரைக்கும் கொஞ்ச நாள் லவ் பண்ணுவோம்..."

"அடிப்பாவிகளா, தேதி குறிச்சாச்சா, இல்ல இன்னும் மிச்சம் இருக்கா, சத்யா எங்கிட்ட சொல்லவே இல்ல ஜூன் மாசம் வர்றதை..."

“நான் தான் ஃபோர்ஸ் செஞ்சேன் வரச்சொல்லி...”

“ஒஹோ...”

“எனக்கு ஒரு ஆசை...”

“அதுக்குள்ளயா, சரி சொல்லு.”

“ரெண்டு பொட்ட புள்ள பெத்துக்கனும், ஒருத்தி பேரு பானு, இன்னொருத்தி பேரு ஆதிரா. ஒகே ஒகே... கூல் கூல் அப்படியே சிந்தனையில சிக்கி பழைய நினைவுக்குப் போயிறாதீங்க...” என்று பழைய நினைவுகளுக்குள் சிக்க இருந்த தாரிக்கை மீட்டாள்.

“இன்னொரு ஆசையும்...”

“என்ன?”

“கடல்ன்னா தண்ணின்னாலே பயமாமே, சத்யா சொன்னாங்க அப்படின்னா கேரளாவுல ஒரு போட் வீட்டை வாடகைக்கு எடுத்து தண்ணிக்குள்ள வச்சித்தான் ஹனிமூன்.....” என்றவள் தாரிக் காதில் ஏதோ கிசுகிசுத்து விட்டு தாரிக்கை மீண்டும் கிள்ளினாள். தாழம்பு தண்ணீர் போன்று இருந்தது அவளின் குளிர்ச்சியான குறும்பு.

அவனுக்குள்ளும் மரத்துப் போன காதல் லேசாக மீண்டும் துளிர்க்க ஆரம்பித்திருந்தது. புங்கை மரக்காற்று போல இருந்தது அன்றைய அவளின் பார்வை. மழைக்கால மன முற்றத்தின் துளசி செடி போல அவனுள் வளர்ந்திருந்தாள்.

விருந்து முடிந்து “பக்கத்துல தான் வீடு இருக்கு. நான் நடந்தே போயிருவேன்” என்று நடக்கத் துவங்கினாள் அய்டா. அரவம் இல்லாத தெரு. இளம் கடற் காற்று வீச மெதுவாக நடக்க ஆரம்பித்தாள் வீதியில்.

தனிமையில் எதையாவது அசைபோட்டுக் கொண்டே நடப்பது ஒரு தனி சுகம். மனம் அவளுக்கு முன்னால் பறந்து செல்ல அவள் அதன் பின்னால் மெதுவாக நடந்து சென்றாள். நிதானம் கலந்த சந்தோசம் இருக்கும் மனதுடன் குப்பையைப் பார்த்தாலும் அழகாகத்தான் தெரியும். தெருவின் திருப்பத்தில் வீதியில் நிறைய மஞ்சள்ப் பூக்கள் கொட்டிக் கிடந்தன. வாடாத பூக்கள் கூடவே ஒரு கடிதம். ஆர்வமுடன் எடுத்து பார்த்தாள். அது ஒரு காதல் கடிதம். யாரோ நிராகரித்து இருக்கிறார்கள் அந்த பூக்களையும் கடிதத்தையும். கடிதத்தின் வார்த்தைகள் உயிர்கொண்டு அழுதன. வாசித்தபோது அவளுக்கே வலித்தது. கடிதம் மனதை நெருட அவள் எண்ணம் பின்னோக்கிச் சென்றது. வேண்டாம் என்று பிரார்த்தனையில்

தவிர்க்கப்பட்ட பழைய காதல் நினைவில் வந்து போனது, கூடவே தாரிக்கும் வந்து போனான். எண்ணெய் படர்ந்த கடல் போல மனமெங்கும் அவனின் பிசுபிசுப்பு

அவளின் நினைவுகள் உதிரும் பிரதேசத்தில், உப்புக் கோட்டைத் தொட்டு விட்ட கபடி வீரன் போல எதையோ அடைந்து விட்ட ஆசுவாசம்.

மழைக்காலத்து ஈரம் குளித்த வீட்டுச் சுவரில், மெல்ல நடந்து செல்லும் மயில் போல அவள் நடக்கத் துவங்கினாள். அவளைச் சுற்றி மெல்லிய தேவதைகள் பட்டுப்பூச்சிகள் ரூபத்தில் வலம் வந்தன. காதல் வந்தால் வானமும் பட்டாம்பூச்சி போல வர்ணங்கள் பூசிக்கொள்கிறது. இலவம் பஞ்சு போல வானில் மிதந்து சென்று கொண்டிருந்தது ஒரு காகம். போகும் வழியில் எல்லாம் இளம் பெண்கள் பெயரில் பூக்கள் பூத்திருந்தன. செடிகளின் ஒவ்வொரு இலையிலும் நீர் கோர்த்து வாடகைக்கு குடியிருந்தன.

ஒரே ஒரு நிலவு தான், உலகிலுள்ள எல்லா குளங்களிலும் தனித்தனியாய் மிதந்து கொண்டிருக்கிறது என்கிறது ஜென் தத்துவம். குளிர்ச்சி தந்து எல்லோரையும் மகிழ்வூட்டும் நிலவு போல காலம் அய்டாவின் மீது வானவில்லாய் பூத்திருந்தது.

★

23

நான்கு நாட்களாக டெல்மாவில் தண்ணீர்த் திருவிழா களைகட்டி இருந்தது.

டெல்மா தீவின் அருகில் உள்ள மர்ஃபா (Mirfa) ஊரில் நடக்கும் "Al Dhafra water festival" போன்றல்லாது பாய்மரக் கப்பலுக்கான படகுப் போட்டி மட்டும் "Dhow racing" எனும் பெயரில் கோலாகலமாக நடைபெற்றது.

நூற்றுக்கும் மேற்பட்ட பாய்மரக் கப்பல்கள் கலந்து கொண்டன. எங்கிருந்து இத்தனை மலையாளிகள் கலந்து கொள்கிறார்கள் என்று ஆச்சர்யத்துடன் நிகழ்வைக் கண்டுகளித்தான் தாரிக். அதில் தமிழ்க் கடலாடிகள் என்று பார்த்தால் அதிகமாக இராமநாதபுரத்து ஆட்களைத் தவிர வேறு யாருமில்லை.

போட்டியில் மர்வான் மூன்றாவது பரிசு பெற்றதில் டெல்மா ஹாஸ்பிட்டலில் வேலை செய்யும் அனைவருக்கும் கிடா வெட்டி விருந்து வழங்கப்பட்டது. கடலாடி மர்வான் மிகவும் சந்தோசமாகக் காட்சியளித்தான்.

போட்டியில் முதல் மூன்று பரிசு பெற்றவர்களுக்கு டெல்மாவில் இருந்து சற்று தொலைவில் இருக்கும் சயர் பனியாஸ் (Sir Baniyas island) தீவில் சகல வசதிகளுடன் ஒருநாள் முழுக்க தங்க இலவச அனுமதி வழங்கியது போட்டியை நடத்திய அபுதாபி மன்னரின் நேரடி கடலாடி அமைப்பு.

எனவே தனது ஜாலிபுட் (Jalibut) எனும் மரக் கப்பலில் மர்வான், சாவக்காடு ஹமீது, தாரிக், மருத்துவமனை ஆப்ரேசன் தியேட்டர் நர்ஸ்களான பிலிப்பினோக்கள் கார்லோ, டயனா, ஷெர்லின் மற்றும் சமையல் செய்யும் போது எடுபுடி வேலை செய்ய மஜீத் ஆள் கேட்டதால் டேனியலையும் அழைத்துக் கொண்டு டெல்மாவில் இருந்து சயர் பனியாஸ் (Sir Baniyas island) நோக்கி அனைவரும் சென்றனர்.

மேகங்களுக்கும் தனக்கும் போட்டி எனக் கருதி வேகமாகப் பறவைகள் வலசைச் செல்ல, அரபி கடலாடியான மர்வான், மலையாளக் கடலாடியான மஜீத், தமிழ் கடலாடி டேனியல் மூவருமாய் ஜாலிபுட்டை இயக்கியபடி அரபி கடலாடிகளின் பாடல்களில் ஒன்றான “அல் மஜ்ஹூல் யுனாதீனி” யைக் கோரஸாக சத்தம் போட்டுப் பாடியபடி வந்தனர்.

“முன்து குன்து தஃப்லதன்

கான யப்ஸீரு கல்பி

ஸீர்ரு மூஹி

வ யஜிதி புனி இலைய்

உக்துப் வலிதய பய்னாதி

வ அஊத் ஹூன தவ்மன்

பி சஸக ஃபில்லா உக்ஃபி......”

(Ever since I was a child,

the secret of the ocean captivated my heart

and attracted me to it.

My stubbornness upsets my parents,

I come back here with a passion and I cannot hide…)

எனச் செல்லும் How far i’ll go (நான் எவ்வளவு தூரம் செல்கிறேன்) எனும் பாடலை அவர்களுடன் சேர்ந்து தாரிக்கும் பிலிப்பினோ பெண்களும் முடிந்த மட்டும் அதே ராகத்தில் சிரித்துப் பாடியபடி வந்தார்கள்.

முதலில் மர்வான், ஹமீது, தாரிக் மட்டுமே வருவதாக இருந்தது. பின் மூன்று பிலிப்பினோக்களும் சேர்த்துக் கொள்ளப்பட்டார்கள். அவர்களுக்கும் சேர்த்துச் சமைக்க வேண்டும் என்பதால் எடுபுடியாக டேனியல் கடைசியாக சேர்க்கப்பட்டான்.

கார்லோவுக்கு மார்பகப் புற்று நோய். அவளின் இரண்டு மார்பகங்களும் சில மாதங்கள் முன்பு முழுமையாக அகற்றப் பட்டிருந்தன. 52 வயது கார்லோ, தனது இயலாமையால் நிரந்தரமாக பணியை விட்டுச் செல்வதாக முடிவு செய்திருந்தாள். அவளை சந்தோசப்படுத்தும் பொருட்டு அவளையும், அவளின் 30 வருட நட்பின் தோழிகளான, மருத்துவமனையில் உடன் வேலை செய்யும்

டயனா,ஷெர்லினும் இணைந்து கொள்ள மும்மூர்த்திகளாய்ச் சேர்ந்து அழைத்து வந்திருந்தார் மர்வான்.

முட்டு வரை அலை அடிக்க சிறு குழந்தை போல நீருக்குள் இறங்கி விளையாடிக் கொண்டிருந்தது சயர் பனியாஸ் தீவு. எத்தனை வகையான நீல நிறம் உண்டு என்று கேட்டால், சிறிது பெரிது என்று பாராமல் மொத்த கடல்களையும் எண்ணிப் பார்த்தால் போதும். சயர் பனியாஸ் உள்ளுக்குள் வெள்ளை உள்ளாடை அணிந்த நீல நிறத்தில் இருந்தது.

சயர் பனியாஸ் முழுக்க விதவிதமான மான்களும் ஒட்டகங்களும், பலவிதமான விலங்குகளும், பறவைகளும் என சரணாலயம் போலத்தான் காட்சியளித்தது அந்தத் தீவு. வாட்டர் டாக்ஸியில் கடலை இஷ்டம் போல அங்கு வந்திருந்த பலரும் சுற்றி வந்தனர்.

கள்ளு குடிக்க என்று தாரிக்கை மர்வான் அழைத்துச் செல்ல, அங்கிருந்த விதவிதமான மரங்களுக்கு இடையில் பனைமரங்களும் இருந்தது கண்டு ஆச்சர்யம் அடைந்தான் தாரிக்.

கரைமடி சேரும் ஆமைக்குஞ்சுகளை, தன் பிள்ளைப் போல வளர்க்கும் கடற்கரை சீனி மணலில் மேல் உடை இன்றி ஜட்டி மட்டும் அணிந்து வெயில் குடித்தபடி கடலையே பார்த்துக் கொண்டிருந்தாள் கார்லோ. அவளுக்குத் துணையாய் ஷெர்லினும் டயனாவும் மேலுடை இன்றி கடல் ஒட்டிய மணல் வெளியில் கால்நீட்டிப் படுத்திருந்தனர். அவர்களில் இருந்து சற்றுத் தள்ளி நத்தைக்கூடுகளும், கால் ஒடிந்த நண்டு ஒன்றும் அமர்ந்திருந்தது. தூரமாய் கடல் மீது யானை போல நடந்து சென்று கொண்டிருந்தது வெள்ளை நிற உல்லாச கப்பல் ஒன்று.

காமம் முளைக்காத சிறுமிகள் போல மூவரும் கடலை நோக்கியபடி படுத்திருக்க சற்று தள்ளி டேனியலும் ஹமீதும் "கடல் சாதம்" பொங்கிக் கொண்டிருந்தனர்.

சிறுமியாய் இருந்தபோது தட்டையாய் மார்பகம் இன்றி இப்படித் தானே இருந்தோம் என்று தனது வெட்டி எடுக்கப்பட்ட மார்பகப் பகுதியைப் பார்த்தாள் கார்லோ. சற்றுத் தள்ளி தளர்ந்த மார்புகளுடன் படுத்திருக்கும் தனது தோழிகளையும் பார்த்தாள். நிர்வாணம் என்பது விடுதலை. உள்ஊர பயம் இல்லாத நிர்வாணம் சம்பூரண விடுதலை.

வயோதிகம் ஆகஆக நிர்வாணமும், காமம் தூண்டிய செழுமையான உடலும் இப்போது சலனமற்ற பொருள் நீக்கப்பட்ட வெற்று

அட்டைப் பெட்டி போல வெறும் உடலாக மாறிப் போனதன் ஆச்சர்யம் அவளைக் கவ்வி இருந்தது.

பழுத்த கம்பியை வைத்து கீச்சுவது போல கூர்மையான வெப்ப ஒளிக் கீற்று பாய்ச்சிய கேன்சர் டிரீட்மென்ட் நாட்கள் அவளை நினைவால் துரத்திக் கொண்டே இருந்தன. மனிதன் நினைவுகளால் தான் அதிகம் அவதிக்கு உள்ளாகிறான். ஆனால் அதே நினைவுகள் தான் சந்தோசத்தையும் அள்ளிப் பருக வழி வகுத்தன. இப்போது நினைவுகள் முட்களைச் சுமக்கும் காலம் என தன்னைத்தானே தேற்றிக் கொண்டாள். உப்புக்கரையில் உடல் நைந்த கடற்காகம் போல மனம் ஒடிந்து உடல் மட்டும் வெயில் குடித்துக் கொண்டிருந்தது.

“முருங்கைப் பூ பூக்கும் வீட்டில், பசிக்கு கீரை இருக்கு” என்பார்கள். வாழ்வின் மீதான நம்பிக்கைதான் கார்லோவை எழுந்து சென்று கடலின் கரையோரம் சங்குகள் சேகரிக்க அழைத்தது. அவள் சேகரித்த சங்குகளில் கடலின் சத்தம். இன்னமும் பெயர் சூட்டப்படாத கறுப்பு உருளை வடிவபூச்சி ஒன்றும் கார்லோவோடு சேர்ந்து கடலோரம் இங்கும் அங்குமாக ஓடி சிப்பி சேகரித்துக் கொண்டிருந்தது

“கடல் சாதம்” எனும் இனிப்பு செய்வதற்கு என வாங்கிய நன்கு கழுவி எடுத்த உடையாத தவுன், தோல் சீவிய நொங்கு, இரண்டு ஏலக்காய், பொன்னி அரிசி, கொஞ்சமாய் உப்பு எல்லாம் இட்டு நன்கு குழையக் குழைய சாதம் சமைத்துக் கொண்டிருந்தார் பாஜகக்காரன் சாவக்காடு ஹமீது பாய்.

சயர் பனியாஸில் பிரத்யேகமாகக் கடை போட்டு விற்கும் மீன் கடைகள், மான் கறி கடைகளில் இருந்து, வாங்கிய மான் தொடைக்கறியை வெட்டி கழுவிக் கொண்டிருந்தான் டேனியல்.

“Ruz al Bukhari” எனும் அரபி பிரியாணி செய்வதற்கான காய்கறிகளை ஏற்கனவே வெட்டி முடித்து கடலில் குளிக்க ஆர்வமாய்க் காத்திருந்தான் டேனியல்.

ஜாலிபுட் மரக் கப்பலில் தீவிற்கு வரும் போது மர்வான் தாரிக்கிடம் டேனியலை அறிமுகப்படுத்தி வைத்தார்.

“எனக்குத் தெரியும். ஒரு நாள் சுகமில்லைன்னு கும்பலாக வந்தப்போ பார்த்திருக்கிறேன்” என்றான் தாரிக்.

டேனியலுக்கும் “மெரைன் படிச்சிட்டு ஏன் இந்த வேலைக்கு வந்த..?” என்று கேட்டு நோகடித்த ஆள்தானே இது, என்று தாரிக்கைப் பார்த்ததும் புரிந்து கொண்டான்.

ஆனால் இருவரும் மர்வான் முன்பு சந்தோசமாக கைகுலுக்கிக் கொண்டனர். கடல் நீர் தெறித்து அவர்கள் இருவரையும் இணைத்திருந்தது. அதனால் நீர் பட்ட உப்பு போல அவர்களுக்குள் இருந்த சிறிய வெறுப்பு கரைந்து போனது. அவர்கள் இருவருமே புதிதாய் சந்தித்தது போல தங்களைப் புதுப்பித்துக் கொண்டார்கள்.

"என்ன மான்கறி இவ்வளவு சாஃப்டா இருக்கு" என்று கேட்ட கார்லோவிடம் குக்கர் இன்றி மான்கறி நன்கு வேகவைக்க பெனடால் (பாரசெட்டமல்) மாத்திரை இரண்டை நுணுக்கிச் சேர்த்து சமைத்ததாகக் கூறினார் ஹமீது பாய். ஆனாலும் வாயில் எந்தவிதமான கசப்பும் தோன்றாததால் புஹாரி பிரியாணி மிகுந்த சுவையாக இருந்ததால் அனைவரும் சுற்றி அமர்ந்து சிரித்தபடி சாப்பிட்டனர்.

சற்று தள்ளி மணலில், எதுவும் கலப்படம் செய்யாத சுத்தமான அக்மார்க் ஒத்த மரத்துக் கள்ளு குடித்த போதையில் நன்கு உறங்கிக் கொண்டிருந்தார் மர்வான்.

சாப்பிட்டு முடித்த பின் பேசிக் கொண்டிருக்கும் போது அன்வர் ராஜாவுக்குச் செய்ய வேண்டிய செய்வினை (சிஹர்) வைத்தியம் பற்றி ஹமீது பாயிடம் கேட்டபடி இருந்தான் தாரிக்.

"அதெல்லாம் வேணம் விடுங்க. அந்தப் பையன் அன்னைக்கு குடிச்சிட்டு வந்திருக்காரான்னு கேட்டதும் பயங்கரக் கோவம் வந்திருச்சு. அதனாலதான் அன்னைக்கு நூஹு நபி அது இதுன்னு நிறையப் பேசிட்டேன். பொதுவா நான் யார் வீட்டுக்கும் போக மாட்டேன். போனாலும் இவ்வளவு தூரம் பேச மாட்டேன்"

"இன்னும் அவன் சொன்னத மனசுல வச்சிருக்கீங்களாக்கும், விடுங்க. எனக்காக ஒரு தடவை அவனுக்கு என்ன செய்யுதுன்னு பாத்திருங்க..."

"செஞ்சவன் ஸ்ட்ராங்கா செஞ்சிருந்தா சிலநேரம் அது நம்மளத் திருப்பி அடிக்கும். சிலநேரம் அது யார அடிக்கும்னு சொல்ல முடியாது. எதுக்கு வம்பு. எதுக்கு இதெல்லாம் தேவையில்லாமச் செய்யணும் சொல்லுங்க."

"எனக்காக செய்ற உதவின்னு வச்சுக்கோங்களேன். பாவம் அந்தப் பையன்..."

"பழைய மாதிரி உடம்பில தெம்பில்ல டாக்டரே" என்று பிகு பண்ணினார்.

“அட, உதவின்னு கேக்குறேன், ரொம்பத்தான் பந்தா காட்டுறீங்க”

“இல்ல, நாகர்கோவில் சைடுல இல்ல கேரளாவுல எங்கேயாவது சோவி போட்டுப் பாக்கிறவன்கிட்ட போய்ச் செஞ்சிருந்தா எடுக்க கஷ்டம். ஆளக் கவுத்திரும். ஒரு காரியம் செய்வோம். முதல்ல லைட்டா செஞ்சு பாப்போம். பெருசா மூச்சு திணர்ற மாதிரி திருப்பி அடிக்கலைன்னா முழுசா எடுக்கலாம். இதெல்லாம் பாத்துச் செய்யணும். இல்லைன்னா பிரச்சனை இன்னும் ஜாஸ்தி ஆயிரும்.”

சற்றுத் தள்ளி கடல் மண்ணில் சாய்ந்து கிடந்து இருவர் பேசுவதையும் கேட்டுக் கொண்டிருந்த டேனியல், அடுத்த ஆளுக்கு உதவி செய்வதற்காக தனது தகுதியை மறந்து வேறு ஆளிடம் இப்படிக் கெஞ்சும் தாரிக்கை ஆச்சர்யமாகப் பார்த்தான். இப்போது உண்மையிலேயே தாரிக்கை அவனுக்குப் பிடித்திருந்தது.

“கண்ணு சொக்குது, நான் தூங்குறேன்” என்று கூறி ஹமீது பாயும் மர்வான் அருகில் குருத்து மணலில் மட்டை ஆனார்.

வாட்டர் டாக்ஸி எடுத்து கடலுக்குப் போவோம் என தாரிக்கும் டேனியலும் கிளம்பி வானம் தன்னைத்தானே பார்த்துக் கொள்ளும் கண்ணாடியான கடல் நோக்கிச் சென்றனர்.

“நீ கடலுக்குப் போறவன் தான. உனக்கு எதுக்கு வசதியான வாட்டர் டாக்ஸி” என்று தாரிக் கூறியதற்கிணங்க, எந்தப் பிடிமானமும் இல்லாத வத்தையில் ஏற்றி தாரிக்கை நடுகடலுக்குள் அழைத்துச் சென்றான் டேனியல். நீர் மட்டும் நிறைந்த கடல் எனும் அடர்வனத்தில் இன்று அத்தனை சீற்றமில்லை.

நடுக்கடலுக்கு வந்ததும், குடிகாரனுடன் சேர்ந்து அவன் கையில் உள்ள பாட்டிலும் ஆடுவது போல கடல் மீதிருந்த வத்தையும் கடலுடன் சேர்ந்து ஆடிக் கொண்டிருந்தது. எந்தப் பிடிமானமும் இல்லாத வெறும் வத்தையின் எதிர் எதிர் முனையில் தாரிக்கும் டேனியலும் அமர்ந்திருந்தனர்.

கையால் துடுப்பிட்டு கடல் நடுவே நீண்ட தூரம் வந்ததில் உடலில் பட்ட கடல் நீரின் ஈரம் மீறி டேனியல் வியர்த்திருந்தான்.

“பயமா இருக்கா, இல்லையே..?” என்று விசாரித்தான் டேனி.

“இல்ல, நீச்சல் தெரியும். நானும் கடற்கரைக்காரன் தான். தூத்துக்குடி சொந்த ஊரு. அப்பா கடல் நடுவுல தண்ணியில எல்லாம் அப்படியே மிதப்பாங்க. அந்த அளவுக்குத் தெரியாது ஆனாலும் நல்லா நீந்துவேன்”

"இல்லையே உங்க முகம் கண்டா பயம் தெரியுது அதான் கேட்டேன்"

சட்டென சுனாமி, பானு, குழந்தை, சாவு எல்லாம் ஒருமுறை நினைவாய்க் கடந்தது "அப்படியா தெரியுது..." என்ற தாரிக் ரோசம் வந்தவனாய் விருட்டென நீருக்குள் பாய்ந்தான்.

வத்தையைச் சுற்றி ஒருமுறை நீச்சலடித்து வலம் வந்தான். முகம் வெளியே எடுத்து டேனியைப் பார்த்துச் சிரித்தான். நீச்சலடித்தபடி நீரில் தலை முக்கிய காக்கை தலையை உதறுவது போல உதறினான். கடல் நீர் குடித்துத் துப்பினான். நீச்சல் அடிக்கும் அவன் கால்கள் உத்வேகத்துடன் எட்டி உதைத்து கொண்டிருந்தன கடலில் மீதம் இருந்த சுனாமியின் அலைகளை.

மீண்டும் ஒருமுறை வத்தையைச் சுற்றி நீச்சல் அடித்து வலம் வந்தவன் ஒரு பக்கமாய்க் கை ஊன்றி வைத்தையைப் பிடித்தபடி நீருக்குள் கால் அசைத்து நின்றிருந்தான் தாரிக். அவன் வாயில் கடலின் புது சுவை.

சாகசம் செய்து வந்த குழந்தையைப் பார்த்துச் சிரிக்கும் தாய் போல டேனியல் தாரிக்கைப் பார்த்துச் சிரித்தான்.

"சூலுக்கு விடப்படாமல் கன்னியாக வளர்க்கப்படும் குதிரைக்கு இருட்டிலும் கண் தெரியுமாம்" என்பது வட்டார மொழி. கடலுக்கு என வாக்கப்பட்ட கடலாடிக்கு, கடலாடியைத் தவிர கடலுக்கு வரும் மற்ற அனைவருமே குழந்தைகள்தானே.

ஏனென்றால் கடலுக்குள் இரு கண் திறந்து நீண்ட நேரம் மலங்க மலங்க விழித்திருந்து ஒற்றைக் கையால் நீந்தி வெறும் ஈட்டி கொண்டு பெரும் மீன் பிடிக்க எல்லாம் அவனால்தானே இயலும். வேட்டையாடிய ஆதிகுடியில் மிச்சம் இருப்பது கடலாடி மட்டும் தானே. அவன் மனித குலத்தின் ஆதியின் எச்சம். பயம் களைந்த அவன் முன் விவசாயக் குடி அனைவரும் விளையாட்டுக் குழந்தைகள்தான்.

கடல் வேட்டையாடி என்றாலும் சரி, காட்டு வேட்டையாடி என்றாலும் சரி, பயத்திற்கும் அவர்களுக்கும் ஒரு காத தூரம்.

கடலுக்குள் ஈரம் தோய சந்தோசத்துடன் ஆடி நிற்கும் டாக்டர் தாரிக்கை உற்றுப் பார்த்தவன் "இப்போ உங்க கண்ணுல பயம் இல்ல. ஆனா நாம வர்றப்போ உங்க கண்ணுல பயத்தை பார்த்தேன்"

"ரொம்ப நாள் ஆச்சு இல்ல... இல்ல வருசம் ஆச்சு, நடுக் கடல்ல

முங்கி. ஊருல இருந்தேன்னா திருச்செந்தூர் போற பாதையில கல்லாமொழின்னு ஒரு ஊர் இருக்கு. அங்க உள்ள கடலுக்குப் போய் நல்லாக் குளிப்போம், நடுக் கடலுக்குப் போவோம். இப்போ அது எல்லாம் போச்சு.''

''கல்லாமொழியில என்ன ஸ்பெசல்..?''

''கடலுக்கு நடுவுல பிரமாண்டமா பெரிய வெள்ளைப் பளிங்கு மாளிகையைப் பார்த்ததா ஊருக்குள்ள ஒரு பேச்சு இருக்கு. அதைப் பார்க்க நமக்கும் கொடுப்பினை இருக்காதான்னு பல பேரு சேர்ந்து நடுக்கடலுக்கு நீந்திப் போவாங்க. எங்க வீட்டுலயும் சேர்ந்து போவோம்...''

''நான் மீன் வால் உள்ள பொண்ணப் பாத்திற மாட்டோமான்னு திரியிற மாதிரி...'' என்று சிரித்தான் டேனியல்.

''நீ நம்புறியா அதை..?''

''தெரியல, ஆனா இந்தக் கடல் என்னோட அம்மா மாதிரி. அது எந்தக் கடலா இருந்தாலும் சரி. அம்மா உள்ள என்ன வச்சிருக்கான்னு யாரு கண்டா..?'' என்றான் உறுதியான குரலில்.

அவன் கழுத்தில் கிடந்த சிலுவை ஆடிக் கொண்டிருந்தது, வத்தை ஆடிக் கொண்டிருந்தது, அவர்கள் இருவரும் நீருக்குள் ஆடியபடி ''டிஸ்கோ வல, பெலாஜிக் வலை, லைட் போட், கட்டுமரம், நாவாய், தோணி, வத்தை, வள்ளம், மிதவை, ஓடம், தெப்பம், டிங்கி, பட்டுவா, வங்கம், அம்பி, நீருர்தி, திமில்...'' என்றெல்லாம் பேசிக் கொண்டிருந்தார்கள். மீன் தொட்டியில் ஆடும் தங்க மீன்கள் போல இருவரும் கடலில் கதை பேசினர்.

வருடங்கள் கடந்து தாரிக் நடுக்கடலில் நீந்தியபடி டேனியலிடம் பேசிக் கொண்டிருந்தான். மந்த மாருதம், மலைய மாருதம், மட்டுமல்ல சண்ட மாருதமும் தனது வாழ்வில் காட்டிய கடல் காற்று கொண்டலாய் வீசிக் கொண்டிருந்தது.

ஒவ்வொரு காற்றுக்கும் ஒரு குணம் இருக்கும். காற்றுக்கு ஏற்றது போல நீரோட்டம் மாறும். திசை அறிய இயலா கடலாடிக்கு காற்று தான் உயிர் நண்பன். கிழக்குக் கொண்டல் காற்றுக்கு ஏற்ற வண்ணம் நீரோட்டம் ஆட அதனுடன் சேர்ந்து நீருக்கு ஏற்றபடி தாரிக்கும் உப்பு நீரில் மிதந்து வளைய வந்தான்.

தாரிக் தன்னை நீருக்கு ஒப்புக் கொடுத்திருந்தான், அவன் மனதில் இருந்து கொஞ்சம் கொஞ்சமாய்க் கடல் பற்றிய பயத்தைக் கரைத்து

தன்னுள் சுவீகரித்துக் கொண்டிருந்தாள் கடலம்மை. பயப்படாதே கடலிடம் ஆணவத்தை காட்டிய மனித கூட்டத்திற்கு பாடம் புகட்டவே நான் அவ்வாறு செய்தேன் என்றவாறு தாரிக்கிடம் கடல் அழித்த பழைய நகரத்தின் கதைகளைக் கூற ஆரம்பித்தாள் கடலம்மை

இருட்டுவதற்கு முன் டெல்மா தீவை அடைய வேண்டும் என்று ஐந்து மணி அளவில் மர்வானை எழுப்ப, போதை தெளிந்த மர்வான் கடலில் குளித்து விட்டு புஹாரி பிரியாணியை வெளுத்துக் கட்டி"சுலைமானி போடு (பிளாக் டீ)" என்று டேனியலிடம் கூறிவிட்டு பூப்போட்ட லுங்கியை மட்டும் கட்டியபடி வெறும் பனியனுடன் மரக் கப்பலின் நடுவில் துண்டு விரித்து தூண் போல இருந்த நடுக்கட்டையில் சாய்ந்து கொண்டான்.

இதுவரை அரபிகள் வெள்ளை லுங்கி உடுத்தி தாரிக் பார்த்திருக்கிறான். இப்படி பூப்போட்ட கலர் லுங்கியை அணிந்த அரபியை, அதுவும் பனியன் அணிந்து சாவகாசமாக அமர்ந்து பேசும் அரபியை இப்போதுதான் காண்கிறான்.

ஒவ்வொரு நிலத்திற்கும் ஒரு பெருமை இருப்பது போல ஒவ்வொரு தொழிலுக்கும் ஒரு பெருமை உண்டு என்பதை நிரூபிக்கும் வகையில் ராஸ் அல் கைமா எனும் அமீரகத்தின் பகுதியைச் சேர்ந்த "அஹமது இப்னு மஜீத் (Ahmad ibn majid)" எனும் கடலாடியின் பெருமைகளைப் பற்றி தாரிக்கிடமும் மஜீத் பாயிடமும் சுலைமானி டீயை உறிஞ்சியபடி மர்வான் பேசினார்.

நூற்றாண்டுகள் முன்பு அரேபியர்கள், சில்க் ரோட் வணிகம் (Silk road trade) மூலமாகப் பல்வேறு விதமான கடல் நீர் வணிகப் பாதைகளை முழுமையாக அறிந்திருந்ததால், போர்த்துகீசிய கப்பற்படை உதவி செய்ய இயலாமல் போன வாஸ்கோட காமாவை 15 ஆம் நூற்றாண்டின் மத்தியில் அஹமது இப்னு மஜீத் தான் இந்தியாவிற்கு அழைத்து வந்தாராம்.

அவர் தன் கைப்பட எழுதிய Fawa'dh fi-Usl Ilm al-Bahrwa-al-Qawaidah (The Book of the Benefits of the Principles of Seamanship), மற்றும் Kitab al-Fawa'id [Book of Lessons on the Foundation of the Sea and Navigation] புத்தகங்கள் வாஷிங்டன் மற்றும் பாரிஸ் மியூசியத்தில் இன்னமும் பார்வைக்கு வைக்கப்பட்டுள்ள செய்தியைக் கூறினார்.

G.R.Tibbetts எழுதிய "Arab Navigation in the Indian Ocean" புத்தகத்தில் அஹமது இப்னு மஜீதைப் பற்றிப் பெருமையாக அவர்

பேசியதையும் இங்குள்ள அரபி பத்திரிக்கைகள் எழுதிப் பகிர்ந்ததைக் கூறியபடி வந்தார்.

"நளியிரு முந்நீர் நாவா யோட்டி

வளிதொழி லாண்ட வுரவோன் மருக"

(நீர் செறிந்த பெரிய கடலில் மரக்கலம் செலுத்தியும் அது அசையாதபோது காற்றினை ஏவல் கொண்டு செலுத்தும் வலிமையுடையவனின் வழித்தோன்றலே) - என்று கற்றுத் தருகிறது தமிழ்.

அவரவருக்கு அவரவர் கைப்பிடி மண்.

★

24

இதுவரை நாரை கொக்குகளே பறக்காத டெல்மா வானத்தில், வானவில் ஒன்று இடுப்பை வளைத்து கடலில் காலூன்றி ஆயாசமாய் நின்றிருந்தது. ஒவ்வொரு பக்கமாக நிதானத்துடன் புரட்டி இங்கும் அங்குமாக கடலை வாசித்துக் கொண்டிருந்தன அலைகள். ஒரு விடுமுறை நாளுக்கான அத்தனை சோம்பேறித்தனங்களுடன் கண் விழித்திருந்தது அன்றைய டெல்மாவின் காலைப் பொழுது.

ஆனால் டெல்மா மருத்துவமனையில் நின்றிருந்த சிறிய கூட்டம் மட்டும் "நல்லவேளை பையனுக்கு ஒன்னும் ஆகல" எனும் அசம்பாவிதத்தில் இருந்து தப்பிய லேசான பதட்டத்துடன் காட்சியளித்தது.

கால்பந்து விளையாடும் போது "ankle sprain" எனும் கால் சுளுக்கு ஏற்பட்டு நன்கு வீங்கிய காலுடன் காலையில் மருத்துவமனைக்கு கொண்டு வந்திருக்கிறார்கள் எட்டு வயது அரபி சிறுவன் ஒருவனை.

காலை அசைக்க இயலாமல் வீறிட்டு அழுது கொண்டிருந்த பையனுக்கு ஏதேனும் முறிவு ஏற்பட்டு இருக்குமோ என அறிய நினைத்து MRI எடுக்க எண்ணி அவனை வீல் சேரில் வைத்து MRI அறைக்குள் அழைத்து வந்து, அவனை டேபிளில் படுக்க வைத்து MRI கருவியின் மேக்னெட் எழுப்பும் சத்தம் கேட்டு மிரளாதிருக்க காதில் ஹெட் போன் இணைத்து மெல்லிய இசையை பரவ விட்டு ஸ்கேன் செய்திருக்கிறான் MRI டெக்னிசியன் அமேஷ்.

உடலில் கதிரியக்கம் செலுத்துவதை தவிர்ப்பதற்காக உண்டாக்கப்பட்ட MRI கருவி என்பது முழுமையான காந்தத்தால் ஆனது. எனவே அதற்கென பிரத்யேகமாக இரும்பே சேர்க்கப்படாத பொருட்கள் மட்டுமே அந்த அறைக்குள்ளே அனுமதிக்கப்படும்.

அந்த அறையினுள் வாட்ச், வண்டி சாவி, மொபைல், கிரெடிட் கார்ட், டெபிட் கார்ட் என இரும்பு சார்ந்த சின்னஞ் சிறிய பொருட்களுக்குக் கூட அனுமதி இல்லை.

அந்த சிறுவனுக்கு MRI ஸ்கேன் முடிந்ததும் அவனைக் கைத்தாங்களாக டேபிளை விட்டு கீழிறக்கும் முயற்சியில் அமேஷ் ஈடுபட்டுக் கொண்டிருந்த போது, MRI அறையின் வெளியே கண்ணாடி வழியே பார்த்துக் கொண்டிருந்த சிறுவனின் தந்தை, மகன் மீது உள்ள பாசத்தால் ஆவல் மேலோங்க வேக வேகமாக MRI அறையை விட்டு வெளியே சென்று கண்ணில் பட்ட வீல்சேரை எடுத்து MRI அறைக்குள் நுழைந்து கருவி இருக்கும் கதவைத் திறந்து அவர் கையில் இருந்தது இரும்பால் ஆன வீல்சேர் என அறியாமல் வேகமாக உள்ளே நுழைய, அது அவரின் கையை விட்டு சட்டென உருவிக்கொண்டு சர சரவென MRI கருவியின் முழு காந்தத்தின் நடுபாகத்தை நோக்கி அசைந்த வண்ணம் செல்ல ஆரம்பித்தது.

சிறுவனை பிடித்து நின்று கொண்டிருந்த அமேஷ் மீது நன்கு இடித்து MRI கருவியின் நடுவில் இருந்த சிறுவன் மீதும் லேசாகத் தட்டி டம்மென்ற பெரும் சப்தத்துடன் முழு வீல் சேரும் MRI கருவியின் ஒரு பாகத்தில் ஒட்டிக் கொண்டு நடுப்புறம் டேபிளில் இருந்த சிறுவனை நோக்கி (மொத்த காந்தத்தின் மையத்தை நோக்கி) மெல்ல மெல்ல நகரத் துவங்கியது அந்த வீல்சேர்.

வீல் சேர் நடுவில் வந்து அடைத்துக் கொண்டால் சிறுவனுக்கு பலத்த அடிபடுவதோடு அவனை வெளியே எடுப்பது மிகவும் கடினம் என உணர்ந்த அமேஷ், வீல்சேர் உள் நோக்கி வருவதை பலம் கொண்டு முடிந்த மட்டும் எதிர் திசையில் தள்ளியபடி "ஹெல்ப் ஹெல்ப்" என கத்த ஆரம்பித்தான்.

தன் அறியாமையால் நொடிப்பொழுதில் கண் எதிரே சட்டென நிகழ்ந்து விட்ட அசம்பாவிதத்தை உணர்ந்து பெரிய தவற்றை செய்து விட்டோம் என எண்ணிய சிறுவனின் தந்தை MRI அறை விட்டு வெளியே வந்து "ஹெல்ப் ஹெல்ப்" என்று அவரும் பயத்துடன் கத்தினார்.

விடுமுறை நாள் என்பதால் அங்கொன்றும் இங்கொன்றுமாக இருந்த மருத்துவமனை ஆட்கள் ஓடி வந்து ரேடியாலஜி அறைக்குள் நுழைந்து "கோட் கிரீன்.... கோட் கிரீன்.. MRI ரூம் இன்டெர்னல் டிசாஸ்டர்" என மைக்கில் அறிவித்த மூன்று நிமிடத்தில் மருத்துவமனையின் சேப்டி டீம் முழுவதுமாக MRI அறைக்குள் கூடிவிட்டது.

வேறு வழியின்றி கருவியின் நடுவில் உள்ளே சிக்கி இருக்கும் சிறுவனை காப்பாற்றும் பொருட்டு MRI அறையில் இருந்த எமெர்ஜென்சி எனும் பட்டனை அழுத்த MRI கருவியின் உள்ளே

இருந்த மொத்த ஹீலியம் வாயுத்திரவம் முழுவதுமாக அறைக்கு வெளிப்பகுதியில் வெளியேறி (விரயமாகி) அந்த இரும்பு கருவியின் காந்த தன்மையை கொஞ்சம் கொஞ்சமாக இழந்து கொண்டிருந்தது.

எமெர்ஜென்சி எனும் பட்டனை அமுக்கியதில் கோடி பெறுமானமுள்ள MRI கருவி சர்வநாசம். இனி இதை சரி செய்ய குறைந்த பட்சம் 20 நாட்களும் மிகப் பெரிய தொகையும் தேவைப்படும்.

சிறுவனை பத்திரமாக MRI அறையை விட்டு வெளியே அழைத்து வந்தபின் இப்பொழுது பிரச்சனை வேறு பக்கம் திசை திரும்பி இருந்தது.

சிறுவனைக் கொண்டு வருவதற்காக அமேஷ் உபயோகப்படுத்திய, MRI அறையின் வாசலில் நிறுத்தி வைத்திருந்த MRI அறைக்கான வீல்சேர் எங்கே சென்றது..?

எவ்வாறு சிகிச்சைக்காக மகனை அழைத்து மருத்துவமனை வந்தவருக்கு MRI அறையின் உள்ளே செல்ல அனுமதி கொடுத்தீர்கள்..?

ஏன் துணைக்கு யாருமின்றி தனியாக அமேஷ் வேலை செய்தான்...?

என்று புதிய புதிய கேள்விகளாக ஒவ்வொரு திசையில் இருந்தும் பிறந்து கொண்டிருந்தன.

தீவு என்பதால் பகலில் ஒருவர் இரவில் ஒருவர் என MRI கருவியை இயக்க ஒருவர் மட்டுமே உள்ளார்கள். மற்ற வேலை நாட்களில் யாரேனும் மருத்துவமனை ஆட்கள் தொடர்ந்து உதவியபடி இருப்பார்கள். விடுமுறை நாள் என்பதால் அமேஷ் தனி ஆளாக வேலை செய்தான்.

MRI அறையின் கண்ணாடி வழியாக தந்தையைக் கண்டால் மகன் அழுவது கொஞ்சம் குறையும். சிறுவன் அசைந்து கொண்டிருந்தால் தெளிவில்லாத MRI அறிக்கை கிடைக்க வாய்ப்புள்ளது என்பதால் சிறுவனின் தந்தை உள்ளே அனுமதிக்கப்பட்டார். அமேஷுக்கு உதவி செய்யும் பொருட்டே அவர் வீல்சேர் எடுத்து வந்தார். அந்த அறையின் வாசலில் வைக்கப்பட்டிருந்த MRI வீல்சேர் அங்கு இருந்திருந்தால் இந்த அசம்பாவிதம் நிகழ்ந்திருக்காது.

எனவே அங்கிருந்த வீல்சேரை அகற்றியது யார் எனத் தேடி, விடுமுறை நாள் என்பதால் உள்ளே நோயாளி இருப்பது அறியாத நிலையில் கிளீனர்தான் அந்த சேரை அங்கிருந்து அகற்றி உள் பக்கம்

சற்று தள்ளி வைத்து துடைத்துக் கொண்டிருந்தான் எனும் தகவல் அறிந்து அந்த கிளீனரையும் செல்வராஜையும் வாங்கு வாங்கு என வாங்கிக் கொண்டிருந்தாள் அரபி அட்மின் பெண்.

கருவியை சரி செய்ய தேவைப்படும் மிகப் பெரிய தொகையை யார் தருவார்கள் என்ற கேள்வியுடன் செல்வராஜின் நிர்வாக மேலாளருக்கு போன் செய்து தனது மொத்த கோபத்தையும் தீர்த்துக் கொண்டிருந்தாள் அட்மின் பெண்.

“இப்படி ஒரு சம்பவம் மருத்துவமனையில் நிகழ்ந்து விட்டது, நான் செல்கிறேன் வர விருப்பமா” என மர்வான் போன் செய்து கேட்க சரி என்று அவருடன் சேர்ந்து விடுமுறை நாளில் மருத்துவமனை வந்திருந்தான் தாரிக்.

கால் வலியுடன் சேர்ந்து இப்போது அந்தச் சிறுவன் முகத்தில் மிரட்சியான பயமும் குடியிருப்பதை உணர்ந்து சிறுவன் அருகில் சென்ற தாரிக் இன்னமும் அவன் உடலில் லேசான நடுக்கம் இருப்பதைக் கண்டு தன் உடலோடு சேர்த்து ஒட்டியபடி அவனிடம் ஆறுதலாக பேசத் துவங்கினான்.

மருத்துவர்களுக்கு என்றே சில பிரதான தொடுதல்கள் உண்டு. அது பரலோகப்பிதாவின் ஆசியால் உண்டானத் தொடுதல். வருத்தப்பட்டு பாரம் சுமப்பவர்களே என்னிடம் வாருங்கள் நான் இளைப்பாறுதல் தருகிறேன் எனக் குறியீடுகள் மூலம் கூறும் தொடுதல்கள். எந்த மொழியிலும் அந்தத் தொடுதல்களுக்கு இணையான வார்த்தைகள் இல்லை. தெய்வாம்ச உடல் மொழி அது. கையை பிடித்தபடி தாரிக் சிறுவனை ஒட்டி நின்றதும் தாரிக் மீது சிறுவன் சாய்ந்து கொண்டான்.

சுளுக்கு ஏற்பட்ட இடத்தின் வலியைப் போக்க களிம்பையும் சில மருந்துகளையும் தாரிக் கேட்க, மருத்துவமனை வந்திருந்த முவாசீன் அவற்றைத் தந்து விட்டு வேகவேகமாக அங்கிருந்து விலக முற்பட்டார்.

“ஏன் அவசரப்படுறீங்க, இருங்க நான் செக் செய்ய வேணாமா..? என்னென்னு,,?” என்று தாரிக் கூறியதும் “அது என்னமோ தெரியல குழந்தைங்க அழுறதை என்னால பார்க்க முடியல. ஹாஸ்பிட்டல்ல தான் வேலை செய்யுறேன் ஆனாலும் சின்ன குழந்தைங்கல கண்டா கொஞ்சம் விலகிதான் நிப்பேன். கொஞ்சம் என்ன கொஞ்சம் ரொம்பவே விலகி நிப்பேன்” என்ற முவாசீனை குழந்தைகள் மருத்துவன் என்ற முறையில் ஆச்சர்யமாக பார்த்தான் தாரிக்.

“நோயாளிகளாக வரும் சில குழந்தைகள் தன் மீதே வாந்தி எடுப்பதும், சிலர் பேதி என காட்ட வந்து தனது உடையிலோ டேபிள் மீதோ அறையிலோ சிறுநீர், மலம் கழிப்பதும் என பலமுறை தாரிக்கிற்கு நிகழ்ந்துள்ளது. அதை எல்லாம் செய்தியாகவே பொருட்படுத்துவதில்லை. ஆனால் மருத்துவமனையில் வேலை செய்து கொண்டே குழந்தைகளை விட்டு விலகி நிற்க விரும்புவேன் எனக் கூறும் முவாசீனை என்ன சொல்வது என ஆச்சர்யமாகப் பார்த்தான் தாரிக்.

“என்ன அப்படி பாக்குறீங்க. உண்மையைத்தான் சொன்னேன். குழந்தைகளை தூக்குனா டிரஸ் கசங்குமே, குழந்தைங்க அழுதா தூக்கம் கெடுமேன்னு யோசிக்கிற ஆள் நான். குழந்தைங்க அழுதா உண்மையிலே பெரிய பாரமா இருக்கும் எனக்கு. குழந்தைங்களுக்கு மட்டும் எதுவும் ஆகக் கூடாதுன்னு நினைப்பேன். சில நேரம் எடுத்த உடனே 5 வயசு குழந்தையா பிறக்க ஆரம்பிச்சா எவ்வளவு நல்லா இருக்கும்ன்னு எல்லாம் தோணும். ஏன்னு தெரியல. ஒரு வேளை எனக்கு குழந்தை இல்லைங்கிறதால அப்படி தோணுது போலன்னு நினச்சிக்குவேன்” என்ற முவாசீனை எதுவும் சொல்லி அவருக்கு குழந்தை இல்லை என்பதை குத்திக் காட்டுவது போல ஆகிவிடக் கூடாதுன்னு என்று தன்னைக் கட்டுப்படுத்திக் கொண்டான் தாரிக்.

மூன்று நாள் கழித்து செல்வராஜ் நிர்வாகத்தில் இருந்து அபுதாபிக்கான மேலாளர் வந்து தங்களால் நிகழ்ந்த தவறுக்கு மன்னிப்பு கோரியதோடு செல்வராஜை கண்டித்து விட்டும் சென்றார். ஆனாலும் செலவுக்கான பணத்தை யார் கொடுப்பார்கள் என்ற பேரத்திற்கு உத்திரவாதம் அளிக்காமல் சென்றார்.

அதே வார இறுதியில் “பேஷண்ட் சேஃப்டி” என்ற தலைப்பில் மருத்துவமனையில் வேலை செய்யும் அனைவருக்குமான கூட்டம் நடத்தினார்கள் மருத்துவமனையின் தர கட்டுப்பாட்டுக் குழுவினர்.

மருத்துவமனை முழுக்க அதே பேச்சாக இருந்தது. ஆளாளுக்கு எங்கள் நாட்டிலும் இப்படி MRI அறையில் நடந்திருக்கிறது என யூ டியுபில் இருக்கும் வீடியோக்களை காட்டி பேசிக் கொண்டனர்.

தாரிக் கிளினிக் வந்த செல்வராஜ் “யார் யாரெல்லாமோ செஞ்ச தப்புக்கு நான் “பாட்டு” வாங்கி கட்ட வேண்டியதிருக்கு சார். இதுக்கு பேசாம ஊருல மாடு மேச்சிட்டு இருந்திருக்கலாம்” என்று புலம்பினான்.

அவனுடைய புலம்பலும் நியாயமாகத்தான் தெரிந்தது தாரிக்கிற்கு. 800 திர்ஹம் சம்பளத்திற்கு வேலைக்கு வரும் ஒன்றுமே அறியாத ஆட்களுக்கு மருத்துவமனையின் தீவிரம் பற்றி கற்று கொடுத்து அவர்களை பழக்கி கட்டுக்கோப்பாக வைத்து அனைவரையும் வேலை வாங்குவதற்குள் போதும் என்றாகிவிடும் என்ற செல்வராஜின் புலம்பலும், ஒரு வேலை செய்வது என்பது அவன் மட்டிலும் சார்ந்தது. ஒரு கூட்டத்தை வேலை வாங்குவதை வேலையாகச் செய்வது மிகக்கடினம் என்ற செல்வராஜின் ஆதங்கத்தில் நியாயம் இருப்பதாகத்தான் உணர்ந்தான் தாரிக்.

மருத்துவமனையில் நிலைமை கொஞ்சம் கொஞ்சமாக சீராகிக்கொண்டிருக்கும் வேளையில் மீண்டும் ஒரு குண்டு விழுந்தது செல்வராஜ் மீது. அட்மின் மேடத்தின் பேன்ட்ரியில் டீ போட்டுத் தரும் மசூதை இரண்டு நாட்களாகக் காணவில்லை.

மருத்துவமனையின் அட்மின் பெண்ணுக்கு இன்னும் திருமணம் ஆகவில்லை. லண்டனில் படித்தவள். மூன்று முறை சிறந்த நிர்வாகி என பட்டம் பெற்றவள். மருத்துவமனையை நன்றாக நிர்வாகம் செய்பவள். எல்லாவற்றுக்கும் மேலாக திறமை, சாதுர்யம், அறிவு, கூடவே கொள்ளை அழகு ஆனாலும் எந்த தலைக்கனமும் இன்றி எது சரியோ அதை யார் சொன்னாலும் கேட்பவள்.

ஆபிஸ் பாய் மசூது சொன்னான் என்று அவளுக்கு சிறிதும் அறிமுகமே இல்லாத துளசிச் செடி / கற்பூரவள்ளி (ஓமச் செடி) என மருத்துவமனையில் வளர்ப்பவள்.

இருமல் என்றால் துளசி சேர்த்து சில பல வித்தைகளைக் காட்டி ஸ்பெஷல் டீ போடுவான். அதுவே ஃப்ரெஷ் ஆக வேண்டுமானால் இஞ்சி புதினா ஏலக்காய் என சேர்த்து அமர்க்களம் பண்ணி விடுவான். குளிர்காலம் என்றால் சுக்கு மசாலா டீ. - தொண்டை கரகரப்பா மிளகுப் பால் - சளித் தொல்லையா மிளகும் மஞ்சளும் கலந்த பால்...

அட்மின் பெண்ணுக்கு மட்டுமல்ல அவளைத் தேடி வரும் ஆட்களில் ஒவ்வொருவருக்கும் ஏற்றார் போல டீ வந்து சேரும் என்பதால் அட்மின் பெண்ணுக்கு மசூதை மிகவும் பிடித்திருந்தது.

மசூது பிடித்துப் போனதால், செல்வராஜும் அட்மினுக்குப் பிடித்துப் போனது. அட்மின் அலுவலகத்திலே மசூது இருப்பதால் அவன் மூலம் எப்படியும் அட்மினின் சில பல பரம ரகசியங்கள் செல்வராஜ் காதுகளுக்கு எட்டிவிடும் என்பதால் செல்வராஜும்

அட்மினின் நெருக்கமான ஆட்களில் ஒருவனாக இருந்தான்.

அதனால் கிளீனர்களில் மற்றவர்களைக் காட்டிலும் மசூது எதைக் கேட்டாலும் செல்வராஜ் மறுப்பதில்லை. முக்கியமாக பணம். மாதம் 800 திர்ஹம் சம்பளம் வாங்கும் கிளீனர் மசூது, ஒருநாள் தன்னைக் கடந்து சென்ற செல்வராஜிடம்

"அண்ணா.. அவசரமா பணம் வேணும்." என்றான்.

"எவ்வளவு வேணும்..?"

"மூவாயிரம் திர்ஹம், சீட்டு போட்டிருக்கேன் அதனால அடுத்த மாசம் தந்திருவேன்."

"அவ்வளவு பணம் எதுக்குடா..?" என்று கேள்வி எழுப்பிவிட்டு "சரி நாளைக்கு வாங்கிக்க" என்றபடி கடந்தான் செல்வராஜ்.

தண்ணீர்த் திருவிழா என டெல்மா தீவே கோலாகலமாகக் கொண்டாடிக் கொண்டிருக்க டெல்மா மருத்துவமனையில் ஆட்கள் வரத்து மிகக்குறைவாய் இருந்ததும் "அண்ணே இன்னைக்கு நைட் வீட்டுக்கு வருவீங்களா..?" என்று செல்வராஜுக்கு அழைப்பு விடுத்தான் மசூது.

"எதுக்குடா..?"

"சீட்டு விழுந்திருச்சு. பணம் வாங்கிக்கோங்க. பணம் கொடுத்தீங்கல்ல அதுக்கு விருந்து கொடுக்கணும்னு நினச்சேன், அதான் கூப்பிட்டேன்."

"இதென்ன புது பழக்கம்..?"

"சும்மாதான். மறக்காம வாங்க."

"சரி" என்று அன்று இரவு மசூது இருக்கும் கிளீனர்கள் விடுதிக்குச் சென்றான் செல்வராஜ்.

சூப்பர்வைசர் என்பதால் மருத்துவமனையை ஒட்டிய ஹாஸ்டலில் அவனுக்கு வீடு. தினமும் 12 மணி நேரத்திற்கு மேல் வேலை செய்யும் அவனுக்கு நிர்வாகம் கொடுத்த சலுகை அது. கிளீனர்கள் விடுதி மருத்துவமனையில் இருந்து சற்றுத் தள்ளி இருந்தது.

நெய்ச்சோறும் கோழிக்கறி குழம்பும் செய்திருந்தான் மசூது. அவன் அறையில் மொத்தம் 6 பேர் இருந்தனர். அனைவரும் பங்களாதேஷ் நாட்டைச் சேர்ந்த கிளீனிங் வேலை செய்யும் 20 வயதுக்குட்பட்டவர்கள். எதுவாக இருந்தாலும் கொத்தாய் ஒரு பிடி

மஞ்சள் தூள் போடாமல் பெங்காலிகளுக்கு உணவே சமைக்கத் தெரியாது போல என்று எண்ணியவனாக சுமாராக இருந்தாலும் மசூதின் விருப்பத்திற்காகச் சாப்பிட்டான் செல்வராஜ்.

செல்வராஜ் வீடு கிளம்ப வெளியே வந்ததும் அவன் பின்னாலே சிறிது தூரம் பேசிக் கொண்டு உடன் வந்த மசூது சற்று இருட்டுப் பகுதி வந்ததும் சட்டென்று "ஆசிர்வதிங்கண்ணே..." என்று காலில் விழுந்தான்.

"என்னடா...?"

"உங்க உதவிய மறக்க முடியாது..." என்று கூறி வேக வேகமாக அறையை நோக்கித் திரும்பிச் சென்றான்.

மறுநாள் மசூது வேலைக்கு வராமல் போக "எங்கே...?" என்று செல்வராஜ் கேட்டதற்கு உடன் இருந்த மசூது அறை ஆட்கள் சர்வ சாதாரணமாக "அவனைக் காணவில்லை" என்றார்கள்.

வேறு இடத்தில் ஆள் இல்லை என்றால் சமாளிக்கலாம். அட்மின் அலுவலகத்தில் டீ போடும் கிளீனிங் ஆள் காணவில்லை என்றால் அட்மினுக்கே பதில் சொல்ல வேண்டுமே, என்ற பயம் செல்வராஜை பக்கெனத் தொற்றிக் கொண்டது.

"சீட்டு விழுந்ததே, கெடச்ச காசைச் செலவழிக்க அபுதாபி போயிருக்கானா..?"

"தெரியல, காலையில இருந்து காணல..." என்றார்கள் அறை நண்பர்கள் கோரஸாக.

"எங்க போனான், சொல்லிட்டுப் போகலயா..?"

"சொல்லலை, அவனோட ஃபோனும் வொர்க் ஆகலை."

இரண்டு நாளாகியும் காணாததால் அபுதாபி அலுவலகத்திற்குத் தகவல் அனுப்பினான் செல்வராஜ்.

மூன்றாம் நாள் மசூது அறையில் உள்ள மற்றொருவனுக்கு, சில தினம் முன் அவன் கேட்ட 1000 திர்ஹத்தைக் கடனாக கொடுத்ததும் "மசூது, கிரீஸ் நாட்டுக்குப் போயிட்டான். மூவாயிரம் கொடுத்தா அனுப்பி வைக்க துபாயில நிறைய பெங்காலி ஆள் இருக்கு..." என்ற வெடிகுண்டை வீச தலை சுற்றியது செல்வராஜுக்கு.

இவன் குடிச்சிட்டு வேலைக்கு வந்து உளறுரானா, இல்ல உண்மையிலே கிரீஸ் போயிட்டானா..?. கிரீஸ் என்ன பக்கத்துலயா இருக்கு. "டேய் மருவாதியாச் சொல்லிரு உண்மையிலேயே அவன்

எங்க போயிருக்கான்..?''

“சார், அதுக்குன்னே புரோக்கர் இருக்காங்க. ஒரு காய்கறி டிரக்கர் வேனில் நாலு நாள் கொண்டு போவாங்களாம். துபாய்ல இருந்து மசூதோட சேர்த்து இன்னும் மூணு பெங்காலிப் பசங்களும் ஒரு தமிழ் ஆளும் போனாங்க. அந்தத் தமிழ் ஆள் என் தூரத்து மச்சான் ஒறவு. அவர் மூலமாத்தான் எனக்கு இந்த விஷயம் தெரியும். டெய்லி நைட்டு நைட்டு வண்டியை விடிய விடிய ஓட்டுவாங்களாம். பகல்ல வண்டியை ஓரம் கட்டிடுவாங்களாம். டெல்மால இருந்து நாலாயிரத்து எண்ணூறு கிலோமீட்டர் தூரம். ரோட்டு வழியாகப் போக நாலு நாடு கடக்கணுமாம். இங்க வாங்கின சம்பளத்தை விட ஆறு மடங்கு அங்கே ஜாஸ்தியாம். இன்னும் மூணு மாசத்துல கிரீஸ்ல எலக்சன் வரப்போகுதாம். அவங்க அறிவிப்பு செஞ்சு இருக்காங்களாம். யாரு யாருக்கெல்லாம் குடியுரிமை இல்லையோ அவங்களுக்கு எல்லாம் நாங்க ஆட்சிக்கு வந்தா குடியுரிமை தருவோம்னு. அதுக்காகத்தான் வேகவேகமா தேர்தலுக்கு முன்னாடி போகணும்னு முடிவு செஞ்சிருக்கோம்..'' ன்னு கூறினார் மச்சான் என ஏதோ சுற்றுலா கைட் போல விவரித்துக் கொண்டிருந்தான் அந்த கிளீனர்.

செய்தியை முழுமையாகக் கேட்டபின் அபுதாபி அலுவலகத்திற்கும் மருத்துவமனை அட்மினுக்கும் தகவல் தந்ததும், போலீசில் புகார் செய்வது என முடிவு செய்யப்பட்டது.

இறுதியாக பெங்காலி எம்பஸியில் மசூது காணாமல் போன தகவல் பதிவு செய்யப்பட்டது..

ஏற்கனவே ஸ்ரீலங்கா பெண்ணொருத்திக்கு குழந்தை பெற உதவியது கிளீனர் பெண் தான் என்று அமீரக காவல்துறையிடம் கிளீனிங் கம்பேனியின் பெயர் பதிவாகி இருந்தது. கடந்த சில நாட்கள் முன்பு மிகப் பெரிய நஷ்ட ஈடு கோரும் MRI வீல்சேர் சம்பவம் நிகழ்ந்தது. இப்போது மற்றுமொரு கேஸ் வந்ததால் கிளீனிங் கம்பேனியின் மூத்த ரீஜினல் மேனேஜர் டெல்மா மருத்துவமனை வந்திருந்தார்.

தனக்கு தூரத்து உறவினன் ஆன சிவராமன் என்ற கிளீனரைத் தனியாக அழைத்து விசாரித்தார் ரீஜினல் மேனேஜர். “நீ டிரைவிங் எல்லாம் லைசென்ஸ் வச்சிருக்கல்ல, உன்ன சூப்பர்வைசர் ஆக்குறேன், இங்க என்னதான் நடக்குதுன்னு உண்மையச் சொல்லு. இந்த ஆளுக்கு மசூது போனது தெரியுமா தெரியாதா?''

மசூது ஊரை விட்டுப் போன கதையை மட்டும் அவர் கேட்க, சூப்பர்வைசர் வேலை கிடைப்பது போலத் தோன்றவே செல்வராஜுக்கு எதிரான அத்தனை குற்றச்சாட்டுகளையும் வரிசையாக கக்கினான் சிவராமன்.

கிளீனிங் பொருட்களை வெளியே உள்ள டெல்மா கடைகளுக்கு விற்பதில் இருந்து ஆரம்பித்து, வேண்டிய ஆட்களுக்கு உதவி செய்ய வெளி வேலைக்கு கிளீனர்களை அனுப்பி பணம் சம்பாதிக்கிறார் ஆனால் எந்தக் காசும் கிளீனர்களுக்குத் தருவதில்லை... என்று தொடர்ச்சியாக பெரிய புகார்ப் பட்டியல் இட்டான் சிவராமன்.

மேனேஜரும் சிவராமனும் சேர்ந்து டெல்மாவில் சில கடைகளில் ஏறி இறங்கி மருத்துவமனை கிளீனிங்காக அனுப்பிய தங்களின் பொருட்கள் (டிஸ்யூ பாக்ஸ், கிளீனிங்க் கெமிக்கல்ஸ்) பல கடைகளில் இருப்பதைக் கண்டு மருத்துவமனை அட்மினிடம் முறையிட்டார் கிளீனிங் கம்பேனி ரீஜினல் மேனேஜர்.

புகைப்படக் கலைஞர்களால் "புளு அவர் (Blue Hour)" என்று வர்ணிக்கப்படும் ஊதா நிற வானில் கடற்காகங்கள் அழகிய ஓவியம் போல திட்டுத் திட்டாய்ப் பறந்தபடி படர்ந்திருக்க உலகிற்கு ஊதாவென நிறமிடுங்கள் என்று கத்தி ஓலமிட்டபடி கடல் அலைகள் கரையேறிப் பழக, மர்வானின் ஜாலிபுட் மரக் கப்பல் மீன் பிடி ஓட்டம் முடித்து டெல்மா கரைக்குத் திரும்பிக் கொண்டிருக்க அவர்களுக்கு எதிரே காவல்துறைக்கான பிரத்யேக போட்டில் வேலை நீக்கம் செய்யப்பட்டு விசாரணைக்காக செல்வராஜை, கிளினிங் கம்பேனியின் ரீஜினல் மேனேஜர் அபுதாபிக்கு அழைத்துச் சென்று கொண்டிருந்தார்.

★

25

இரவுக்கும் பகலுக்கும் இடையிலான ஸ்பரிச உரசலில் பிறந்த விடிகாலை குழந்தைப் பொழுதில் டெல்மா ஃபெர்ரியில் இருந்து கிளம்பிய "போட்"டில் இருபத்தி ஐந்திற்கும் மேலான ஆட்களுடன் எக்ஸ்ரே டெக்னீசியன் ஷாமும் டேனியலும் போய்க் கொண்டிருந்தனர்.

வெயில் படாத அதிகாலைப் பொழுது என்பதால் "போட்டின்" மேல்தளத்தில் அதிகமான பேர், அங்கு போடப்பட்டிருந்த இருக்கையில் அமர்ந்து நீரை வாரித் தெறித்தபடி விலகி வழிவிடும் கடலையும், புலர்ந்தும் புலராமல், மஞ்சளும் லேசான சிகப்பும் முக்கால்வாசி கருப்பு வண்ணமுமாய்க் காட்சித் தரும் வானத்தையும், வீசும் கடல்காற்றையும் ரசித்தபடி இருந்தனர். மேகம் இட்ட வெண் முட்டை மேகங்களின் ஊடே சிறுபிள்ளை போல தவழ்ந்து சென்றபடி இருந்தன பறவைகள்.

கூட்டத்துடன் கூட்டமாய் டேனியலும் "போட்டின்" கம்பியை ஒட்டி நின்று சதா எப்பொழுதும் எதையாவது பேசிக் கொண்டிருக்கும் கடலையும் வானத்தையும் ரசித்தபடி இருந்தான். இருட்டும் இல்லாத வெளிச்சமும் இல்லாத திருநங்கை வானில், திட்டுத் திட்டாய்ப் பறவைகளின் கூட்டம் கீங்க்...... கீங்க் எனும் சிறு இடைவெளி கொண்ட வலசைச் சத்தம்.

கடல் மேல்தளத்தின் அந்த இதமான சூழலுக்கு எஸ்தரின் நினைவு சுகமாக இருந்தது. எஸ்தரின் நினைவு வரும்போதெல்லாம் அனிச்சையாக அப்பாவின் நினைவும் தொற்றிக் கொள்கிறது.

இத்தனை நாள் வீட்டில் உறவினர்கள் நண்பர்கள் எனப் பலரும் வலியுறுத்தும் போதும் எரிச்சலூட்டிய கல்யாணப் பேச்சு கடந்த சில நாட்கள் முன் எஸ்தரிடம் போனில் பேசியதும் மனதில் முழுமையாக நுழைந்து ரீங்காரம் இடத் தொடங்கி விட்டது.

இருவரின் காதல் நெருக்கம் உடன் வேலை செய்யும் சக கடலாடி ஆட்களுக்குத் தெரிந்து, மாமா முதற்கொண்டு அனைவரின் முகத்தையும் பார்க்க முதலில் சற்று கூச்சமாகத்தான் இருந்தது. வீட்டில் அம்மா என்ன சொல்வாள்..? யாராக இருந்தால் என்ன, கல்யாணத்துக்குச் சம்மதிச்சானே அது போதும், என்பாளா..? மொதல்ல கடனை அடைக்கிற வேலையப் பாருன்னு சொல்லுவாளா..? கல்யாணத்திற்கு அப்பாவை எப்படி சம்மதிக்க வைக்க..? சரி, ஆரம்பத்துல கொஞ்சம் பிரச்சனை இருக்கும் என்ற எண்ணவோட்டம் ஓடிக் கொண்டிருக்க "டேனியல்" என்ற சத்தம் கேட்டு பின்னாடி திரும்பிப் பார்க்க மருத்துவமனையில் வேலை செய்யும் ஷாம் சார் நின்றிருந்தார்.

"என்னடே அபுதாபி போறியா..?"

"இல்ல சார் ஊருக்குப் போறேன். வேலைய விட்டுட்டேன்."

"ஏன் என்னாச்சு..."

"கல்யாணம் சார்."

"ஓ... வாழ்த்துகள்"

"நன்றி சார்."

"பொண்ணு..."

"லவ் மேரேஜ் சார். ஊருல படிக்கிறப்போ லவ் பண்ணுனோம்."

"அட" என்று சிரித்தார் சாம்.

"என்ன சார்..?" என்ற டேனியலிடம்

"ஒண்ணுமில்ல, அப்போ டெல்மா திரும்ப வரமாட்ட..? எங்களுக்கு இனி யாருடே நண்டு மீன் எல்லாம் தருவா..?"

"கிங்ஸ்லி எல்லாம் இருங்காங்க சார், போன் பண்ணி சொன்னா கொண்டு வந்து தந்திருவான். கொஞ்ச நாள் கழிச்சி திரும்பி வருவேன் டெல்மாவுக்கு"

"எதுக்கு"

"அவளை கூட்டிட்டு வந்து காட்டணும் இந்தத் தீவை..."

சிரித்தபடி ஷாம் "துபாய காட்டு, எதுவும் இல்லாத இந்தத் தீவை கொண்டு வந்து காட்டப் போறியாக்கும்..." என்றார்.

"துபாயும் காட்டணும் ஆனா இந்தத் தீவுல ரெண்டு நாள் தங்கணும்."

“பொண்ணு என்ன செய்றா..?”

“டீச்சர்.”

“சூப்பர், ம்ம்ம். எப்போ ஃபிளைட்..?”

“நாளைக்கு ராத்திரி தான். அபுதாபி முஸஃப்ஃபால சொந்தக்காரங்க இருக்காங்க. அவுங்க ரூமுல இன்னைக்கு ராவைக்கு தங்கிட்டு, அவளுக்கு சேலை எடுத்திட்டுப் போகணும்.”

“சேல இங்க நல்லா இருக்குமா என்ன..? ஊருல தான நல்லா இருக்கும். இங்க விக்கிற சேலையும் இந்தியாவுல இருந்து வந்ததாத்தான் இருக்கும்.”

“அவளுக்கு ஃபாரின் சேல வேணுமாம். தேடணும்.”

“போட்” ஜபல்தானா போனதும் அங்க இருந்து அபுதாபி எப்படிப் போவ..?”

“பஸ்ல.”

“லக்கேஜ் வச்சிருப்பியே. அத வச்சிட்டு பஸ்ல போக கஷ்டமா இருக்குமே..?”

“ம்ம்... பஸ்ல இடம் இருக்கும். லக்கேஜ் வச்சிக்கலாம்”

“எங்கூட கார்ல வாறியா...?”

“சார்...”

“நான் மட்டும் தான் அபுதாபி போறேன். வேணா எங்கூட வா.”

“தேங்ஸ் சார்.”

டேனியலை அபுதாபி ஊரின் முஸஃப்ஃபா பகுதியில் ஓர் இடத்தில் ஷாம் இறக்கிவிட, பயணத்தின் ஆரம்பமே எதிர்பாராத உதவியுடன் இருக்கிறதே என்ற எதிர்பாராத மகிழ்ச்சி, ஊரில் என்ன ஆகுமோ என்று அல்லாடிக் கொண்டிருந்த டேனியல் மனதிற்கு ஆறுதலாக இருந்தது.

கையில் இருக்கும் பணம் கரைகிறதே என்ற உறுத்தல் ஒரு பக்கம் இருந்தாலும், இரண்டு நாட்கள் அபுதாபி மால்களாக ஏறி இறங்கி வெளிநாடு சென்று ஊர் திரும்புபவனின் சூட்கேஸில் கோடாலித் தைலம், டார்ச் லைட், வாசனைத் திரவியம் சாக்லேட் என பொதுவாக என்னவெல்லாம் இடம் பிடிக்குமோ அதை எல்லாம் வாங்கியிருந்தான் டேனியல்.

மறுநாள் இரவு இராமநாதபுரம் ஆட்கள் சிலர் டேனியலை இந்தியா அனுப்பி வைக்க அபுதாபி ஏர்போர்ட் வந்திருந்தனர். கொண்டு செல்லும் லக்கேஜ் எடை 30 கிலோவுக்கு மேல் கூடிவிடக் கூடாது என்ற கவலை டேனியலுக்கு. ஆனாலும் குறைந்தபட்சம் இரண்டு அல்லது மூன்று ஃபுல் (சரக்கு) வாங்கி வரும்படி வற்புறுத்தல் இருந்ததால் டேனியின் கவலை எல்லாம், முடிந்த மட்டும் எத்தனை பாட்டில் கொண்டு போக இயலும், என்று கணக்கு பார்த்துக் கொண்டிருந்தது.

நீண்ட நாட்கள் கழித்து ஊர் செல்வது அதுவும் திருமணம் என்று செல்வது அதிலும் காதலித்தப் பெண்ணை திருமணம் செய்யப் போவது என்பது நேரத்தை வேட்டையாடுவது போன்றது. காலம் மெதுவாக நகர்வது போலவும், முழுக் காட்டையும் கோடாரி கொண்டு வெட்ட ஆரம்பிப்பது போலவும் மூச்சுத்திணறலான வேலையாகத் தோன்றியது டேனியலுக்கு.

ஒருவழியாக மதுரை வந்திறங்கி ஏர்ப்போர்ட் வந்திருந்த நண்பர்கள் சூழ கேலியும் கிண்டலுமாக கீழக்கரையை அடைந்து அம்மா செய்து வைத்திருந்த சீலா கருவாட்டுக் குழம்பை ஒரு கைப் பார்த்து நாளைக் காலையில் முதல்வேலையாக எஸ்தரைக் கண்டு, அவளுக்காக வாங்கி வந்த பொருட்களை எல்லாம் கொடுத்து விட்டு திருமணம் பற்றிப் பேச வேண்டும் என்ற எண்ணத்துடன் பயணம் தந்த அசதியில் உறங்கினான் டேனியல்.

ஒரு ஃபுல் சரக்கு பாட்டிலை நீட்டியதும் டேனியலின் தந்தை பெரைராவுக்கு சந்தோசம் தாளவில்லை. நாம் வந்ததையும், முழு பாட்டில் தந்ததையும் இவ்வளவு சந்தோசமாகக் கொண்டாடுகிறாரே, வேலையை விட்டு விட்டு வந்ததும் எஸ்தரைத் திருமணம் செய்ய முடிவு செய்திருப்பதும் அறிந்தால் இதே சிரிப்புடன் அணுகுவாரா..? இல்லை வீட்டில் பஞ்சாயத்து கூடுமா..? டெல்மாவில் இருந்து மாமா தகவலை எதையும் வீட்டுல சொல்லலையா..? என்ற பல்வேறு அலைகழிப்புகள் உள்ளுக்குள் வலம் வந்தது.

மறுநாள் எஸ்தரைப் பள்ளிக்கூடத்தில் சந்தித்த டேனியல், தான் கொண்டு வந்திருந்த 5 ஷிபான் சேலைகள், மேக் அப் சாதனங்கள், பெண்களுக்கான உள்ளாடைகள், சாக்லெட் டப்பா, சென்ட் பாட்டில்களைக் கொடுத்துவிட்டு பேசிக் கொண்டிருந்த சமயத்தில் சொற்பமாய் கிடைத்த வாய்ப்பில் எஸ்தரை இறுக்கமாகக் கட்டியணைத்து உதட்டில் முத்தமழை பொழிந்தான்.

“எங்க அப்பாவை நெனச்சா பயமா இருக்கு...” என்ற டேனியலிடம்

“ஒரே ஒரு தடவை நாம் ரெண்டு பேரும் சேர்ந்துபோய் அவரைப் பார்த்துப் பேசுவோம். கல்யாணம் செஞ்சு வைக்க முடியாதுன்னு சொன்னா ராம்நாடு போய் ரிஜிஸ்டர் மேரேஜ் பண்ணிக்கலாம். என்னோட வேலை செய்ற ஸ்கூல் பிரண்ட்ஸ் ஹெல்ப் பண்ணுறேன்னு சொல்லி இருக்காங்க...” என்றாள் எஸ்தர்.

“அப்பாவையா, நாம ரெண்டு பேருமா..? ஒண்ணுகிடக்க ஒண்ணு ஆயிறப் போகுது...”

“அதெல்லாம் ஒன்னும் ஆகாது. நாம போறோம்...” என்றாள் அழுத்தமாக.

அன்று மாலை எஸ்தருடன் வேலை செய்யும் பள்ளி ஆசிரியர்களுக்கு பார்ட்டி என்று ராம்நாடில் ஒரு ஹோட்டலில் அனைவரும் ஒன்று கூடினர். டேனியல் தன்னைப் பற்றிய சிறிய அறிமுகத்திற்குப் பின் ஒருவேளை தனது தந்தை மறுத்தால் ரிஜிஸ்டர் திருமணம் செய்ய வேண்டிய நிலையையும் அதற்கான உதவி தேவை எனக் கோர, வந்திருந்த மொத்த நண்பர்கள் கூட்டமும் கோரஸாக “நாங்க ரெடி.. நீங்க ரெடியா...” என்றது.

சுற்றி அமர்ந்து சாப்பிட்டபடியே பேசிக் கொண்டிருந்த அனைவரும் அவரவருக்கான காதலுக்கு உதவி செய்த பழைய “சுந்தர பாண்டியன்” அனுபவங்களைக் கூறிக் கொண்டிருந்தனர்.

டேனியலிடம் டெல்மா தீவு பற்றி அதிகம் கேள்வி கேட்டார்கள். அவனும் 40 கிலோ மீட்டர் சுற்றளவு கொண்ட தீவு அது. வேகமா நடந்தா ஒருமணி நேரத்தில் இந்த முனையில் இருந்து அந்த முனைக்கு போய் விடலாம். நம்ம ஊரு மாதிரி இருக்கும். என்ன, செலவு செய்ய மால் சினிமான்னு எந்த வழியும் கிடையாது. ஜெரின்னு ஒரு பிரண்ட் இருந்தான். அவனோட மலையாளி நண்பர்களோட சேர்ந்து கிரிக்கெட் விளையாடுறது, ரூம்ல பெரிய டிவியில மொத்தமா சேர்ந்து உக்காந்து சினிமா, நாடகம் பாக்கிறது, கடலுக்கு மீன் பிடிக்க போறது. யார் வேண்டுமானாலும் எங்கு வேண்டுமானாலும் மீன் பிடிக்கலாம் என்று டெல்மா புராணம் பாடினான்.

அன்று மாலை ராம்நாடு ஜெகன் தியேட்டரில் நண்பர்கள் புடைசூழ டேனியல் எஸ்தர் அருகில் அமர்ந்து படம் பார்த்தான். கண்கள் மிகவும் கஷ்டத்துடன் படம் பார்த்தன. காரணம் அவனது கைகள் எஸ்தரின் உடல் மீது, உலக வரைபடத்தில் எதையோ தேடுவது போல சில முக்கியமான பிரதேசங்களைத் தேடிக் கொண்டிருந்தது.

திரையரங்கிற்குள் இருவர் மீது மட்டும் மேக மூட்டம் கவ்வி இருக்க, முகம் முழுக்க நாணத்தை அள்ளி பூசி இருந்தாள் எஸ்தர். கைகளில் கண்ணாடி வளையல். விரல்களில் மருதாணியின் மிச்ச நிறம். வறுமையின் நிறம் சிகப்பு எனக் கூறியவரை தீயிலிட்டு கொளுத்துங்கள். செழுமையின் நிறம் சிகப்பு என உரக்க கத்தியது அந்த சூழல். உலகைப் பற்றிய எந்த சிந்தையும் இன்றி சந்தோச முகத்துடன் இரு உடல்கள், கடல் கலக்கும் நதிகள் போல கலந்து கொண்டிருந்தன.

டெல்மாவில் இருந்து வந்த நான்காம் நாள் மதியம், குட்டி யானை எனும் மினி டிரக் வாங்கி ஓட்டலாம் என்று முடிவு செய்து எஸ்தருடன் இந்தியன் வங்கி வந்திருந்தான் டேனியல்.

கடந்த சில வருடங்களாக மாதா மாதம் பணத்தை திர்ஹமில் அனுப்பியதில் குளிர் பானத்துடன் கூடிய அன்பைப் பொழிந்தார் வங்கி நிர்வாகி.

அரசு ஊழியராக இருக்கும் எஸ்தர் பெயரில் கடன் கேட்டு விண்ணப்பம் செய்தனர் இருவரும். வங்கிக்குத் தேவையான ஆதாரத்தோடு வரச் சொல்லி படிவத்தை தந்தவர் டேனியலிடம் இன்னமும் மிச்சம் இருக்கும் அவனது தந்தையின் கடனையும் நினைவு படுத்தினார்.

“கட்டிரலாம்” என்றாள் எஸ்தர் குறிக்கிட்டு.

இருவரும் மேனேஜர் அறையை விட்டு வெளியே வர எதிரே கவுண்டரில் பணம் கட்டிக் கொண்டிருந்த செபஸ்தியான் “ஓ... ஜோடி சேர்ந்து சுத்துற அளவுக்குத் தைரியம் வந்திருச்சோ...இதுக்குத் தான் வந்தியா ஊருல இருந்து” என்றார் இருவரையும் பார்த்து.

“அப்பா, நாங்க ரெண்டு பேரும் கல்யாணம் செய்யலான்னு இருக்கோம், நீங்க தான் ஆசிர்வாதம் பண்ணணும்.” என்றான் டேனியல்.

“நான் பார்த்த பொண்ணை எல்லாம் வேண்டாம்னு ஏன் சொன்னேன்னு இப்போ புரியுது. இவள மறந்திருப்பேன்னு நினச்சது என் தப்பு.”

“அப்படி என்ன தப்பு பண்ணிட்டேன் நான்......?” இடைமறித்தாள் எஸ்தர்.

“இங்க பாரும்மா, நீ பேசாத. உன்கிட்ட நான் பேச விரும்பல...”

“ஏன் வேண்டாம்னு சொல்லுறீங்க, காரணத்தைச் சொல்லிருங்க.

நான் போயிடுறேன்...'' மீண்டும் எஸ்தர் கேள்வி கேட்க

''நான் உங்கிட்ட பேச விரும்பலைன்னு சொல்லிட்டேன்''

''உங்க கடனையும் சேர்த்து கட்டத் தான் மேனேஜரைப் பார்த்து லோன் வாங்க வந்தோம்'' என்றாள் வருத்தமான குரலில்

''ஓ...இப்படி வேற நெனப்பு இருக்கா. என் கடனை நீங்க ஒன்னும் கட்டி மாரடிக்க வேணாம். எனக்கு கையும் காலும் நல்லாத்தான் இருக்கு. உழைச்சு நானே அடச்சிக்குவேன்'' என்றார் செபஸ்தியான்.

வங்கிக்கு வந்திருந்த அனைவரும் பார்க்கின்றனர் என்ற வருத்தத்துடன் ''ஏம்ப்பா இப்படி பேசுறீங்க.'' என்றான் வாடிய முகத்துடன் டேனி

''இவா அப்பன் மாதிரி பஞ்சத்துக்கு வந்த கிறிஸ்தவன் இல்ல, நான் பரம்பரை கிறிஸ்தவன், எனக்குன்னு ஊருக்குள்ள ஒரு மருவாதை இருக்கு.''

''ஓ.. இதான் உங்க பிரச்சனையா, ஒண்ணு சொல்லுறேன் கேட்டுக்கோங்க உங்க மகனுக்கும் எனக்கும் வர்ற ஞாயித்துக் கிழம ரிஜிஸ்டர் ஆபிஸ்ல வச்சி கல்யாணம். மறந்திராம வந்திருங்க.'' என்றதைக் கேட்டதும் அதிர்ச்சி அடைந்தவராக மகனை அடிக்கக் கை நீட்ட டேனி விலக, வங்கியில் நின்றிருந்த மொத்த கூட்டமும் கூடிவிட்டது.

அறையை விட்டு வெளியே வந்த மேனேஜர் ''பொது இடத்துல பையனை கைய நீட்டுறீங்க. எதா இருந்தாலும் வெளியே போய் பேசிக்கோங்க. கூட்டம் போடாதீங்க'' என்று கூட்டத்தை கலைத்தார்.

அங்கு நின்றிருந்த சிலர் ''யே என்னப்பா பிரச்சன, கட்டி வைக்க வேண்டியதுதான. ஊரு முழுக்க தெரியும் ரெண்டு பேரும் வண்டியில சேர்ந்து சுத்துனது. வெளிநாடு போயிட்டு வந்த அப்புறமும் அவ ஞாவத்துலே சுத்துறான். கட்டி வை டே...'' என்று கூட்டத்தில் குரல் கொடுத்தார்கள்.

''செத்தாலும் என் புள்ளய அவன் குடும்பத்துக்குத் தரமாட்டேன். கல்யாணம் பண்ணுவாங்களாமே கல்யாணம். எப்படி பண்ணுறாங்க பாத்திருவோம்'' என்றபடி கோபத்துடன் டேனியின் தந்தை கூட்டத்தைக் கலைத்தபடி ஆக்ரோசத்துடன் வெளியே வந்து வண்டியை எடுத்துச் சென்றார்.

அன்று இரவு டேனியல் வீடு வரவில்லை. நண்பர்கள் வீட்டில் தங்கி இருந்தான். போனில் அம்மா அழுது தீர்த்தாள். ''நீ எவள

வேணாலும் கட்டிக்கோ வீட்டுக்கு வராம இருந்திராத" என்றாள்.

"யம்மா, அந்த ஆளு எல்லார் முன்னாடியும் கைய்ய ஓங்குறாரு. என்ன நெனச்சிட்டு இருக்காரு. இன்னும் சின்னபுள்ளன்னா. அவரு எப்போ நாளைக்கு வெளியே போவாரு"

"பத்து மணிக்கு"

"ரெடியா இரு, நான் நாளைக்கு காலையில பத்து மணிக்கு உன்ன வந்து கூட்டிட்டு போறேன்"

"எங்கைய்யா"

"வந்து சொல்லுறேன். ரெடியா இரு. அந்த ஆள்ட்ட சொல்லிறாத"

மறு நாள் காலையில் அம்மாவை அழைத்துக் கொண்டு எஸ்தர் வேலை செய்யும் பள்ளிக்கு அழைத்துச் சென்றான் டேனியல்.

டேனியல் தள்ளி நின்று கொள்ள, மாமியாரும் மருமகளும் கீழக்கரை பெண்கள் உயர் நிலைப்பள்ளியின் ஓட்டுக்கூரையின் நிழலில் ஒரு மணி நேரம் சிரிப்பும் அழுகையுமாய் நீண்ட நேரம் பேசித் தீர்த்தனர். "அவரு கொஞ்ச நாளைக்கு கடுகடுன்னுதான் இருப்பார். எதையும் மனசுல வச்சுக்காத. நான் பாத்துக்குறேன்" என்ற வாக்குறுதியை எஸ்தரிடம் தந்து விட்டுச் சென்றார் டேனியலின் தாய்.

மறுநாள் சாயங்காலப் பொழுது, சூரியன் வேலை முடித்த கையோடு பஜாஜ் ஸ்கூட்டரில் அடிவானம் திரும்பிக் கொண்டிருக்க, ஊருக்கே வடக்கே கருவேல மரத்தின் மூட்டம் போட்ட புகை ஏணி பிடித்து வான் நோக்கி மேலே சென்று கொண்டிருந்தது.

கீழக்கரைக்கும் இராமநாதபுரத்திற்கும் இடையில் உள்ள திருபுல்லானி கோவிலின் பழைய தர்மகர்த்தா தங்கையாவின் தாத்தா என்பதாலும் பங்குனி உத்திரத்திற்கு அவர்கள் வரும் குடும்ப கோயில் என்பதாலும் எஸ்தரின் குடும்பமும் உடன் வேலை செய்யும் நண்பர்களும் டேனியலும் டேனியலின் நண்பர்களும் இரண்டு வேன் பிடித்து திருபுல்லானி வந்திருந்தனர். எட்டாம் நூற்றாண்டிற்குப் பின் தமிழகத்தில் சிறு தெய்வ வழிபாடு என்று தெய்வத்தையும் தரம் பிரித்ததால் பெரிதாக கவனிக்கப்படாமல் கோயில் சின்னதாக இருந்தது

தென்மேற்குப் பருவக் காற்று கொஞ்சமாய் வீசிக் கொண்டிருக்க அந்த ஊரின் ஒரே ஒரு தார் ரோடு பனைமரங்களின் அணிவகுப்புக்கு இடையே கண்ணுக்கெட்டிய தூரம் போய்க் கொண்டிருந்தது.

வெளியூரில் இருந்து வரும் ஆட்களை கவரும் கோவிலும் அதை ஒட்டியுள்ள அடர்ந்த பெரிய ஆலமரமும் அதைத் தொட்ட ஊருண்ணியும் திருபுல்லானி ஊருக்கான பழைய அடையாளங்கள். வேன் விட்டு இறங்கிய கூட்டம் கோவில் மரத்தின் நிழலை அடைந்தது. சந்தோச நிகழ்வை வாழ்த்துவது போல நாரை கொக்குகளாக வானில் வலசை சென்று கொண்டிருந்தன.

முதன் முதலாக நீண்ட பூ மாலை அணிந்த நிலையில் எஸ்தரும் டேனியலும் ஒருவரை ஒருவர் பார்த்து சிரித்துக் கொண்டனர்.

தங்கையா வீட்டு அன்றைய திருமணம், முறைப்படி கோவிலிலும் பின் வீட்டில் வைத்து பாதர் பிரார்த்தனையிலும் நடந்தேறியது. தங்கையாவுக்கு ஊருக்குள் சமூக அந்தஸ்து பெத்தலஹேமில் பிறந்த இயேசுவால் கிடைத்ததும் கூட இயேசு நாதரின் ஒரு வகை அற்புதம் தானே.

மறுநாள் காலை எப்போதும் போல கண் விழிக்க, எஸ்தருக்கும் டேனியலுக்கும் அது முக்கியமான நாளாக இருந்தது. கொஞ்சம் கொஞ்சமாக ஆட்கள் வரத் துவங்கி ஆணும் பெண்ணுமாக முதல் வேனில் 18 பேர் கொண்ட குழு அங்கு போய்ச் சேரும் போது காலை மணி 10. ராம்நாடு ரிஜிஸ்டர் ஆபிஸ், எஸ்தர் டேனி நண்பர்களால் களைக்கட்டி இருந்தது.

"யாரக் கட்டுனா என்ன..? எங்கேயும் போகாம என் கண்ணு முன்னால என் புள்ள வாழ்ந்தா போதும், அவளும் வேதக்காரி தான. ஏன் இம்புட்டு அடம்..." என்று கணவனிடம் சண்டையிட்டு திருமணத்திற்கு வந்திருந்தாள் டேனியலின் தாய் ரோஸ்மேரி.

திருமணத்திற்கு அம்மா வந்ததில் டேனியலுக்கு பெரும் சந்தோசம். காலில் விழுந்து வணங்கினான். தங்கையாவும் அவர் மனைவியும் டேனியலின் அம்மாவை வரவேற்று ரிஜிஸ்டர் ஆபிஸ் உள்ளே அழைத்து வந்ததில் எஸ்தருக்கு சந்தோசம்.

மாநிறம் என்பதால் இருவரும் எடுத்திருந்த சந்தன நிற உடைகளில் டேனியலை விட பட்டுச்சேலையில் எஸ்தர் ஜொலித்தாள். இருவரின் முகத்திலும் கல்யாணக்களை கூடி இருந்தது. அபுதாபி மதினா செய்யத் மாலில் வாங்கிய வாசனைத் திரவியங்களின் மகிமையால் இராம்நாடு ரிஜிஸ்டர் அலுவலகத்தில் புதிதாய் "OUD" வாசனையின் சுகந்தம்.

கையெழுத்திட்டு மாலை மாற்றிக் கொண்ட கையோடு அங்கிருந்த அனைவருக்கும் லட்டு வினியோகித்தார்கள் எஸ்தரின் உடன்

வேலை செய்யும் பள்ளித் தோழமைகள். டேனியலின் நண்பர்கள் வெடி வீசி மகிழ்ந்தார்கள்.

இராம்நாடு நகராட்சி கல்யாண மண்டபத்தின் வாசலில் பெரிய பிளக்ஸ் போர்டில் விஜய் ரசிகர் மன்றம் டேனியலையும் எஸ்தரையும் வாழ்த்துப்பா பாடியது. டேனியல் - எஸ்தர் திருமணத்திற்கு வந்திருந்த கீழக்கரை சபை ஃபாதர் வேத வசனம் வாசித்து மணமக்களை வாழ்த்தி பிரசங்கம் செய்து கொண்டிருக்க, நகராட்சி கல்யாண மண்டபத்தின் பின்கட்டு பகுதியில் டேனியல் கொண்டு வந்திருந்த இரண்டு புல் கொஞ்சம் கொஞ்சமாக நண்பர்களின் தொண்டையை நனைத்துக் கொண்டிருந்தது.

திருமணத்திற்கு வந்திருந்த வயதானவர்கள் சிலர் போலவே நகராட்சி கல்யாண மண்டபத்தின் சுவரில் கா..கா..கா எனக் கரைந்தபடி நான்கைந்து காகங்களும் சாப்பாட்டுக்காகக் காத்திருந்தன.

"Happy Married Lifeda Machchaan" என்று ஜெரி அனுப்பியிருந்த வாட்ஸ்அப் செய்தியுடன் கூடிய பலான படத்தை எஸ்தருக்குக் காட்டி சிரித்துக் கொண்டிருந்தான் டேனியல்.

★

26

குப்பைத் தொட்டியில் போடும் அளவிற்கு சிலருக்கு மிதமிஞ்சிப் போகும் குழந்தை பாக்கியம் தனக்கு மட்டும் எட்டாத தூரத்தில் வைத்த கடவுளை, கடந்த சில நாட்களாக சாபமிட்டுத் திரிந்தாள் சமீரா. குழந்தைகள் தினத்தில் பிறந்தவளுக்கு குழந்தை இல்லை என்ற ஆழ்ந்த வருத்தம். அவள் வயல்களில் நேற்று வரை நின்றிருந்த பறவைகள் இன்று இல்லை.

அவள் எப்போதும் தொடர்ச்சியாக செய்து வரும் பிரார்த்தனைகள், வழிபாடுகள், வேண்டுதல்கள், விரதங்கள் என இறைவனுடன் உண்டாக்கும் நெருக்கத்தின் எல்லா ரூபங்களும் சில நாட்களாய் நின்று போனதைக் கண்ட முவாசீன் சற்று அதிர்ச்சி அடைந்தவனாக "ஏன் என்னாச்சு..." என்று விசாரித்தான்.

"போதும் போதும் அவரு கிழிச்சது. எட்டு வருசமா வராத கருணையா இனி வந்திறப் போகுது கடவுளுக்கு..." என்றாள் மனச் சடவுடன்.

"நமக்குக் குழந்தை தராததால கடவுள் இல்லைன்னு சொல்லுறியா...?"

"என் மேல அவருக்குக் கருணை இல்லைங்கிறதால, எனக்கு அவரு இனி கொஞ்ச நாளைக்கு வேண்டாம்..."

"ஹாஸ்பிட்டல்ல வேலை செய்றேன். தினமும் எத்தனை பேரு எத்தனை விதமான வியாதியுடன் வர்றாங்க தெரியுமா. நல்லா தானே இருக்கோம். எப்போ தர விரும்புறாரோ அப்போ தரட்டும்..."

"போதும் இவ்வளவு நாள் நான் காத்திருந்தது. எனக்கு இப்போ வேணும். அதைத் தர முடியாத கடவுள் மேல கோவம், அது தீர்ற வரை கொஞ்ச நாளாவது தள்ளி நிக்கிறேன். என் மனம் போன போக்கிலே கொஞ்சம் வாழ்ந்து பாக்கிறேன், ப்ளீஸ், அட்வைஸ் பண்ணாதீங்க."

“சரி உன் இஷ்டம்”

இப்போதெல்லாம் சமீராவுக்கும் முவாசீனுக்கும் அடிக்கடி சிறு விஷயங்களுக்கு எல்லாம் வாக்குவாதம் நிகழ்ந்து விடுகிறது. படுக்கையில் அவர்கள் இருவருக்கும் இடையில் கொடிய பாம்புகள் நிறைந்த நீண்ட ஆறு ஓடத் துவங்கியது. தொப்புள் கொடி அறுக்கும் நாள் வராதா என ஏங்கும் அவள் உடலில் தினமும் ஆந்தையின் அலறல் சத்தம்.

சில நேரம் சமீராவுக்கு தனிமையின் அதிகபட்ச ஊச்சாடமாக சாவைப் பற்றிய எண்ணம் வரை வந்து போனது. குழந்தை பற்றிய அதீத எண்ண ஓட்டத்தில் பைத்தியக்காரி போலத் திரிந்தாள். ஊர் தூங்கிய நள்ளிரவில் யாரோ பூட்டிய கதவை டம் டம்மென தட்டுவது போல பெருத்த சத்தத்துடன் தட்டியது குழந்தை எனும் பெரும் நினைவு.

அவளின் விரிசல்கள் புரையோடிய பிசுபிசுத்த இரவில், நிலவின் பேரிரைச்சல் உறங்க விடாமல் அலையாக வீசிக் கொண்டிருந்தது. சிலநேரம் ஏன் நாம் இப்படி அலட்டிக் கொள்கிறோம் என்றும் தோன்றியது.

அவளுக்கு அந்தத் தீவில் வேறு மாற்றே இல்லை என்பதாலே குழந்தைக்குத் தேடுதல் மனதை மிகவும் வாட்டுகிறது என தன்னைத்தானே சமாதானம் செய்து கொண்டாள். இதுவே ஈரானில் உறவுகள் மத்தியில் வாழ்ந்திருந்தால் மனதை எதிலாவது ஈடுபடுத்தி திசை திருப்பியபடி இருந்திருக்கலாம். தீவில் அடைபட்ட பறவை போல கூண்டுக்குள் வாழ்வதால் ஒரு வேளை குழந்தை நினைவு அதிகம் வாட்டுகிறதோ என்று எண்ணவும் செய்தாள்.

ஆனாலும் வாழ்வு எனும் “சுடோக்கு (Sudoku)” விளையாட்டில் உலகின் மற்றவர்கள் எல்லாம் அடுத்த அடுத்த கட்டம் தாண்டிவிட தான் மட்டும் இன்னமும் மூன்றெழுத்தைக் கூட கடக்க இயலாத நிலையில் இருப்பது போலத் தோன்றியது. போன்சாய் மரங்களின் நிழல்கள் போல அவள் வாழ்வு யாருக்கும் பயனுள்ளதாய் இல்லை போலத் தோன்றியது.

அதீத எண்ணங்கள் மனிதனை குழப்பத்தில் ஆழ்த்தி அவர்களை பலஹீனமாக்கும். பலஹீனம் சிலருக்கு நம்ப இயலாத எதிர்வினையாற்றும்.

தவறு எதுவும் இல்லாத நான் ஏன் தற்கொலை வரை சிந்திக்க வேண்டும். இயலாமையில் சாக வேண்டியது முவாசீன்தான்,

அவனே சுகவாசியாய் சிரித்துத் திரியும்போது எனக்கு ஏன் பித்துப் பிடித்தது. நாம் ஏன் முவாசீனை தண்டிக்கக் கூடாது என்ற எண்ணம் ஆக்ரோசமாய் அவள் மனதில் குடி கொண்ட போது, தன் பித்தத்தைப் போக்க இஞ்சி தட்டிக் குடிக்க ஆசைப்பட்டாள். களவொழுக்கம் இப்பொழுது அவளிடம் நியாயம் பேசியது.

பண்டைய கால மெசபடோமிய நாட்டின் ஊர் நகரத்தை ஆண்ட கில்கமெஷ் எனும் அரசனைப்பற்றி பேசும் உலகின் முதல் காவியமான செய்யுள் இதிகாசம் கில்கமெஷ் (Gilgamesh Epic) காவியத்தில் என்கிடு என்ற ஒரு காட்டு வாசிகும் சமாட் என்ற தேவதாசிக்கும் இடையிலான "ஈனன்னா துமுழியின் களவொழுக்கம்" கதையை விரும்பி வாசிக்கத் துவங்கினாள் சமீரா.

அதில் வரும் நட்சத்திர மச்சக்குறி உடையவனை ஆதிக் காதலன் என்கிறது புராணம்.

"மஞ்சள் நிலாவில் வீட்டிற்கு அழைத்தான்

மஞ்சத்தில் என்னை அழகாய் கிடத்தினான்

அஞ்சா நெஞ்சன் ஒன்றாய் படுத்தான்

கொஞ்சிக் கொஞ்சி இன்பத்தில் பூத்தான்"

என அடர்த்தியான காமம் பேசும் ஒவ்வொரு வரிகளும் அவளை கிளர்த்தெழச் செய்தன. காகம் கொத்திச் சென்ற மீனில் முழு கடல் கண்டது போல அவளின் முழு வாசிப்பும் காம பூக்களால் நிரம்பி வழியத் துவங்கியது.

அன்றைய இரவின் கனவிலும் வியர்வை வாடை கொண்டவன் சமீராவின் அனுமதியுடன் ஆவலாய் நுகர்ந்து கொண்டிருந்தான்.

மறுநாள் இரவு முவாசீனுடன் ஈரானி கடை சென்றவள், கடைக்குள் நுழையும் தன்னை காண எண்ணி விழுந்தடித்து எழுந்து காலில் அடிவாங்கிக் கொண்ட தாவூதை சிரித்தபடி கடந்து சென்று உடலில் தேய்ப்பதற்காக ஹெம் சீட் ஆயில் (Hemp Seeds) எங்கே இருக்கிறது என்று கேட்க, உள் பகுதியை கடைகாரர் கை காட்டியதும் உள்ளே சென்று தேடத் துவங்கினாள்.

அது அனைவரும் எப்பொழுதும் வாங்கும் பொருள் இல்லை என்பதால் மேலே அடுக்கி வைக்கப்பட்டிருந்தது.

எடுத்து தருவதற்காக கடையின் உள் பகுதியில் அவளின் அருகில் வந்த தாவூது, கடற்கரை மணலில் வெகு நிதானமாக நகரும்

நத்தைகூடுகள் போல அவளின் மார்பின் மீது பார்வை பதித்து மில்லி மீட்டரில் நகர்த்தினான். இதுவரை தன் அருகில் நீண்ட நேரம் நிற்க சம்மதிக்காத தாவூதை முதன் முறையாக அருகில் நின்று மேலே ரேக்கில் இருந்த பொருளை எட்டி எடுக்க சம்மதித்தாள் சமீரா.

அவனருகில் நிற்கும் போது தாவூதின் அக்குளில் இருந்து வீசிய வியர்வை வாடை அவளுக்கு மிகவும் பரிசயமான வியர்வை வாடையாக இருந்தது. சொற்ப நொடிகள் கண் மூடி இதற்கு முன் இந்த வியர்வை வாடை எங்கேயோ பரிட்சயமானதே என்று யோசிக்க, கனவில் தன் மேல் படர்ந்து தோள்களை இறுகப்பற்றி மூர்க்கமாய் புணர்ந்த கைகள் தன் எதிரில் ஹெம் சீட் ஆயில் பாட்டிலை பிடித்தபடி நிற்பதைக் கண்டாள்.

முதன் முதலாக ஆச்சர்யம் வந்தவளாய் விக்கித்து அகன்ற மார்புடைய அவனை நோக்கினாள். திடீரென முழுமையாய் அவளின் பார்வை பட்ட சந்தோசத்தில் ஹெம் சீட் ஆயில் பாட்டிலை தவற விட, “சில்” என்ற சத்தத்துடன் கண்ணாடி பாட்டிலும் எண்ணயுமாய் சிதறி கடையின் உள் பகுதி தரை எண்ணெய் பிசுபிசுப்புடன் சிதறிய கண்ணாடித் துண்டுகளால் தன்னை அலங்கரித்துக் கொண்டது.

கண்ணாடி உடையும் சத்தம் கேட்டு கடையின் மறைவான உள் பகுதிக்கு வந்த கடைக்காரரும் மர்வானும் சமீராவை விலகி வெளியே வரச் சொல்ல, சமீராவின் மனமோ அங்கே தாவூதுடன் ஒட்டிக்கொண்டு நிற்க அவள் உடல் மட்டும் அங்கிருந்து விலகி கடையின் முன் பகுதிக்கு வந்து சேர்ந்தது.

கடைக்காரர் தன் மகன் தாவூதை திட்டியபடி புலம்பிக் கொண்டிருந்தார். அவனோ ஏதோ சாதித்துவிட்டது போல முகம் முழுக்க சந்தோசத்துடன் உடைந்த கண்ணாடித் துகள்களை சேகரித்தபடி வெளியே வந்தான்.

அவன் சிரித்த முகத்துடன் மீண்டும் சமீராவை பார்க்க, சிரிப்பு வந்தவளாக சட்டென முவாசீன் இருப்பதை உணர்ந்து தன் பார்வையை தாழ்த்தி யாரும் அறியா வண்ணம் கடைக்கண்ணோரம் அவனைப் பார்த்தாள். இருவரின் பார்வையும் ஆர்வமாய் சந்தித்த கனத்தில் அவர்களின் முதல் கள்ளத்தனம் பிறந்திருந்தது.

இருந்த ஒரு பாட்டில் எண்ணெயும் உடைந்து விட்டது. ஒரிரு நாளில் புதிது வந்தது வீட்டிற்கு கொடுத்தனுப்புவதாக கடைக்காரர்

கூற, மற்ற பொருட்களை வாங்கிக் கொண்டு சமீராவும் முவாசீனும் வீடு திரும்பினர். உடைந்த எண்ணெய் பாட்டிலுடன் சிரித்தபடி நின்றிருந்த தாவூதின் முகம் அடிக்கடி நினைவில் வர அன்று இரவு முழுக்க பல்வேறான சிந்தனைகளுடன் கட்டிலில் புரண்டாள் சமீரா.

மூன்றாம் நாள் இரவு எண்ணெய் பாட்டிலுடன் திடீர் என முன்னறிவிப்பு இன்றி சொல்லாமல் வீடு வந்த தாவூதிற்கு தருவதற்காக பணம் எடுப்பதற்கு முவாசீன் வீட்டின் உள்ளே செல்ல சமீராவின் அருகில் வந்த தாவூத் சிகப்பு வண்ணத்தில் மிகச் சிறிய பரிசுப் பெட்டியை நீட்டினான்.

அவள் நெற்றிச் சுருக்கி அவனை ஏறெடுத்து நோக்க தயவு செய்து வாங்கிக் கொள்ளுங்கள் என சைகையில் கெஞ்சினான். அவனின் செயல் "ப்ளீஸ் அடிக்காதீங்க மிஸ்" என்று சைகையில் பரிதவிக்கும் பள்ளிக் குழந்தைகளை நினைவுக்கு கொணர்ந்தது. அவனின் அஷ்டகோணல் முகம் கண்டு எங்கே சிரித்து விடுவோமோ என்று பயந்து சமாளித்து முறைத்தபடி ஜாடையில் 'என்ன இது..?' என்றாள் சமீரா.

"பெர்ஃபியூம்.... ஸ்பெசல்... உங்களுக்காக மட்டும்... நல்லா இருக்கும்..." என்று ஜாடையில் பேசியவன் முவாசீன் உள்ளே இருந்து வருவது அறிந்ததும் ஒன்றும் நிகழாதது போல பணம் வாங்கிச் சென்றான்.

அவன் சென்ற பின்தான், தானும் அவனுடன் ஜாடையில் பேசினோம் என்பதை உணர்ந்தாள் சமீரா. ஜாடையில் பேசுவதென்பது நெருக்கமான உறவுகளுக்குள் மட்டுமே நிகழக்கூடியது. இவன் எப்பொழுது நெருக்கமானான். ஏன் முவாசீனைக் கண்டதும் அவன் தந்த பொருளை மறைக்கத் தோன்றியது. இதற்கு முன் இவனை வீட்டு படியேற்ற வேண்டாம் எனக் கூறிய எனக்கு என்ன ஆனது. இவனை இதுநாள் வரை வெறுத்தோமா அல்லது அவனில் கரைந்து விடுவோமோ என்று உள்ளுக்குள் பயந்து தற்காப்பு எண்ணி வெறுத்தது போல நடித்தோமா. அவளுக்குள் பல கேள்விகள் எழுந்தன. ஆனால் எல்லா கேள்விகளுமே தாவூதைச் சுற்றியே இருந்தன. மந்திரவாதி தொப்பிக்குள் இருந்து திடீரென முயல் வருவது போல சமீராவின் எண்ணத்தில் தாவூத் முழுவதுமாய் உதித்திருந்தான்.

மறுநாள் காலையில் முவாசீனுக்கு தெரியாமல் தாவூத் தந்த சிகப்பு பரிசு பொருளுடன் பாத்ரூம் சென்ற சமீரா, பெட்டியைத் திறந்து உள்ளே இருந்த மிகச் சிறிய அழகான கண்ணாடி பாட்டிலைத்

திறந்ததும் வந்த வாசனை அவளை கிறங்கடித்தது. லாவெண்டர் பூவுடன் கலந்த "ஊத்" வாசனை, நீர் வழிந்தோடும் அடர் வனத்தில் தான் மட்டும் கண்ணை மூடி தியானிப்பது போல முழுதாய் மூச்சிழுக்கச் செய்தது. ஆழமாய் ஒருமுறை மூச்சு விட்டாள். எண்ணங்களை சுமந்து திரிந்த உடலின் பாரம் சற்றுக் குறைந்தது போலத் தோன்றியது. தாவூத் எனும் மலர்த் தோட்டம் பாத்ரூம் முழுக்க விரவி இருக்க நீண்ட நாள் கழித்து வெட்கத்துடன் குளித்தாள்.

அதன் பின் இரண்டு மூன்று முறை வேண்டுமேன்றே எதையாவது வாங்க வேண்டும் என்றுச் சொல்லி முவாசீனுடன் ஈரானிக் கடை சென்றாள். அவளைக் கண்டதும் எப்பொழுதும் தடபுடலென எழுந்து தடுக்கி விழும் அவனைப் பார்க்க சிரிப்பாக இருந்தது. "என்னைப் பார்க்க ஏன் இப்படி ஏங்குகிறான்..?" என்ற கேள்வி, கட்டிலில் அருகில் படுத்து உறங்கும் முவாசீனை பார்த்தபடி சமீராவை புரட்டிப் போட்டது. இப்போது சமீரா முவாசீனை விட்டு சற்று இடைவெளியுடன் போர்வை போர்த்தி விலகி படுத்திருக்க நினைவில் அவளுடன் போர்வைக்குள் தாவூத் ஆக்ரோசமாய் முளைத்திருந்தான்.

ஒரு மாலைப் பொழுதில் இருவரும் மொபைல் எண்கள் பரிமாறிக் கொண்டனர். இருவர் மொபைல்களின் பொய்யான காலை மாலை வணக்கங்கள் வேர் பிடித்து செடியாகி பூ பூத்து காயாகி சமீரா பெர்சியன் மொழியில் "ச்சீ.... சைத்தான் (naughty)" என்று வெட்கச் சிரிப்புடன் தாவூத் அனுப்பி இருந்த புகைப்படத்திற்கு பதில் அனுப்பிய போது கனிந்து பழமாகி இருந்தது.

இருவருக்கும் இடையிலான பொதுவான மொபைல் செய்திகள் அவர்களின் தனிப்பட்ட உடல் சார்ந்த செய்தி பரிவர்த்தனையாக ஆன போது அங்கு காமம் ஒழுகும் வாய் விபச்சாரம் துவங்கி இருந்தது.

உறவினர்களைக் காண விடுமுறை நாளில் முவாசீன் அபுதாபி சென்று விட, இரண்டு நாட்களுக்கு தான் மட்டும்தான் வீட்டில் இருக்கப்போகிறோம் என்று உறுதியான அன்று இரவு நன்கு குளித்து குறைவான உடை அணிந்து ஊத் எனும் வாசனை திரவியம் பூசிக் கொண்டிருக்கும் போது காலிங் பெல் சத்தம் கேட்டது. பயமும் ஆவலும் கலந்து கதவைத் திறந்தாள் சமீரா.

அன்றைய இரவின் மூர்க்கம் அவள் இது வரை கனவில் கண்டவனின் சாயலில் இருந்தது. சமீரா எனும் நிலத்தில் அன்றைய தினம் புதிதாய் ஒரு நதி ஓடத் துவங்கியது.

அபுதாபியில் உறவினர்களைக் கண்டு வந்த முவாசீன் தூரத்து உறவு முறை பாட்டி விந்தணு கட்டியாக்க லேகியம் செய்து தருவதா கூறியதை சந்தோசத்துடன் சமீராவிடம் பகிர்ந்து கொண்டான். அவளின் நிலத்தில் இரண்டு நதி ஓடுவது அறியாது சமீராவும் அந்தச் செய்தியால் சந்தோசம் அடைவதாக உணர்ந்தான்.

கடந்த சில நாட்களாக விலகி இருந்த முவாசீனிடம், கல்யாண காலத்தில் எட்டு வருடம் முன்பு எப்படி ஆழமான அன்பு கொண்டிருந்தாளோ அதே போன்ற அன்பை மீண்டும் வழங்கத் துவங்கினாள். முவாசீனுக்கே அவளின் புதிய செயல் சற்று ஆச்சர்யமாக இருந்தது.

“நான் ஒரு கனவு கண்டேன். உயிருடன் கூடிய மீன்கள் துள்ளிக் குதிக்க அதை ஒரு கூடை நிறைய அள்ளி, வயது முதிர்ந்த மூத்தவர் ஒருவர் நம் வீட்டு வாசலில் வந்து தந்துவிட்டுச் செல்வது போன்று கனவு கண்டேன். அதனால் எனக்கு என்னவோ கூடிய விரைவில் நமக்குக் குழந்தை பிறக்கும் என்றே தோன்றுகிறது. நீ அடிக்கடி கூறினாயே, ஊரில் உனது பாட்டி ஒருவர் கெட்டியான விந்தணுவிற்காக லேகியம் தயாரித்துத் தருவதாகச் சொன்னார் என்று. அவரிடம் விரைவில் லேகியத்தை அனுப்பச் சொல். எனக்கென்னவோ இந்த முறை அற்புதம் நம் வீட்டு வாசல் தேடி வரும் என்றே தோன்றுகிறது. என் கனவு பலிக்கும்...” என்ற சமீராவின் கண்களில் பொங்கிய ஆசையை எப்படியாகினும் நிறைவேற்ற வேண்டும் என முவாசீன் முடிவு செய்து அபுதாபிக்கு ஃபோன் செய்தான்.

ஊர் சென்று விட்ட பாட்டிக்கு போன் செய்து எப்படியாவது லேகியம் வாங்கி அனுப்பு, என்று உறவுக்கார நண்பனிடம் வேண்டுகோள் வைத்தான்.

தினமும் அந்த லேகியத்தைப் பற்றி சமீரா நச்சரித்ததில் அரமெக்ஸ் கொரியர் மூலமாக பத்தே நாளில் லெபனானில் இருந்து டெல்மா வந்து சேர்ந்தது லேகியப் பார்சல்.

பார்சலை வாங்கி பிரித்து பார்த்து டேபிளில் வைத்துவிட்டு கொரியர் ஆள் நீட்டிய பேப்பரில் கையெழுத்திட்டுக் கொண்டிருந்த முவாசீன் திரும்பிப் பார்க்க பார்சலைச் சுற்றி வீட்டின் பூனைகள் வட்டமடித்து நின்றிருந்தன. அத்தனை தூக்கலாக நெய் வாடை உள்ளிருந்து வீசியது.

லேகிய பார்சல் வந்த மறுநாளே ஒருமாத கால விடுமுறைக்கு விண்ணப்பித்தவள் வீட்டில் விதவிதமான தாது புஷ்டியான சமையலில் ஈடுபடத் துவங்கினாள் சமீரா.

புதுப்புது உடைகள் அணிந்தாள் குறிப்பாக அவளின் உள்ளாடைகள் எல்லாம் கவர்ச்சிகரமாக மைக்ரோ சைஸில் இருந்தன.

அவள் முன்பு போல சிடுசிடுவென இல்லாமல் சீட்டியடித்துப் பாட ஆரம்பித்திருந்தாள், பழைய ஈரானிய நான்கு வரிக் காதல் கவிதைகளைச் சொல்லியபடி திரிந்தாள், அவளின் செயலில் மட்டுமல்ல உடலிலும் பெரும் மாற்றம் இருந்தது. இரண்டு பேர் நீர் ஊற்றி வளர்த்ததில் சற்று சதை பூசினாற் போல காட்சியளித்தாள்.

முவாசீனுக்கு அவளின் மாற்றம் பெருத்த சந்தோசத்தைத் தந்தது. அவள் கண்ட மீன் கனவு நிச்சயம் நிறைவேறட்டும், என வேண்டிக்கொண்டான். இரவில் அவளின் ஆர்வம் கண்டு அவனும் தளர்வின்றி முயங்கினான்.

தினமும் தவறாமல் இரவில் கட்டில் இங்கும் அங்குமாய் கூடுதல் வேகத்துடன் இயங்கியது. முவாசீன் உடல் அளவில் பலசாலிதான், என்ன நீரின் மேலாண்மையில் அதன் போக்குவரத்தில் தான் கொஞ்சம் குறைபாடு. இப்போது அதையும் சரி செய்ய நெய் மணக்கும் சிங்ககுட்டி லேகியம் வந்து விட்டதில் விடுமுறை தினத்தில் இரண்டாம் ஆட்டம் எல்லாம் நிகழ்த்தப்பட்டது.

இதுவரை நீண்ட நாட்களாக இல்லாதிருந்த தொடர் இயக்கம் அந்த வீட்டில் இப்போது மீண்டும் அமலுக்கு வந்திருந்தது.

காலங்கள் கழித்து முவாசீன் சந்தோசமா இருப்பதாக உணர்ந்தான். சமீரா அதைவிட இரட்டிப்பான சந்தோசத்தில் இருந்தாள்.

முவாசீன் வேலைக்குச் சென்று விட ஜன்னல் வழியாக வானத்தைப் பார்த்தபடி நின்றிருந்தாள் சமீரா. தூரமாய் ஒரு காகம் வாயில் எதையோ கவ்வியபடி யாருக்கோ காத்திருப்பது போல நின்றிருந்தது. அவளும் யாரோ ஒருவரின் வரவுக்காகக் காத்திருப்பதால், அவளும் அந்தக் காகம் போல தன்னை உணர்ந்தாள்.

மாதவிடாய் முடிந்த நாளில் இருந்து கடந்த 15 நாட்களாக தினமும் முவாசீனும் சமீராவும் இரவில் வியர்வை வழிய இரண்டறக் கலந்திருந்தனர். இன்னமும் அது இரவில் தொடர்கிறது.

இந்த முறை நிச்சயமாய் அவளுக்குக் கருதரிக்கும் என உறுதியாக நம்பினாள். காரணம் லேகியமும் முவாசீனும் அல்ல. இது பகலினில் நடக்கும் வேறு ஓர் சாபம் தோய்ந்த மகரந்தச் சேர்க்கை தந்த நம்பிக்கை.

தினமும் முவாசீன் வேலைக்குச் சென்றதும் சரியாய் காலை பதினோரு மணி அளவில் சமீராவைத் தேடி தாவூது சமீராவின் வீட்டிற்கு ஏதேனும் பொருள் கொண்டு வந்து தருவதாகக் கூறி

கடந்த 15 நாட்களாகப் படையெடுத்துக் கொண்டிருந்தான். அதற்காகத்தான் அவள் ஒருமாத விடுமுறை எடுத்தாள் என்பது தாவூதும் சமீரா மட்டுமே அறிந்த செய்தி.

லேகியம் என்பது சமீராவால், முவாசீனை மனதளவில் திருப்திப்படுத்த உண்டாக்கிய, அவனை சமாளிப்பதற்காக வாங்கப்பட்ட பொருள். ஆனால் அவளின் தேடுதல் தாவூதிடம் இருந்தது.

உலகில் எத்தனை காக்கைகள் உண்டு என எண்ண முடியுமா..?, குறைந்த பட்சம் நேற்று வீடு வந்த காகத்தை அறிய இயலுமா..?, கடலில் ஒரு நாளில் எத்தனை அலைகள் கரையேறும் தெரியுமா..?, பின் எப்படி பெண்ணின் மனதை அறிந்தது போல ஆண்கள் பேசுகிறார்கள் எனத் தெரியவில்லை..?

கணவனை மீறுவதை பெண்களுக்கு முதன்முதலாகக் கற்றுத் தந்தது பாம்புதான். அவளின் கனவில் நான்கு கால்கள் உள்ள ஆதிக் காமத்தின் பசி கொண்ட சர்ப்பம் தவழ்ந்து கொண்டிருந்தது. அது தாவூதைத் தேர்வு செய்திருந்தது.

அவனின் வாளிப்பான நீண்ட நெடிய உடல், சிறிய வயிறுடன் கூடிய அகன்ற முதுகு, அவனின் இளமையின் வேகம், அது தரும் கூடுதல் புணர்வு, சளைக்காமல் அவள் உடல் மீது அவன் நடத்தும் வேட்டை, அவன் அழுத்திக் கடிப்பதால் உண்டாகும் சில வலிகள், புணர்தலுக்கு இடையில் அவர்கள் இருவரும் பேசிக் கொள்ளும் ஈரானிய பாஷையின் முனகல்கள், தீயிலிட்ட நெய் போல அவளை உருகி வழிய வைக்கும் அவனின் முரட்டு கடைசிகட்ட ஆனந்தத் தாக்குதல், எல்லாம் முடிந்த பின் களைப்பில் வியர்வை வழிய அவள் மீது பூவாய் படரும் தாவூதை தனது தேடலின் இறுதி நிறமாய்க் கண்ட சமீரா அவனுக்காகத்தான் ஜன்னல் ஓரமாய் காத்திருந்தாள்.

பகலில் நடக்கும் தாவூதின் ஒவ்வொரு தீண்டலிலும் மலினப்பட்டு கொண்டிருந்தது முவாசீனின் களங்கமற்ற அன்பு.

நல்லவேளை, கர்ப்பம் பரிசோதிக்கும் கருவி காட்டப்போகும் இரண்டு இளம் சிகப்புக் கோடுகளில், துடிக்கப் போகும் உயிர் யார் தந்தது, எனக் காட்ட கருவி இல்லை

அவளுடைய இப்போதைய கவலை எல்லாம், குழந்தை தாவூது ஜாடையில் இருந்துவிடக் கூடாது. அப்படி இருந்தாலும் அதை முவாசீன் கண்டுபிடித்து விடக்கூடாது, அதற்காக என்ன செய்யலாம் என்பதுதான்.

★

27

சொன்னதன் பிரகாரம் வளர்பிறையான விடுமுறை நாளில் பகலில் தாரிக் வீட்டிற்கு வந்தான் ராஜா. சாவக்காடு ஹமீது பாய்க்கு போன் செய்ய "சமச்சிட்டு இருக்கேன், முடிஞ்சதும் குளிச்சிட்டு வாரேன். ஒரு மணி நேரம் ஆகும்" என்று அவர் கூறியதும் இருவரும் அவருக்காக காத்திருந்தனர்.

"என்னாச்சு வீடியோ கேம் கொண்டு போனியே விளையாண்டியா..?"

"ரெண்டு நாள் விளையாண்டேன் அப்புறம் போர் அடிச்சது, விட்டுட்டேன். பார்வையை வேகமாவும் துள்ளியமாவும் ஸ்கிரீன்ல அங்க இங்கன்னு சரியா நகர்த்துறதை பெரிய சாதனைன்னு வச்சி அடுத்தக் கட்டம் அடுத்தக் கட்டம்ன்னு கேம் போயிட்டு இருக்கு. துப்பாக்கி எடுத்து சுட்டுக் கொல்லுறதுல என்ன சுகம் இருக்குன்னு தெரியல" என்ற ராஜாவைப் பார்த்து தாரிக் மெலிதாக சிரித்தான்.

"ஏன் சிரிக்கீங்க"

"ஒன்னுமில்ல சும்மாதான். என்ன இன்னைக்கு கணேஷ் புகையிலை போடலையா"

"ஹி ஹி... வாடை இல்லையோ. ஹமீது பாய்கிட்ட காட்டணுமேன்னு குளிச்சிட்டு சுத்தமா வந்தேன். இல்லைன்னா அதுக்கும் சேர்த்து திட்டுவாரு"

"நல்ல மனுசன்"

"ம்ம் .."

"எதுவும் சாப்பிடுறியா"

"வேணாம், சாப்பிட்டிட்டுதான் வந்தேன்"

"ஒன்னு கேட்டா சொல்லுவியா..?"

“என்னது ..?”

“உண்மையிலேயே உன் பொண்டாட்டிய உனக்கு புடிக்குமா..?”

சற்று நேரம் தலை குனிந்து அமைதியாக இருந்தான் ராஜா. நீண்ட பெரும் மூச்சு விட்ட பின் “அவன்னா உசிரு ப்ச். அவளுக்குத்தான் அது புரியல. அவ ரொம்ப புத்திசாலி. கல்யாணம் ஆகி நாலுநாள் கழிச்சி பெரிய பட்டிணத்தில் இருந்து நாகர்கோவிலுக்கு புது மாப்பிள்ளைங்கிறதால கார்ல மறுவீடு போயிட்டு இருந்தோம். போற வழியில குடிக்க டொரினோ வாங்கிட்டு வர சொன்னா. போகும் போது குடிச்சா வண்டி குலுங்குற குலுக்கல்ல டொரினோ சிந்துமே புது சேலை எல்லாம் கொட்டிருச்சுன்னா என்ன செய்யன்னு கேட்டேன். ஸ்ட்ராவும் சேர்த்து வாங்கினா ஏன் கொட்ட போகுதுன்னு கேட்டா. நானும் பலதடவை வேன்ல பஸ்ல போகும் போது தண்ணி குடிச்சே கொட்டி இருக்கேன். எனக்கு ஸ்ட்ரா போட்டு குடிக்கத் தோணலையேன்னு ஆச்சர்யமா இருந்துச்சு. அவ என்ன சொன்னாலும் கேப்பேன் நான். அவ்வளவு இஷ்டம் அவ மேல. அம்மா இல்ல, அக்கா தங்கச்சின்னும் இல்ல, யாரும் என்னை லவ்வும் பண்ணல. 28 வயசுலதான் கல்யாணம் ஆச்சு, வாழ்நாள்ல மொத தடவையா ஒரு பொண்ணைத் தொட்டுப் பழகினது எல்லாம் அவகிட்ட தான். அதுவும் அழகான பொண்ணு பொண்டாட்டியா அமஞ்சா என்னெல்லாம் ஒருத்தன் செய்வானோ அதை எல்லாம் நான் செஞ்சேன். அவளுக்கு “மட்கா” அருண் ஐஸ்கிரீமை ரொம்ப புடிக்கும். தினமும் மதியம் வாங்கிகிட்டு போவேன், கல்யாணம் ஆகி கொஞ்சநாள் மாமா வீட்டுலதான இருந்தோம். வீட்டுல சின்னக் குழந்தைகள் வேற இருக்கும். ஐஸ்கிரீம் தின்னா சளி புடிக்கும்ன்னு அத்தை குழந்தைகளை ஐஸ்கிரீம் திங்க விடமாட்டாங்க. குழந்தைகளுக்குத் தெரியாம பேண்ட் பாக்கெட்டில் மறைச்சு வீட்டுல இருக்கிற எல்லாரையும் தாண்டி என்னோட ரூமுக்கு கொண்டு போறதுக்குள்ள சில நேரம் ஐஸ்கிரீம் மெல்ட் ஆகி என்னோட பேண்ட் பாக்கெட் ஈரம் ஆயிரும். சிலநேரம் சொந்தக்காரங்க வந்திருந்தா பாக்கிற எல்லாரும் என்னப்பாத்து சிரிப்பாங்க. சிலர் கேலி பண்ணுவாங்க, நான் அதை எல்லாம் தலையில ஏத்தவே மாட்டேன். எனக்கு அவளை எல்லா விதத்திலும் சந்தோசப்படுத்தணும்ன்னு ஆசை. அதுலயே குறியா இருந்தேன். அவளை யாரும் எதுவும் திட்டிறக் கூடாது, குறை சொல்லிறக் கூடாதுன்னு ரொம்ப கவனமா இருப்பேன்.

ஒரு லீவு நாள் மாமா வீட்டுல எல்லாரும் கல்யாணம்ன்னு வெளியூர் போயிட்டாங்க. ஃபிரன்ட்கிட்ட கேமரா வாங்கிகிட்டு

வந்து விதவிதமான டிரஸ்ல அவளை போட்டோ எடுத்தேன். மார்வாடி டிரஸ், பாவாடை தாவணி, சட்டை பேன்ட், விதவிதமான பட்டுச் சேலைன்னு அறுவது ஏழுவது போட்டோ எடுத்தேன். ஸ்டூடியோல பிரின்ட் போட கொடுத்திருந்தேன். ரெண்டு நாள் கழிச்சி போனா மெமரி கார்ட் காணோம்ன்னு மொதல்ல சொன்னான். தாறுமாறா கத்த ஆரம்பிச்சதும் கொடுத்த மெமரி கார்ட் டேட்டா எல்லாம் வைரஸ் ஏறி டெலிட் ஆயிருச்சு. திருப்பி எடுக்க டிரைப் பண்ணுனோம் முடியலன்னு சொன்னான். வாய்த்தகராறு கூடி பெரிய சண்டையாகி அவன புடிச்சி அடிச்சதுல போலிஸ் வந்து நாலு சாத்து சாத்துனதுல வாயில ரத்தம் வந்திருச்சு எனக்கு. அது தான் போலிஸ்ட என் வாழ்க்கையில வாங்குன மொத அடி. மாமாவுக்கு யாரோ சொல்லி அவரு வந்துதான் போலிஸ்கிட்ட பேசி சமாளிச்சி வீட்டுக்கு கூட்டிட்டு வந்தார். வீட்டுல வந்து மாமா பதட்டத்துல சொல்றாங்க. அவுங்களுக்கு நான் போலிஸ்கிட்ட அடிவாங்கி பார்த்ததும் தாங்க முடியல. ஆனா ரொம்ப சர்வ சாதாரணமா அப்படியான்னு கேட்டுட்டு போயிட்டா, அதுக்கு மேல எதுவுமே பேசல. எனக்கே ரொம்ப ஷாக்கா ஆயிருச்சு. இவா ஏன் இப்படி கல்லு மாதிரி இருக்கான்னு யோசிச்சேனே தவிர அவா மேல இருக்கிற அன்பு கொறையல. எல்லாரும் பொண்டாட்டிக்கிட்ட அன்பா இருன்னு சொல்லுறப்போ எல்லாம் கோவமும் அழுகையும் வரும். வெக்கம், மானம், சூடு, சொரணை, வலி, கஷ்டம்ன்னு எதுவுமே அவ விஷயத்துல நான் பார்த்ததே கெடையாது. வாழ்க்கையில ஏதோ காணாதது கெடச்ச மாதிரி அவளை பாத்தேன்.''

''அப்புறம் ஏன் வசிய மருந்து போட்டாங்க...?'' என்றான் தாரிக் வாடிய முகத்துடன் பேசும் ராஜாவை நோக்கி

''மாமா வீட்டுல இருந்தாலும் கடன் வாங்கி சொந்த செலவுல தான் என கல்யாணம் நடந்திச்சு. நான்தான் வாங்கினேன். வாழ்க்கையில மொத தடவையா வட்டிக்கடன். கல்யாணம் ஆகிறதுக்கு முன்னாடி பிரண்ட் கூட சேர்ந்து எலக்ட்ரிகல் கடை வச்சிருந்தேன். கல்யாணம் ஆகி ரெண்டே மாசத்துல பிரண்டுக்கும் எனக்கும் சண்டை வந்து கடையை விட்டு வெளியே வந்து அவன் தந்த என்னோட மிச்ச பங்கு பணத்தை வச்சி கல்யாணத்துக்கு வாங்கின வட்டிக் கடன அடைச்சேன். கடை கைய விட்டு போச்சு. கடை இல்லைன்னாலும் போன் மூலமா வயரிங் வேலை வந்திட்டே தான் இருக்கும். மாசாமாசம் காசு அப்படி இப்படின்னு எப்படியாவது வந்திரும். அவுங்க வீட்டுல அவளப் பூட்டி பொத்தி வச்சி வளர்த்திருக்காங்க அதனால கல்யாணம் ஆனதும் வெளியே அங்க

போகணும் இங்க போகணும், வசதியான வாழ்க்கை வாழணும்ன்னு பெரிய ஆசை அவளுக்கு. நானும் சரி கல்யாணம் ஆன புதுசுல இப்படி போனாத்தான் போனபடி, நாமளும் இதுக்கு முன்னாடி இப்படி எங்கேயும் சுத்துனதே இல்லயேன்னு கடன் வாங்கி அவளுக்காக செலவு செஞ்சேன். அப்படி கடன் வாங்கிப் போகணுமா? தேவையில்லாத செலவு ஏன் செய்ற, கொஞ்சம் பொறு. நாலு காசு அவன் சம்பாதிக்கட்டும் அப்புறம் எங்க வேணாலும் போகலாம்ன்னு மாமா சொன்னது, அவர் சத்தம் போடுனது எல்லாம் அவளுக்கு பிடிக்கல. ஆறே மாசத்துல தனிக்குடித்தனம் ஆச்சு. கொஞ்சம் கொஞ்சமா கடன் கூட ஆரம்பிச்சது.

திடீர்ன்னு ஒரு நாள் காய்ச்சல், வயித்துப் போக்கு, சளின்னு ரொம்ப சுகமில்லாம போச்சு. ஒரு மாசம் அவ வீட்டுலதான் படுத்து கிடந்தேன். தினமும் காலையிலயும் ராத்திரியும் பத்து பத்து இட்லி திம்பேன். வாழ் நாள்ல 5 இட்லிக்கு மேல உள்ள இறங்காது எனக்கு. எப்படி சாப்பிட்டேன்னு தெரியல. சாப்பிட்டு முடிச்சதும் ஏதோ ஒரு உருண்டை சாப்பிட கொடுப்பாங்க. அந்த உருண்டை தான் இன்னமும் வயித்துக்குள்ள கிடந்து என்னைத் துரத்துது.

“உண்மையிலே இந்த வசிய மருந்து எல்லாம் இப்படி வேல செய்யும்ன்னு நம்புறியா...? இல்ல.... சும்மா கேட்டேன்”

“என்னோட எடை காலையில பார்த்தா 70 கிலோ இருப்பேன் மதியம் அதுவே சில நேரம் பார்த்தா 75 கிலோவா இருக்கும். அஞ்சு கிலோ கூடுமா அரை நாள்ல, டாக்டர் நீங்கதான் சொல்லணும். சம்பந்தமே இல்லாம திடீர்ன்னு மூச்சு முட்டும் வயிறு ஊதி ஏப்பமா வரும் உடம்பெல்லாம் ஏதோ கடிச்ச மாதிரி இருக்கும். நெஞ்சு வலிக்கிற மாதிரி இருக்கும், ஹாஸ்பிட்டல் போனா உனக்கு ஒன்னுமே இல்லையேன்னு சொல்லுவாங்க. கண்ணு முன்னாடி வயிறு உப்பி போய் இருக்கிறதைப் பார்த்தும் ஒன்னுமில்லன்னு சொன்னா நான் என்ன செய்ய. ரொம்ப பேசுனா மென்டல்ன்னு சொல்லிருவாங்கன்னு பேசாம வந்திருவேன். இது இல்லாம மருந்து போட்டிருக்கிறது தெரிஞ்சி, யார்கிட்ட எல்லாமோ போய் காட்ட ஆரம்பிக்கிறாங்கன்னு அவளோட அப்பாவுக்கு தெரிஞ்சதும் இன்னும் என்னென்னமோ செய்ய ஆரம்பிச்சிட்டார்.

கடன்காரன் ஆகி இவுங்க செய்ற கோளாறுனால வேலையும் சரியா பார்க்க முடியாம தலைசுத்து எல்லாம் வந்து கீழ விழுந்து அடி வாங்கி அவளுக்கும் என்னை பிடிக்கலைன்னு தெரிஞ்சப்போ

எதுக்கு அங்க இருக்கணும்ன்னு இங்க வந்திட்டேன். நான் ஃபாரின் வந்ததும் அவுங்களுக்குப் பிடிக்கல. அவுங்களோட கள்ளத்தனமான சாதுர்யத்திற்கு முன்னாடி இப்போ நான் குற்றவாளியா தெரியிறேன்.

அவளுக்கு என்னை மொதல்ல இருந்தே பிடிக்கல. கல்யாணம் ஆகி ஒரு மாசத்துக்கு மேல அவளைத் தொடவிடலை. நானும் யார்கிட்டேயும் சொல்லலை. உன்ன எனக்கு சுத்தமா பிடிக்கலன்னு அப்போமே அவா சொல்லி இருந்தா, நானும் போன்னு அனுப்பி இருப்பேன். அதையும் சொல்லலை. அப்பாவோட துணையினால ரொம்ப அலட்சியமா கூட இருந்துகிட்டே என்னை விலக்கிட்டா. ஏன் இப்படி இருக்கன்னு கேட்டா கூட எனக்கு பதில் வராது ஆனா அப்பாவுக்கு போன் போயிரும். எந்த கெட்டப்பழக்கமும் இல்லாம, என்னோட தகுதிக்கு மீறி அவ கேட்டதை எல்லாம் செஞ்சிக் கொடுத்திட்டு என்மேல கொஞ்சமாவது அன்பா இருன்னு ஏக்கத்தோட பிச்சை எடுக்கிறது ஒரு வாழ்க்கையா. ப்ச்.

பிடிக்காம போய் அப்பாகிட்ட குறை சொல்லி அவரு செய்வினை செஞ்சு உடம்புக்கு ஆகாம தண்டனையை தெனமும் அனுபவிக்கிறேன். கேக்கிற ஒவ்வொருத்தருக்கும் விளக்கம் கொடுத்து வெறுத்துப் போச்சு. நம்புறதும் நம்பாததும் அவுங்க அவுங்க இஷ்டம். நான்தானே தனி ஆளா கஷ்டத்தை அனுபவிக்கிறேன்னு ஏன் யார்கிட்டேயும் சொல்லணும்ன்னு எல்லாரையும் விட்டு விலகிட்டேன், இப்போ சிரிச்சி பேசக்கூட ஆள் இல்ல. யோசிச்சு யோசிச்சு இன்னும் பைத்தியம் மட்டும் தான் பிடிக்கல. வேற என்ன சொல்ல. விரும்பி வாழுறதுக்கு பெருசா ஒரு காரணமும் எங்கிட்ட இல்ல என் பிள்ளையத் தவிர.'' தனது வாழ்வைப் பற்றி பெரும் மூச்சுடன் கூறி முடித்தது போல இருந்தது அவன் மன நிலை.

''உன்னை குறை சொல்லனும்ங்கிறதுக்காக கேக்கலை. என்ன நடந்திச்சுன்னு தெரிஞ்சிக்கணும்ன்னு கேட்டேன். இரு ஹமீது பாய்க்கு போன் போடுவோம்'' என்று சாவக்காடு ஹமீது பாய்க்கு போன் செய்ய அவரின் மொபைல் இணைப்பு சட்டென துண்டிக்கப்பட்டது.

''கார்ல வந்திட்டு இருக்கார்ன்னு நினைக்கிறேன், அதான் போனை கட் பண்றார்.'' என்றான் தாரிக்.

சற்று நேரத்தில் ''அஸ்ஸலாமு அலைக்கும்'' என்று உரத்த குரலில் தாரிக் வீடு நுழைந்தார் ஹமீது பாய்.

சாதாரணமான விசாரிப்புக்குப் பின் ராஜாவை தன் எதிரில் அமரச் சொன்னார்.

அவனும் ஹமீது பாய் எதிரில் சம்மணமிட்டு அமர்ந்தான். "உங்க அம்மா பேரு என்ன...?" என்று ராஜாவிடம் கேட்டார். ராஜா கூறியதும் அவனின் வலது கையைப் பிடித்து நீண்ட நேரம் அவனது நாடி பார்த்தார்.

"அது என்ன அம்மா பேரு?" என்று தாரிக் குறுக்கிட்டான்.

"நடைமுறையில் இவனோட விதிய நிர்ணயிச்சது இவனோட அம்மாதான. தாயோட கருவறை, நீ தங்கி இருந்தது போதும் போன்னு குழந்தைய வெளியே அனுப்புன நேரம் தான் விதிய நிர்ணயம் செய்யும். அப்போ ஒவ்வொருத்தனுக்கும் அவனோட அம்மா தான் ரொம்ப முக்கியம். ஒவ்வொரு பேருலயும் ஒரு ஹிஸ்பு கணக்கு உண்டு. அதைப் பார்க்கக் கேட்டேன். டாக்டரே நீ இடையில இடையில கேள்வி கேக்காத..." என்றபடி மீண்டும் ராஜாவின் நாடி பார்த்தார். "நல்லா இழுத்..த்..து மூச்சுவிடு."

நாசியில் கையை வைத்திருந்த ஹமீது "வலது பக்கம்தான் மூச்சு ஓடுது. ஷிஹர் பார்க்கக் கூடிய நேரம் தான், வலது கையை நல்லா விரிச்சுக் காட்டு." எல்லாவற்றுக்கும் கட்டுப்பட்டவனாய் ராஜா அவர் முன்பு வலது கையை நன்கு விரித்துக் காட்டினான். அவன் கையில், வீட்டில் இருந்து ஒரு பாட்டலில் கொண்டு வந்திருந்த முருங்கை இலைச் சாற்றை எடுத்து, "கொஞ்சம் குழி விழுற மாதிரி கையை வை.."என்றுக் கூறி ராஜாவின் உள்ளங்கையில் சாற்றை ஊற்றி சிறிது நேரம் காத்திருந்தார். அது இப்போது முருங்கை இலைச் சாறாக இல்லாமல் உள்ளங்கை முழுக்க நுரை நுரையாகப் பொங்கி வழிந்தது. "நல்லா பலமா செஞ்சிருக்கே..." என்றார் அதைப் பார்த்தவண்ணம் ஹமீது பாய்.

"ஒழு (தொழுகைக்காக கை, கால், முகம் கழுவும் முறை) செஞ்சிட்டு வந்து முஸல்லா விரிச்சி கிப்லா பாக்க உக்கார்." என்றார்.

ஒழு செய்வதற்காக ராஜா பாத்ரூம் செல்ல, தாரிக் ஹாலில் கிடந்த கார்ப்பெட் மீது தொழுகை விரிப்பை(முஸல்லா) மேற்கு (கிப்லா) நோக்கி விரித்தான். "நீங்க டாக்டருக்கு படிச்சிருக்கீங்களே இதெல்லாம் நம்புவீங்களா..?" என்று ஹமீது பாய் தாரிக்கிடம் கேட்டார்.

"யூகம் நோயில் பாதி, நிம்மதி மருந்தில் பாதி அப்படின்னு அரபி

மருத்துவர் இப்னு சீனா சொல்லுறார். இப்படி இருக்குமோ அப்படி இருக்குமோங்கிறது தான் பாதி வியாதி. அதனால மொதல்ல இதை மாதிரி ஆட்களை அவுங்க விரும்புற பாதையிலே போய் தான் நம்ம பக்கம் திருப்ப முடியும். தனியா இருக்கான் அதனால ரொம்ப யோசிக்கான். யார் மேலேயும் அவனுக்கு நம்பிக்கை இல்லை. இதுவே பெரிய வியாதி. நான் ஷிஹரை நம்புறேன் நம்பலைங்கிறது இங்க விஷயமில்லை. அவன் போக்குலே கொஞ்ச தூரம் போலாம்ன்னு இருக்கேன். ஏன்னா ஆஸ்பத்திரியில எண்டோஸ்கோபி டாக்டர் கிட்ட அவ்வளவு தர்க்கம் செஞ்சிருக்கான். இவனை சமாதானப்படுத்த முடியாமதான் அவரு என்னைக் கூப்பிட்டார். நானும் வந்த உடனே உனக்கு இது கிடையாது அது கிடையாதுன்னு சொன்னா நம்ப மாட்டான். சிஹருக்கு வேலை செய்யத் தெரியும்ன்னு நீங்களும் சொன்ன அப்புறம் ஒரு தடவை அது என்ன தான்னு பாத்திருவோமேன்னு ஒரு ஆசை. டாக்டர்ன்னா உலகத்துல உள்ள எல்லாம் தெரிஞ்சிருக்கணும்ன்னு அவசியம் இல்லை. நாங்க சிலரை உயிர் பிழைக்க மாட்டார்ன்னு சொல்லுறோம். அவரு பிழைச்சிடுறார். மெடிக்கில் மிராகிள்ன்னு சொல்லி தப்பிச்சிடுறதில்லையா அது மாதிரிதான். கலர் பென்சிலுக்கு நடுவில இருக்கிற வெள்ளைப் பென்சில் மாதிரி சில விஷயம் புத்திக்கு அவசியமில்லைன்னு தோணும், ஆனா இடத்தைப் பொருத்துதான் அதோட அர்த்தம் புரியும். காங்கிரீட் தரையையே கடிச்சு குடைஞ்சு நீண்ட குழிபறிக்கிற எலிக்கு மரக்கட்டை எலிக்கூண்டுல மாட்டுனா வெளிவரத் தெரியல. சிக்கிக் கிட்டோம்ங்கிற மனசை சரி பண்ணுனா வெளியே வந்திரும். மனசு சரியாயிட்டா வியாதி பாதி தீர்ந்திரும். சரி, நீங்க என்னதான் செய்றீங்கன்னு பாக்கிறேனே.'' என்றான் தாரிக்.

“ஐப்பசியில நெல்லு வெளஞ்சி நின்னா அவலுக்கு கூட ஆகாதாம். நீ இதைப் பார்த்து என்ன ஆகப்போகுது'' என்ற ஹமீது பாய், பாத்ரூமில் இருந்து ராஜா வருவதைப் பார்த்ததும் ஹமீது பாயும் பாத்ரூம் சென்று ஒழு செய்து வந்தார்.

“சாம்பிராணி இருக்கா, இருந்தாப் போடு'' என்றார் ஹமீது பாய்.

தாரிக் ஏற்கனவே சென்ற முறை சந்திக்கும் போது ஹமீது பாய் கூறிய பிரகாரம் முட்டை, தேங்காய், சாம்பிராணி பவுடர் எல்லாம் வாங்கி வைத்திருந்ததால் வேக வேகமாக எல்க்ட்ரிக் ஹீட்டிங் பிளேட்டில் சாம்பிராணி எடுத்து வைத்தான். அறை முழுக்க குங்கலியத்தின் சவுந்தர்யமான கமகம வாடை.

“எதுவும் இனி பேசாம தள்ளி நின்னு வேடிக்கை பார்...'' என்று தாரிக்கிடம் சைகை காட்டினார்.

“இன்னல்லதீன ஆமனு வ ஆமிலுஸ் ஸாலிஹாத்தி கானத் லஹுூம் ஜன்னத்தில் ஃபிர்தவூஸி நுஜ்லா, காலிதீன ஃபீஹா லா யப்கூன அன் ஹாஹிவலா, குல்லவ் கானல் பஹரு மிதாதன் லிகலிமாதி ரப்பி,

லனஃபீதல் பஹ்ரு கப்ல அன் தன்ஃபத கலிமாது ரப்பி வலவ் ஜிக்னா பி மிஸ்லிஹி மததா. குல் இன்னமா அன பஸ்ரும் மித்லகும் யுஹா இலைய்ய அன்னமா இலாஹுகும் இலாஹுன் வாஹிதுன் ஃப மன்கான யர்ஜூலிகாஅ ரப்பிஹி ஃபல்யக்மல் அமலன் ஸாலிஹன் வலா யுஸ்ரிக் பி இபாததி ரப்பிஹி அஹதா -- (கஹஃப் சூறா 107-110) என்று ஊதி தன்னைச் சுற்றியும் ஊதி உடலில் பூசிக் கொண்ட ஹமீது பாய், ராஜாவின் தலையில் “நச்” என்று வலது உள்ளங்கையால் அடித்துப் பிடித்தபடி எதையோ ஓதத் துவங்கினார்.

அவன் லேசாய் உடல் முறுக்கி உதறும்போது, பிடியை இன்னும் அழுத்தமாக்கி “ஹா, மீம், காஃப், லாம், சாத், யாசீன்” என்று சத்தமாய் அரபியில் உச்சரித்தபடி ராஜாவின் உடலில் ஊத ஊத ராஜாவின் முகம் கொஞ்சம் கொஞ்சமாக விகாரமாய் மாறி அவன் உடல் அதிகமாக நெளியத் துவங்கியது. ஆனாலும் முரட்டுப்பிடியாய் அவன் தலையை அசையாது பிடித்து ஓதிக் கொண்டிருந்தார்.

சாவக்காடு ஹமீது பாய், ஒரு மணிநேரத்திற்கு மேல் ராஜாவின் தலை மீது கைவைத்து ஓதிக் கொண்டிருக்க திடீர் என ராஜாவின் உடலின் மீதிருந்து செத்த எலி போன்ற துர்வாடை வீசத் துவங்கியது. முகம் மலர்ந்தவராய் தாரிக்கைத் திரும்பிப் பார்த்து, வாங்கி வைத்திருந்த குடுமி உள்ள தேங்காயை எடுத்துத் தரும்படி கேட்டார்., தாரிக் எடுத்துக் கொடுத்ததும் தேங்காயைக் கொண்டு ராஜாவின் தலை உடல் கை கால் என முழுவதுமாய்த் துடைத்து எடுத்தார். அருகில் வைத்திருந்த தண்ணீரை ராஜாவின் முகத்தில் மூன்று முறை வீசி கொஞ்சம் குடிக்கச் சொன்னார். “எழுந்து சோபாவில் போய் உக்கார்” என்று சொன்னார்.

எழுந்தபோதுதான் ராஜா அறிந்தான் தன் அருகில் சுற்றிலும் சில வண்டுகள் கருகிக் கிடந்தன சில உயிரோடு அங்கும் இங்கும் திரிந்தன. அதைப் பார்த்த தாரிக் அதிர்ச்சி அடைய, ஜாடையில், ஒரு பேப்பர் எடுத்துக் கொடு, என்று கூறிய ஹமீது பாய் அவற்றைக் கையில் தொட்டுவிடாத வண்ணம் பேப்பரில் சுருட்டி எடுத்து நன்றாக நசுக்கி வெளியே சென்று வீசினார்.

அவர் அள்ளி வீசிய வண்டுகளில் ஒன்று நசுக்கப்படாமல் உயிருடன் பேப்பரை விட்டு சாகவாசமாய் வெளியேறிக் கொண்டிருந்ததை அறிந்திருக்கவில்லை.

வீட்டிற்குள் நுழைந்ததும் மீதம் இருந்த முட்டையில், தான் கொண்டு வந்திருந்த கருப்புப் பேனாவால் கட்டம் இட்டு எதையோ எழுதத் துவங்கினார். முட்டையில் எழுதி முடித்தவர் "எப்படி இருக்கு..? தல சுத்துதா..?" என்று ராஜாவிடம் கேட்டார்.

"ஒரு மாதிரி இருக்கு" என்ற ராஜாவிடம்

"வேப்பம்பூ கிடைச்சா, தண்ணியில அதைப் போட்டுக் குளி. பொதுவா நாகலிங்கப் பூவுல குளிக்கச் சொல்லுவாங்க. இங்க நாகலிங்க மரத்துக்கு எங்க போறது?" என்றவர் ராஜாவின் வயிற்றை மேலோட்டமாக அழுத்திவிட்டார். "எப்படித்தான் இவ்வளவு நாள், சமாளிச்சியோ.. இப்போதைக்கு வெண் பூசணி வாங்கி பச்சையாச் சாப்பிடு, புல்லாமணக்குக் கிழங்கு மூனு எடுத்து நெய்ல வறுத்து மூனு நாள் காலையில சாப்பிட்டா வசிய மருந்து முறிஞ்சிரும், ஊருல இருந்து வரவழைச்சுத் தாரேன்..." என்றவர் தாரிக்கைப் பார்த்தார்.

"ஓதுனதுல என் உடம்பு சூடாயிருச்சு.., குடிக்கிறதுக்கு, பால் இருந்தா சீனி சேர்க்காம கொஞ்சம் சூடாக்கித் தாயேன்." என்றதும் வேகமாக தாரிக் அடுப்படி நோக்கிச் சென்றான்.

"நீ இந்த முட்டைய தலையச் சுத்தி ஏதாவது முச்சந்தியில வீசிட்டு திரும்பிப் பாக்காம வீட்டுக்குப் போ..." என்று ராஜாவைப் பார்த்துக் கூறினார்.

"ஏழு நாளைக்கு இப்படிச் செய்யணும். மறக்காம நாளைக்கு கருக்கல் நேரத்துல வா." சரி, என்று தலையாட்டி விட்டு "டாக்டர் நான் கிளம்புறேன்" என்றபடி வீட்டை விட்டு வெளியே வந்தான் ராஜா.

முட்டையை கையில் வாங்கிக் கொண்டு வீதி வந்து முச்சந்தியில் அவன் உடைந்த முட்டையில் ராஜாவின் வேதனைகள் நெளிந்து கொண்டிருந்தன

மூன்று நாட்களாக தொடர்ச்சியாக ராஜாவுக்கு சிகிச்சை அளித்திருக்க நான்காம் நாள் அதிகாலையில் ஊரில் இருந்து ராஜாவுக்கு ஃபோன் வந்தது.

"இந்த நேரத்திற்கு ஃபோன் செய்கிறாளே..." என்று யோசித்தவனாக ஃபோனை எடுத்தான், எதிர்முனையில் மனைவி சுல்தானா "ஏங்க, நேத்து புள்ளய தூங்கும்போது ஏதோ பூச்சி கடிச்சி கடும் காய்ச்சல். காலையில உடம்பெல்லாம் வீங்கி ஆஸ்பத்திரியில கொண்டு வந்து காட்டுனதுக்கு அட்மிட் பண்ணச் சொல்லிட்டாங்க. 20,000 ரூவா

பணம் கட்டச் சொல்லி இருக்காங்க. ரெண்டு மூனு நாள் தங்கி இருக்கணுமாம் இப்போதைக்கு செலவுக்கு 40,000 ரூவாயா அனுப்புங்க...'' என்று கூறியதைக் கேட்டதும் அதிர்ந்தான்.

"பிள்ள எப்படி இருக்கா, அவ கிட்ட கொடு.''

"அவளுக்கு ட்ரிப் ஏறுது. சாயங்காலம் பேசுங்க பிள்ளகிட்ட. ஃபோன்ல காசு இல்ல வக்கிறேன்.'' ஃபோன் துண்டிக்கப்பட்டது.

குழந்தைக்கு என்னாச்சோ ஏதாச்சோ என்ற பதட்டம் கொஞ்சம் கொஞ்சமாக டாக்டர் தாரிக்கின் மீதான கோபமாக மாறிக் கொண்டிருந்தது.

"சும்மா இருந்தேன், சரி செய்யுறேன் அது இதுன்னு சொல்லி குழந்தைக்கு சுகமில்லாம ஆக்கிட்டாங்க, தெண்டச் செலவு வேற'' என்ற எரிச்சலுடன், காலையிலே கடன் வாங்கி பணம் அனுப்ப அலவி குட்டி கடையை நோக்கி நடந்தான்.

மாலையில் ஹமீது பாய் தாரிக்கின் வீட்டிற்கு வந்து கொஞ்ச நேரம் காத்திருந்து ராஜாவைக் காணவில்லை என்றதும் ஃபோன் செய்ய, எரிச்சலுடன் பேசிய ராஜா, காலையில் ஊரில் இருந்து வந்த ஃபோன் செய்தியைக் கூறி விட்டு "போதும் இனி வேணாம், நான் இப்படியே இருந்திட்டுப் போறேன்...'' என்று சட்டென போன் இணைப்பைத் துண்டித்தான்.

ஹமீது பாயிடம் ஃபோனில் பேசியதைக் கூறியதும் "அச்சச்சோ, நாமதான் அன்னைக்கு அவன் உடம்புல இருந்து வந்த எல்லா வண்டையும் நசுக்கிக் கொன்னுட்டோமே. செஞ்சவனத் திருப்பி அடிக்கும்னு பார்த்தா அது பச்சப் புள்ளயப் போய் பதம் பாத்திருக்கு. இப்போ என்ன செய்ய...'' என்றார் பாய்.

"நீங்க போங்க, நான் வேணுமின்னா சொல்லி அனுப்புறேன்...'' என்று ஹமீது பாயை அனுப்பிவிட்டு நடந்தே ராஜா தங்கி இருக்கும் வீட்டை அடைந்தான் தாரிக்.

தாரிக் இரவில் தன்னைத்தேடி நடந்தே வந்ததை ராஜா எதிர்பார்க்கவில்லை. ராஜாவைக் கண்டதும் 50,000 ருபாயை சட்டென அவனின் சட்டைப் பையில் சொருகினான் தாரிக். "சாரி, என்னால தான் உனக்கு இந்த கஷ்டம், மன்னிச்சிரு. ஏதாவது நல்லது நடக்காதான்னு எதிர்பார்த்து செஞ்சேன். கடைசியில இப்படி ஆயிருச்சு, சாரி...''

சற்று முன் ஊரில் இருந்து வந்த ஃபோனில் குழந்தையிடம் பேசியவனிடம் சுல்தானா மீண்டும் பணம் தேவைப்படும் என்று

கூறி இருந்ததால் தாரிக்கின் உதவி பெரும் உபகாரமாக இருந்தது. அதுவும் தேடி வந்து பணம் தந்து மன்னிப்பு எல்லாம் கேட்டதில் ராஜா கண் கலங்கி நின்றிருந்தான்.

“கல்யாணம் செஞ்ச காலத்துல இருந்து இந்தக் கஷ்டத்தை அனுபவிக்கிறேன். சாகிற வரைக்கும் இப்படி இருந்திட்டுப் போறேன். ஆனா என் புள்ளைக்கு ஒன்னும் ஆகாம இருந்தா சரி” அந்தக் குரலில் விம்மி அழும் குழந்தையின் கேவல் இருந்தது.

“என்ன செய்யுதாம், நான் வேணா அங்க உள்ள டாக்டர்கிட்ட பேசவா..?”

“அய்யோ வேணாம், நீங்க இங்க இருக்கிறது, என்னைப் பார்த்துப் பேசுறது, நாம பழகுறது எதுவுமே அவளுக்குத் தெரியாது. நீங்க டாக்டர் கிட்ட பேசுனா எப்படியும் அவளுக்குத் தெரிய வரும். அப்புறம் அவ அவளோட அப்பாகிட்ட சொல்லுவா. அப்புறம் அவரு என்னை நிறைய கொடைவாரு. எப்போ டெல்மா வந்தார். ஏன் இதுநாள் வரை எங்ககிட்ட சொல்லலை, உறவுக்காரர் இருந்தா நல்லது தானேன்னு இனிக்க எங்கிட்ட பேசிட்டு அதுக்கும் தனியா புதுசா ஏதாவது செய்வாரு அவரு.”

“அப்போ உனக்கு இருக்கிறதை சரி செய்ய வேணாமா...?”

“தெரியல, இத மாதிரி பல தடவை அப்பாஸ் மாமா ஆரம்பத்துல பல இடங்களுக்குக் கூட்டிட்டுப் போய்க் காட்டி ரெண்டு நாள் நல்லா இருந்த மாதிரி இருக்கும், அப்புறம் பழச விட இன்னும் ஜாஸ்தியா ஏதாவது உடம்புல செய்யும். கடல் தாண்டி இருக்கோமே வீட்டுக்கு எப்படித் தெரியப்போகுது முயற்சி செஞ்சிப் பாப்போம்ன்னு நீங்க சொன்னதை சம்மதிச்சு அவர்கிட்ட காட்ட வந்தேன். நமக்கு என்ன வந்தாலும் இப்படியே பைத்தியக்காரன் மாதிரி உளறிட்டே காலத்தக் கடத்திறலாம். ஆனா பிள்ளக்கி ஏதாவது ஒன்னுன்னா மனசு தாங்க மாட்டேங்குது. இன்னைக்கு வேலைக்குப் போகலை, ரொம்ப நேரமா யோசிச்சுப் பாத்தேன். மகளக் கடிச்சதுக்கு பதிலா சுல்தானாவ கடிச்சிருந்தாலும் அதுக்கும் நான்தான செலவு பண்ணணும். வீட்டுல மவள கவனிக்க ஆள் வேணும். அதுவும் கஷ்டம்தான். ஒருநாள் கூட என் பிள்ள பள்ளிக்கூட நோட்டு அட்ட கூட நான் போட்டதில்ல. எல்லாம் சுல்தானாதான் செய்றா. பேரன்ஸ் மீட்டிங்னா பள்ளிகூடத்துக்கு அவதான் போறா. புருசன் கூடவே இருக்கணும்னு ஆசப்படுறா. மருந்து போடுற வேலை எல்லாம் செய்யாம எங்கிட்ட நேரடியாச் சொல்லி இருந்தா அவ காலுக்குக் கீழே படுத்துக் கிடந்திருப்பேன்.

அப்பன் பேச்சக் கேட்டு மருந்து போட்டுகிட்டு திரிய வேண்டிய அவசியமில்ல, அவகிட்ட போய் கேட்டாதான் தெரியும் அவ என்னப் பத்தி என்ன நெனச்சு வச்சிருக்கான்னு, அவளும் அவளுக்கான ஞாயத்தைச் சொல்லுவாளோ என்னவோ. அவ அப்பன் உயிரோட இருக்கிறவரை தான இப்படிச் செய்வா. அதுவரை சகிச்சுக்கிட்டு இப்படியே இருந்திடுறேனே"

"இப்போ புரியுது, நீ ஏன் விருமாண்டி படத்த அடிக்கடி விரும்பிப் பாக்கிறேன்னு..."

"ஏன்?"

"ஒன்னுமில்ல, பணம் வேணுமின்னா எப்ப வேணாலும் கேளு, யோசிச்சிட்டு உக்காந்திராத, பை..." என்ற தாரிக், இயல்பை விட்டு விலகியதை பிறழ்வெனக் கூறும் உலகில், இருட்டு பழகி விட்டது, குருடனாகவே வாழ்ந்து விடுகிறேன் என்ற ராஜாவை நினைத்தபடி வீடு திரும்பினான். சுவாசிக்கும் இறந்தவனாக மாறிவிட்ட ராஜாவின் துக்கங்கள் அன்றைக்கு ஆந்தை வேடம் பூண்டிருந்தன.

★

28

குன்னி முத்து போன்ற ரத்தச் சிகப்பு நிறத்தில் சூரியன் விடிந்து கொண்டிருந்தது. அன்றைய தினமே ரத்தம் தோய்ந்த நாட்களின் ஆரம்பமாக இருக்கப்போவது அறியாது காலையில் மருத்துவமனை வந்திருந்தான் தாரிக்.

மருத்துவமனை உள்ளே இருந்து ஒரே கூப்பாடும் கூச்சலுமாய் சத்தம் கேட்க மர்வானுடன் காரில் இருந்து இறங்கிய தாரிக் மருத்துவமனை வாசலில் நின்றிருந்த செக்கியூரிட்டி ஆளிடம் "உள்ள என்ன சத்தம்" என்றான்.

"ஹாஸ்பிட்டல் லேப் டெக்னிசியன் அபு ஃபரதா மருந்து குடிச்சிட்டான். சக்சன் போட்டு எடுத்துக்கிட்டு இருக்காங்க, அவன் தான் தாங்க முடியாம கூப்பாடு போட்டு கத்திட்டு இருக்கான்"

"அவன் ஏன் மருந்து குடிச்சான்"

"அவுங்க அம்மா இறந்திருச்சாம்"

"அம்மா இறந்திருச்சா" என்று அதிர்ச்சி அடைந்தவர்களாக தாரிக்கும் மர்வானும் மருத்துவமனை உள்ளே நுழைந்தனர்.

அபு ஃபரதாவின் இரு கைகளும் பின்னால் இறுக்கி கட்டப்பட்டு வாயில் டியூப் சொருகி அவன் குடித்த விஷ மருந்தை எடுத்துக் கொண்டிருந்தனர் உடன் வேலை செய்யும் சக மருத்துவமனை நண்பர்கள். வாயில் சொருகி இருக்கும் வலி தாங்காமல் அரற்றிக் கொண்டிருந்தான் அபு ஃபரதா. எதையோ யோசித்தபடி ஓரமாக சற்றுத் தள்ளி அரபி அட்மின் பெண் நின்றிருந்தாள்.

உடன் வேலை செய்யும் ஆட்கள் பலரும் அந்த வார்டில் கூடி நின்றிருந்தனர். மர்வான் உடன் இருந்ததால் தைரியமாக அரபி அட்மின் பெண் அருகில் தாரிக்கும் மர்வானுடன் சேர்ந்து சென்றான். மர்வான் அரபியில் எதையோ கேட்க அவளும் அரபியில் மிக நீண்ட பதில் அளித்தாள்.

“சரி வா நம்ம ரூமுக்கு போவோம்” என்று மர்வான் நடக்கத் துவங்கியதும் தெரிந்து கொள்ளும் ஆவலுடன் “என்னவாம்...?” என்று கேட்டான் தாரிக்.

“அபு ஃபரதா ஊர்ல பாம் பிளாஸ்ட் ஆகி நாற்பது பேருக்கு மேல செத்திட்டாங்களாம். அதுல அபு ஃபரதா அம்மாவும் ஒன்னு. கூட இருந்த 13 வயசு தம்பியைக் காணோமாம். நைட் டியூட்டி பார்க்க ஹாஸ்பிட்டல் வந்த அபு ஃபரதா காலையில் கிளம்பும் போது சிரியால இருந்து போன் வந்திருக்கு. கன்ஃபார்ம் செய்ய டிவியில நியூஸ் பாத்திருக்கான். சிரியா அஃப்ரின் ஊருல பாம் பிளாஸ்ட் ஆகி இதுவரை நாப்பது சடலம் கண்டெடுக்கப்பட்டதுன்னு அவுங்க வீடு இருக்கிற தெருவை டிவியில காட்டியதும் உள்ள வந்து மெடிக்கேசன் ரூம்ல இருந்த மாத்திரையை அள்ளித் தின்னு பெரிய ரகளையாகி சக்சன் போட்டு காப்பாத்தினதா அட்மின் மேடம் சொன்னாங்க” என்றான் மர்வான்.

“அம்மா செத்திட்டாங்கன்னு மருந்து குடிச்சா யாருக்கு என்ன பிரயோசனம். ஏன் இவன் சிரியாவுக்கு கிளம்பல, போய் பாக்க வேண்டாமா” என்று தாரிக் கேட்க

“அவுங்க ஊரு அஃப்ரின், சிரியாவோட கட்டுப்பாட்டுல இல்ல. அது அஹ்ரர் அல் ஷாம்-ங்கிற குருப்போட கட்டுப்பாட்டுல இருக்கு. போன தடவை ஊருக்கு போனப்பவே பிடிச்சி வச்சிகிட்டு பெரிய அமவுண்ட் கொடுத்த அப்புறம்தான் அந்த குரூப் அவனை விட்டாங்க. சொந்த வீட்ட காலி பண்ணிட்டு வேற எங்கேயாவது குடும்பத்தோட செட்டில் ஆயிடணும்ன்னு சொல்லிட்டு இருந்தான். அதுக்குள்ள இப்படி ஆயிருச்சு. அவன் தம்பி என்ன ஆனான்னு தெரியலை.”

“அவனுக்கு தெரிஞ்சவங்க சொந்தக்காரங்கன்னு யாராவது இருப்பாங்கள்ள அவுங்ககிட்ட போன் செஞ்சு என்ன ஏதுன்னு கேக்கலாமே”

“அதான், மேடம் உன்கிட்ட கேக்க சொன்னாங்க”

“என்கிட்டயா”

“ஆமா, நீ MSF ஆட்களுக்கு போன் செஞ்சா ஏதாவது தகவல் தெரிய வாய்ப்பு இருக்கு, கேளுன்னு சொல்ல சொன்னாங்க. இவன் சொந்தக்காரங்களை இப்போ எங்க போய் தேட”

“எனக்கு சிரியால இருக்கிற MSF ஆட்கள் யாரையும் தெரியாதே. ஒருவேளை சத்யாகிட்ட கேட்டா அவ சொல்லுவா. இருங்க போன்

செஞ்சி கேப்போம். டைம் என்ன...? இங்க 7.30 மார்னிங் அப்போ கனடால நைட் 11.30 மணி, தூங்கிட்டு இருப்பான்னு நினைக்கிறேன் பார்ப்போம்" என்றவன் தொலைபேசியில் இரவு என்றும் பாராமல் சத்யாவிற்கு போன் செய்தான்.

மறுமுனையில் சத்யா தூக்க கலக்கத்தில் "ஹலோ என்னடா இந்த நேரத்துல" என்றாள்.

"ஒரு ஹெல்ப் வேணும். பேசலாமா"

"சொல்லு" என்றாள் அரை தூக்கத்தில்

மருத்துவமனையில் சேர்க்கப்பட்டிருக்கும் அபு ஃபரதா பற்றிக் கூறினான்.

"எந்த ஊருன்னு சொன்ன"

"அஃப்ரின் (Afrin)"

"கால்மணிநேரம் கழிச்சி நானே கூப்பிடுறேன். வெயிட் பண்ணு"

சிரியாவில் உள்ள MSF க்கு போன் செய்து டமாஸ்கஸ்ஸில் இருக்கும் டாக்டர் ஆலாவை தொடர்பு கொண்டாள். அஃப்ரின் பகுதியில் நடந்த வெடிகுண்டு விபத்தை உறுதி செய்து அங்கு MSF கிளினிக் இல்லை என்பதை அறிந்ததும் அலிப்போ ஊரில் உள்ள MSF ஆட்களை அனுப்பி தேடச் சொல்கிறேன் பையனின் புகைப்படம் மற்றும் அவனைப் பற்றிய தகவல்களைத் தரச் சொல்லுங்கள் என்று டாக்டர் ஆலா கூற கால் மணிநேரம் கழித்து தாரிக்கிற்கு போன் செய்து தகவலைக் பரிமாறினாள் சத்யா.

அட்மின் மேடத்திடம் தாரிக் கூறிய தகவலை மர்வான் ஒப்பிக்க அபு ஃபரதா மொபைலில் இருந்து சில படங்கள் மற்றும் தோராயமான தகவல்கள் சேகரித்து தாரிக் மொபைல் மூலம் சத்யாவுக்கு அனுப்பப்பட்டன.

"டக்ன்னு அதுக்குள்ள சிரியால யாரோ ஒருத்தரை தொடர்பு கொண்டு உதவி கேக்குற அளவுக்கு மேடம் பெரிய கை ஆயிட்டீங்க போல இருக்கு. உலகமே உங்க கையில இருக்குன்னு சொல்லுங்க" என்றான் சத்யாவிடம்.

"இல்லடா, தொடர்ச்சியா சண்டை நடக்குது. போன வாரம் மட்டும் நானூறு பேர் இறந்து போனதா தகவல் வந்திருக்கு. அதனால கனடால இருந்து அடுத்த வாரம் ஒரு டீம் சிரியா போகுது. நானும் போறேன். அதனால வேகமா கான்டக்ட் பண்ண முடிஞ்சது.

இல்லைன்னா பொதுவா ஏதாவது தகவல் வேணும்ன்னா பாதி நாளாவது எடுக்கும். எல்லாரும் ஃபீல்ட்ல இருப்பாங்க. உடனே கிடைக்க மாட்டாங்க. அந்த இடத்துல நெட், போன் லைன் எல்லாம் இருந்தா ஈஸியா கிடைக்கும் இல்லைன்னா கஷ்டம்தான"

"நீ சிரியா போறியா"

"ஆமா, ஏன் கேக்கிற"

"சும்மா தான் கேட்டேன்"

"எப்போ பார்த்தாலும் அமெரிக்கா தான் கொல்லுது அமெரிக்கா தான் கொல்லுதுன்னு சொல்லுறாங்கள்ள. அதனால அமெரிக்கா டீம் ஒன்னு அங்க போய் ஹெல்ப் பண்ணுவோம்ன்னு சொன்னாங்க. சரின்னு கனடால இருந்து நாலுபேர் அந்த டீமோட சேர்ந்து போலாம்ன்னு முடிவு செஞ்சிருக்கோம்"

"அப்போ யார் கூடத்தான் சண்டை சத்யா"

"எனக்கு இப்போ தூக்கம் வருது காலையில சொல்லட்டா"

"சாரி, சாரி, குட்நைட். அந்த பையனைப் பத்தி டீட்டெயில் கிடச்சா சொல்லு"

"ஓகே குட்நைட்" என்றவள் சரியாய் அன்றைய அமீரக நேரம் மதியம் இரண்டு மணிக்கு போன் செய்தாள்.

அந்த சிறுவன் அஃப்ரின் எனும் சம்பவம் நடந்த ஊரில் இருந்து 80 கிலோ மீட்டர் தொலைவில் உள்ள இத்லிப் எனும் ஊரில் உள்ள மருத்துவமனையில் இடது கால் முட்டுக்கு கீழ் முழுவதுமாக துண்டிக்கப்பட்ட நிலையில் அங்குள்ள MSF டாக்டர் மூலம் சேர்க்கப்பட்டு சிகிச்சை அளித்து வருவதாக கூறினாள் சத்யா.

தகவல் மருத்துவமனை முழுக்கப் பரவியது. அபு ஃபரதா தம்பி பற்றிய தகவலை அட்மின் மேடத்திடம் கூறிய தாரிக் தனது கல்லூரி காலத்தோழி சத்யா பற்றி கூறியவன் அடுத்த வாரம் அவள் சிரியா செல்கிறாள் என்று கூறியதும் "நீயும் போகணும்ன்னு நினச்சா இன்னைக்கே போகலாம். லீவு பற்றி எல்லாம் கவலைப்படாதே" என்றாள் அவள்.

டக்கென்று அவள் அப்படி கூறியதும் சத்யாவையும் பார்த்து வெகு நாளாகி விட்டதே இதை ஒரு வாய்ப்பாக கருதி செல்வோமா என்று யோசிக்கத் துவங்கினான் தாரிக்.

அதற்குள் மருத்துவமனை முழுக்க டாக்டர் தாரிக் சிரியா

செல்கிறார் அபு ஃபரதாவின் தம்பியைக் காண என்று காற்றில் பரவத் துவங்கியது.

அன்று இரவு சத்யாவிற்கு போன் செய்தான் தாரிக். “நானும் வரலாம்ன்னு இருக்கேன் சிரியாவுக்கு”

“குட் குட் வா, பார்த்து ரொம்ப நாள் ஆச்சு”

“நானும் அதை நினச்சுத் தான் சரி போகலாம்ன்னு முடிவு செஞ்சேன். நீ எப்போ போற”

“இன்னும் சரியா அஞ்சாவது நாள் நைட் அமெரிக்காவுல இருந்து பிளைட் சிரியா டமாஸ்கஸ்ஸுக்கு”

“நான் நாளைக்கு கிளம்பலாம்ன்னு இருக்கேன். யாரை பார்க்கணும் எங்க போகணும் எல்லா டீட்டெயிலும் மெயில்ல அனுப்பு.”

“அலிப்போ போகணும். நான் டாக்டர் ஆலான்னு ஒருத்தர் போன் நம்பர் எல்லாம் அனுப்புறேன். அவருக்கு மெயில் செஞ்சிரு. அவரு டமாஸ்கஸ்ல இருந்து உன்னை அலிப்போ கூட்டிட்டு போவார். அங்கிருந்து இத்லிப் போகணும். டமாஸ்கஸ் சிரியாவோட கன்ட்ரோல்ல இருக்கு ஆனா அலிப்போ, இத்லிப் எல்லாம் அல் நுஸ்ராவோட கட்டுப்பாட்டுல இருக்கு. அதுனால பார்த்து ஜாக்கிரதையா போ. MSF கிளினிக் மாதிரி இருக்காது இது யுத்தம் நடந்துகிட்டு இருக்கிற இடம். பார்த்துக்கோ”

“நீ சொல்லுறத பார்த்தா பயமா இருக்கே. சரி உண்மையிலே சண்டை யாருக்கும் யாருக்கும்? இதுல அமெரிக்காவுக்கு தொடர்பு இல்லையா”

“அமெரிக்காதான் ஆனா அமெரிக்கா கிடையாது”

“தெளிவா கொழப்புற”

“ஆறு முனைத் தாக்குதல் அந்த நாட்டுல நடந்துகிட்டு இருக்கு. ஒன்னு சிரியன் ஆர்ம்ட் போர்ஸ் அதாவது சிரியன் அதிபர் ஹபீஸ் அல் ஆசாத் உடைய தலைமையிலான அந்த அரசாங்கத்தோட படை. அதுக்கு ரஷ்யா ஈரான் சப்போர்ட்.

ரெண்டாவது 2011 ல சிரிய அரசாங்க படையில் இருந்து சிலர் வெளியே வந்து இந்த பிரச்சனையை மக்கள் கிளர்ச்சிங்கிற பேருல மொத மொத ஆரம்பிச்ச ஃபிரி சிரியன் ஆர்மி(FSA) இவுங்களுக்கு சவூதி, துருக்கி, ஜோர்டான் எல்லாம் சப்போர்ட்.

இவுங்க ரெண்டு பேரும்தான் மொதல்ல சண்டை போட்டாங்க.

எல்லா உள் நாட்டு போருக்கும் யாரு ஆயுதம் சப்ளை செய்வாங்க. ஆபியஸ்லி அமெரிக்காதான். சவூதி மூலமா ஆயுத உதவி செஞ்சது அமெரிக்கா. சண்டை ஆரம்பிச்சதும் அதிபர் ஹபீஸ் அல் ஆசாத் மூர்க்கமா Rebel Forces ங்கிற அந்த FSA அமைப்பை கட்டுக்குள் கொண்டு வர எல்லா முயற்சியும் எடுத்தார்.

ஏற்கனவே ஈராக்ல சதாமை கொன்னு லிபியால கதாபியை கொன்னதுக்கு அப்புறம் சிரியான்னு அமெரிக்காவுக்கு டார்க்கெட் இருந்துச்சு.

அதனால குர்திஷ் இன மக்களை கொண்ட சிரியா ஜன நாயகப்படை(SDF) ன்னு ஒன்னு ஆரம்பிச்சு வச்சு ஈராக் பார்டர்ல இருந்து சிரியாவை தாக்க ஆரம்பிச்சாங்க. அதுக்கு நேரடியாவே அமெரிக்கா தனது ஆதரவை தெரிவிச்சது. கேட்டா அதிபர் ஹபீஸ் ரசாயன ஆயுதம் உபயோகிச்சு மக்களை கொல்லுறார்ன்னு சப்ப கட்டு கட்டுனாங்க.

அடுத்ததா ISIS அமைப்பு உள்ள வந்திச்சு. அதை அமெரிக்கா தான் கொண்டு வந்ததுன்னு உனக்கும் தெரியும் ஊருக்கும் தெரியும். அது வந்து வதவதன்னு ஏகப்பட்ட குட்டி போட்டுச்சு. ஹயத் தஹ்ரிர் அல்-ஷாம்(அல்-நுஸ்ரா), தர்க்கிஸ்தான் இஸ்லாமிக் ராணுவம், அஹ்ரார் அல் ஷாம், அல் அப்பாஸ் பிரிகேட், நூர் அல் தின் அல் ஜன்கி, சுதந்திரப் பழங்குடியினர் ராணுவம்(Army of Free Tribes), சுதந்திர இஸ்லாமிய ராணுவம்(Islamic Freedom Brigade), ஹிஸ்புல்லா அமைப்பு, ஃபத்தே ஹலேப் (Fatah halab) ன்னு திசைக்கு ஒரு கோஷ்டியை உண்டாக்கி விதவிதமா அடிச்சிக்கிறாங்க. ஆனா சாவுறது பொது மக்கள். கேட்டா முஸ்லீம் ஷியா பிரிவுக்கும் சன்னி பிரிவுக்கும் இடையில சண்டைன்னு பொதுவுல சொல்லுவாங்க. ஆனா எல்லாமே பெட்ரோலுக்காகத் தான். எது உண்மை..? யார் பக்கம் நிற்பது என்ற குழப்பம்தான் உலகின் முன் பலவிதமான பேரவலத்தை மறைத்துக் கொண்டு நிக்கிது. எந்த அமைப்பு உண்மை, அரசா அல்லது அவர்களா, எந்த மனிதர் மக்களுக்காக இயங்குகிறார் என்ற தெளிவில்லாத குழப்பத்தை உண்டாக்குவது கூட யுத்த யுக்தி தான்."

"அப்போ சரி தான அமெரிக்கா தான காரணம் இல்லையா" என்றான் தாரிக்

"அமெரிக்கா எங்க சண்டைக்கு போகுது. அமெரிக்கா இஸ்லாமிய அமைப்புகளை உண்டாக்கி அவங்களை அவங்களே அடிச்சிக்க வச்சி வேடிக்கை பாக்குது. இஸ்லாத்திற்கு எதிரானவர்களை

அழிப்பதா சொல்லி இஸ்லாமியர்களைக் கொண்டே இஸ்லாமியர்களை அழிக்கிறது"

"ஆமா அதை அமெரிக்கா தானே செய்கிறது"

"புத்தி இல்லையா உங்களுக்கு. யாராவது ஜிஹாத், அது இதுன்னு வந்தான்னா ரப் ரப் ன்னு நாலு சாத்து சாத்தி போய் படின்னு அனுப்பி வைக்க வேணாமா. எல்லாம் சின்ன வயசு பசங்க. மூளை சலவை செஞ்சு புதுசு புதுசா வர்றான். எவ்வளவு புத்திசாலித்தனமா உங்களை உங்க கையாலே கொல்லுறான் பாரு. புரிய வை"

"எங்க புரியிறாங்க, மார்க்கத்துல அது கூடாது இது கூடாதுன்னு கிளம்ப சொல்லு, நல்லா கிளம்புவான்"

"ISIS ல இருந்து அல் நுஸ்ரா அப்புறம் அலிப்போவ பிடிச்சி வச்சிருக்கிற ஃபத்தா ஹலப் (Fatah Halab) எல்லாமே சலஃபிங்கிற வஹாபியிச அமைப்புதான். எனக்கு வர வர சலஃபிங்கிற வார்த்தையை கேட்டாலே உடம்பெல்லாம் எரியுது. ஊருல எவனாவது வஹாபின்னு சொன்னான்னா போலிஸ்ல புடிச்சி கொடுத்திரு"

"எங்க, போலிஸூம் கவர்மென்டும்தான் அவுங்கள வளர்க்குது"

"அதுவும் சரிதான் எங்கேயாவது வெடி குண்டு வைக்கணும்ன்னா அவன தான் யூஸ் பண்ண முடியும். அப்புறம் மொத்தமா முஸ்லீம் தீவிரவாதின்னு சொல்லி முடிச்சிரலாம்ல"

"இதெல்லாம் தெரிஞ்சா எரிச்சலாதான் வருது. சரி யாரை பாக்கணும் என்ன ஏதுன்னு மெயில் அனுப்பு, சிரியால சந்திப்போம். பை" எனக் கூறி போனை துண்டித்து விட்டு வருத்தம் நிரம்ப உறங்கச் சென்றான் தாரிக்.

மறுநாள் காலை மருத்துவமனை வந்தவன் சிரியா செல்ல விடுமுறை விண்ணப்பித்து விட்டு வார்டு சென்று அபு ஃபரதாவை சந்தித்தான்.

"உன் தம்பி முழு பேரு அபுல் ஹசனா" என்று தாரிக் கேட்க

"ஆமா" என்று தலையாட்டினான் கண்களில் ஓரம் நீர் வடிய.

"நீ ஹசன்னு மொபைல்ல எழுதி வச்சிருக்க. அஃப்ரின்ல அந்த தெரு மட்டும் நாலு ஹசனை காணலை. போட்டோ வச்சிதான் உன் தம்பியை கண்டுபிடிச்சிருக்காங்க. அவனை MSF சார்பா தத்து எடுத்து கனடா விசால கொண்டு போய் கால் டிரீட்மென்ட் செய்ய

ஏற்பாடு செஞ்சாச்சு. செயற்கை கால் பொருத்த இனிதான் ஏதாவது செய்யணும். நானும் நாளைக்கு சிரியா போறேன். தம்பிக்கு இப்போ பரவாயில்லன்னு சொல்லச் சொன்னாங்க. இத்லிப்ல ஒரு ஹாஸ்பிட்டல்ல இப்போ வச்சிருக்காங்க. ரொம்ப போட்டு கொழப்பிக்காத. துவா செய்" என்றதும் கஷ்டத்துடன் எழ முயற்சித்து கை நீட்டி தாரிக்கின் கையை பற்றி அழுதபடி முத்தமிட்டான். அந்த வார்டே சற்று நேரம் மையான அமைதியாய் அழுதது.

அங்கிருந்து கிளம்பி தன் அறைக்கு வந்து அய்டாவிடம் சிரியா செல்வது பற்றி கூறியதும் முகம் வாடியவள் சத்யா அங்கு வருவதைக் கூறியதும் "அப்படியா கேட்டதா சொல்லுங்க. முடிஞ்சா இங்க வந்திட்டுப் போகச் சொல்லுங்க" என்றாள். தாரிக் திரும்பி நின்று எதையோ எடுக்க முனையும் போது பின்புறத்தில் இருந்து கட்டி அணைத்து தாரிக்கை முத்தமிட்டாள்.

அன்று மாலை மர்வான் அபுதாபி ஏர்போர்ட் வரை வந்து தாரிக்கை வழி அனுப்பி வைத்தான்.

கிடைத்த டிக்கெட்டை புக் செய்து அன்று இரவு அபுதாபியில் இருந்து சிரியா நோக்கி பயணமானான் தாரிக்.

மறுநாள் காலை டமாஸ்கஸ்ஸில் இருந்து சிரியாவின் பண்டைய ஊரான தொன்மை வாய்ந்த அலிப்போ நோக்கி, தன்னை அழைக்க வந்திருந்த MSF க்காக உழைக்கும் சிரியா நாட்டு "டாக்டர் ஆலா" வுடன் பயணப்பட்டுக் கொண்டிருந்தான் தாரிக். டமாஸ்கஸில் இருந்து Hama ஊர் வழியாக இத்லிப்(Idlib) ஊர் அடைய 5.30 மணி நேரம் ஆகும் என்றார் அவர்.

Fatah Halab (Conquest of Aleppo) எனும் ஜிஹாதி உள்ளூர் கிளர்ச்சியாளர்களுக்கும் Syrian Armed Forces எனும் சிரியன் அரசுப் படைக்கும் இடையே நடக்கும் சண்டையில் அலிப்போ மற்றும் இத்லிப் நகரங்கள் கொஞ்சம் கொஞ்சமாக சீரழிந்து வருவதையும், பல்வேறு விதமான குழுக்களும் அமெரிக்காவும் சிரியா அரசுக்கு எதிராகச் செயல்படுவதையும் கூறியபடி வந்தார் டாக்டர் ஆலா.

7 ஆம் நூற்றாண்டில் உண்டான சண்டை, இப்போது வேறுவிதமாக ஊதி அங்குள்ள கிளர்ச்சியாளர்களை அரசுக்கு எதிராகத் தூண்டிவிட்டு வேடிக்கை பார்க்கும் வல்லரசுகளின் பின்னணியைக் கூறினார்.

கிளர்ச்சியாளர்கள் கையில் வைத்திருக்கும் அதி நவீன ஆயுதங்கள் தயாரித்த நாடு அமெரிக்கா. சிரியாவின் ஏதேனும் ஒரு பகுதியில் சண்டை முடிந்ததும் அங்கு கிடக்கும் மீதமுள்ள உடைந்துபோன

ஆயுதங்களை சேகரித்து அவற்றைப் பரிசோதித்துப் பார்த்தால் அவை அமெரிக்காவில் தயாரிக்கப் பட்டவை என பட்டவர்த்தனமாகக் கூறுகின்றன. அமெரிக்க அரசாங்கம் அதை நாங்கள் வழங்கவில்லை என மறுக்கிறது. தீபாவளித் துப்பாக்கியா அது, எங்கு விற்றோம் என்று அறியாமல் இருக்க. கனரக நவீன ஆயுதங்கள் எப்படி இவர்கள் கைக்குக் கிடைக்கிறது, அதற்கான பயிற்சியை கிளர்ச்சியாளர்கள் எங்கு எடுத்தார்கள் என்பது பற்றியெல்லாம் முறையான தகவலை பொதுவில் வைத்தும் அமெரிக்க அரசாங்கம் அதை ஏற்க மறுத்துவிட்டது.

கிறிஸ்து பிறப்பதற்கு 5000 ஆண்டுகள் முந்தைய வரலாற்றைக் கொண்ட, வியாபார கேந்திரமாக விளங்கிய, உலகின் புகழ் பெற்ற பட்டு வழி சாலை (Silk road trade) வியாபாரத்தின் ஆரம்ப கேந்திர ஊரும் அல்லீபோதான் ஆனால் இன்றைய நிலை, என்று வருத்தத்துடன் கூறியபடி வந்தார் டாக்டர் ஆலா.

இருவருக்கும் இடையிலான பேச்சு அப்படியே இஸ்லாமிய வரலாற்றை நோக்கி நகர்ந்தது. டாக்டர் ஆலா தனது சொந்த நாடான சிரியா அலீப்போவின் பழைய வரலாற்றின் நினைவில் நனையத் துவங்கினார்.

"இஸ்லாமிய வரலாற்றின் முதலாம், இரண்டாம் "சிவில் வார்" நடந்தவற்றின் தடங்கள் எல்லாம் இதே அலீப்போ ஊரில்தான் உள்ளன.

முஹம்மது நபி (ஸல்லல்லாஹு அலைஹி வஸல்லம்) அவர்களின் மறைவுக்குப்பின் "குலபாய ராஷீதீன்கள் (Rashidun dynasty)) களின் 29 வருட ஆட்சிக் காலம் அரேபிய மதினா நகரையும், ஈராக்கின் குஃபா நகரையும் தலைநகராகக் கொண்டு இயங்கியது.

அதன்பின் முஹம்மது நபியின் தோழராக (ஸஹாபி) இருந்த முவாவியா இப்னு அபு சுஃபியான், குலஃபாய ராஷீதீன்களை அழித்து விட்டு உமையாக்கள் (Umayyad dynasty) எனும் புதிய ஆட்சியை, சிரியாவின் டமாஸ்கஸைத் தலைநகராகக் கொண்டு அமைத்தார். இஸ்லாமியர்களை அழித்து அவர்களின் ரத்தத்தின் மீது நிறுவப்பட்ட முதல் இஸ்லாமிய ஆட்சி.

89 வருடங்கள் உமையாக்களின் ஆட்சி நடைப்பெற்றது. இஸ்லாத்தின் சகல கஷ்டத்தின் ஆரம்பப் புள்ளியை, குறிப்பாக சிவில் வார் எனும் வார்த்தையை இஸ்லாமிய வரலாற்றில் துவக்கி வைத்தது உமையாக்கள் தான்.

ஆரம்ப காலத்தில் இஸ்லாம் வளர பெரும் உறுதுணையாக இருந்த ஹம்ஸா ரலியல்லாஹு அன்ஹு அவர்களை உஹது போரில் (Battle of uhud) கொன்று அவரின் குடலை மாலையாக அணிந்த ஹிந்த் (Hind bint utbah) மற்றும் அபு சுஃபியான் அவர்களின் மகன் தான் உமையாக்கள் ஆட்சியை ஆரம்பம் செய்த முவாவியா அவர்கள்.

இஸ்லாமிய ஆட்சி என்ற பெயரிலே இஸ்லாமியர்களே இப்படி வளர்ந்து முஹம்மது நபியின் பேரர் ஹுசைன் ரலியல்லாஹு அன்ஹு அவர்களின் தலையை வெட்டி ஈராக் குஃபாவில் இருந்து சிரியா டமாஸ்கஸ் வரை கொண்டு செல்லும் அளவிற்கு குரோதம் வளர்ப்பார்கள் என அன்றைய இஸ்லாமியர்கள் யாரும் எதிர்பார்க்கவில்லை.

அந்த தலையையும் மற்ற குலஃபாய ராஷீதீன்கள் ஆட்சியாளர்களையும் கைதிகளாக ஈராக்கில் இருந்து சிரியா கொண்டு செல்லும் வழியில், அவர்கள் கொண்டு சென்ற இமாம் ஹுசைன் ரலியல்லாஹு அன்ஹு அவர்களின் வெட்டப்பட்ட தலையில் இருந்து விழுந்த "ரத்தம் பட்ட கல்" இன்னமும் அலீப்போவில் அல் நுகதா மஸ்ஜித் (Masjid al-Nuqtah) என்ற பெயரில் உள்ளது.

நுகத் என்றால் அரபியில் புள்ளி என்று அர்த்தம். இஸ்லாமிய வரலாற்றின் முதல் கருப்புப் புள்ளியை தன்னகத்தே கொண்டது இந்த அலீப்போ நகரம்.

உமையாக்களை அழித்து விட்டு அதன்பின் அப்பாஸியாக்கள் (Abbasid dynasty) 5 நூற்றாண்டுகள் (7 ஆம் நூற்றாண்டு முதல் பனிரெண்டாம் நூற்றாண்டின் பாதி வரை) மீண்டும் ஈராக் குஃபாவை தலைநகராகக் கொண்டு ஆட்சி செய்தார்கள்.

அதுதான் இஸ்லாமிய கோல்டன் எரா. பைத்துல் ஹிக்மா (House of Wisdom) வளர்ந்தது எல்லாம் அப்பாஸியாக்களின் ஆட்சிக் காலத்தில் தான்.

7 ஆம் நூற்றாண்டில் அப்பாஸியாக்கள் அழித்த உமையாக்களின், மீதம் இருக்கும் தலைமுறை கடந்த வாரிசுகள் அன்சாரிகள் என்ற போர்வையில் பழைய வன்மத்தை மனதில் கொண்டு சிறு சிறு குழுக்களாகப் பிரிந்து 21 ஆம் நூற்றாண்டிலும் சிரியா அரசை எதிர்த்து சண்டையிட்ட வண்ணம் உள்ளார்கள். அந்தக் குழுக்களுக்கு சகல உதவியும் செய்து அதை ஊதி வளர்ப்பதில் வல்லரசுகள்

பெரும் ஆனந்தம் அடைகின்றன... எனக் கூறினார் டாக்டர் ஆலா.

யார் செத்தால் நமக்கென்ன, ஆயுதம் விற்று மக்கள் மடிந்து அதன் மூலம் எண்ணெய் வளம் நம் கைக்கு கிடைத்தால் போதும் என்ற வல்லரசின் போக்கினை ஆதரித்து சொந்த மக்களைக் கொல்லும் பெருச்சாளிகளைக் குழுக்களாகக் கொண்ட அலீப்போ ஊர் தாண்டி 65 கிலோ மீட்டர் தொலைவில் உள்ள இத்லிப் அடைந்தனர் இருவரும்.

அங்குள்ள MSF மருத்துவமனையில் அபுல் ஹசனை இருவரும் சந்தித்தனர். ஆனால் அவனிடம் அவனது அண்ணன் அபு ஃபரதா பற்றிய தகவல் எல்லாம் பகிரவில்லை. அவன் தாய் இறந்த தகவலும் மறைக்கப்பட்டது. அவனை பார்க்க வேண்டி அபுதாபியில் இருந்து வந்த தகவலையும் கூறாமல் பொதுவாக ஒரு மருத்துவரைப் போல ஆனால் முழு கவனிப்புடன் அவனைப் பார்க்கத் துவங்கினான் தாரிக்.

குண்டு வெடித்து கட்டடம் சரிந்து விழுந்ததில் முழுவதுமாக உடைந்து அவனது இடது கால் முட்டுக்கு கீழ் ஒன்றுமில்லாமல் இருந்தது. தற்சமயம் தற்காலிகமாக ரத்தம் வராமல் இருக்க, வலி குறைய, காயம் ஆற மருந்து போட்டிருந்தார்கள்.

அலிப்போவில் உள்ள மருத்துவமனையில் எலும்பு முறிவு சிகிச்சை மருத்துவர் இருக்கிறார் நாளை ஹசனை அங்கு மாற்றி விடலாம் இன்று இரவு மட்டும் நாமும் இங்கு தங்கி விட்டு நாளை காலையில் அலிப்போ செல்லலாம் என்று முடிவு செய்து அன்று இரவு அங்கு தங்கி இருந்தனர் தாரிக்கும் டாக்டர் ஆலாவும்.

மறுநாள் காலையில் அங்கிருந்து ஹசனை அழைத்துக் கொண்டு மூவருமாக ஒரு ஆம்புலன்ஸ் வண்டியில் அலிப்போ அடைந்தனர்.

Dr. Hamza al-Khatib ஜெனரல் சர்ஜன் தலைமையில் நூற்றுக்கும் மேற்பட்டோர் அலீப்போவில் மூன்று மருத்துவமனைகளில் MSF பெயரில் வேலை செய்து வந்தனர்.

Hospital Al Zarzour எனும் மருத்துவமனையில் ஹசன் சேர்க்கப்பட்டான். அன்று இரவு ஹசனுக்கு இடது காலில் முட்டு பகுதியில் முழுமையாக அறுவை சிகிச்சை செய்யப்பட்டது.

ஒருநாள் முழுக்க மயக்க நிலையில் இருந்தான் ஹசன். இதற்கிடையில் ஆலாவும் தாரிக்கும் அலிப்போவை அடுத்துள்ள சில சில இடங்களுக்குச் சென்று மருத்துவ உதவி செய்து வந்தனர்.

மருத்துவமனைகள் மீது குண்டு போடக்கூடாது என்ற கொள்கையை எல்லாம் கிளர்ச்சியாளர்கள் கடைபிடிப்பதாகத் தெரியவில்லை. மீண்டும் கொத்து குண்டுகள் போட்டதாக வந்த தகவல் பலரை மேலும் நிலை குலையச் செய்தது. எந்த ஒரு உயிர் இழப்பிற்கும் நியாயம் கற்பிக்கும் வாதம் தரும் மழுங்கிய துரு பிடித்த மூளை இருக்கும் அத்தனை தீவிரவாதி இயக்கங்களும் ரத்தம் தோய்ந்த வாய்ப்பாடுகளை மனப்பாடம் செய்திருந்தன

குப்பைத் தொட்டியில் கைவிட்டு சாப்பிட எதுவும் கிடைத்து விடாதா எனத் தேடும் பிச்சைக்காரன் போல குண்டுகள் விழாத தினத்தை தேடி அலைந்து கொண்டிருந்தது அலிப்போ நகரத்துக் காற்று

சாவு இல்லாத வீட்டை இனி அலிப்போ நகரில் கண்டுபிடிப்பது உலக வரைபடத்தில் வானத்தைத் தேடுவதற்குச் சமம் போல இருந்தது.

ரத்தம் கசியும் வெக்கைக் காற்று புழுக்கத்துடன் வீசிக் கொண்டிருக்க துண்டிக்கப்பட்ட தண்டவாளம் போல குற்றுயிராய் கிடந்தது அலிப்போ நகரத்து ஒவ்வொரு வீதியும். ஒவ்வொரு அலிப்போ ஊர்காரனின் கைகளிலும் பிசுபிசுவென நிறமில்லாத ரத்தத் திரவம்.

ஆகாயத்தில் இருந்து குதிக்கும் மரணங்களை உலகமே வேடிக்கைப் பார்த்துக் கொண்டிருக்க, அச்சச்சோ என்ற உச்சரிப்புடன் முடிந்து போனது சக மனிதர்கள் மீதான உலகின் இரக்கம். மக்களை மனித கேடயமாக கிளர்ச்சியாளர்கள் பயன்படுத்துகிறார்கள் என்ற சொல் முழுக்க அலிப்போ நகரவாசியின் ரத்ததின் கறை படிந்திருந்ததை ஒவ்வொரு இடமாக இருவரும் செல்லும் போது அறிய முடிந்தது.

பிணங்கள், குண்டு விழுந்து உடைந்த கட்டடங்கள் என மானிட துயரம் அலிப்போ நகரின் இரவு பகல் என எல்லா பொழுதுகளுமே உணர்ச்சியற்று தூசிபடிந்து மங்கலாக இருந்தன. பெரும் ஆயுதங்களுடன் வீதியை மறித்து நிற்கும் கிளர்ச்சியாளர் குழுக்களின் வாகனங்களில் அங்குள்ள அதிகாரிகள் சந்தோசமாக அரட்டை அடித்தபடி நிற்பதைக் கண்டு தாரிக்கிற்கு அதிர்ச்சியாக இருந்தது

அது கிளர்ச்சியாளர்கள் கட்டுப்பாட்டில் உள்ள ஊர் என்பதால் செல்லும் எல்லா இடங்களிலும் பயந்தபடியே ஒருவித உயிர் பயத்துடனே மருத்துவம் செய்தான் தாரிக்.

முடிந்த அளவிற்கு அவர்களால் ஆன மருத்துவ உதவிகள் செய்து

விட்டு பயத்துடனே அன்றைய இரவு ஹசனை அனுமதித்திருந்த Hospital Al Zarzour வந்தடைந்தனர் டாக்டர் ஆலாவும் தாரிக்கும்.

திடீரென நள்ளிரவில் வெடிகுண்டு சத்தம் கேட்டதும், எவாக்குவேசன் சேர் மூலம் கொண்டு செல்ல இயலாதவர்களைத் தவிர மற்ற அனைவரும் மருத்துவமனையின் பதுங்கு குழிக்குள் கொண்டு செல்லப்பட்டனர்.

கார் பார்க்கிங் செய்ய பயன்படும் கீழ் தளத்தை பதுங்கு குழியாக உபயோகிக்கும் அவலம் எல்லாம் எந்த மருத்துவமனைக்கும் வரக்கூடாது என்று எண்ணிக் கொண்டான் தாரிக்.

உறக்கம் இல்லாத இரவாக கழிந்தது அன்றைய தினம். மறுநாள் அதிகாலையில் சுக்கரி பகுதியில் வேறு ஒரு MSF கிளினிக்கில் குண்டு போட்டது அறிந்து அங்கு ஆலாவும் மற்ற சில மருத்துவர்களும் தாரிக்கும் சென்று பார்த்தனர்.

குண்டு வெடிப்பின் பிரதிபலனாய் புகை நிரம்பிய மேகம் சூழ்ந்திருக்கக் மீதமுள்ள குற்றுயிரை காப்பாற்றத் துடிக்கும் ஆன்புலன்ஸ் கதறல்களும் மின்சாரம் துண்டிக்கப்பட்ட வீதியும் மருத்துவமனையின் ரத்தம் தோய்ந்த கட்டில்களும், செத்த பிணத்தின் மீது கீகீங்ங் என்ற சத்தத்துடன் மொய்த்துக் கொண்டிருக்கும் ஈக்களும் என வீசும் காற்றெங்கும் மரணத்தின் வாசம்.

மருத்துவமனையின் அனுமதிக்கப்பட்டிருந்த உயிர்கள் பலவற்றில் குற்றுயிராய் வாழ்ந்து கொண்டிருந்த மரணம் தன் முடிவை எட்டியிருந்தது. மருத்துவமனை மட்டுமல்ல அதனைச் சுற்றியுள்ள இடங்களிலும் குண்டு விழுந்த குழிகளின் தடங்கள். இருபத்தி இரண்டு குண்டுகள் வரை மருத்துவமனையின் மீதும் அதனைச் சுற்றியுள்ள இடத்தின் மீதும் விழுந்திருக்கலாம் என்றார்கள்

முழுவதுமாய்ச் சிதிலமடைந்த மருத்துவமனையின் உள்ளே இருந்து இறந்த ஆட்களை அப்புறப்படுத்தி வெளியே அடுக்கி வைத்திருந்தது அதில் ஆசிர்வதிக்கப்பட்டவன் போல சிலர் முகத்தில் கட்டிடக் காரைகளின் தூசிகளுக்கு இடையே அவர்களின் சிரித்த முகம்.

டாக்டர் ஆலா அந்த கிளினிக்கில் அனுமதிக்கப்பட்டிருந்த தனது தூரத்து உறவினர் பையனைத் தேடிக் கொண்டிருந்தார். போர் நிலங்களில் முழுவதுமாய் சிதிலமடையாமல் அடையாளம் அறியும் பிணமாய் இருப்பதற்கு பெரும் கொடுப்பினை வேண்டும்.

அணிந்திருந்த உடையை வைத்து தனது உறவினர் பையன் என

அறிந்த டாக்டர் ஆலா அவன் உடலைத் தொட்டுப் பார்த்தார். உயிர் இயங்கும் சப்தம் நின்று போனதில் அந்த உடலில் உஷ்ணமில்லை. உலகம், நேசிக்க மறுத்தவனின் அந்த உடலில் வழிந்த ரத்தத்தை ஈ மொய்த்துக் கொண்டிருந்தது. மடியில் கிடத்தி 20 வயது நிரம்பிய அவனையே வருத்தம் தோய பார்த்துக் கொண்டிருந்தார். எதிர்கால பயம் சூழ்ந்திருந்தது அவர் பார்வையில்.

வெளியே கொண்டு வரப்பட்ட மருத்துவமனை நோயாளிகளில் நீண்ட நாட்களாக நடக்க இயலாமல் தற்போது இரு கால்களையும் இழந்து வலியுடன் அரற்றிய ஒரு வயதானவர் தலை உயர்த்தி டாக்டர் ஆலாவைப் பார்த்தார்.

அவர் பார்வையில் போர் விமானங்களைப் பதுங்குகுழி வரை பாய்ந்து முழுதாய் உயிரை எடுக்கும் இரைச்சல் இல்லாத குண்டுகளை வீசச் சொல்லுங்கள்... எனும் விரக்தியான கோரிக்கை இருந்தது.

மருத்தவமனை உள்ளே ஆங்காங்கே மனித உடல்களின் அங்கங்கள் தாறுமாறாய் சிதறிக் கிடந்தன. சிதறிய அங்கங்கள் யாருக்கு பொருந்துகின்றன என்று ஜிக்ஜாக் போல பொருத்திப் பார்த்து முழு உடலை உருவாக்கிக் கொண்டிருந்தார்கள் ஊடங்களுக்கு காண்பிப்பதற்காக சில கிளர்ச்சியாளர் குழுக்களின் ஆட்கள்.

கர்ப்பிணி பெண் ஒருவர் குண்டடிப்பட்டு குழந்தையின் உடல் வயிற்றைக் கிழித்து பாதி வெளி வந்த நிலையில் கண்டதும் மயக்கம் வராத குறைதான் தாரிக்கிற்கு. இரண்டு வயது ஆண் குழந்தை துண்டு துண்டாக சிதறிக் கிடந்ததைக் கண்டதும் ஆத்திரமும் அழுகை பீறிட்டு வந்தது.

இறந்து போன பெற்றோர்களைத் தேடி குழந்தைகள் வீறிட்டு அழும் சத்தம் வீதி எங்கும் கேட்க, சர்வ சாதாரணமாக துப்பாக்கியுடன் வேடிக்கைப் பார்த்தபடி நின்றிருந்தனர் கிளர்ச்சியாளர் குழுக்களின் வீரர்கள்.

பிணவாடை என்பது சர்வ சாதாரணமாகி விட்டது அவர்களுக்கு என்பது எவ்வளவு பெரிய பாவம். இனி பிறக்கும் சிரியா குழந்தைகள் குண்டு துளைக்காத உடலுடன் பிறப்பதுதான் நலம் என்ற எண்ணம் ஆத்திரத்தை எரிச்சலையும் தந்தது.

கண் எதிரே இறுதி மூச்சை விடும் தன் குடும்பத்தினர் விட்டுச் சென்ற மீதம் என்பவை அழுகுரலுடன் அங்கு வாழ்ந்து

கொண்டிருந்தன. உயிர் பிழைத்தவர்கள் அழுக்குத் தோய்ந்த கந்தலான உடையுடன் உடைந்த பொருட்களைப் போல ஒரு இடத்தில் குவிக்கப்படுவது பேரவலம்.

தோல் எரிந்த தீக்காயத்துடன் மிஞ்சிய உயிரைப் பிடித்து பயம், அதிர்ச்சி, துன்பம், பசி, களைப்பு, வலி, துயரம் எல்லாவற்றையும் சுமந்தபடி நடக்கும் அவர்களுக்கு பிணங்களுடன் சேர்ந்து நிற்பது சர்வ சாதாரணமாகி விட்டது. இறந்த உடல்களின் நாற்றம் ஒரு பொருட்டாகவே இல்லை.

குழந்தைகளின் ஓலங்கள், அலறல்கள், தேம்பல்கள், ஆறாய் பெருக்கெடுத்து வீதியெங்கும் ஓட, எல்லாவித துயரங்களையும் மனதில் தேக்கிக் கொண்டு வேலை செய்யும் MSF டாக்டர்களால் அங்கு குற்றுயிராய் கொண்டு வரப்படும் நோயாளிகளில் சிலரைத்தான் காப்பாற்ற முடிகிறது. மீதி பேர் சிகிச்சை அளிக்கும் போதே கொஞ்சம் கொஞ்சமாக வலி கலந்த முனகல்களுடன் உயிர் பிரிந்து காற்றில் கரைந்து விடுகின்றனர்.

புகை மண்டிய அந்த இடத்தின் சூழலும், உதித்த ஆத்திரம் கலந்த கேள்விகளும் ஆம்புலன்ஸின் ஹாரன் சத்தமும் அத்தனையும் காண காண தாரிக்கிற்கு அழுகையும் எரிச்சலுமாக இருந்தது. இரவு உறங்காத பசித்த வயிறுடன் ஓவென கத்த வேண்டும் போலிருந்தது அவனுக்கு.

இஸ்லாமிய வரலாற்றில் உமையாக்கள் ஆரம்பித்து வைத்த கருப்புப் புள்ளி (நுக்த்-Nuqtah) நூற்றாண்டுகள் கடந்தும் சிரியா நிலத்தின் மீது மட்டுமல்ல உலகம் முழுக்க வியாபித்துள்ள இஸ்லாமியர்கள் மீதும் அவர்களின் மண் மீதும் விதவிதமான பெயர்களில் விதவிதமான இயக்கங்களில் விதவிதமான விதவிதமான தீவிரவாதக் கொள்கைகளோடு, இரத்தம் தோய்ந்த தொடர் புள்ளியாக நிரந்தரக் கறையைப் படியவிட்டு இன்னமும் உயிர்கொல்லியாய் வாழ்கிறதே என்ற கோபத்தில் அங்கிருந்த சுவற்றை எட்டி மிதித்தான்.

இந்த இடம் இனி தோதுப்படாது என்று எண்ணி சுக்கரி (sukkari) எனும் பகுதியில் Ayn Jalout எனும் பள்ளிக்கூடத்திற்கு எதிரே இருக்கும் Al-Quds hospital எனும் மருத்துவமனைக்கு அபுல் ஹசனை மாற்ற முடிவு செய்து மீண்டும் ஆம்புலன்ஸ் உதவியுடன் ஹசனை அழைத்துக் கொண்டு அங்கு வந்து சேர்ந்தனர் டாக்டர் ஆலாவும் தாரிக்கும்.

Al Quds மருத்துவமனையில் ஏற்கனவே அங்கு 67 சிறு குழந்தைகள் அனுமதிக்கப்பட்டு இருந்தார்கள். அவர்களுடன் அபுல் ஹசனும் ஒருவனாக சேர்க்கப்பட்டான். அனைவருக்கும் சிரியாவைச் சார்ந்த மூன்று குழந்தை மருத்துவர்களுடன் சேர்ந்து தாரிக்கும் சிகிச்சை அளித்தபடி இருந்தான். டெல்மாவில் இருந்து வந்து நான்கு நாட்கள் ஆகிவிட்டன. மூன்றாம் நாள் அய்டா போன் செய்து தாரிக்கின் நலம் விசாரித்தாள். அவளிடம் இங்கு இருக்கும் நிலவரம் கூறியதும் "இவங்க எல்லாம் என்ன மனுசங்க ச்சை..." என்றவளிடம் "கர்த்தர்ட்ட வேண்டிக்க, வேற என்ன சொல்லன்னு தெரியல, கை காலு எல்லாம் சிதஞ்சி இருக்கிற குழந்தைகளப் பாக்க முடியல. ஒருநாள் மருந்து கொண்டு வந்த வண்டி மேல வெடிகுண்டு வீசி கொண்டு வந்த லட்சக்கணக்கான மருந்து வீணாப் போயிருச்சு. ஒரு நாட்டுக்கும் இன்னொரு நாட்டுக்கும் சண்டைன்னா ஒரு வரைமுறை இருக்கும். இது உள்ளூருக்குள்ள இருக்கிற ஆட்கள் செய்றதால யாரு எப்போ தாக்குதல் நடத்துவாங்கன்னு யாராலயும் கணிக்க முடியல. இவங்களுக்குக் கிடைக்கிற ஆயுதம் உதவி, பண உதவி நிறுத்தினால் ஒழிய சண்டை நிக்க சாத்தியமில்லை. சிரியாக்காரங்களுக்கும் சிரியாக்காரங்களுக்கும்தான் சண்டை. ரெண்டு பேருக்கும் ஆதரவா அமெரிக்காவும் ரஷ்யாவும் தனி தனியா குண்டு போடுது. பொது மக்கள் சாகுறாங்க. சிரியன் அதிபர் ஹபீஸ் அல் ஆசாத ஒழிச்சு கட்டி இங்க இருக்கிற எண்ணெய் வளங்களை ஆக்கிரமிக்கிற வரைக்கும் இந்த சண்டை நடக்கும். என்ன சொல்லன்னு தெரியல..." என்றான் மிகுந்த வருத்தத்துடன் தாரிக்.

அன்றைய தினம் மாலையில் Al Quds மருத்துவமனையில் நுழைந்த ஒரு கிளர்ச்சியாளர்களில் ஒருவன் தன்னுடன் உயிர் பிரியும் நிலையில் இருந்த மற்றொரு தீவிரவாதிக்கு சிகிச்சை அளிக்கச் சொல்லி எமர்ஜென்சி வார்டில் புகுந்து வற்புறுத்த, மறுத்த நர்ஸை சுட்டுக் கொன்றதுடன் அங்கிருந்த இளம் நர்ஸ் பெண்ணை துப்பாக்கி முனையில் கைதியாக சிறைப் பிடித்தபடி "நான் திரும்பவும் வருவேன்" எனக் கூறிச் சென்றது மருத்துவமனையில் உள்ள அனைவரையும் அதிர்ச்சிக்குள்ளாக்கியது. அன்று இரவு அனைவரின் படுக்கையிலும் அவர்களுடன் சேர்ந்து மரண பயமும் படுத்துறங்கிக் கொண்டிருக்க சத்யாவிடம் இருந்து "கால் மீ" என்ற செய்தி வந்ததும் அவளுக்கு பதட்டம் கலந்த பயத்துடன் போன் செய்தான் தாரிக்.

தான் நியுயார்க் ஏர் போர்ட்டில் இருப்பதாகவும் நாளை இரவு

இதே வேளையில் அலிப்போ நகரில் உன்னுடன் இருப்பேன் என்றும் கூறியவள், பையனை சந்தித்தாயா. இப்போ எப்படி உள்ளான் என தொடர் கேள்விகளாக அடுக்கினாள்.

எதிர் முனையில் அமைதியாக இருப்பது கண்டு

"தாரிக்... தாரிக். என்னாச்சு"

கெவ்வி அழும் சத்தம் மட்டும் கேட்டது.

"தாரிக் என்னாச்சு.."

"இவுங்க எல்லாம் ஏன் முஸ்லீமா பிறந்தாங்க சத்யா. முஸ்லீமா பெறக்கிறது என்ன அவ்வளவு பெரிய குத்தமா..? இல்ல இந்த மண்ணுல பெட்ரோல் கிடைக்கிறது இவுங்க செஞ்ச தப்பா..?" என்றபடி அழுகையுடன் மொபைல் துண்டிக்கப்பட்டது.

அன்று நள்ளிரவு BBC NEWS பகுதியில் சிரியா அலீப்போ ஊரில் உள்ள Al-Quds மருத்துவமனையின் மீது சிரியா கிளர்ச்சியாளர்களுக்கு ஆதரவாக அமெரிக்கா நடத்திய வான்வெளித் தாக்குதலில் மருத்துவமனை உள்ளிருந்த 55 பேர் மரணமடைந்த செய்தியை ஒரு பெண் செய்தியாளர் கூற, தனது மகனும் அதில் ஓர் ஆள் என அறியாது அந்தச் செய்தியை தூத்துக்குடியில் நள்ளிரவில் தூக்கம் வராது கேட்டுக் கொண்டிருந்த தாரிக்கின் தந்தை முத்து மக்தூம் உச்சுக்கொட்டியபடி உறங்கச் சென்றார். அதிகாலையில் இருந்து சிரியாவின் அலீப்போ ஊரில் உள்ள Al-Quds மருத்துவமனையின் நேர் மேலே வான் வெளியில் காகங்கள் கூட்டம் மருத்துவமனையைச் சுற்றியபடி வட்டமிட்டு ஒப்பாரி வைத்து அழுது கொண்டிருந்தன.

★★★